KỶ YẾU 20 NĂM VĂN HỌC CỘI NGUỒN

Cơ Sở Thi Văn CỘI NGUỒN

KÍNH BIẾU

KỶ YẾU

20 NĂM VĂN HỌC
CỘI NGUỒN

1993 – 2013

CO SO THI VAN COI NGUON
A Non Profit Organization of
the Culture and Social Activities of the
Vietnamese Community in the United States of America
http://www.coinguon.asia

KỶ YẾU 20 NĂM VĂN HỌC CỘI NGUỒN
CỘI NGUỒN Xuất Bản 2013

Chủ trương Biên Tập: SONG NHỊ
Bản Quyền thuộc CSTV Cội Nguồn
Mọi trích dẫn phải nêu xuất xứ. Dịch và Ấn loát phải được chấp
thuận bằng văn bản của Cội Nguồn.

Hình Bìa: ĐẠI NAM QUỐC TỰ
Ảnh bìa, Biên Tập & Trình bày: Song Nhị
Cộng tác biên tập: Diên Nghị, Cung Diễm, Lê Đình Cai.
Đọc và Sửa Bản In: Cung Diễm.

KY YEU 20 NAM VAN HOC COI NGUON
COI NGUON - 20 YEARS LITERATURES And LITERARY
ACTIVITIES SUMMARY - 1993 - 2013

Cover Picture & Designed by Song Nhi
Manufactured in the United States of America

ISBN : 9780615697178

CƠ SỞ THI VĂN CỘI NGUỒN ▯ TẠP CHÍ NGUỒN
**Develope Culture and Social Activities
of the Vietnamese Community
A Non-Profit based Organization since 2004**

P.O. Box 3648 San Jose, CA 95156-3648
▪ Tel &Fax 408 729 8352
E-mail: coinguonus@gmail.com ▪ http://www.coinguon.asia

Sáng Lập Viên (Founders)
SONG NHỊ ▪ CUNG DIỄM ▪ DIÊN NGHỊ
DUY NĂNG ▪ HÀ LY MẠC

Trưởng Điều Hành
**Chief Executive Officer (CEO)/ Editor-in-Chief:
SONG NHỊ**

BIÊN TẬP & CỘNG TÁC:
Editors/Contributors
DIÊN NGHỊ ▪ CUNG DIỄM ▪ THANH THƯƠNG HOÀNG ▪ ĐỖ
BÌNH ▪ HUỆ THU ▪ ẤU TÍM ▪ NGỌC BÍCH ▪ TRIỀU NGHI ▪
PHAN THỊ NGÔN NGỮ ▪ TUỆ NGA ▪ BIỆN THỊ THANH LIÊM
▪ PHONG THU ▪ TRẦN KHẢI THANH THỦY ▪ VŨ THỊ THIÊN
THƯ ▪ MIMOSA PHƯƠNG VINH ▪ HƯƠNG GIANG ▪ VI KHUÊ
▪ LTĐÔNG PHƯƠNG ▪ LÊ DIỄM ▪ ĐẶNG LỆ KHÁNH ▪
NGUYỄN TRUNG DŨNG ▪ LÊ ĐÌNH CAI ▪ HỒ LINH ▪ HÀN
THIÊN LƯƠNG ▪ BÁT TÚ TRẦN HỮU TỪ ▪ THỦY LÂM SYNH ▪
▪ DU SƠN ▪ CAO THẾ DUNG ▪ TRẦN KIÊM ĐOÀN ▪
NGUYỄN VĂN LỤC ▪ TRÀM CÀ MAU ▪ PHAN THÁI YÊN ▪
NGUYỄN LIỆU ▪ NAM GIAO ▪ HÀ BẮC ▪ VÕ Ý ▪ TRỊNH TOÀN
▪ CAO NGUYÊN ▪ ĐÀO HẢI TRIỀU ▪ XUÂN ĐỨC ▪ TÚ LẮC ▪
TIÊU DUY ANH ▪ HẠ HUYỀN ▪ HÀ VIẾT TỊNH ▪ ▪

ĐẠI DIỆN:
▪ PARIS: Trần Bạch Sương ▪HOUSTON: Lê Văn
Trưởng/ Bát Tú ▪ WASHINGTON D.C: Xuân Đức ▪
SAN JOSE: Ngọc Bích ▪ ORLANDO (FL): Lê Nguyễn
ORANGE COUNTY: Võ Ý ▪ SACRAMENTO: Hương Giang

Ban Điều Hành Cội Nguồn, Bộ Biên Tập Tạp chí Nguồn chân thành cảm tạ quý Bạn đọc, quý Tác giả Văn Nghệ Sĩ, quý Ân nhân, và Bạn hữu...... đã yểm trợ Cơ Sở Thi Văn Cội Nguồn & Tạp chí Nguồn trong quá trình 20 năm sinh hoạt văn học phục vụ cộng đồng, duy trì và phát huy Văn Hóa Việt Nam tại hải ngoại.

Thành Kính Tưởng Niệm

★★★★★ MỤC LỤC

Số trang nằm sau tên tác giả theo mẫu tự A B C...

PHẦN I - QUAN ĐIỂM. NHẬN ĐỊNH. PHÊ BÌNH

PHẦN II - SÁNG TÁC - VĂN - THƠ

PHẦN III - TẢN VĂN

PHẦN IV - HÌNH ẢNH

CƠ SỞ THI VĂN CỘI NGUỒN

TÔN CHỈ MỤC ĐÍCH/ PURPOSES

The following are the purposes for which the organization has been organized:

- To bring into plays the Vietnamese traditon of Literature and Arts through a five thousand year history, aiming at having wide currency of poetries and prose, music, drama, printings, sculptures, newspaers and magazines by the genuine Vietnamese among other members of the Vietnamese community in US for three generations, and at the same time to introduce special characteristics of Vietnamese Culture to the other communities though libraries, schools and the US Academies.

- To contribute the quintessence of the Vietnamese works into the American treasures of Cultures.

- To patronize the Culture and Social activities of the the Vietnamese communitiy in US, and at the same time to simulate the young generation having the innate attitude of the Aesthetics and Arts in the emulation movements for selection of the interesting library works to offer rewards and to translate those works into English for use in Universities in US and in libraries through out 50 states in the country./

[Trích hồ sơ đệ trình IRS về quy chế Non Profit]

QUY CHẾ THÀNH VIÊN VÀ NỘI QUY

Cội Nguồn là một tổ chức bất vụ lợi, được thành lập vì lợi ích chung, không nhằm phục vụ cho lợi ích riêng tư của bất cứ một cá nhân hay phe nhóm nào. Cơ Sở Thi Văn Cội Nguồn là một tổ chức hoạt động hợp pháp dưới quy chế bất vụ lợi – A Non Profit Organization – Tax Exempt ID 16-1711186 – của liên bang Hoa Kỳ và Tiểu bang California.

Với tôn chỉ nêu trên, CSTVCN hoạt động nhằm mục đích:

■ Góp phần bảo tồn và phát huy những giá trị tinh thần đời sống Việt Nam.

■ Tôn trong mọi giá trị tinh thần và các đặc thù văn hóa của các cộng đồng bạn.

■ Khuyến khích các thế hệ Việt Nam tại Hoa Kỳ hòa nhập và tôn trọng những giá trị cao đẹp của của nền văn hóa và đời sống Mỹ quốc; đồng thời duy trì những giá trị tinh hoa của đời sống và văn hóa Việt Nam.

■ Giới thiệu với cộng đồng thế giới Văn Học Nghệ Thuật, Văn Hóa và nền Văn Hiến năm nghìn năm của dân tộc Việt Nam.

■ Đối kháng với mọi hình thức văn học và văn hóa phi nhân bản, phi dân tộc.

Hoạt động cụ thể của CSTVCN được nhằm vào các lãnh vực đối tượng sau đây:

1- Ấn hành, giới thiệu các tác phẩm thơ, văn, nhạc, kịch, hội họa, điêu khắc và phim ảnh có giá trị nghệ thuật.

2- Tổ chức, bảo trợ các sinh hoạt văn hóa, xã hội có mục đích phục vụ công ích.

3- Chuyển ngữ sang Anh văn các tác phẩm thi văn có giá trị nội dung cao.

4- Trao đổi các tác phẩm văn học, thi ca, báo chí với các tổ chức văn hóa và các thư viện, trường học tại Hoa Kỳ cũng như các nước khác.

5- Tổ chức các buổi họp mặt trao đổi kinh nghiệm sáng tác.

6- Tổ chức hàng năm giải sáng tác thơ văn, nhằm phát hiện và giới thiệu những tài năng mới.

Với tâm hồn thông thoáng phong phú của người văn nghệ sĩ, Cội Nguồn là một tổ chức sinh hoạt thơ văn, không có bất kỳ một ràng buộc nào với thành viên tham dự. CSTV Cội Nguồn không có điều lệ, nội quy thành văn; không có nguyệt liễm, niên liễm. Tài chánh của Cội Nguồn nhờ vào sự đóng góp yểm trợ của bạn đọc, thân hữu và các vị mạnh thường quân.

CSTV Cội Nguồn minh định thừa nhận các tác giả có tác phẩm ủy thác Cội Nguồn xuất bản, các văn thi hữu sinh hoạt thường xuyên, sau ba năm đương nhiên là thành viên của CSTV/CN. Ngoài ra, với chủ trương "chiêu hiền đãi sĩ", CSTV/CN hoan nghênh chào đón các văn nghệ sĩ đến với Cội Nguồn.

Bất cứ văn nghệ sĩ và thân hữu nào cũng có thể đến và đi trong tinh thần hòa nhã tương kính của người cầm bút./

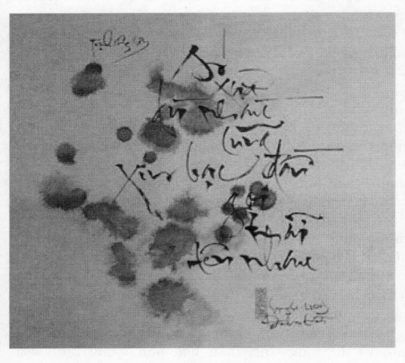

Áo Xưa Dù Nhàu, Cũng Xin Bạc Đầu Gọi Mãi Tên Nhau...
Trịnh Công Sơn. Thư họa và trình bày: Đào Hải Triều

HAI MƯƠI NĂM CỘI NGUỒN
Nhìn Lại Một Chặng Đường Văn Học

Kể từ ngày "đặt viên đá" khởi đầu cho sinh hoạt của Cơ Sở Thi Văn Cội Nguồn đến nay, khi bước sang năm 2012, và năm 2013 đang ngấp nghé phía trước Cội Nguồn đã đi được những bước đi vững chãi trong 20 năm liên tục với những thành tựu đáng khích lệ.

Trong tuyển tập Kỷ Yếu "5 Năm Văn Học Cội Nguồn" ấn hành năm 2000, chúng tôi đã bộc bạch cùng độc giả và bạn hữu về chặng đường ngắn ngủi 5 năm trong hành trình lịch sử vô tận của dân tộc.

Từ năm 1993 đến nay, suốt hai thập kỷ, đoạn đường đã bước qua và con đường sẽ đi tới vẫn cùng một mục đích mà Cội Nguồn đã đặt định hướng tới. Tôn chỉ, mục tiêu của Cội Nguồn đã được khẳng định từ 15 năm trước qua bài Quan điểm "Năm Năm, Một Chặng Đường Văn Học" cho dấu mốc kỷ niệm 20 Năm Văn Học Cội Nguồn, với phần tóm lược thành quả gần 20 năm sinh hoạt của các văn thi hữu và thân hữu Cội Nguồn trong suốt thời gian qua.

**

15 năm, hay 20 năm cũng chỉ là một giây phút ngắn ngủi so với chiều dài Năm Ngàn Năm Lịch Sử của dân tộc. Năm ngàn năm lịch sử đấu tranh dựng nước và giữ nước đó cũng là năm ngàn năm hình thành, tạo dựng và phát triển của nền văn hóa và văn học nước nhà. Kể từ mấy tác phẩm hiếm hoi bằng chữ Hán vào đời nhà Triệu (năm 207 - 111 trước Tây lịch), thời thượng cổ:

- Thư Triệu Vũ - vương Đà trả lời Hán Văn đế.

- Chiếu của Triệu Vũ - vương cáo cùng thần dân, và Hịch của Tể tướng Lã Gia kể tội mẹ con Cù - thị Triệu Ai - vương, đến một kho tàng văn học ở thế kỷ 19 và thế kỷ 20, các bậc tiền nhân đã để lại một gia sản tinh thần đồ sộ, quý giá: Hịch Tướng Sĩ, Bình Ngô Đại Cáo, bài tứ tuyệt của Lý Thường Kiệt như một bản tuyên cáo, một tuyên ngôn độc lập:

Nam quốc sơn hà Nam đế cư
Tiệt nhiên định phận tại thiên thư
Như hà nghịch lỗ lai xâm phạm
Nhử đẳng hành khan thủ bại hư.

Nền Văn Học đó tiếp nối theo chiều dài lịch sử với dòng văn chương cô đọng, trong sáng qua Đoạn Trường Tân Thanh, khơi động não nùng trong Cung Oán Ngâm Khúc. Lục Vân Tiên, một kho tàng đồ sộ của từng thế hệ tiếp nối từ thời buổi yên ổn quang vinh cũng như giữa lúc biển dâu bất hạnh.

Quy luật tiến hóa tự nhiên tác động lẽ sinh tồn dân tộc đã buộc thời đại Hán Nôm — một thời vang bóng chịu nhường bước cho trào lưu văn hóa phương Tây, một giao điểm hội tụ giữa cũ và mới, không nặng tính chất loại trừ, tiêu hủy mà tương tác hài hòa, lọc lựa, ổn định thế đứng nhằm góp sức, góp lòng khai quật, khám phá những tinh túy tư duy, truyền thống đạo lý, tiếp tục định hình, định tính, nâng văn học lên tầm mức cao sang.

Nhân tố thúc đẩy hình thành chữ quốc ngữ La tinh như một thừa hưởng kết quả tích cực, quý giá của đất nước. Song hành với sự hiện diện của đoàn người lạ mặt, khác màu da đã tạo dựng ảnh hưởng cuộc sống thực tại tiếp cận cái mới bằng nhãn quan mới soi rọi vào tư duy những nghìn năm khép kín giữa màu xanh lũy tre làng quen thuộc và màu vàng đục bùn lầy, đồng chua nước mặn.

Nhóm Tự Lực Văn Đoàn, cùng nhiều tác giả thơ văn khác đã khai mở giai đoạn nối liền quá khứ với hiện tại bằng quan niệm và ý thức muốn đổi thay nề nếp và mẫu mực phong kiến. Trào lưu lãng mạn nổi bật - một luồng gió mát dịu thổi tới giữa môi trường oi bức ngột ngạt, được đón nhận nồng nhiệt.

Cái gọi là "cách mạng mùa thu" 1945, chối bỏ toàn bộ, kể cả quan điểm thẩm mỹ văn chương và đạo lý căn bản truyền thống dân tộc, vốn không ngừng phát huy và cần được bảo vệ. Lý thuyết và tư tưởng vô sản quốc tế được áp đặt. Thay vì xua đuổi, loại trừ kẻ lạ mặt da trắng thực dân, tập đoàn vô sản lại rước về một chủ thuyết lạ mặt da trắng khác còn trăm lần hung bạo, độc ác hơn kẻ thù cũ, gây nên cảnh "nồi da xáo thịt," tan tác, đổ vỡ, khốn cùng suốt 30 năm chinh chiến. Và sau 37 năm thông đường Nam Bắc, đất nước trên 80 triệu người dân và 3 triệu con người mang thân phận lưu vong khắp năm châu đã thấy rõ hơn bao giờ hết, tập đoàn thống trị hiện tại tự tố cáo là tay sai, tình nguyện làm kẻ trung thành của đế quốc đỏ lỗi thời, không tưởng.

Từ lịch sử sang trang, tháng 4 năm 1975, Một cuộc vượt thoát khỏi bàn tay sắt máu của kẻ tàn ác, khỏi gông xiềng Mác-Xít có một không hai trong lịch sử nhân loại, với hàng trăm, hàng ngàn, hàng vạn đến triệu con người, và biết bao nhiêu sinh mệnh rủi ro, vùi xác dưới đáy biển Đông, hoặc trên những nẻo đường núi rừng thâm sâu biên giới.

Bỏ nước ra đi, hành trang mang theo duy nhất là ngôn ngữ của mẹ Việt Nam, huyết thống giống nòi và tình tự dân tộc với quyết tâm duy trì và bảo vệ những truyền thống văn hóa Việt Nam cao quý.

Từ nguồn cảm hứng dạt dào, bất tận nơi xứ người, cùng với khả năng sáng tạo phong phú, hàng ngàn tác phẩm văn học ngôn ngữ Việt lần lượt ra đời. Từ luồng ánh sáng tự do chiếu rọi, văn học Việt Nam hải ngoại ngày càng phát triển lớn mạnh. Một thế hệ cầm bút mới đang sẵn sàng kế thừa, đáng tin cậy, vẫn giữ gìn trọn vẹn tiếng nói quê hương, hòa đồng với hàng trăm ngôn ngữ khác nơi lục địa đa văn hóa, mênh mông này.

Cơ Sở Thi Văn Cội Nguồn, 20 năm qua, tuy đến sau, theo muộn, đã đem hết thành tâm thiện chí, đóng góp khả năng hạn hẹp của mình vào sự nghiệp chung của cộng đồng, cùng chung lý tưởng, cùng mục đích bảo vệ bản sắc văn hóa và đạo lý dân tộc, tình tự quê hương.

20 năm, một chặng đường đi tới bằng vốn liếng tự lực tự cường, cùng với ý chí tự tin và lập trường khẳng định nhất quyết không chấp nhận thứ văn học Mác Xít phục vụ thể chế độc tài, đấu tranh giai cấp, phi nhân, hủy diệt mọi giá trị tinh thần của dân tộc và nhân loại.

20 năm qua, nhiều tác phẩm xuất xứ từ Cội Nguồn đã được bạn đọc nồng nhiệt đón nhận vừa khích lệ, tán đồng; vừa chân thành góp ý xây dựng. 20 năm qua, một số đông đảo văn thi hữu và thân hữu gần xa từ trong nước ra hải ngoại, khắp các lục địa Hoa Kỳ, cũng như nhiều quốc gia khác như Canada, Úc, Pháp, Bỉ, Na Uy, Nhật v.v... đã đến với Cội Nguồn, đã hứa hẹn cùng nhau bước đi trên con đường đã vạch. Phương tiện là ngòi bút và hành trang là tấm lòng với đất nước quê hương đã biểu lộ sức mạnh, với tinh thần vươn tới, chưa bao giờ mỏi mệt, giẫm lên mọi khó khăn thiếu thốn để tiếp tục bước đi trên con đường vạn dặm với ước mong ngày về điểm hẹn, đón chào bình minh rạng rỡ của quê hương tổ quốc.

Con đường mà Cội Nguồn lựa chọn và đang đi chắc chắn sẽ đến đến nơi từ đó ra đi khi hơn 80 triệu đồng bào một thịt thoát khỏi cơn ác mộng bạo lực Cộng sản cuối cùng trên hành tinh của nhân loại ❖
Cội Nguồn/ 8-2012

PHÁT BIỂU CỦA NHÀ VĂN DIÊN NGHỊ

tại San Jose ngày 11- 4
và Westminster 22-8-2010

Tháng Tư lại đến. Tháng Tư khơi động ray rứt vết thương quá khứ đã hơn ba thập niên qua, trong từng bản thân tị nạn trên khắp miền đất tạm dung. Khi xác nhận hàng triệu người miền Nam tự do phải xa lìa quê hương đi tị nạn, đang có mặt nơi chốn tạm dung, cũng hàm ý sẽ có lúc trở về bằng ý chí, sức mạnh đấu tranh, lấy lại những gì đã mất.

Xuất phát từ quan niệm và ý thức vai trò tị nạn, chúng tôi, một số công dân miền Nam từng trải đoạn đường đày đọa giữa quê hương, khi gặp nhau tại thành phố San Jose, đã đồng lòng tham gia sinh hoạt sáng tác thơ văn, trong cùng tổ chức, dưới danh xưng "Cơ Sở Thi Văn Cội Nguồn", và nhà thơ Song Nhị đảm nhiệm Trưởng Điều hành, điều hợp từ tháng Tư -1995.

Ngày qua tháng lại, thấm thoắt đã 15 năm. Khởi đi từ những bàn tay trắng, chỉ có thơ văn đóng góp in thành tuyển tập, cung cấp bài viết cho một vài tờ báo bạn, rồi như một cơ duyên Cội Nguồn dần dà nhận được những tác phẩm của nhiều tác giả gần xa gửi đến, gợi ý được xuất bản dưới danh nghĩa Cội Nguồn.

Từ tản mạn những bài viết cho báo chí, đặc san, Cội Nguồn đã được giao phụ trách trang Văn học Nghệ thuật hàng tuần trên Việt Nam Thời Báo của chủ nhiệm Vũ Bình Nghi từ năm 1998, đồng thời cũng phấn đấu hoạch định, tiến tới hình thành Tạp chí Nguồn – tạp chí Nhận Định, Phê Bình, Văn Học

Nghệ Thuật - phát hành ngày 15 mỗi tháng từ tháng Tư 2004 với Ban Chủ trương và biên tập khá hùng hậu. Ngoài ra, trang báo điện tử cội nguồn cũng góp mặt thường trực, song hành với những sinh hoạt khác.

Cội Nguồn cũng đã tổ chức hoặc bảo trợ những buổi "Ra Mắt Sách" cho nhiều tác giả tại Hoa Kỳ, tiêu biểu như cuốn Nguyễn Khoa Nam do Hội Phát Huy Văn Hóa VN ấn hành, cuốn Dòng Họ Ngô Đình - Ước mơ chưa đạt của Nguyễn Văn Minh, cuốn Ngã Tư Hoàng Hôn của Văn Quang, cuốn Cung Oán Ngâm Khúc (bản dịch và chú thích của GS Nguyễn Ngọc Bích...). Một số tác giả đến từ các nước khác: nữ nghệ sĩ Bích Thuận, GS Vũ Ký (từ Bỉ), cuốn Biên giới Việt Trung của Ngô Quốc Dũng và cuốn Tự điển Pháp luật của Lê Đình Hồ (từ Úc) v.v.. cùng với hàng chục buổi tổ chức RMS và bảo trợ cho các tác giả tại địa phương.

15 năm qua, 45 tác phẩm đủ thể loại đã được ấn hành, hàng ngàn trang viết chuyên đề văn học nghệ thuật trên nhật báo Thời Báo và 50 số tạp chí Nguồn đã đến với bạn đọc. Hàng trăm người cầm bút và bạn hữu quan tâm đã hợp tác, tham gia các sinh hoạt của Cội Nguồn. Hàng trăm ngàn độc giả đã thường xuyên theo dõi, đọc và viết cho tờ báo mạng www.coinguon.us (do bị hacker đột nhập, nay chuyển sang địa chỉ http://www.coinguon.asia)

Tạp chí Nguồn, ngay từ Số Một đã được Thư viện Cornell University, New York và thư Viện Salt Lake City Library, tiểu bang Utah là "độc giả" dài hạn. Vừa mới đây Thư Viện Quốc Hội Hoa Kỳ đặt mua 50 số tạp chí Nguồn (từ số 1 đến số 50 và các số kế tiếp) để đưa vào văn Khố Sưu Tầm Và Lưu Trữ Các Tác Phẩm Văn Học khu vực Đông Nam Á, cùng với trên dưới 20 tác phẩm Cội Nguồn xuất bản đã có trong văn khố từ nhiều năm trước. Đồng thời Tạp chí Nguồn (kể từ số 1) cũng đã được Thư Viện Quốc Hội Hoa Kỳ cấp số lưu ký thư mục (tiêu chuẩn quốc tế) ISSN 2157-6440.

Những con số thống kê này ắt hẳn chưa nói lên đủ giá trị chất Văn Học Nghệ Thuật dàn trải, tiềm tàng, lấp lánh trong từng trang viết, sau từng dòng chữ mà chúng tôi nghĩ, bạn đọc là thẩm quyền định tính và nhận xét trung thực nhất.

Thành quả này tuy khiêm tốn, nhưng rõ ràng thể hiện phần đóng góp của Cội Nguồn cho sự nghiệp đấu tranh mọi mặt của cộng đồng tị nạn, để sớm hoàn thành sứ mạng trở về.

Đề cập đến kết quả của tổ chức, mà không nhắc tới tác nhân trách nhiệm hoàn thành, e rằng khiếm khuyết đáng tiếc. Chúng tôi xin thưa cùng quý vị ý kiến hầu như thống nhất của Cội Nguồn: "Nếu không có nhà thơ Song Nhị thì sẽ không có những may mắn đến ngày nay". Thật vậy, Song Nhị, mẫu người tháo vát, tận tụy, đam mê, chịu học hỏi, lại chuyên tâm kỹ thuật nên một mình đã thực hiện được tất cả. Từ viết bài, chọn bài, chọn sách đến trình bày... Từ xấp giấy trắng trở thành tác phẩm, tạp chí kinh qua bàn tay, trí lực của một người.

Nếu một người không tôn thờ, ấp ủ một lý tưởng cao cả thì không thể biểu lộ được tinh thần dấn thân và sức cống hiến tràn đầy như vậy. 15 năm qua, vừa sinh hoạt, vừa học hỏi, Cội Nguồn đã lấy truyền thống đạo đức, trật tự Nho giáo làm kim chỉ nam, lấy tương thân tương kính làm phép tắc ứng xử xã hội, đề cao thiên chức người cầm bút, cố gắng rèn luyện để tránh sự quyến rũ, mê hoặc bởi cái bã lợi danh nhất thời, phù phiếm. Không sợ hãi bạo lực cường quyền, và tuyệt đối trung thành với Lẽ Phải và Sự Thật.

15 năm qua, có may, có rủi, có vui, có buồn, Cội Nguồn đã đón tiếp các hiền nhân quân tử, văn nghệ sĩ, bè bạn bốn phương. Một số gần gũi với Cội Nguồn trong những buổi đầu nâng ly rượu Đào Viên thân

mật, phấn khởi; nhưng cũng có bạn đến rồi đi vì lý do riêng tư nào đó...

Cội Nguồn, một tổ chức Bất Vụ Lợi, không đặt ra tiêu chuẩn ràng buộc hội viên. Đến với CN kể cả yểm trợ, giúp đỡ CN hoàn toàn tự nguyện và không có một trao đổi qua lại nào.

Cội Nguồn cũng không chủ trương vận động hội viên gia nhập, không thu nguyệt liễm. Một bạn hữu tuy đã ra đi, không còn đồng hành với CN tiến lên phía trước, nhưng CN không bao giờ dám nghĩ "con người đi ra từ ngõ VHNT dễ dàng qua đêm đã biến bạn thành thù!". CN vẫn một lòng sau trước, vẫn truyền thống dung thông:

"Đã trót tương phùng trong một quán
Dẫu trà ôi, rượu nhạt cũng là duyên..."

Nhà văn Trần Khải Thanh Thủy, khoảng ba tuần lễ trước ngày xẩy ra trò vu vạ do bạo quyền Hà Nội giàn dựng, đã tha thiết nói với Cội Nguồn: Xin chấp nhận cho bà trở thành hội viên thường trực của Cội Nguồn. Con người nữ nhi bất khuất ấy, nói ngắn gọn mà chúng tôi cảm nhận được thật dài về lòng thành của một cây bút anh hùng đã tìm ra nơi tin cậy.

Thi Hào Nguyễn Du dựng nhân vật Thúy Kiều, hồng nhan đa truân, hoa trôi bèo giạt, nghiệt ngã tận cùng, nhưng đã được kết thúc trong vòng 15 năm bằng mối tình thủy chung, siêu lý tưởng hiếm có.

Với Cội Nguồn, 15 năm, chỉ một đoạn đường. 15 năm không dài, cũng không quá ngắn, 15 năm đã soi rọi, kiểm điểm, khẳng định, hoàn thiện chính mình.

15 năm qua, mỗi thành viên tự nguyện của CN đã lượng sức mình, khai đào được những vũng nước nhỏ với khát vọng đi ra biển lớn. Quý vị ân nhân, mạnh thường quân, bạn đọc, bạn viết đã đưa bàn tay hào hiệp tiếp sức để Cội Nguồn vững bước đi đến hôm nay.

15 năm ấy biết bao nhiêu tình". Tình của quý vị,

quý bạn dành cho Cội Nguồn không thể đo đếm nổi, tình đã thẩm thấu vào từng buồng tim, tế bào thành kích thích tố thúc đẩy chúng tôi tiến lên cùng ngọn trào tị nạn. Chúng tôi xin thành tâm nỗ lực hơn để đáp tạ thịnh tình của quý vị và các bạn.

Qua chặng dừng 15 năm, Cội Nguồn lại tiếp tục lên đường. Chúng tôi mang theo hành trang mới: tác phẩm "Nửa Thế Kỷ Việt Nam" – bút ký, tự truyện của Song Nhị đã được quý vị thương mến, đón nhận. Chúng tôi sẽ đi tới bằng tín hiệu của niềm tin và hy vọng đó. ❖ Diên Nghị

PHÁT BIỂU
CỦA ÔNG HÀN PHONG CAO
Tại Hội Trường James Lee Community Center
Theater Fallschurch, VA 22042

Thưa quý vị,

Tôi hoàn toàn xa lạ với hầu hết quý vị hiện diện trong hội trường này, nhưng tôi lại rất quen thuộc với vùng trời Hoa Thịnh Đốn. Tôi đã đặt chân xuống phi trường Hoa Thịnh Đốn ngày 10/7/1975. Ngoài trời hôm ấy mưa như trút nước, sấm chớp và giông bão.

Lúc ấy lòng tôi cũng đang giông bão. Nước mắt lưng tròng, vui mừng thì ít nhưng buồn tủi thì nhiều. Buồn tủi vì phải xa xứ, tương lai mù mịt. Vui mừng vì đã được đặt chân đến vùng trời

Hoa Thịnh Đốn, thủ đô của tự do và hy vọng. Nhưng trong tâm tư tôi nhen nhúm sự nuối tiếc và ân hận vì đã không làm tròn bổn phận của một quân nhân.

Ngày đặt chân đến đây, tôi ở cái tuổi đời 38, đầy sức sống và phong độ của tuổi trung niên, giờ đây phong độ ấy không còn, chỉ còn phong thấp, khệnh khạng trong tuổi đời bóng xế.

Mỗi lần về Hoa Thịnh Đốn lòng tôi náo núc như một kẻ xa quê tìm về thăm thành phố cũ đầy ắp những kỷ niệm đầu đời của kẻ tị nạn.

Công cuộc đấu tranh chính trị, những hoạt động xây dựng cộng đồng người Việt quanh vùng thủ đô này tôi thật lòng khâm phục và ngưỡng mộ. Gặp được quý vị tôi cảm nhận như được gặp lại những bà con quen thân, những cô dì chú bác; và còn cả một gia đình anh em thân thiết của tôi, cùng giòng họ Phù Đổng Thiết Giáp Binh, và các chiến hữu huynh đệ QL/VNCH.

Tôi xin lỗi đã phải dài dòng như vậy để tự giới thiệu; và như vậy, tôi mới có đủ tư cách để giới thiệu đến quý vị anh Song Nhị, tác giả tập bút ký, tự truyện Nửa Thế Kỷ Việt Nam.

Nhà văn Song Nhị là con chim đầu đàn của Cơ Sở Thi Văn Cội Nguồn, là người chủ trương tạp chí Nguồn, một tạp chí phổ biến những sáng tác văn học, nhận định và phê bình văn học nghệ thuật. Anh đảm nhận vai trò Chủ nhiệm kiêm Chủ bút, với sự cộng tác thường nhật của nhà văn Dương Diên Nghị - một bỉnh bút của tạp chí Nguồn và là cây bút phê bình văn học đã được nhiều độc giả khắp nơi mến mộ.

Khởi đi từ năm 1995, trong hơn 15 năm đó, trên diễn đàn thơ văn Cội Nguồn đã chuyển tải tràn ngập những sáng tác văn học nghệ thuật đến với độc giả khắp mọi nơi. Và Cơ Sở này đã hình thành tạp chí Nguồn vào năm 2004 với sự đóng góp thường xuyên, hùng hậu của các thành viên văn thi hữu và các thức giả tên tuổi tại Hoa Kỳ cũng như hải ngoại, kể cả trong nước, những tác phẩm tranh đấu cho tự do dân chủ tại quê nhà.

Cơ Sở Thi Văn Cội Nguồn đã ấn hành trên 45 tác phẩm đủ thể loại có giá trị của các tác giả được bạn đọc hâm mộ. Hàng ngàn trang nhật báo, chuyên đề về văn học nghệ thuật đã được đăng tải trên nhật báo Thời Báo, phát hành tại San Jose, California hàng tuần.

Một điểm son khích lệ cho Cơ Sở Thi Văn Cội Nguồn là Thư Viện Quốc Hội Hoa Kỳ đã đặt mua 50 số báo tạp chí Nguồn, từ số 1 đến số 50 để lưu trữ vào Văn Khố các tác phẩm Văn Học, khu vực Đông Nam Á Châu. Tất cả các số báo tạp chí Nguồn đã được cấp số lưu ký thư mục. Thêm vào đó, hơn 20 tác phẩm do Cơ Sở Thi Văn Cội Nguồn xuất bản cũng đã được Thư Viện Quốc Hội Hoa Kỳ đưa vào thư mục lưu trữ từ những năm trước.

Nhóm thành viên của Cơ Sở Thi Văn Cội Nguồn đều đồng ý với nhau rằng: nếu không có được sự chịu khó, năng động và chuyên nghiệp của nhà văn Song Nhị thì cơ sở này không đạt được những thành quả đáng vui mừng và khích lệ như đã nói. Nhưng với riêng tôi, anh Song Nhị nhờ có sau lưng một hiền thê duyên dáng, chung thủy, nhẫn nại, đảm đang và tận tụy đã giúp anh Song Nhị vượt qua những cơn sóng gió, những hệ lụy oan khiên, đã hỗ trợ và chia sẻ mọi khó khăn kể cả những lúc anh Song Nhị và Cội Nguồn bị vu oan, xuyên tạc khi anh đảm nhiệm điều hành Cơ Sở Cội Nguồn.

Thưa quý vị,

Kỹ năng tân tiến của điện toán và tin học đã giúp cho con người những phương tiện tuyệt hảo để thực hiện nhiều lợi ích cho cuộc sống, đặc biệt là trong lãnh vực truyền thông và in ấn, nhưng trong 15 năm hoạt động của Cơ Sở Thi Văn Cội Nguồn cũng đã có những lúc mưa dồn sóng vỗ - Cội Nguồn và anh Song Nhị cũng như có những người trong số quý vị thức giả và anh thư hiện diện trong hội trường này, tôi nghĩ và tin chắc rằng từng là nạn nhân của những kẻ tiểu nhân, nhỏ mọn vì lòng tị hiềm và không lương thiện, đã lạm dụng phương tiện tin học để chuyển tải những điều vu khống, bôi nhọ và xúc phạm đến uy tín của quý vị, cũng như Cơ Sở Cội Nguồn và anh Song Nhị.

Xin quý vị hãy lấy đức độ khoan dung và tấm lòng Bồ tát tha thứ cho họ để an vui trong cuộc sống. Sau khi sự thật đã minh bạch, người ta chờ đợi một lời chính thức xin lỗi để họ lấy lại tư cách, nhưng tôi tin quý vị sẽ chẳng bao giờ nhận được một lời thành tâm xin lỗi từ những con người ấy.

Nhờ có sự cộng tác gần gũi và hiểu biết tin cậy lẫn nhau của các thành viên trong nhóm nên Anh Song Nhị đã bình chân tiến bước. Những sóng gió và rác rến đó đã trôi qua. Sự thật và lẽ phải đã được khẳng định. Cội Nguồn đã xác định tiếp tục lên đường với hành trang mới, tác phẩm "Nửa Thế Kỷ Việt Nam" – bút ký, tự truyện của Song Nhị.

Thưa quý vị,

Nhà văn Trần Khải Thanh Thủy từ trong nước đã xin được là thành viên chính thức của Cội Nguồn.

Cội Nguồn là thế đó

Anh Song Nhị là thế đó

Xin trân trọng giới thiệu đến quý vị tác giả Nửa Thế Kỷ VIệt Nam.

Hàn Phong Cao (*)

(*) Ông Hàn Phong Cao - nhân sĩ, nguyên Trung tá Binh chủng Thiết Giáp QL/VNCH.

Cội Nguồn/Tạp Chí NGUỒN Và CHIỀU SINH HOẠT VĂN HỌC NGHỆ THUẬT Tại PARIS

Nguyễn Mây Thu

Chiều Sinh Hoạt Văn Học Nghệ Thuật do Câu Lạc Bộ Văn Hóa Việt Nam Paris tổ chức ngày 27-05-2012 tại Conflans Saint-Honorine, một thành phố ở phía Tây Bắc Paris. Khách mời là những người trong giới sinh hoạt Văn Hóa và Cộng Đồng ở Paris, có những người đến từ Úc, Mỹ... Những khuôn mặt quen thuộc như: GsTs, Hàn Lâm Viện Sĩ Lê Mộng Nguyên, Bác sĩ Phan Khắc Tường, BS Phạm Kim Xuyến, Bs Phan Dương, TS Trần Văn Thu, LS Nguyễn Văn Hoàng, GS.TS âm nhạc Quỳnh Hạnh, Nhạc sĩ Quách Vĩnh Thiện, Nhà thơ Phương Du Nguyễn Bá Hậu, Nhà thơ Đỗ Bình, Nhà văn Hồ Trường An, Nghệ sĩ Thúy Hằng, Kim Lan, Mây Thu, Mỹ Phước Nguyễn Thanh, Kim Long, ông Đặng Vũ Lợi, ông Dương Tấn Lợi, ông Lê Minh Triết... cùng sự hiện diện của phu nhân và

gia đình Nhà văn Song Nhị.

Mở đầu chương trình là lễ chào quốc kỳ và phút mặc niệm. MC nghệ sĩ **Thúy Hằng**, giới thiệu chương trình. Bác sĩ **Phan Khắc Tường**, chủ tịch CLBVHVN Paris phát biểu: "Cảm tạ các quan khách đã không quản ngại bỏ thì giờ quý báu đến tham dự. Câu Lạc Bộ Văn Hóa Việt Nam Paris thường giới thiệu những bạn hữu văn nghệ sĩ ở phương xa đến, hôm nay chúng tôi xem là một ngày đặc biệt, nhân dịp để tiếp đón và giới thiệu nhà văn Song Nhị là chủ nhiệm cơ sở thi văn Cội Nguồn từ Mỹ sang"...

Với đề tài "Thơ, Nhạc, Paris và Tâm hồn người viễn xứ". GSTS **Lê Mộng Nguyên** trước hết nói về nhà thơ Đỗ Bình: "Là một nhà thơ khiêm tốn, song anh cũng là một nhạc sĩ rất  lãng mạn, ngoài CD Mộng Vàng của anh được ra mắt ở W.DC năm 2008. Các bài Thu Cảm, Chiều Trên Sông Seine trình bày trong CD Tình Khúc Tha Hương của ba tác giả Lê Mộng Nguyên, Phạm Đình Liên, và Đỗ Bình rất thành công". Sau đó ông nói đến hai nhà thơ Việt Dương Nhân, và Minh Hồ.

Đến phần giới thiệu Tác Giả và Tác Phẩm, sau khi nói

sơ lược về tiểu sử tác giả, nhà thơ **Đỗ Bình** điểm qua về tác phẩm Nửa Thế Kỷ Việt Nam của nhà văn Song Nhị: "Là một bút ký, sách dày 500 trang, chia làm 16 chương đã ghi lại nhiều sự kiện khác nhau về  những biến động của đất nước trải dài hơn nửa thế kỷ từ năm 1945 đến nay, tác giả vừa là nạn nhân vừa là chứng nhân vì đã được chứng kiến tận mắt những sự kiện xảy ra trên quê hương. Để có thể ghi lại một cách trung thực, tác giả đã phải bỏ ra nhiều năm hồi tưởng lại ký ức về những chuyện xảy ra như những đoạn phim cũ được ráp nối với một nghệ thuật tả chân rất linh động bằng một tâm thức tình quê. Cũng như bao nhiêu người thuộc chế độ cũ, ông đã phải chịu gần 10 năm trong các trại tù Cộng Sản, dù thế ông vẫn không mang lòng thù hận.

Khi thực hiện cuốn sách này tác giả không nhằm mục đích phê phán hoặc chỉ trích riêng ai, cho dù ông và gia đình đã trải qua bao nhiêu nghiệt ngã! Nhất là tác giả đã nhận thức được lịch sử thuộc về dân tộc, mang tầm vóc lớn và trọng đại, viết về lịch sử là công việc của các sử gia, những nhà nghiên cứu sử. Do đó ông không có tham vọng làm công việc chép sử hay đánh giá, phân tích thời cuộc. Những điều ông viết ở đây chỉ là ghi lại những sự kiện xảy ra trong một đất nước đầy rẫy những bạo lực, hận thù bắt nguồn từ những tư tưởng ý thức hệ trái ngược nhau. Nửa Thế Kỷ Việt Nam là những trang nước mắt của những người dân Việt, nạn nhân của quyền lực và tà thuyết CS. Đây là tiếng vọng nói về một quê hương chìm đắm trong bất hạnh vì thiếu những quyền căn bản của con người, đó là TỰ DO, NHÂN QUYỀN".

Thay mặt ban điều hành Cơ Sở Thi Văn Cội Nguồn, nhà văn Song Nhị đã mời chị **Bạch Sương** làm đại diện cho tạp chí Nguồn ở Pháp, và trao thẻ hội viên. Người đại diện trước đây là ca sĩ Opéra **Đỗ Quyên**. Chị Bạch Sương ngỏ lời: "Thật là một vinh dự cho tôi, được nhà văn Song Nhị, người điều hành, chủ nhiệm cơ sở thi văn Cội Nguồn, đề cử tôi làm đại diện ở Paris và Pháp. Tôi vô cùng xúc động và hứa sẽ tiếp nối các anh chị giới thiệu tập san Nguồn đến nhiều bạn đọc".

Trình bày về nội dung sinh hoạt của cơ sở thi văn Cội Nguồn, nhà văn Song Nhị cho biết: "Cơ Sở Thi Văn Cội Nguồn được thành lập năm 1994. Trong 18 năm sinh hoạt CSTVCN đã xuất bản được 48 tác phẩm gồm có thơ văn, biên khảo, hồi ký chính trị, tạp bút... Trong số 48 tác phẩm đó có 27 tác phẩm do Cội Nguồn xuất bản đã được thư viện Hoa Kỳ mua và cấp số ISBN, là số tiêu chuẩn quốc tế, lưu trữ trong văn

Tại phi trường Charles DeGaulle, Paris
Mây Thu - Nguyễn Thanh, ca sĩ Đỗ Quyên, Đỗ Bình & gia đình Song Nhị

khố Văn Học Khu Vực Đông Nam Á. Năm 1998, CộiNguồn được giao phụ trách trang Văn Học Nghệ Thuật trên nhật báo Thời Báo ở miền Bắc Cali thường xuyên mỗi tuần cho đến ngày hôm nay.

Ngoài sinh hoạt báo chí còn có những buổi giới thiệu các tác phẩm từ xa đến như cuốn Giòng Họ Ngô Đình Ước Mơ Chưa Đạt của Nguyễn Văn Minh, cuốn Ngã Tư Hoàng Hôn của Nhà văn Văn Quang ở Sài Gòn, các tác phẩm văn học của cố GS Vũ Ký đến từ vương quốc Bỉ, nữ nghệ sĩ Bích Thuận từ Paris, Cuốn Biên Giới Việt Trung của Ngô Quốc Dũng đến từ Úc...

Ngoài ra, còn có 53 số tạp chí Nguồn, tờ báo duy nhất ở hải ngoại đã được Quốc Hội Hoa Kỳ đặt mua, để đưa vào lưu trữ trong văn khố của khu vực Văn Học Đông Nam Á.

Kế tiếp là phần phát biểu của GS Tiến sĩ âm nhạc **Quỳnh Hạnh**, chuyên nghiên cứu về âm nhạc cổ truyền Việt Nam, đặc biệt chú ý tới phương pháp trị liệu bằng âm nhạc (Musicothérapie). Theo Gs Quỳnh Hạnh: "Musicothérapie là một môn trị liệu có rất lâu đời. Dùng âm nhạc trị liệu giúp đỡ bệnh nhân vơi bớt đi cơn buồn khổ, thất vọng. Đó là thí dụ trường hợp các thuyền nhân, những người tị nạn chính trị v.v..

Trong phần giới thiệu những sáng tác mới, nhà thơ nhạc sĩ Đỗ Bình đã trình bày các tác phẩm mới anh sáng tác với tiếng đàn đệm tây ban cầm của chính anh bằng một giọng hát thật trầm ấm say sưa...

Tiếp theo, nghệ sĩ Thúy Hằng diễn ngâm bài thơ Chỉ Yêu Cuộc Tình của Đỗ Bình với tiếng đàn tranh của Giáo sư Quỳnh Hạnh, bài thơ này đã được Nhạc sĩ Trịnh Hưng phổ  nhạc và thực hiện trong CD Tôi Yêu, lấy số 11 với giọng ca truyền cảm của nam ca sĩ Trường Lam.

Qua phần Mạn Đàm Với Tác Giả, nhà thơ Đỗ Bình diễn ngâm bài thơ Tống Biệt Hành của Thâm Tâm và Đôi Mắt Người Sơn Tây của Quang Dũng.

Nhà văn Song Nhị ký tặng sách cho các văn thi hữu hiện diện, một số tạp chí Nguồn và CD "12 Tâm Khúc phổ thơ Song Nhị", các tác phẩm đó được trao dần đến các bạn hữu gần xa.

Câu Lạc Bộ Văn Hóa Việt Nam Paris vẫn đem lòng quý mến, đón tiếp và thường xuyên tổ chức những buổi giới thiệu các sáng tác mới của các văn nghệ sĩ ở hải ngoại đến từ Mỹ, Nhật, Canada v.v... Những cuộc hội ngộ thân tình và đầy kỷ niệm, là tấm chân tình gắn bó của số đông văn thi nghệ sĩ phương xa và CLBVH Paris, như mấy năm trước đây với Thu Đất Khách, Thu Tao Ngộ... để rồi sẽ không bao giờ quên.

Chương trình kết thúc vào lúc 17 giờ chiều.

Buổi sinh hoạt dưới sự điều hợp của nghệ sĩ **Thúy Hằng.** Mọi người lưu luyến chia tay, hẹn ngày tái ngộ.

= Nguyễn Mây Thu/ Paris

MỘT CÁCH NHÌN VỀ CƠ SỞ THI VĂN CỘI NGUỒN VÀ TẠP CHÍ NGUỒN

LÊ ĐÌNH CAI

Tôi qua Hoa Kỳ theo diện H.O vào tháng 10 năm 1994 và định cư tại San Jose từ ngày đó cho tới nay. Tôi gần gũi với anh Diên Nghị và Song Nhị cũng vào thời gian này. Cơ Sở Thi Văn Cội Nguồn đã xuất bản tuyển tập thơ đầu tiên "Gởi Người Dưới Trăng", xb vào tháng 4-1995, gồm 20 tác giả. Tuyển tập này là kỷ niệm đẹp khó quên của cá nhân tôi với anh em Cội Nguồn từ những ngày đầu tiên đến Hoa Kỳ. Đã gần 20 năm trôi qua, tôi sinh hoạt chung về lãnh vực Văn Học Nghệ Thuật với anh Song Nhị, Diên Nghị và nhóm Cội Nguồn. Cũng từng năm ấy chia ngọt sẻ bùi với các thành viên của nhóm.

Bài viết này nhằm ghi lại những thoáng suy tư, những cảm nghĩ về sự đóng góp của Cội Nguồn trong dòng Văn Học Hải ngoại. Dĩ nhiên đây không phải là bài viết mang tính phê bình văn học. Trước sau chỉ là cảm nghĩ riêng tư của một thành viên vốn đã có mặt gần như từ những ngày đầu của một nhóm người yêu văn học, thong nguồn cội của quê cha đất tổ, muốn cùng nhau nỗ lực để duy trì văn hóa Việt tộc trên xứ người....

Tại Paris, trong một buổi sinh hoạt Văn Học Nghệ Thuật do Câu Lạc Bộ Văn Hóa Việt nam Paris tổ chức ngày 27-5-2012, tại Confians saint-Honorine (một thành phố phía Tây Bắc Paris), nhà văn Song Nhị đại diện nhóm Cội Nguồn đã được Ban Tổ chức mời lên phát biểu. Nhân cơ hội này, anh Song Nhị đã giới thiệu sơ lược về sự hình thành và những đóng góp của

Cội Nguồn vào sinh hoạt văn học hải ngoại trong gần 20 năm qua. (Xin xem bài tường thuật của Mây Thu).

Tôi xin được nói rõ thêm về đoạn này của anh Song Nhị, ngoài 53 số tạp chí NGUỒN đã được ấn hành, CSTV Cội Nguồn đã xuất bản được 48 tác phẩm (cộng hai tác phẩm – kỷ yếu và tập Văn/Thơ của chị Ngọc Bích - sẽ in trong năm 2012) gồm: 22 tập thơ, 17 cuốn văn, 3 cuốn thi văn hợp tuyển, 3 cuốn biên khảo về thơ, 3 cuốn hồi ký chính trị... Vì lý do giới hạn của tập Kỷ Yếu, người viết không thể trình bày cảm nghĩ của mình về hầu hết các tác phẩm mà Cội Nguồn đã xuất bản, chỉ điểm qua vài cuốn sách tiêu biểu mà người viết đã có dịp đọc kỹ và đã trao đổi quan điểm của mình với các tác giả liên hệ.

Nửa Thế Kỷ Việt Nam – Bút Ký Tự Truyện.

Tác giả là nhà văn Song Nhị. NXB Cội Nguồn in lần thứ nhất tháng 1/2010. Tái bản (in lần thứ hai) tháng 6/2010, California, Hoa Kỳ. Sách dày gần 500 trang, gồm 18 chương, thêm phần phụ đính. Nội dung chính kể lại cuộc đời truân chuyên của một chàng trai hiền hòa chơn chất kể từ ngày Cộng sản cướp chính quyền qua cái gọi là "Cách mạng tháng Tám" (1945). Cuộc đời tác giả nổi trôi theo vận nước từ 1945 cho đến 1975. rồi những năm tháng tù tội sau khi miền Nam bị nhuộm đỏ. Cuộc đời của Song Nhị gắn liền với nỗi đoạn trường bi thương và tăm tối của cả dân tộc.

Cuốn sách của ông là bản cáo trạng thống thiết của toàn dân Việt trước thảm họa cộng sản trên toàn thế giới. Nhà văn Song Nhị đã nói thay, đã lên tiếng giùm cho hơn 80 triệu con người đang sống trong một "thời đại câm nín" như GS Tiến Sĩ Cao Thế Dung đã nhận xét trên tờ "Thủ Đô Thời Báo" ra ngày 31-3-2010 ấn hành tại thủ đô Hoa Thịnh Đốn: "Bút ký Tự truyện của nhà văn Song Nhị, một tác phẩm thật giá trị về về văn phong, văn chất; thật tâm đắc về nội dung, hiếm có một bút ký nào đạt được như vậy: Những khát vọng của con người, những đau đớn của cả một dân tộc. Và là một dòng tâm khấp – khóc trong lòng một dòng tâm thanh chất chứa một trời tâm sự, không phải của riêng tác giả Song Nhị mà là tâm sự mênh mang của cả một dân tộc trong một thời đại câm nín. Song Nhị đã đứng phắt dậy phá vỡ sự câm nín ấy bằng tâm thanh từ trái tim mình, từ trái tim dân tộc, và từ kiếp người Việt Nam trong nửa thế kỷ...."

(trích trong bìa sau của cuốn sách).

Nhà thơ Đỗ Bình tại Pháp đã nhận định: "Khi thực hiện cuốn sách này tác giả không nhằm mục đích phê phán hoặc chỉ trích riêng ai, cho dù ông và gia đình đã trải qua bao nhiêu nghiệt ngã! Nhất là tác giả đã nhận thức được lịch sử thuộc về dân tộc, mang tầm vóc lớn và trọng đại, viết về lịch sử là công việc của các sử gia, những nhà nghiên cứu sử. Do đó ông không có tham vọng làm công việc chép sử hay đánh giá, phân tích thời cuộc. Những điều ông viết ở đây chỉ là ghi lại những sự kiện xảy ra trong một đất nước đầy rẫy những bạo lực, hận thù bắt nguồn từ những tư tưởng ý thức hệ trái ngược nhau. Nửa Thế Kỷ Việt Nam là những trang nước mắt của những người dân Việt, nạn nhân của quyền lực và tà thuyết CS. Đây là tiếng vọng nói về một quê hương chìm đắm trong bất hạnh vì thiếu những quyền căn bản của con người, đó là Tự Do, Nhân Quyền". (Phát biểu trong buổi sinh hoạt văn học nghệ thuật tại Paris ngày 27-5-2012).

Cuốn Nửa Thế Kỷ Việt Nam dĩ nhiên không phải là tác phẩm biên khảo sử học. Không ai bắt buộc tác giả phải tuân theo những quy định khắt khe của ngành này trong vấn đề trích dẫn, chú thích hay tham khảo. Điều mà người viết Điều mà người viết muốn được nhấn mạnh ở đây là tác phẩm này có giá trị đến mức độ nào đối với các nhà nghiên cứu lịch sử khi cần viết về giai đoạn tranh chấp Quốc Cộng vừa qua.

Hồi ký, bút ký hay tự truyện đều có thể là nguồn sử liệu cần thiết cho các sử gia khi nghiên cứu đến một giai đoạn lịch sử nào đó. Tuy nhiên nó phải được sàng lọc qua hai công đoạn cần thiết của phương pháp sử học: Cẩn án ngoại (External Study) và Cẩn án nội (Internal Study).

Từ tác giả đến nội dung tác phẩm đều cho phép tin cậy được thì Hồi ký, Bút ký hay Tự truyện, trong chừng mực của nó đều cho phép các nhà nghiên cứu dùng làm sử liệu cho công trình biên soạn của mình.

"Vũ Trung Tùy Bút" của Phạm đình Hổ hay Tang Thương Ngẫu Lục" của Phạm Đình Hổ và Nguyễn Án đều viết về chính sách kinh tế hay đời sống xã hội sa đọa dưới thời Chúa Trịnh đều được các sử gia sau này trích dẫn trong các tác phẩm sử học của họ.

"Phù biên Tạp lục" của Lê Quý Đôn hay "Hoàng Lê Nhất Thống Chí" của Ngô Thời Chí cũng vậy, cũng chỉ là dạng bút ký hay "tạp lục" thế mà về sau đã trở thành những tư liệu quý hiếm khi đề cập đến lịch sử thời cận đại.

Gần chúng ta hơn có "Tuấn Chàng Trai Nước Việt" của nhà văn Nguyễn Vỹ, lấy bối cảnh của người thanh niên Việt Nam từ sau Thế chiến Thứ nhất (1914-1918) để kể lại tâm tình, cách suy nghĩ và hành động của giới trẻ thời đó mà bây giờ nếu nhà nghiên cứu nào muốn biết về hướng đi, nhịp thở, phong cách, sự suy nghĩ của giới thanh niên vào những thập niên đầu thế kỷ 20, không ai là không tìm đọc "Tuấn Chàng Trai Nước Việt" của Nguyễn Vỹ.

Cũng vậy, theo suy nghĩ của tôi, rồi ra trong vài ba mươi năm sau nữa, cuốn sách Nửa Thế Kỷ Việt Nam (1945-1995), bút ký của nhà văn Song Nhị nói về những biến cố trọng đại qua cuộc tranh chấp Quốc Cộng ảnh hưởng lên cuộc đời cá nhân và gia đình, đến vận mệnh của dân tộc, sẽ trở thành là nguồn sử liệu hiếm quý cho các nhà nghiên cứu sử học trong tương lai.

Quả thật, Nửa Thế Kỷ Việt Nam đã được độc giả khắp nơi đón nhận rất nồng nhiệt. Nhiều nhà văn, nhà báo, nhà nghiên cứu... đã ghi lại cảm xúc, cảm tưởng của họ với lời lẽ trân trọng như GS Cao Thế Dung, nhà văn Thanh Thương Hoàng, nhà văn Diên Nghị, LS Đoàn Thanh Liêm, nhà văn Đỗ Tiến Đức, chị Cao Ánh Nguyệt, nhà văn Phong Thu, ký giả Thư Sinh, nhà văn Giao Chỉ, nhà báo Lê Văn Hải... Xin chia sẻ với anh Song Nhị niềm vui tinh thần đáng trân quý này.

Cõi Thơ Tìm Gặp – Khảo Luận về Thơ của nhà văn Diên Nghị, NXB Cội Nguồn, California 2008. Đây là tác phẩm khảo luận về thi ca, tập hợp 40 bài bình thơ liên quan đến tác phẩm của 40 nhà thơ từ đầu thập niên 1950 tại quê nhà và kể cả các nhà thơ xuất hiện ở hải ngoại. Sách dày khoảng 340 trang.

Tuyển tập này gồm bốn chương:

- Chương I: Nói về thơ miền Nam trước 1975. Diên Nghị đã nhắc đến bảy nhà thơ nổi tiếng bây giờ như: Tạ Ký, Bùi Giáng, Nguyễn Tất Nhiên, Nguyên Sa, Hoàng Lộc, Nguyễn Bắc Sơn, và Trần Hoài Thư. Tác giả Diên Nghị đã chọn bài thơ "Thêm Buồn" của Tạ Ký để mở đầu cho phần nhận định thơ miền Nam trước 1975: "Thêm Buồn", Tạ Ký còn ngồi trong lớp tại trường Trung học Khải Định, Huế. Trước đó anh chạy vào rừng theo "phong trào kháng chiến" với đám học sinh cùng trang lứa, hoàn cảnh quê hương Quảng Nam. Sau năm năm lăn lóc sương gió Trường Sơn, hồn thơ bừng tỉnh giữa nghi hoặc muộn màng, vội vàng rời khỏi quỹ đạo chiến khu về vùng quốc gia, tiếp tục mộng tưởng sách đèn, khoa cử. "Thêm Buồn" khơi vơi tâm trạng chính mình, bất an thời điểm bập bùng lửa khói, và xa, rộng hơn, phóng tầm nhìn trách nhiệm với đất nước đeo đẳng khổ lụy, hận thù chưa biết đến bao giờ chấm dứt.

Những bài thơ còn lại trong Chương I, của Bùi Giáng, Nguyễn Tất Nhiên, Nguyên Sa, Hoàng Lộc đã hiển lộ thời kỳ sáng tác phong phú, sung mãn trong xã hội tự do, nhân ái, và phát triển năng động. Mỗi tác giả mỗi vẻ, mỗi dáng, mỗi giọng, thanh thoát, vững vàng, giữa môi trường sáng tạo rộng lớn, hoàn toàn khác biệt với loại thơ giáo điều Mac-xít miền Bắc, khô cứng, gượng ép, vô cảm...”

- Chương II: Thơ sau cuộc đổi đời trên quê hương. Tháng Tư đen 1975 ập xuống trên quê hương miền Nam làm nát tan biết bao gia đình, đùn đẩy nhiều thân phận bơ vơ trên dòng đời nghiệt ngã. Một thế hệ Văn học của Miền Nam vẫn không vượt thoát được những bủa vây của xích xiềng ý thức hệ Cộng sản bạo tàn – nghệ thuật không phải vị nghệ thuật (Art pour Art) mà là nghệ thuật vị nhân sinh (nghệ thuật vì chính trị; nghệ thuật trở thành công cụ tuyên truyền của đảng). Những nhà thơ của miền Nam, sau cơn hồng thủy, một số sống sót trở về, chợt thấy mình đang vong thân với chính mình, như một lữ khách đang lưu lạc trên chính quê hương mình; đang tách rời với cội nguồn thương yêu của sữa mẹ ngọt ngào mà một thời mình được nâng niu, nuôi dưỡng.

Tác giả Diên Nghị đã đơn cử mười hai (12) nhà thơ tiêu biểu cho thời kỳ này như sau: Song Nhị về đứng trước cổng trường Đại Học Vạn Hạnh, xót xa cảnh cũ người xưa, dở khóc dở cười, bâng khuâng trước giả, chân, hư, thực, ân hận nhận diện lại bạn, thù lẫn khuất... Tô Thùy Yên, Cuồng Vũ lạc loài, xa lạ, lẫn lộn thực mơ, muốn được trở về cái “Không” rỗng lặng ban đầu âm dương trời đất! Nguyễn Phúc Sông Hương đau niềm đau quá khứ núi sông, nuối tiếc những hư mất. Dở dang sự nghiệp, vin vào bài hát, câu ca xưa như nguồn sống, như niềm tin cậy giữa thế giới đảo điên, hỗn tạp. Dạ Chi, cột chặt thân phận chiếc xích lô già, xuôi ngược dọc ngang khắp thành phố Sài Gòn tiêu điều, u ám... nghe tiếng gọi của khách bên đường, tưởng chừng tiếng đồng đội mến thân nơi đơn vị. Phương Triều cảm lụy những mảnh đời bơ vơ đầu đường, cuối chợ, vật vờ bất hạnh, mù mịt tương lai. Trần Thiện Hiệp thi thoảng gặp gỡ thân hữu văn nghệ xưa, cùng ngồi trước ly cà phê thiếu ngọt ngào mà tấm lòng dư thừa nghĩa khí. Huệ Thu, người mẹ cô đơn, chịu đựng đắng cay ly loạn, tạo dựng cho con hạnh phúc tràn đầy, mẹ vẫn nặng bồng nắng bế mưa giữa không gian bất định. Nguyễn Xuân Thiệp, mừng vui khi hoa Phù dung trong vườn đã nở, nhưng chợt bất an trước một kiếp hoa ngắn ngủi chóng tàn. Tường Linh, ray rứt, kiểm nghiệm tự thân, sau bao nhiêu phế hưng, biến đổi, cuối cùng còn lại dư vị một triết lý hư vô... Trịnh Công Sơn lênh đênh, xô giạt, kẻ ưa, người lánh, bên này phê, bên nọ phán, miệng tiếng nặng nhẹ gièm pha, có lúc động lòng trở mình thao thức. Lúng túng, mỏi mệt, quẩn quanh cùng cõi đi về, ngày qua tháng lại cho đến phút vĩnh viễn khuất xa. Trần Tuấn Kiệt ưu tư cuộc đời hiện hữu, phố thị Sài Gòn quen thuộc đến độ nhàm chán cảnh lẫn người, trách cứ thời gian trôi chảy. Khép mình cõi thực, vẫn mộng thăng hoa, tiềm thức vươn dâng niềm hy vọng được nghe rộn rập bước chân người trở lại, thanh âm sử thi một bình minh vàng nắng hồi sinh...".

- Chương III: Thơ Miền Nam Nối dài tại Hải Ngoại – Khi Cộng sản từ miền Bắc tràn xuống miền Nam, làn sóng người di tản ồ ạt đổ ra biển khơi để tìm con đường sống. Bao người đã bỏ mình nơi biển cả, trên rừng sâu để mong đến được bến bờ tự do. Một số nhà thơ, nhà văn đã may mắn thoát được đêm đen của quê hương và tìm thấy ánh sáng trên các vùng đất mới. Họ là nhân chứng của một cuộc đổi đời bi thảm, là chứng tích của các thân phận lưu đày. Họ đã nói lên khát vọng của tự do, họ đi tìm cái sống trong cái chết mong manh của những số phận nghiệt ngã... Một số khác đã vượt thoát ra hải ngoại sau khi đã trải qua những năm tháng dài đày ải trong các trại tù khổ sai của cộng sản. Họ tìm lại nhau, tiếp nối sứ mạng cao cả của một chiến sĩ cầm bút, duy trì và bảo vệ thành trì của một nền Văn học tự do, một nền văn học của miền Nam nối dài tại hải ngoại.

Mười lăm nhà thơ được tác giả Diên Nghị nói đến trong giai đoạn này: Duy Năng vực dậy hồn thơ tưởng như đã khô cạn trên các vùng đất ngục tù, Triều Nghi xót đắng mỗi lần tháng Tư trở lại. Hà Huyền Chi vẫn khắc khoải những ngày tháng cũ, không quên giai đoạn chinh chiến ác liệt ở quê nhà. Vi Khuê, Tuệ Nga vực dậy những hoài niệm an bình của những ngày thơ dại. Viên Linh khắc chạm một thủy mộ quan hiện thực, nỗi hãi hùng con người lênh đênh trên biển cả. Hoa Văn, suốt đời cách xa Mẹ, lần lữa hẹn hò và ước mong. Du Tử Lê khi lìa đời xin được mãn nguyện bằng cách đem xác thân ra biển, theo ngọn sóng thiêng liêng giạt về trọn ý nghĩa thủy chung. Luân Hoán gợi một triết lý "duy thời", yêu đời, yêu người, chân thành với sự nghiệp phát huy Thiện Mỹ. Cao Mỵ Nhân hướng vọng tâm linh, chiêm nghiệm hào quang rực rỡ, tỏa rộng thiền tịnh, vô lượng từ bi,

thu nhận thi hứng từ gia tài viên mãn của Đức Thế Tôn. Cung Diễm, nặng nỗi buồn mất quê hương, mang ước mơ chung cùng vạn hữu đang kết hợp, cổ súy "lấy lại những gì đã mất" khốn nỗi "lực bất tòng tâm" nên nợ núi sông canh cánh bên lòng, đành hò hẹn cùng tháng ngày nơi đất lạ. Huy Trâm, minh họa bối cảnh xã hội tỵ nạn qua "cây cầu cạn", chấm phá mâu thuẫn tâm lý thông thường của con người bất cứ là ai, ở nơi đâu. Trần Vấn Lệ, Cao Tần, Nguyễn Đông Giang, những mảng tâm tình thơ mộng, đam mê, tha thiết từ quá khứ một thời, vẫn nguyên vẹn – những chuyện tình muôn thuở, vượt thời gian, kết tinh từ chiều sâu thẳm của con tim.

- Chương VI: Thế Hệ Thơ Nối tiếp. Đây là những nhà thơ trẻ với sự nghiệp văn học trưởng thành ở hải ngoại, "xin nhận nời này làm quê hương". Thế hệ các nhà thơ trẻ này là thế hệ thơ nối tiếp đã bày tỏ khát vọng vươn lên, tìm cách vượt thoát nỗi đau vong thân của chính mình và của chính dân tộc mình, cố tìm lại bản sắc đã bị vùi dập qua bao thử thách cam go của cuộc vượt thoát.

Tác giả Diên Nghị đã ghi nhận sáu nhà thơ: Quan Dương, người tù trẻ trong hàng vạn người tù miền Nam, không chỉ ân hận, thương cảm bản thân, mà xót xa thấm đậm hơn hoàn cảnh bi đát lưu đày giữa núi rừng ma thiêng nước độc, với những nữ tù nhân, lẽ ra chưa cần chạm mặt cổng tù. Trần Trung Đạo, vượt biển đến ty nạn tại Đông Nam Á, mục kích sự lựa chọn cách chết của người con gái xứ Huế, sau khi bị phái đoàn Tây phương khước từ quyền ty nạn. Thì ra khổ đau giăng khắp, tưởng thoát ra được tay kẻ thù đời kiếp, lại gặp kẻ thù trước bao la hy vọng không ngờ. LaLan, con gái của một sĩ quan miền Nam "cải tạo", lớn lên liên tưởng gia đình, cha, mẹ và sớm cảm nhận thống hận nước mất nhà tan. Càng trưởng thành, càng hoài nghi những lời cô giáo trong lớp học dưới mái trường gọi là "xã hội chủ nghĩa". Phan Thị Ngôn Ngữ, hồn thơ tinh tế, trải qua ấu thơ trong sáng, suy nghĩ, quyến luyến gia đình, dòng họ, để khi khôn lớn, minh họa được trang sử gần gũi, sống động, đằm thắm, đậm nhạt sắc màu, lại sâu nặng yêu thương, tình nghĩa... Cao Nguyên, nhìn lui, nhận diện hiện thực xã hội quê nhà, với bao cay đắng, nghiệt ngã mà không thể nào không chia sẻ. Nguyện ước, cầu mong ngày mai tốt đẹp hơn cho loài người, cho những con người khốn khổ, bất hạnh.

Để kết thúc công trình "Cõi Thơ Tìm Gặp", tác giả Diên Nghị đã tâm sự: "Bốn mươi bài thơ của 40 tác giả, thật khiêm tốn so với đội ngũ sáng tác thơ khá đông từ trước tới nay, có tác giả đã xuất bản tác phẩm, nhiều tác giả có thơ in trên trang báo, tạp chí, tập san hàng tuần, hàng tháng v.v.. Chọn lựa, phân tích, luận bình, việc làm đòi hỏi thận trọng, vô tư, nghiêm túc. Cõi Thơ bao la, sức người đi tìm thơ có hạn. Trở ngại gian nan trước mặt đang chờ. Nhập được Cõi Thơ đã khó, gặp thơ còn khó hơn, chẳng khác người xưa "ngậm ngải tìm trầm", "mò trai đáy biển...".

Túi Vẫn Còn Thơ

Đây là tập thơ của tác giả Cung Diễm, Cội Nguồn xuất bản, California 2011 với lời đề tựa của nhà thơ Diên Nghị và lời bạt của nhà văn Song Nhị. Sách dày khoảng 200 trang. Thi tập "Túi Vẫn Còn Thơ" chia làm hai phần: - Phần 1 gồm 54 bài thơ trữ tình chất chứa cảm xúc về quê hương, tình yêu đôi lứa và bằng hữu. – Phần 2 gồm 79 bài thơ tròa phúng với lời thơ châm chọc ý nhị về những thói hư tật xấu trong cuộc sống hàng ngày chung quanh ta với bút hiệu Tú Lắc. Với phần thơ trào phúng, bút hiệu Tú Lắc, Cung Diễm đã trở thành một con người khác. "Thơ Chua" (như cách nói của chị Phong Thu) của tác giả Tú Lắc quả thật mang nhiều sắc thái đặc biệt. Nó cay xè đến chảy nước mắt, nó chanh chua còn hơn nuốt dấm, nó đắng nghét còn hơn ngậm trái bồ hòn nhưng nó vẫn ngọt ngào đến lịm chát khi Tú Lắc phê phán thói rởm đời của những kẻ vẫn đuổi bắt địa vị và danh vọng ảo khi đang sống lưu vong ở xứ người (bài thơ "một chút hư danh). Ở hải ngoại, nhân vật Tú Lắc quả thật đang lừng lững tiếp nối sự nghiệp của các vị tiền bối.

Nhà văn Phong Thu có lý khi viết: "...Và suốt 20 năm sống tại hải ngoại, tôi cũng thấy rất hiếm có thi sĩ nào làm thơ Chua hay. Phải nói thật rằng thơ Chua là một thể loại rất khó sáng tác. Nó chẳng những khó về tứ thơ, câu chữ và khó cả về phương thức và trình độ diễn đạt để có thể gây cảm hứng cho người đọc, nhất là gây được tiếng cười ý nhị, thâm sâu. Thế nhưng, dưới ngòi bút trào lộng của Tú Lắc, thơ Chua trở thành một sở trường của ông. Nhiều bài thơ Chua đã để lại ấn tượng cho người đọc và gây được tiếng cười..".

Sinh hoạt lâu năm trong nhóm Cội Nguồn, tôi cảm nhận con người của bác Cung Diễm thật dễ mến. Ông sống hòa đồng với anh em, hiếm khi mất lòng ai. Ông còn có giọng ngâm thơ sang sảng truyền cảm, thực sự thu phục lòng người.

Đời Cô Thủy – truyện dài của nhà văn Duy An Đông, Cội Nguồn xb. California 2008. Sách dày 226 trang. Song Nhị đề tựa, gồm 7 chương cùng lời "tự bạch" của tác giả. Truyện được xây dựng dựa theo bối cảnh lịch sử của dân tộc, trải dài từ 1925 đến 1980. Cô Thủy, nhân vật chính của truyện, sinh ra đón nhận một số phận nghiệt ngã qua các thời kỳ phong kiến, thực dân và cộng sản. Cuối cùng là những năm tháng lưu lạc trên xứ người.

Tác giả có lối hành văn nhẹ nhàng, giản dị, dễ dàng nhận được sự đồng cảm từ người đọc. Tôi hoàn toàn đồng cảm với nhận xét của nhà văn Song Nhị khi viết lời tựa cho tác phẩm này: "Có ý kiến cho rằng văn chương là bóng ngã thời đại vào trang sách. "Đời Cô Thủy" là một hiện thực lịch sử nối dài từ thời Phong kiến – thời ông cha – đến thời thực dân Pháp đô hộ, sang thể chế VNCH đến thời kỳ chế độ "Xã hội Chủ nghĩa", rồi sau cùng là cuộc sống tự do trong phần đời tỵ nạn cộng sản tại Hoa kỳ. Với mạch văn giản dy, chi tiết mà trong sáng, mạch lạc, tác giả Duy An Đông đã sao chép lại những sự kiện và giai đoạn lịch sử một cách trung thực, khách quan qua vai Ngọc Thủy – một người đàn bà từng sống, chứng kiến và ghi nhận các bộ mặt thời đại từ phong kiến, thực dân, quốc gia,

cộng sản đến thể chế dân chủ của xã hội phương
Tây...".

***

Với sự giới hạn của trang in trong tập Kỷ Yếu Cội
Nguồn này, người viết không thể nào đi sâu vào từng
chi tiết hay đào sâu vào nhiều góc cạnh lý thú khác
của các tác giả. Hy vọng, dù chỉ phác họa những đường
nét tổng quát, quý bạn đọc cũng đã thấy được những
nỗ lực, những đóng góp thành tâm của họ cho một
chặng đường văn học hải ngoại hôm nay.

Cơ Sở Thi Văn Cội Nguồn quả thực đã đi qua một
chặng đường khá dài (20 năm) trong sứ mệnh phát
huy và bảo tồn nền văn hóa Việt tộc trên xứ người.

San Jose, kỷ niệm 20 năm Văn Học Cội Nguồn
Lê Đình Cai

MADISON NGUYỄN

VIỆT NAM ĐẾN MỸ: HÀNH TRÌNH MƠ ƯỚC

SONG NHỊ

Đây là tác phẩm đầu tay viết bằng tiếng Việt của một tác giả ở vào lứa tuổi "tam thập nhi lập". Và nếu nhìn lại ba mươi ba (33) năm về trước thì đây là quyển hồi ký của một cô bé năm tuổi, cách đây ba mươi ba năm chập chững bước vào một trường mẫu giáo Hoa Kỳ ở tiểu bang Arizona. Chỉ riêng điều này, quyển hồi ký "Việt Nam Đến Mỹ" đã là một thành tựu ngoạn mục trên "Hành Trình Mơ Ước" của Madison Nguyễn.

Cầm quyển sách trên tay, nhìn trang bìa, người đọc cảm nhận được cái vẻ rạng rỡ của hành trình mơ ước qua bức ảnh chân dung tác giả đặt trước hậu cảnh Tòa Thị Chính thành phố San Jose.

Quyển sách dày chưa tới 150 trang, như quãng đời chưa đủ bề dày của một cô gái mới thành gia thất, nhưng những thành tựu của một nữ sinh viên gốc Việt, tốt nghiệp cao học từ đại học Chicago đến bà Phó Thị Trưởng thành phố San Jose sau một chuỗi dài đầy hệ lụy trên bước đường dấn thân vào chính trường, quyển hồi ký có một giá trị tinh thần nhất định, cả về phương diện văn học lẫn lịch sử của cộng đồng tỵ nạn.

Quyển sách gồm có bảy (7) chương. Trang đầu là lời giới thiệu của ông Norman Y. Mineta, [cựu Bộ trưởng Giao thông Hoa Kỳ, dưới thời Tổng Thống George W. Bush, cựu Bộ Trưởng Bộ Thương Mại Hoa Kỳ dưới thời Tổng Thống William Jeferson Clinton, cựu Dân Biểu Liên Bang và cựu Thị Trưởng Thành Phố San Jose].

Sau Lời giới thiệu là "Lời Mở Đầu", tác giả dành trọn bốn trang sách chỉ để bộc bạch tâm sự về "trận chiến to lớn" bởi một cái tên "little" và không "little". Lời mở đầu đó như sau:

"Hơn một ngàn người Mỹ gốc Việt ngồi đầy phòng họp Hội đồng Thành phố, họ hiện diện ở khắp tòa nhà mái tròn Rotunda, trong các phòng họp của các văn phòng của thành phố, và kéo tận phía trước Tòa Thị chính, tất cả bày tỏ sự giận dữ đối với tôi bởi vì tôi đã chọn tên cho khu thương mại là "Saigon Business District" thay vì tên gọi "Little Saigon". Một người đàn ông gốc Việt đã tuyệt thực cả tháng để phản đối việc bỏ mất chữ "little". Những hội đoàn khác nhau tổ chức cuộc vận động bãi nhiệm.

Nhiều người bạn ngưng gọi điện thoại cho tôi. Nhiều người chủ tiệm quay lưng khi tôi bước vào. Những người ủng hộ tôi trở nên ngần ngại khi đứng bên cạnh tôi. Tôi bị gán cái nhãn là kẻ phản bội, một kẻ thù, và thậm chí cho tôi là một người Cộng sản bởi một số người có động cơ rất đáng nghi ngờ. Đa số không hiểu rõ câu chuyện thật; hoặc không hiểu hết vấn đề tranh cãi là gì. Sự thật là tôi chỉ cố gắng để đại diện cho tất cả mọi cư dân trong khu vực của mình đại diện một cách ân cần nhất bằng cách tuân theo các quy tắc thích hợp.

Thêm một sự thật khác nữa là khi toàn thể diễn biến sự kiện bắt đầu nổi lên, tôi đã không tiên liệu được hết đang có một cơn giông bão sẽ kéo đến. Đơn giản là tôi chỉ thực hiện công việc với hết sức khả năng và tấm lòng của mình.

Nhưng làm sao tôi có thể thuyết phục họ về việc này, khi họ đã tập họp thành một cuộc náo động lớn? Tôi phải nói gì để họ hiểu rằng chúng ta từng là một khối? Rằng cộng đồng chúng ta đang bị chia rẽ, đang tiêu phí cái năng lực từ công việc chúng ta đáng lẽ nên dùng để xây dựng cho cộng đồng mình an toàn hơn, sạch sẽ hơn và thịnh vượng hơn?

Bằng cách nào tôi có thể trình bày cho họ biết rằng chúng ta cần phải chung sức để làm các trường học tốt hơn, cho các thế hệ kế tiếp có cuộc sống mà chúng ta đã phấn đấu vất vả để chúng được thành đạt? Để xây dựng một cộng đồng pha trộn những điều tốt nhất của Việt Nam và Hoa Kỳ. Không phải chỉ dành riêng cho người Việt Nam hay chỉ dành riêng cho người Mỹ, mà nên trở thành một người Mỹ với nền tảng văn hóa Việt Nam. Để tạo nên một nền văn hóa mới có nguồn gốc từ hai phía của thế giới, cộng với tự do vừa tìm thấy được để vẽ ra hai nền văn hóa vừa truyền thống, vừa hiện đại hỗ trợ xen kẽ cho nhau.

Sự xung đột trong cộng đồng này đang tàn phá khả năng đem đến điều tốt lành cho mọi người xung quanh ta. Nó làm cạn kiệt thời giờ và lòng nhiệt tình của mọi người mà đáng lẽ chúng ta nên dùng để cải thiện trường học, giúp đỡ trẻ em, và hỗ trợ cho mọi gia đình đang chật vật kiếm sống. Thay vì làm điều đó, một số thành viên trong cộng đồng chúng ta đã tập trung vào một vấn đề không có tính chất gây dựng cho sự năng động của mình nhưng trái lại mình còn làm giảm thiểu sự hiệu quả của công tác phát triển cộng đồng.

Làm sao tôi có thể nói với họ rằng trận chiến to lớn này vì một chuyện đặt tên đã và đang chia rẽ đến sự ổn định của cộng đồng Việt Nam và ảnh hưởng trách nhiệm của tôi trong vị trí của một người Nghị viên? Đối với người ngoài, cộng đồng Việt Nam đã bị chia rẽ cho một vấn đề có tính chất thật bình thường và tôi là nguyên nhân chính gây ra sự chia rẽ này. Cuộc tranh cãi xoay quanh một cái tên đã trở thành một biến động gây ra nhiều hậu quả tai hại cho cộng đồng Việt nam (mọi người sẽ nhớ mãi cuộc tranh cãi này) và với cá nhân tôi bởi vì tôi không thể hoà giải với các phe phái. Có thể vì lý do đó mà những rạn nứt trong cộng đồng còn hiện hữu cho tới ngày nay.

Vì vậy nhiệm vụ của tôi là kể lại câu chuyện không chỉ về một Nghị viên thành phố mà còn là hình ảnh của sắc dân Việt Nam, sống gần một thế hệ ở đất nước Hoa Kỳ và họ đang vật lộn để tạo nên một hướng đi trong thế giới mới và trở thành một lực lượng chính trị thật sự tại tiểu bang California và trên khắp Hoa Kỳ. Trong hoàn cảnh trên, tôi chỉ là một cá nhân, tôi cảm thấy mình đang ở trong một vị trí đặc biệt, và tôi muốn dùng vị trí của mình để giúp cả hai phía mà tôi đều có dự phần. Tôi muốn làm người đại diện tốt hơn cho những người Việt Nam đã từ lâu không có người nói lên nguyện vọng chính đáng của họ trên đất nước này, và tôi muốn quảng bá cho toàn thể cư dân của mình rằng tôi đại diện cho họ để làm cho thành phố San Jose, thành phố lớn thứ 10 của Hoa Kỳ trở thành một nơi sinh sống tốt đẹp hơn để sống, làm việc và gây dựng gia đình." (hết trích). Sau Lời Mở đầu:

Chương 1- "Cuộc Hành Trình Đến Nước Mỹ", bắt đầu vào một đêm khuya cuối năm 1979 khi ba mẹ của tác giả tổ chức cuộc vượt biên để "trốn thoát sự sợ hãi và những thảm kịch kế tiếp", để thoát cảnh "suốt đời nghèo đói và bị áp bức". Tác giả cho biết thân phụ cô đã từng phục vụ trong Quân đội Việt Nam Cộng Hòa 5 năm. Năm 1973 giải ngũ vì bị thương ở bụng và chân. Cuộc vượt thoát thành công. Gia đình thuyền nhân này từ trại Bataan, Phi Luật Tân đến Arizona, rồi từ Arizona đến Modesto, California trong hành trình mơ ước của cô bé Madison Nguyễn, lúc này đã đến tuổi 14.

Chương 2- "Công Bằng Xã Hội": là ký ức của tác giả về hai vụ việc gây ấn tượng mạnh mẽ đã giúp cô gái 14 tuổi "đi làm mướn" hái trái cây cho một nông trại xác định được điều cô muốn và phải làm cho cuộc đời mình. Vụ thứ nhất xẩy ra khi người đốc công đã có lời nói và hành vi xúc phạm nặng nề, mang tính miệt thị, phân biệt chủng tộc nhắm vào ba của cô và tập thể công nhân da màu. Madison Nguyễn mang theo tâm trạng và ký ức này trong suốt thời kỳ theo học đại học tại California, Santa Cruz University. Có lẽ nhờ động lực tâm lý đó, cô và bảy anh chị em trong nhà đã tốt nghiệp văn bằng Cử nhân sau bốn năm đại học.

Vụ việc thứ hai là sự dấn thân nhiệt tình của Madison khi cô là Ủy Viên Giáo dục Học khu Franklin McKinley cùng với hơn 300 đồng hương Việt Nam ở San Jose đòi hỏi Sở Cảnh Sát thành phố phải điều tra và giải quyết thỏa đáng vụ một cảnh sát viên San Jose bắn chết cô Trần Thị Bích Câu.

Chương 3- "Tranh Cãi Qua Chuyện Đặt Tên", tựa đề này nghe có vẻ nhẹ nhàng, hiền lành, nhưng toàn bộ chương này (gồm 32 trang sách) cùng với "lời mở đầu" là phần mô tả và trình bày tự sự của tác giả về những tháng ngày sôi động đã biến cô Nghị viên trẻ trung năng động của cộng đồng Việt Nam trở thành một kẻ "cô đơn nhất trên thế giới", trong những ngày phiền muộn và trống trải nhất của cô. Chương này gay cấn nhất, nhiều sự thật được phô bày. Phải đọc từng dòng, từng trang mới hiểu hết được những ngõ ngách của "cơn bão Little Saigon" đã từng gây chia rẽ cộng đồng người Mỹ gốc Việt, chia rẽ giữa bạn bè và chia rẽ ngay cả trong gia đình, thân thuộc!!

Chương 4- "Ứng Cử Viên Địa Phương Và Du Học Sinh" nội dung tập trung vào đề tài cuộc hôn nhân giữa du học sinh Terry và cô nghị viên gốc Việt Madison Nguyễn. Những thông tin cố ý sai lệch, những cáo buộc, chụp mũ vu khống ác độc gán cho cặp vợ chồng này là cộng sản, rằng đám cưới mời 40 viên chức cao cấp từ Việt Nam sang tham dự... Sự thật hôn lễ được cử hành đơn giản với bà con và bạn bè tại sân vườn sau của gia đình một người bạn thân, thay vì tổ chức tại một nhà hàng sang trọng, không đủ chỗ cho ít nhất hơn 1000 khách.

Chương 5- "Sài Gòn hay Little Sài Gòn", vẫn là đề tài căng thẳng và nhức nhối cho tất cả mọi phía liên quan: - Một là Nghị viên Madison, người bị phản đối và lên án; - Hai là nhóm người có khuynh hướng tranh đấu sôi nổi đòi tên Little Sài Gòn; và - Ba là khối đa số thầm lặng ủng hộ Madison Nguyễn, không chấp nhận tình trạng ồn ào, gây chia rẽ... Với họ, "Little Sài Gòn" hay không "Little Sài Gòn" không là vấn đề! Cuộc tranh cãi mau chóng trở thành một đề tài lan rộng trong giới truyền thông khắp thế giới.

Chương 6- "Bãi Nhiệm", là nỗ lực tiếp theo của phía đòi cái tên "Little Sài Gòn" mà "chỉ đơn giản là một hình thức trả thù". Trong chương này, tác giả kể lại cảm xúc mãnh liệt khi thân phụ cô đến tham dự buổi họp báo. Sau lời phát biểu, ông đã trưng ra lá cờ vàng ba sọc đỏ với hai chứng minh thư cựu quân nhân QL/VNCH và chứng minh thư giải ngũ vì bị thương trong khi chiến đấu mà ông đã mang theo trên chuyến tàu vượt biên.

Cuộc chống bãi nhiệm đã được hầu hết các vị dân cử và các chức sắc liên bang cũng như tiểu bang Califronia ủng hộ. Cuối cùng bão tố đã qua, sự thật đã được khẳng định qua lá phiếu của cử tri đem lại chiến thắng cho Nghị viên Madison Nguyễn tiếp tục hành trình mơ ước...

Chương 7- "Giấc Mơ Mỹ Quốc", đây là phần tự sự của tác giả sau khi trời quang mây tạnh, đám mây đen chính trị vần vũ đã loãng tan và bầu trời đã trở lại màu hồng quang đãng trong ngày tuyên thệ nhậm chức Phó Thị Trưởng T/P San Jose – ngày 25-01-2011 tại tòa Thị chính. Đó là thời khắc mà tác giả thực sự bước lên đài danh vọng Giấc Mơ Mỹ Quốc của cô.

Madison Nguyễn đã dành chương 7 cho phần kết của tác phẩm. Toàn bộ nội dung chương này tác giả đã đúc kết, rút tỉa những bài học trong đau đớn lẫn vinh quang về cách hành xử, đối phó với mọi cảnh huống của cuộc sống. Những bài học ấy không phải chỉ riêng của Madison mà là bài học của tất cả mọi người có tâm thành, biết tôn trọng sự thật, lẽ phải và cống hiến hết mình để thực hiện giấc mơ Mỹ quốc mà Madison Nguyễn nhìn lại từ nơi chốn đã ra đi và nơi cô đang đứng tuyên thệ trước Quốc kỳ nước Mỹ và lá cờ vàng Quốc Gia Việt Nam.

"Tôi đã đến quốc gia này để chạy trốn khỏi chế độ Cộng sản ở Việt Nam..." Lời khẳng định này là một phủ nhận những vu cáo, chụp mũ ác độc trong cơn bão "Recall".

Về hình thức, tác phẩm được viết dưới dạng hồi ức tự truyện pha lẫn giãi bày tâm tình tự sự. Mạch văn trong sáng, giọng văn nhẹ nhàng, thẳng thắn mà chân thực dễ gây cảm tình với độc giả. Người đọc dù "phía này hay phía kia" đều thấy có mình can dự trong một biến động đã lắng chìm.

Ngoài ra, quyển sách còn dành đăng 22 trang hình màu về những quan hệ, sinh hoạt của tác giả trong đó có những tấm ảnh tác giả chụp với Tổng Thống Barack Obama, cựu T.T Bill Clinton, Ngoại trưởng Hillary, Nữ Dân biểu Liên bang, cựu Chủ tịch Hạ Viện Hoa Kỳ bà Nancy Pelosi, DB Liên bang Michael Honda và các giới chức cao cấp khác.

Trang bìa sau là phần trích lời giới thiệu của ông **Robert Kieve**, Phụ tá đặc biệt văn phòng Nhà Trắng và là người viết văn cho TT Dwight Eisenhower. Ông **Chuck Reed**, Thị trưởng TP San Jose và Giáo sư Tiến Sĩ **Kiều Linh**, Đại học UC David, California.

Song Nhị

"VIỆT NAM ĐẾN MỸ:
HÀNH TRÌNH MƠ ƯỚC"

Khúc Tâm Tình Lắng Đọng Của Một Tuổi Trẻ
Việt Nam Trên Chính Trường Nước Mỹ

NHẬN ĐỊNH CỦA DIÊN NGHỊ

Ra trường với học vị sau đại học, ước mơ nồng nàn hướng tới nghiệp vụ tương lai – hoặc chấp nhận đứng trên bục giảng, truyền giải kiến thức cho thế hệ sinh viên thừa kế; hoặc hòa mình vào giữa lòng quần chúng, vừa học hỏi trường đời rộng lớn, vừa có cơ hội gần gũi, tiếp tay cùng quần chúng xây dựng sinh hoạt của xã hội đa văn hóa, vì cuộc sống phát triển hài hòa, tăng tiến.

Madison Nguyễn đã chọn vị thế thứ hai. Tập hồi ký, tự truyện vừa ra mắt ngày 28 tháng 7 năm 2012 mang tựa đề "Việt Nam Đến Mỹ: Hành Trình và Mơ Ước" đã được đông đảo người đọc quan tâm, đón nhận.

Theo gia đình vượt biên tìm tự do ở tuổi lên năm, ấm áp trong vòng tay người Mẹ, lớn lên nơi đất lạ quê người, hồi tưởng lại chỉ là giấc mơ mỏng manh biến hiện, mơ hồ giữa không gian tĩnh lặng, an lành. Cắp sách đến trường cùng anh chị em, tuổi mười bốn vừa học, vừa lao động. Theo gia đình hái trái cây trong những vụ mùa nhằm kiếm thêm thu nhập tài chánh. Không nề hà nặng nhọc vất vả, đồng thời cũng là lúc ước mơ tuổi trẻ lớn dần theo tháng năm tỵ nạn.

Đắc cử Ủy Viên Giáo dục Học khu phía Đông thành phố San Jose, thành tựu đầu tiên đó khích lệ, thôi thúc mạnh mẽ tinh thần tiến tới, củng cố niềm tin nội hàm dân chủ, tự do của thể chế chính trị tại miền đất đầy cơ hội cho những ai không bỏ lỡ cơ hội xung quanh... Dù hoạt động, điều hành trong phạm vi học khu, tác giả vẫn phóng tầm nhìn xa rộng, muốn làm được một điều gì đó hữu ích liên quan quần chúng địa phương. Nhân vụ cô Trần Bích Câu thiệt mạng do Cảnh sát thành phố gây ra trong tình huống không bình thường, dư luận trong cộng đồng gốc Việt phàn nàn, trách cứ mỗi lúc một lan xa, tác giả bắt nguồn từ nhiệt tình tuổi trẻ "giữa đường thấy chuyện bất bình chẳng tha" đã vận động, kêu gọi, hướng dẫn đoàn người gốc Việt đến Sở Cảnh sát thành phố yêu cầu minh bạch vấn đề.

Sở Cảnh sát thành kể cả Hội đồng Thành Phố chú ý, hành vi nặng tay gây thiệt hại sinh mệnh Trần Thị Bích Câu cuối cùng đã được bồi thường thỏa đáng.

Ý thức đấu tranh vì lẽ phải, công bằng được quần chúng đề cao, lần đầu tiên tại thành phố có đông người Việt ty nạn.

Ở vị thế Ủy Viên Học khu không lâu, dịp bầu cử ngày 13 tháng 9 năm 2005, Madison đắc cử chức vụ Nghị Viên khu vực 7, trở thành người Việt đầu tiên trong Hội Đồng thành phố San Jose, lại là một phụ nữ trẻ, tuổi chưa tới ba mươi. Dấn thân, năng động và thiện chí, tác giả đã thực hiện một số công trình cụ thể, mang phúc lợi cho quần chúng trong khu trách nhiệm như : xây dựng khu chung cư dành cho gia đình thu nhập thấp, sửa sang đường sá, tu chỉnh công viên, mở thư viện, lập kế hoạch ngăn chặn băng đảng, và sẵn sàng tiếp xúc, gần gũi, lắng nghe nguyện vọng người dân...

Tuy nhiên, nếu bài học trong không gian Đại học mang tính căn bản, hệ thống và khuôn mẫu, thì bài học chính trị giữa trường đời là muôn vẻ, đa diện, đa sự, đa đoan. Bài học gồm đủ các cặp phạm trù phức tạp đối nghịch.

Một sự kiện xẩy ra bất ngờ không lường hậu quả chỉ vì đặt cái tên cho một khu phố thương mại có nhiều người gốc Việt là chủ nhân trung tâm thành phố thành phố San Jose. Bất đồng, tranh cãi xẩy ra. Từ hiểu lầm đến hiểu lầm... tác giả đã ân hận không có cơ hội nào thuận tiện để kịp giải thích, giải tỏa.

Có biểu tình, có lời qua tiếng lại trên các phương tiện truyền thông; có cả tuyệt thực, đòi hỏi cũng có những định kiến cùng ngôn ngữ nồng nhiệt, đến bước ngoặt vận động thu thập chữ ký cử tri khu vực 7 theo luật định cho một cuộc "bãi nhiệm" với lý do tác giả "không đáp ứng ý nguyện của cử tri". Cường độ thách đố tăng dần, tác giả cũng đã có lúc rơi vào trạng huống đơn độc, khó xử giữa văn phòng trên tầng lầu 26 Tòa Thị chính San Jose hoành tráng.

Tuy thế, ý chí phấn đấu vẫn còn nguyên, hệ lụy đang chờn vờn ám ảnh được xua tan. Tác giả đã tự thắng giữa vòng vây nghịch cảnh. Tác giả tin rằng tất cả do hiểu lầm đáng tiếc, mọi điều kết cuộc sẽ phơi trải rõ ràng cả lý lẫn tình.

Thật vậy, nếu phía đòi hỏi "bãi nhiệm" kết hợp nhiều người, nhiều nhóm, đấu tranh sôi nổi, thì phía chống bãi nhiệm cũng không là số ít. Thành phần thầm lặng này không chỉ là người gốc Việt mà còn có cả người Mỹ, người Mễ, và các sắc dân thiểu số khác của khu vực 7. Thêm vào đó, các đại diện Hội Đồng thành phố, các cơ sở, tổ chức thương mại, chính trị, các cơ quan truyền thông Hoa Kỳ tại địa phương, thành phần sinh viên, học sinh, bạn bè của tác giả đã tình nguyện vào cuộc vận động chống bãi nhiệm. Hầu như họ thấy được xa hơn, hiểu vấn đề thấu đáo hơn, để tin rằng cuộc "bãi nhiệm" sẽ không thành công.

Thành tích cụ thể qua thời gian của Nghị viên Khu vực 7 đã được nhận diện và đánh giá xứng đáng. Chiếc ghế Nghị Viên Khu vực 7 vẫn nguyên trạng, tồn tại qua sóng gió bãi nhiệm, tồn tại vững chắc hơn khi tác giả được bầu giữ chức vụ Phó Thị Trưởng thành phố San Jose – thành phố lớn thứ 10 về dân số của Hợp Chủng Quốc Hoa Kỳ.

"Việt Nam đến Mỹ: Hành Trình Mơ Ước", tập hồi ký không dày lại chứa đầy tâm tình tác giả. Tính trung thực của những sự kiện trong quá trình có lẽ sẽ giải đáp, giải tỏa những hoài nghi còn tồn đọng phảng phất đâu đó... Tập hồi ký còn góp phần vào trang sử cộng đồng người Việt tỵ nạn, bản sắc truyền thống đấu tranh không ngừng vì lý tưởng tự do, dân chủ và quyền con người. Tập hồi ký là di sản của gia đình để lại cho con cháu hiểu được nguyên nhân phải rời quê hương xứ sở, và thời đại chinh chiến đã qua.

Madison Nguyễn, một trong số điển hình thành công thuộc thế hệ trẻ hải ngoại. Có khát vọng và ước mơ, trưởng thành giữa lòng quần chúng, đóng góp tinh thần, khả năng và nhiệt huyết vào sự nghiệp tăng tiến xã hội không ngừng.

Tác giả đang đi giữa Hành Trình Mơ Ước. Có phấn khởi, cũng có ưu tư, có đủ những vui buồn, được, mất... Bản chất thông minh, năng động, biết lắng nghe và thu nhận những trải nghiệm giữa dòng đời, tác giả đã vượt qua khỏi những trở ngại nhất thời và vững bước tiếp lên phía trước.

Cái đích Ước Mơ đang chờ đợi.

Diên Nghị

DIÊN NGHỊ

Diên Nghị họ Dương, quê quán Lệ thủy, Quảng Bình. Sinh năm 1933. Cựu học sinh Quốc Học, Huế. Động viên vào quân đội, ra trường năm 1956, phục vụ trong ngành Chiến tranh chính trị tại Quân đoàn II, III và IV. Cấp bậc Trung tá. Ông được mệnh danh là người lính Chiến tranh chính trị của miền Nam trước năm 1975.

Làm thơ từ thời còn cắp sách, cùng với Tạ Ký, Thế Viên... Thơ xuất hiện đầu tiên trên tuần báo Thẩm Mỹ, Đời Mới tại Sài Gòn năm 1952. Học đại học Văn Khoa. Tốt nghiệp Cử nhân Luật. Tu nghiệp Hành chánh Dân sự vụ tại Hoa Kỳ 1960.

Tác phẩm đã xuất bản: ▪ Xác Lá Rừng Thu 1956 ▪ Chuyện Của Nàng 1962 ▪ Rừng Đỗ Quyên và Kẻ Lạ 1971 ▪ Vùng Trời Mây Trắng (truyện dài) 1971 và một tập biên khảo Thơ Mới.

▪ Lưu Dân Thi Thoại – Bút Luận 25 Năm Thơ Hải Ngoại, đồng tác giả Song Nhị Cội Nguồn xb 2003 ▪ Cõi Thơ Tìm gặp Khảo luận Thơ Cội Nguồn 2008. ▪

Thơ Diên Nghị thường xuất hiện trên các tuần san, tạp chí: Chiến Sĩ cộng Hòa, Bách Khoa, Khởi Hành, Sáng Tạo, Văn Nghệ Tiền Phong ... Tên tuổi của ông cũng được nhắc đến trong các tác phẩm: ▪ Thi Nhân Việt Nam Hiện đại của Phạm Thanh 1958 ▪ Những nhà thơ hôm nay, Nguyễn đình Tuyến 1966

▪ Những khuynh hướng Thi ca Việt Nam, Nguyễn đình Tuyến 1967 ▪ Thi ca Việt Nam Hiện đại, Trần Tuấn Kiệt 1963 ▪ Thơ Việt Hiện đại, Uyên Thao 1964 ▪ Tự điển Văn học Việt Nam, Thanh Tùng 1963. Có thơ trong Anthology of Vietnamese Poems (Huỳnh Sanh Thông, Yale University Press 1996). Có tên trong "Tác Giả VIệt Nam (Vietnamese Authors – Lê Bảo Hoàng sưu tập 2006). Và tại Thư viện Đại Học Cornell: http://cornell.worldcat.org/search?q=dien+nghi&qt=wc_org_cornell &GO=GO

Năm 1960 ông nhận giải thưởng Tao Đàn và nguyên Ủy viên Thơ Hội Văn nghệ sĩ Quân đội VNCH.

Đến Mỹ năm 1993 (H.O 20). Nguyên Tổng Thư Ký tạp chí Chiến sĩ Quốc Gia tại San José, do cựu Nghị sĩ Trần Ngọc Nhuận chủ trương.

Do vận động, khởi xướng của Song Nhị, cùng với một số văn nghệ sĩ, ông là một trong những sáng lập viên Cơ Sở Thi Văn Cội Nguồn, tổ chức này hoạt động từ năm 1995 đến nay. Là một trong những người thuộc Ban Điều Hành CSTV Cội Nguồn.

Hiện ông là bỉnh bút, biên tập và phụ trách chuyên mục Bình thơ của tạp chí Nguồn. Phụ trách mục Điểm Sách cho trang Văn Học Nghệ thuật hàng tuần của Cội Nguồn trên nhật báo Thời Báo, Bắc California.

Ngoài ra, ông còn là thành viên nhóm Nghiên cứu Lịch sử Việt Nam cận và hiện đại tại Santa Clara. Đã xuất bản quyển I "Việt Nam - Cuộc chiến tranh Quốc Gia-Cộng sản".

TRẦN VĂN TÍCH

⊱⊰ ⊱⊰ ⊱⊰ ⊱⊰ ⊱⊰ ⊱⊰ ⊱⊰ ⊱⊰⊱⊰ ⊱⊰ ⊱⊰ ⊱⊰ ⊱⊰

■ Tốt nghiệp Y khoa Bác sĩ tại đại học Y Khoa Sài Gòn năm 1962 ■ Trước năm 1975 phục vụ trong ngành Quân Y/Quân Lực VNCH ■ Sau 1975 tù Cộng sản ba năm ■ 1984 tỵ nạn tại CHLB Đức.

■ Hiện là Chủ Tịch Liên Hội Người Việt Tỵ Nạn tại CHLB Đức ■

■**Các tác phẩm đã ấn hành**:

1) Tư tưởng Lão Trang trong y thuật Đông phương (An Tiêm 1972, Xuân Thu 1990)

2) Sự Muôn Năm Cũ (Làng Văn 1992)

3) Nho Y Nguyễn Đình Chiểu (An Tiêm 1993)

4) Văn Sử Y Dược Trong Truyện Chưởng Kim Dung (Thanh Văn 1995)

NGUYỄN MẠNH TƯỜNG
Huyền Thoại Và Tội Lỗi

Xã hội lạc hậu và bán khai Việt Nam những năm đầu thập niên 30 thế kỷ trước đã vô hình trung tạo nên một vầng hào quang xung quanh tên họ Nguyễn Mạnh Tường.

Ai đi học thì cũng lên lớp, ai lên lớp thì cũng đi thi, ai đi thi thì cũng có bằng, Ông Nguyễn Mạnh Tường học tiếng Pháp từ thuở ấu thơ, hết trường Paul Bert đến trường Albert Sarraut. Ông đỗ Tú tài Pháp. Ông tiếp tục sang Pháp học Đại học. Theo đủ học trình, ông tốt nghiệp. Tập quán Đại học đòi hỏi ông phải trình thèse. Ông trình luận án về luật Hồng Đức để lấy tiến sĩ luật. Ông trình luận án về nước Annam trong văn chương Pháp để lấy tiến sĩ văn chương (1). Đầu đề (hay các đầu đề) luận án tiến sĩ văn chương của ông Tường không gây được ấn tượng mới lạ, bổ ích khi đọc chúng. Nhưng đầu đề luận án tiến sĩ luật khoa L'individu dans la vieille cité annamite. Essai de synthèse sur le Code des Lê thì lại khiến tôi thắc mắc, ngạc nhiên.

Tôi không tìm được tài liệu hay nhân chứng nào xác quyết rằng ông Nguyễn Mạnh Tường là một bậc thâm nho (2). Tuy nhiên không phải cứ giỏi chữ Hán là hiểu thấu đáo các danh từ chuyên môn luật học, khoa học để có thể chuyển dịch chúng sang các ngôn ngữ khác một cách chính xác (3). Đó là về phía thí sinh. Về phía giám khảo thì chẳng lẽ hội đồng giám khảo xét duyệt luận án Nguyễn Mạnh Tường qui tụ toàn những nhà Hán học cự phách người Pháp như Paul Démiéville, Étiemble, Paul Schneider? (chư vị này không hề là nhân viên giảng huấn đại học). Trò không biết chữ Hán, thầy không biết chữ Hán mà lại có một công trình học thuật trình bày trước hội đồng khoa học luật học dựa vào một bộ luật chữ Hán để được công nhận học vị tiến sĩ!! Lạ một điều là chẳng ai để ý đến khía cạnh này cả. Trái lại một số người cứ hùa theo nhau mà khen lấy khen để, coi như đây là một kỳ tích, một vĩ nghiệp. Phần tôi thì không rơi vào cái khối người lên đồng tập thể đó. Tôi chỉ chấp nhận rằng đây là một bí mật của Trường Đại học Luật khoa Montpellier!!

Trong số những người ngưỡng mộ ông Nguyễn Mạnh Tường qua tư cách "lưỡng khoa tiến sĩ", không hề có bất cứ ai nêu ra được một hoặc vài khía cạnh độc đáo, mới lạ, có giá trị, sensationnels của hai/ba luận án mà ông là chủ nhân. Vọng ngoại, mặc cảm khiến người ta không còn ý thức trong nhận thức. Người ta khen theo phản xạ dây chuyền. Trong khi đó thì công trình nhằm đạt học vị cao nhất ở bậc đại học của ông Nguyễn Mạnh Tường liên quan đến văn học "An nam" từng khiến thầy trò Dương Quảng Hàm-Nguyễn Hiến Lê phải nhỏ lệ và ông "nghè" họ Nguyễn đã bị Nguyễn Hiến Lê cùng nhóm bạn đồng học "ghét lây" (4). Có thể nói mà không sợ sai là cả hai/ba luận án Nguyễn Mạnh Tường hầu như không hề bước ra khỏi tủ sách thư viện hai trường đại học luật khoa và văn khoa Montpellier.

Đỗ đạt xong ông Nguyễn Mạnh Tường về nước. Nhưng rồi ông lại ra đi. Ông sang châu Âu những năm từ 1932 đến 1936 để du lịch và nghiên cứu. Ông dừng chân ở Hy Lạp, Tây Ban Nha, Ý, Thổ Nhĩ Kỳ, Ai Cập. Dẫu vậy ông Tường không hề biết đến 1) Chuyến đi Liên Xô của Gide năm 1936 với hai tác phẩm Retour de l'URSS và Retouches à mon Retour de l'URSS; 2) Năm 1933 André Breton bị khai trừ khỏi đảng cộng sản Pháp và bị tống xuất ra khỏi AEAR (Association des Écrivains et Artistes Révolutionnaires), một công cụ ngoại vi của đảng cộng sản Pháp; **3)** Paul Éluard vào đảng cộng sản Pháp năm 1927 để bỏ đảng năm 1933, **4)** Arthur Koestler vào đảng cộng sản Đức năm 1932 để bỏ đảng năm 1938; **5)** Tham gia Đại hội Văn học ở Mạc Tư Khoa mùa hè 1934, André Malraux đập thẳng thừng nhà văn Nga Nikoulin vì chủ trương quản lý tư tưởng của tên bồi bút cộng sản. Ngoài ra, trước đó không lâu, Mayakovsky tự tử bằng một phát súng lục bắn thẳng vào tim năm 1930.

Không biết đến Loi de Vérité của Gide, không biết đến Amour de la Vérité của Malraux nên lưỡng khoa tiến sĩ Nguyễn Mạnh Tường cúc cung tận tụy phục vụ chế độ tàn bạo cộng sản Bắc Việt qua hành động và ngôn ngữ dẫm nát chân lý, xuyên tạc sự thực nhằm vu cáo chế độ Việt Nam Cộng Hoà tại Hội nghị Luật gia Dân chủ ở Bruxelles tháng 5 năm 1956.

Trong cuốn tự truyện viết bằng tiếng Pháp Un Excommunié, Hanoi 1954-1991: Procès ɗun Intellectuel (Kẻ bị mất phép thông công, Hà Nội 1954-1991: Bản án cho một trí thức), do Quê Mẹ xuất bản năm 1992 tại Paris, và căn cứ vào bản dịch của Nguyễn Quốc Vĩ, chúng ta được biết luật sư Nguyễn Mạnh Tường đã lợi dụng diễn đàn của Hội Luật gia Dân chủ ở Bỉ để một mặt xấc xược lăng mạ chính quyền Việt Nam Cộng Hoà, mặt khác, trắng trợn vu khống chế độ quốc gia. Ông Tường cho rằng chính Miền Nam đã gây ra cảnh chia đôi đất nước, tạo nên nỗi đau đứt ruột cho nhiều gia đình bị phân ly. Ông kết án chế độ quốc gia đã cho tàu tuần cao tốc bắn chết những người yêu chuộng tự do tìm cách vượt sông Bến Hải để sang bên kia bờ vỹ tuyến 17 nhằm đặt chân vào thiên đường xã hội chủ nghĩa của ông. Ông tố cáo nền công lý tự do dân chủ đã sử dụng máy chém hành hình hàng loạt những công dân vô tội đấu tranh đòi thống nhất đất nước. Và ông vận dụng tài năng hùng biện để công khai cổ xúy chiến tranh Nam-Bắc, ông sử dụng xàm ngôn xảo ngữ để hô hào xâm lược Việt Nam Cộng Hoà.

Tri thức của ông Tường nghèo nàn đến nỗi ông không biết là ngoại trưởng Trần Văn Đỗ đã không chịu ký vào mớ giấy lộn mệnh danh là Hiệp định Genève 1954, thính giác ông hạn chế đến nỗi ông không hề nghe vang vọng tiếng sáo Võ Thành Minh bên bờ hồ Léman.

Nhãn quan ông thiển cận đến nỗi ông không hiểu được điều sơ đẳng mà một em bé học trò tiểu học cũng biết: không hề có một người dân Tây Đức nào liều chết vượt tường sang Đông Đức, chẳng làm gì có một công dân Nam Hàn nào thí mạng vượt vùng phi quân sự để lọt vào lãnh thổ Bắc Hàn. Mà chỉ có ngược lại, chỉ có ngược lại, chỉ có ngược lại mà thôi. Nạn nhân trên sóng nước Bến Hải là nhà thơ nhà văn Vũ Anh Khanh, tác giả Tha La Xóm Đạo, bị những tên đồng loã khốn nạn của ông Nguyễn Mạnh Tường tàn sát trên đường vượt tuyến. Cái máy chém của ông Nguyễn Mạnh Tường quả có một nạn nhân, đó là Ba Cụt, nhưng nạn nhân này không hề chết vì đấu tranh đòi thống nhất đất nước.

Ăn nói hàm hồ, lập luận xảo trá, ông Nguyễn Mạnh Tường vì quá sợ không biết "phải ăn nói ra sao với lãnh đạo đây?"(sic!) nên đã tự bán đứng nhân cách. Hơn nữa, qua những lời hoa ngôn điêu ngữ gian dối hô hào chiến tranh Nam-Bắc, ông đã góp phần trực tiếp vào những vụ tận diệt lương dân Tết Mậu Thân, thảm sát trẻ thơ ở Cai Lậy và ngay cả vụ Mỹ Lai nữa.

Riêng đối với vợ con, ông Nguyễn Mạnh Tường, qua cung cách ứng xử của bản thân, đã mang tội lớn gây cho họ cảnh sống dở chết dở khiến tiểu gia đình của ông mất hết khả năng chống đối, chỉ còn sức tàn chống đói.

Người ta phục ông Tiến sĩ Nguyễn Mạnh Tường nói tiếng Pháp cừ khôi, diễn thuyết không cần giấy tờ ghi chép, cứ hai tay đút túi quần thao thao bất tuyệt trong khi Tây Đầm cắm cúi ghi. Ngày nay biết bao nhiêu người Việt Nam có thể nói tiếng Anh, tiếng Pháp, tiếng Ý, tiếng Đức v.v.. à la Nguyễn Mạnh Tường! Tôi cũng có thể nói cho công chúng Đức nghe, tôi cũng có thể giảng cho bác sĩ Đức hiểu theo cung cách Nguyễn Mạnh Tường. Bởi vì vốn dĩ thần tượng giảng huấn của tôi là nhị vị giáo sư Paul Hagenmuller và Nguyễn Hữu. Mà chắc ông Tường không phụ trách trình bày về đông y bằng Đức ngữ như tôi!

Sau cải cách ruộng đất, ông Nguyễn Mạnh Tường vì lên tiếng về luật lệ nên bị thất sủng và bị đoạ đày. Người ta bảo ông đã đánh vào xương tủy của chế độ độc tài đảng trị. Sau 1975, tôi cũng từng đập thẳng vào hệ thống lý luận khoa học của miền Bắc qua cuốn Đông y xybécnêtíc do Trương Thìn in (và Trương Thìn cũng biết là tôi đập!). Tôi từng phang túi bụi học thuyết Pavlov, tôi từng hết tay đả phá lý luận Lyssenko, tôi từng thẳng thừng vạch rõ Kim Bong Han là bịp bợm và tôi làm những việc này một cách công khai, trước mặt Ban Tuyên huấn Thành ủy Sài gòn. Đến nỗi giới chức lãnh đạo thành Hồ phải mời tiến sĩ Phan Phải từ Hà nội vào giải thích cho họ về học thuyết di truyền hiện đại, đồng thời đưa ông tiến sĩ tốt nghiệp ở Liên Xô lên cả tivi nói chuyện cùng quần chúng. Thế nhưng tôi đâu có bị cộng sản trù dập; trái lại, tôi được trọng dụng, trọng đãi, trọng vọng. Để rồi một ngày đẹp trời, cộng sản để cho tôi cùng gia đình năm người thơ thới lên máy bay rời nước.

Ông Nguyễn Mạnh Tường kể xấu, kể tội cộng sản. Đó là việc của riêng ông. Ân thì đền, oán thì trả. Là người quốc gia chân chính có trình độ, có bản lĩnh, chúng ta cần nhìn ông một cách khôn ngoan. Chớ có ngây thơ, nhẹ dạ khen ngợi những điều chẳng có gì đáng để khen ngợi. Phần tôi thì chỉ xem Luật sư Tiến sĩ Nguyễn Mạnh Tường là một Việt cộng.

Ghi chú:

(1) Về đầu đề của luận án văn khoa do ông Nguyễn Mạnh Tường đệ trình, có tài liệu ghi là L'Annam dans la littérature francaise, Jules Boisières (sic) nhưng cũng có tài liệu ghi là Essai sur la valeur dramatique du théâtre d'Alfred de Musset. Jules Boissière (1863-1897) là nhà thơ nhà báo Pháp từng sinh sống ở Bắc Việt thời Pháp thuộc, từng giữ chức phó công sứ, từ trần ở Hà nội; tác giả Fumeurs d'Opium (Những kẻ hút thuốc phiện).

(2) Nữ sĩ Thụy Khuê – theo Wikipedia tiếng Việt – cho biết ông Tường "học thêm chữ nho và văn chương cổ điển Việt"

nhưng chỉ sau khi ông đã đỗ tiến sĩ. Không rõ xuất xứ và mức chính xác của nguồn thông tin này.

(3) Các tăng sĩ Phật giáo thường giàu vốn liếng Nho học. Thượng toạ Thích Tâm Ấn cũng vậy. Nhưng trong tập sách Châm cứu của mình, Thượng toạ dịch hai chữ thống kinh là chứng đau các kinh mạch. Thực ra thống kinh là phụ nữ hành kinh đau đớn. Bản dịch Hải Thượng Y Tông Tâm Lĩnh của Đình Thụ Hoàng Văn Hoè có nhiều chỗ sai lầm, thiếu sót. Nơi tập Ma Chẩn Chuẩn Thằng, dịch giả chuyển hai chữ tòng trị thành "lựa theo mà chữa". Dịch như thế tỏ ra dịch giả thiếu căn bản về lý luận đông y. Lựa theo cái gì mà chữa? Phép tòng trị của đông y là một trong bốn phép

trị liệu căn bản (phản, chính, nghịch, tòng). Tòng trị là bệnh ở gốc thì chữa theo gốc (trị bản), bệnh ở ngọn thì chữa theo ngọn (trị tiêu). Tôi chỉ nêu ra hai ví dụ mà thôi.

(4) Nguyễn Hiến Lê.- Thầy học tôi : Cụ Dương Quảng Hàm. Tạp chí Bách Khoa số 1.11.1966. (dẫn theo Ngô Lâm và Quế Kế. Nhà văn Nguyễn Hiến Lê. Sự nghiệp, Hình ảnh, Bút tích. Sinnamon Park, Qld 4073, Australia, 2006, tr.121-129).

Trần Văn Tích

Thư Họa Đào Hải Triều

HUỆ THU

- Chào đời và lớn lên tại Đà Lạt
- Lưu cư tại Hoa Kỳ từ năm 1980 đến nay
- Làm thơ từ thời ở Trung Học Bùi Thị Xuân Đà Lạt - bút hiệu Trần Bích Tiên, Thu Huệ, H.T. ■ Được giải thưởng danh dự của Tổng Thống Ngô Đình Diệm về luận văn giữa các trường Trung Học toàn tỉnh Tuyên Đức niên học 1958 - 1959 tại Đà Lạt, Lâm Đồng.

* Sở Thích: làm thơ, làm vườn, trồng Bonsai nuôi chim, chó và cá...

- Sáng lập nhà in và nhà Xuất Bản HT năm 1984 tại Bắc California ■ Xuất bản nhiều sách về Triết Học ■ In gần trọn bộ sách triết Lý An Vi của Triết Gia Kim Định...
- Hội Viên Ban Điều hành CSTV Cội Nguồn
- Ban BT Tạp chí Nguồn ■

Các tập Thơ đã xuất bản:
- Thơ Huệ Thu 1987
- Sương Chiều Thu Đọng 1991
- Mở Ngõ Phù Vân 1995
- Lục Bát Huệ Thu 1997
- Đầu Non Mây Trắng 1998
- Tứ Tuyệt Huệ Thu 1998
* Hiện sống cùng gia đình tại San Jose.

Có bài trong các tuyển tập:

- Tác giả Việt Nam/Vietnamese Authors/ Lê Bảo Hoàng/Sóng Văn Magazine 2005/ Nhân Ảnh Tái Bản, Canada 2006
- Tuyển tập "Thơ Tình Việt Nam và Thế Giới Chọn Lọc", Nguyễn Hùng Trương, NXB Thanh Niên, Sài Gòn 1998 – tr. 902.
- Lưu Dân Thi Thoại - Bút Luận 25 Năm Thơ Hải Ngoại, Diên Nghị - Song Nhị. Cội Nguồn 2003
- Khung Trời Hướng Vọng, Nguyễn Thùy, Cội Nguồn thực hiện. NXB Nắng Mới Paris 2004
- Cõi Thơ Tìm Gặp, Diên Nghị, NXB Cội Nguồn 2008

Đọc Thơ và tác phẩm của Huệ Thu xin vào các địa chỉ:
www.huethu.com - www.huethu.net - www.saimonthidan.com

NHỮNG PHÁ CÁCH TÀI TÌNH TRONG THƠ

Thuở Sơ Đường người ta làm thơ không chú trọng nhiều về luật. Thật ra luật chỉ làm cho người thơ dễ đạt được ý thơ. Thơ hay, không hẳn vì niêm luật. Những bài thơ của các vị Tam Khôi (Tam Nguyên, Bảng Nhãn, Thám Hoa) hẳn là rất đúng niêm luật. Nhưng những bài thơ ấy vị tất là những bài thơ hay! Chứng cớ là sau những lần yết bảng, vua thường thiết yến đãi các quan tân khoa. các vị tam khôi đều có làm thơ lưu niệm. Nhưng cho đến nay thứ thơ lưu niệm ấy ít ai còn nhớ lấy dù chỉ một bài! Vậy thì thơ hay không phải vì đúng luật.... Chẳng qua chỉ là một lối thơ trong trường ốc thì phải câu nệ vào luật. Không thế thì làm sao mà chấm? Luật để làm tiêu chuẩn cho mọi sự phê phán. Nhưng những người làm thơ hẳn là phải đồng ý với nhau rằng thơ muốn hay trước hết phải có hồn. Hồn thơ là cái duyên của thơ. Thơ không có hồn như người không có duyên. Vô duyên thì đẹp mấy cũng không ai chuộng!

Hồn thơ xuất phát từ sự chân thành, sự giản dị. Hít thở làm nên sự sống, nhưng hít thở phải không cầu kỳ, phải thật tự nhiên thật giản dị. Nằm có cách hít thở của lúc nằm, ngồi có cách hít thở của ngồi, đứng cũng thế. Ngũ ngôn, thất ngôn, tứ tuyệt, cho đến lục bát, song thất... mỗi thứ đều có một lối luật riêng... Lối thở của lúc đứng khác lối thở của lúc nằm. Luật thơ Lục Bát khác xa luật thơ Đường. Nhưng vẫn là luật nghĩa là những phép tắc riêng giúp cho người thơ đạt được ý thơ. Cho nên cái tài tình của người thơ là biết phối hợp các thể thơ. Tôi xin mượn một bài thơ của Tản Đà làm ví dụ. Tôi nghĩ Tản Đà là một thi sĩ thượng thặng của Việt Nam. Ông là người thông thạo thập bát ban võ nghệ. Có nghĩa là lối thơ nào ông cũng rành cả. Cho nên trong một bài thơ ông phối hợp nhiều thể thơ, phối hợp một cánh rất tài tình, rất tự nhiên, đó là bài Cảm Thu, Tiễn Thu, Ông mở đầu bằng:

Từ vào thu đến nay:
Gió thu hiu hắt,
Sương thu lạnh
Trăng thu bạnh
Khói thu xây thành.

Lá thu rơi tụng đầu ghềnh
Sông thu đưa lá bao ngành biệt ly.
Nhạn về én lại bay đi,
Đêm thì vượn hót, ngày thì ve ngâm.
Lá sen tàn tạ trong đầm,
Nặng mang giọt lệ âm thầm khóc hoa.
Sắc đậu nhuộm ố quan hà
Cỏ vàng cây đỏ bóng tà tà dương.
Nào người cố lý tha phương,
Cảm thu ai có tư lường hỡi ai?

Nào những ai:
Bảy thước thân nam tử,
Bốn bể chí tang bồng
Đường mây chưa bổng cánh hồng,
Tiêu ma tuế nguyệt, ngại ngùng tu mi.

Nào những ai:
Sinh trưởng nơi khuê các,
Khuya sớm phận nữ nhi,
Song the ngày tháng thoi đi,
Vương tơ ngắm nhện nhỡ thì thương hoa.

Nào những ai:
Tha phương khách thổ
Hải giác thiên nha,
Ruột tằm héo, tóc sương pha,
Góc phần trạnh tưởng quê nhà đòi cơn.

Nào những ai:
Cù lao báo đức
Sinh dưỡng đền ơn
Kinh sương nghĩ nỗi mền đơn,
Giàu sang bất nghĩa mà hơn nghèo hèn!
Nào những ai:
Tóc xanh mây cuốn

Má đỏ hoa ghen
Làng chơi duyên đã hết duyên
Khúc sông trăng dãi con thuyền chơi vơi!

Nào những ai:
Dọc ngang trời rộng,
Vùng vẫy bể khơi
Đội trời đạp đất ở đời
Sa cơ thất thế quê người chiếc thân.

Nào những ai:
Kê vàng tỉnh mộng
Tóc bạc thương thân
Vèo trông lá rụng đầy sân,
Công danh phù thế có ngần ấy thôi.

Thôi nghĩ cho:
Thu tự trời,
Cảm tự người.
Người đời ai cảm ta không biết!
Ta cảm thay ai viết mấy lời.

Thôi thời:
Cùng thu tạm biệt
Thu hãy tạm lui,
Chỉ để khách đa tình đa cảm,
Một mình thay cảm những ai ai!

Bài thơ bắt đầu bằng câu ngũ ngôn, rồi xuống câu tam ngôn, tứ ngôn, rồi tiếp theo là lục bát. Không ai băn khoăn hỏi đây là thể thơ gì? Bởi nó rất thơ, ngũ ngôn thì ra ngũ ngôn, rồi chuyển đến tam tứ ngôn, đều tự nhiên như thế cả.

Bài Tống Biệt:
Lá đào rơi rắc lối thiên thai
Suối tiễn oanh đưa luống ngậm ngùi
Nửa năm tiên cảnh
Một phút trần ai
Ước cũ duyên thừa có thế thôi
Đá mòn rêu nhạt
Nước chảy huê trôi
Cái hạc bay lên vút tận trời!
Trời đất từ đây xa cách mãi
Cửa động
Đầu non
Đường lối cũ
Ngàn năm thơ thẩn bóng trăng chơi...

Bài này không thể nói là thể thơ gì nhưng có ai bảo nó không phải là thơ?

Tôi nhớ đến một bài thơ khác của ông Hà Thượng Nhân trên báo Tự Do viết gởi ông Kémoularia đại diện liên Hiệp Quốc. Vào ngày 27 tháng 8 năm 1959, Ủy ban Quốc Gia Việt Nam trước sự hiện diện của ông Kémoularia, đại diện đặc biệt của ông Tổng thư ký Liên Hiệp Quốc về năm những người tỵ nạn trên thế giới đã nhóm họp tại Sài Gòn.

Bài thơ dưới đây mà ông HTN đã viết để chào mừng vị sứ giả của tình thương ấy. Bài thơ tuy dài nhưng vẫn có tính chất thời sự, vì thế tôi xin chép lại nguyên văn bài Kính chào Kémoularia:

Kính chào Kémoularia
Sứ giả tự do
Tiếng nói của con người đau khổ.

Chúng tôi ra đi
Vượt Trường Sơn hiểm trở,
Lấy tay yếu cản đè sóng dữ,
Không cần sống, chỉ cần dân chủ,
Tìm về thế giới tự do
Ở đâu áo ấm cơm no?
Trăng Thu rung mãi tiếng hò nhặt khoan.
Chúng tôi khinh nguy nan,
Tìm tấm lòng cởi mở.
Lúc gặp nhau vui mừng hớn hở,
Dù mới quen như biết từ lâu.
Mời nhau này một miếng trầu,
Chuyền tay vê điếu thuốc lào cũng vui.

Chúng tôi đổ mồ hôi,
Nâng niu từng tấc đất,
Mỗi tấc đất là tấc lòng tấc ruột,
Là máu xương, là sự nghiệp ông cha.
Mà nay lìa cửa, lìa nhà,
Bởi say ánh sáng, chẳng thà thiêu thân.

Năm châu triệu triệu bước chân,
Của chúng tôi: Những người dân cần cù.
Ơi Tây Đức mịt mù thăm thẳm,
Ơi Nam Dương ngàn dặm, héo hon!
Bốn phương giang mắc núi non,

Lưới nào bủa được cánh con chim trời?
Ơi Tây Tạng, những lời nói ngọt,
Tại làm sao chẳng lọt vào tai?
Ơi Hung Gia Lợi anh tài,
Nắm tay thành bức tường dài: chúng ta,
Kính chào Kémoularia,
Kính chào Liên Hiệp Quốc.
Phẩm giá con người từ lâu nhơ nhuốc,
Chúng tôi đi để chuộc lấy linh hồn.
Rồi những bình minh, rồi những hoàng hôn,
Chợt tỉnh lại ngoảnh về đất Bắc,
Thương cha mẹ đày trong gót giặc,
Nhớ từng lối cỏ bờ tre,
Mùa nào lúa chín đỏ hoe,
Mùa nào gió trở se se, hỡi mình?

Nếu lấy sống làm vinh,
Chúng tôi không sống nhục.
Chỉ có một cực hình,
Là cúi đầu gục mặt.
Chúng tôi đi, bởi không cam què quặt,
Không học theo lang sói sủa quân thù,
Rạch Cái Sắn thành khoai, thành đỗ,
Rừng cao nguyên thành lúa, thành cơm,
Đánh tranh gìn giữ cọng rơm,
Ở đây tưởng thấy mùi thơm quê nhà.
Ơi Kémoularia!
Biết lấy chi làm quà,
Trao vào tay sứ giả?
Xin cho gửi niềm thống khổ,
Mồ hôi nước mắt tin yêu.
Xin cho gửi lời chào,
Những ai cùng cảnh ngộ,
Tiếng nói chúng tôi dù rằng bé nhỏ
Nhưng là tiếng nói can trường.

Nhờ tình yêu dẫn lối đưa đường
Hòa trong tiếng những người "đồng chí".
Chúng tôi viết giữa không gian hùng vĩ,
Giữa lòng thế kỷ hai mươi:
"Chúng tôi là người,
Chúng tôi muốn làm người."
Hỡi Kémoularia!
(trích trong tập thơ CHÂN TÂM do Đỗ Kế Hoàn sưu tập
trang 23)

Bài thơ này không viết theo một thể thơ nhất định nào.
Nó là phối hợp nhiều thể thơ nhưng là một bài thơ.
Và sau đây là một bài Thất ngôn bát cú:

NGÔNG
Quay ngựa xích thố buộc khóm trúc
Ném gươm long tuyền về non Tây
Chí thôi đã lỡ, kệ binh lửa,
Danh vốn không màng, mặc cỏ cây.
Gà chó đôi con năm tháng rộng
Ruộng vườn dăm khoảnh gió trăng đầy
Buông câu, xốc áo quay nhìn vợ:
Trời đã chiều chưa? Ta đã say!
H.T.N.
Câu đầu toàn vần trắc đến câu hai toàn vần bằng, bài
thơ thật hay phá cách thật tài tình. Ông cũng đáng
danh là một "đại gia thơ" trong làng thơ Việt Nam.
Như vậy thì thể thơ là một cách nói. Gần đây Bà Vi
Khuê có viết một bài thơ. Mới đọc qua tưởng là luật
Đường. Nhưng theo tôi, đó là bài thơ "có vẻ" là luật
thế thôi. Bài thơ như sau:

- Bà Huyện Thanh Quan
Một tấm lòng hoa nặng nỗi niềm
Niềm non nỗi nước, mảnh tình riêng

Trong cơn gió bụi chìm hương lửa
Giữa cảnh phong ba lạnh mối giềng
Cung báo quốc não nùng điệu quốc
Giọng thuyền quyên khắc khoải lời quyên
Dừng chân đứng lại, ngùi trông lại
Để lại lời thơ vạn cổ truyền

Câu 5 có vẻ không đúng luật, nhưng nhịp của hai câu thơ ấy rõ ràng không còn là nhịp thơ của luật thơ nữa. Cho nên ta vẫn thấy thuận tai. Câu thơ vẫn đứng vững bởi nó đã chuyển qua nhịp thơ Song Thất (nhịp ba). Muốn phá được như thế, trước hết phải nắm vững luật thơ nói chung và dĩ nhiên tài năng phải vào bậc thượng thừa.

Lý Bạch, Thôi Hiệu, Đỗ Phủ, Nguyễn Du... là những thi sĩ thượng đẳng, những đại gia trong làng thơ. Nhưng bài Anh Vũ Châu của Lý bạch, bài Hoàng Hạc Lâu của Thôi Hiệu, bài Khúc Giang của Đỗ Phủ thất niêm và Độc Tiểu Thanh Ký của Nguyễn Du cũng thất niêm:

Chưa ai làm thơ nhiều bằng Lý bạch, Thơ đối với ông là không khí. Ông xử dụng nó tự nhiên như hít thở khí trời.

Lý Bạch, tổ sư của thơ, người đời thường gọi ông là Trích Tiên, ông cũng có những bài thơ không chú trọng tới niêm luật:

- Anh Vũ Châu
Anh Vũ lai quá Ngô giang thủy
Giang thượng châu truyền Anh Vũ danh
Anh Vũ tây phi lũng sơn khứ
Phương châu chi thụ hà thanh thanh
Yên khai lan điệp hương phong noãn
Ngạn giáp đào hoa cẩm lãng sinh
Thiên khách thử thời đồ cực mục
Trường châu cô nguyệt hướng thùy minh

Dịch Nghĩa:
Chim Anh vũ xưa bay đến sông Ngô
Bãi trên sông mới truyền lại tên Anh Vũ
Chim anh vũ đã bay về Tây qua núi Lũng
Bãi thơm cây xanh biếc làm sao!
Khói toả ra từ lá cây lan làm gió thơm nổi dậy
Bờ liền với hoa đào, sóng gấm sinh
Lúc ấy người đi đày trông hoài cõi xa
Trên bãi dài mảnh trăng cô đơn còn soi sáng cho ai

Dịch Thơ:

Bãi Anh Vũ

Sông Ngô anh vũ xưa qua đó
Anh vũ thành tên gọi đến giờ
Anh vũ về đây qua núi Lũng
Bãi thơm cây cối những xanh mờ!

Mùi hương lan diệp lừng trong khóï
Sóng gấm đào hoa gợn sát bờ
Thiên khách trông vời thôi cũng uổng
Đợi ai trăng bãi luống bơ vơ!...
(Bản dịch của Lê Nguyễn Lưu)

Hay:
Nhãn tiền hữu ảnh đạo bất đắc
Thôi Hiệu đề thi tại thượng đầu

Hay là:
Động Đình Hồ tây thu nguyệt huy
Tiêu tương giang bắc tải hồng phi
Túy khách mãn tiền ca Bạch Tử
Bất tri sương lệ nhạn thu y
Và :

Cố nhân Tây Hồ Hoàng Hạc lâu

Yên ba tam nguyệt há Dương Châu

Những câu trích ra trên đây, thất niêm, thất luật lung tung! Lý Bạch lại không biết luật ư? Biết mà vẫn không sửa, không cần sửa, bởi nếu ông ta sửa, câu thơ sẽ mất hay!

Những câu thơ hay của Hàn Mặc Tử, của Quang Dũng của Thâm Tâm cũng cần có luật đâu? Vậy thì niêm luật không cần thiết ư? Không cần thiết thì đặt ra làm gì, nghiên cứu làm gì?

Xin thưa: niêm luật cần lắm chứ! Nó giúp người ta rất nhiều để làm những bài thơ "khả thử", những tay đại bút thì không cần. Họ chính là luật, họ tạo ra luật. Muốn sáng tạo đương nhiên phải thông thạo nó. Chưa biết mà tấp tểnh phá luật là một điều buồn cười. Người phá luật phải rất thông thạo luật, cũng như người giỏi võ phải thông thạo mọi thế võ, khi đã thạo võ, xuất chiêu là thành võ đâu cần phải câu nệ? Không một võ sĩ nào khi lên đấu mới nghĩ đến những miếng võ mình cần xử dụng. Lầu thông rồi, nó biến thành những cử chỉ tự nhiên như hơi thở, như đi đứng.

Bài Hoàng Hạc Lâu của Thôi Hiệu, là một trong những bài thơ hay trong hàng trăm hàng vạn bài thơ Đường. Hoàng Hạc lâu, hay đến nỗi nhà thơ như Lý Bạch, bước đến Lầu Hoàng Hạc thấy thơ của Thôi Hiệu đề trên vách, liền quăng bút, không dám đề thơ nữa. Giai thoại là thế, Lý Bạch là thi tiên của đời Đường, là người uống một đấu rượu làm một nghìn bài thơ (Lý Bạch, đấu tửu thi bách thiên).

Hoàng Hạc Lâu của Thôi Hiệu như sau:

Tích nhân dĩ thừa hoàng hạc khứ

Thử địa không dư Hàng Hạc Lâu

Hoàng hạc nhất khứ bất phục phản

Bạch vân thiên tải không du du

Tình xuyên lịch lịch Hán Dương thụ
Phương thảo thê thê Anh Vũ châu
Nhật mộ hương quan hà xứ thị
Yên ba giang thượng sử nhân sầu.

Tản Đà đã dịch và cho đến nay vẫn được coi là bài dịch hay nhất:

Lầu Hoàng Hạc

Hạc vàng ai cưỡi đi đâu,
Mà nay Hoàng Hạc riêng lầu còn trơ.
Hạc vàng đi mất từ xưa,
Ngàn năm mây trắng bây giờ còn bay.
Hán Dương sông tạnh cây bày,
Bãi xa Anh Vũ xanh dày cỏ non.
Quê hương khuất bóng hoàng hôn,
Trên sông khói sóng cho buồn lòng ai.
Tản Đà

Huệ Thu cũng có bài dịch:
(trong tập SCTĐ)

Hạc vàng ai cưỡi đi đâu?
Biết chăng Hoàng Hạc đây lầu trống trơn
Hạc bay rồi, đã bay luôn
Tầng cao mây trắng cứ vờn thiên thu
Hán Dương cây đứng gục đầu
Châu Anh bờ cỏ xanh màu nhớ thương
Sớm chiều nhắc mãi quê hương
Trên sông khói sóng giăng buồn trời ơi!
huệ thu

Và bài Khúc Giang của Đỗ Phủ:

Triều hồi nhật nhật điển xuân y
Mỗi nhật giang đầu tận túy quy
Tửu trái tầm thường hành xứ hữu
Nhân sinh thất thập cổ lai hy
Xuyên hoa giáp điệp thâm thâm hiện
Điểm thủy thanh đình khoản khoản phi
Truyền ngữ phong quang cộng lưu chuyển
Tạm thời tương tống mạc tương vi.

Tản Đà Dịch:

Sông Khúc
Khỏi bệ vua ra cố áo hoài
Bến sông say khướt, tối lần mai
Nợ tiền mua rượu đâu không thế?
Sống bảy mươi năm đã mấy người?
Bươm bướm luồn hoa phơ phất lượn
Chuồn chuồn rỡn nước lửng lơ chơi
Nhắn cho quang cảnh thường thay đổi
Tạm chút chơi xuân kẻo nữa hoài.
Bản dịch của Tản Đà:
Câu thứ bảy thất niêm, chữ lưu phải là chữ trắc.
Dĩ nhiên Đỗ Phủ thừa biết như vậy. Ông thất niêm cố
ý! Hỏi tại sao ông lại cố ý thì lại là vấn đề khác.

Bài Độc Tiểu Thanh Ký của Nguyễn Du cũng vậy:

Tây Hồ mai uyển tẫn thành khư
Độc điếu song tiền nhất chỉ thư
Chi phấn hữu thần lân tử hậu
Văn chương vô mệnh lụy phần dư
Cổ kim hận sự thiên nan vấn
Phong vận kỳ oan ngã tự cư
Bất tri tam bách dư niên hậu
Thiên hạ hà nhân khấp Tố Như?

Bài thơ viết theo luật bằng:
- Tây Hồ mai uyển tẩn thành khư
Đến câu thứ 7 tự nhiên tác giả chuyển qua luật trắc:
- Bất tri tam bách dư niên hậu
Thiên hạ hà nhân khấp Tố Như?

Trong làng thơ Quốc Âm, thơ thất niêm còn để lại cũng khá nhiều, thí dụ bài Vịnh Dế Duỗi của Tú Qui:

Kiến chẳng kiến voi chẳng voi
Đời sanh dế duỗi cũng loi choi
Ngắn cánh lên trời không đủ sức
Có tay vạch đất cũng khoe tài
Mưa tuôn gió tạt lên cao ở
Lửa bỏng dầu sôi nhảy đến chơi
Quân tử có thương thời chớ phụ
Để cho bay nhảy thử mà coi.

Bà Hồ Xuân Hương trong bài Đèo Ba Dội câu đầu Hồ nữ sĩ đã phá luật:
Một đèo, một đèo, lại một đèo!
Khen ai khéo tạc cảnh cheo leo
Cửa son đỏ loét tùm lum nóc
Hòn đá xanh rì lún phún rêu
Lắt lẻo cành thông cơn gió thốc
Đầm đìa lá liễu hạt sương gieo
Hiền nhân quân tử ai mà chẳng
Mỏi gối chồn chân vẫn muốn trèo

- Trong bài Xướng họa với Chiêu Hổ:
Anh đồ tỉnh, anh đồ say
Sao anh ghẹo nguyệt giữa ban ngày?
Này này chị bảo cho mà biết
Chốn ấy hang hùm chớ mó tay!
- Hay trong bài Khóc Tổng Cóc:

Chàng cóc ơi! Chàng Cóc ơi!
Thiếp bén duyên chàng có thế thôi
Nòng nọc đứt đuôi từ đấy nhé
Nghìn vàng khôn chuộc dấu bôi vôi!

Câu đầu của hai bài thơ Tứ Tuyệt mỗi câu chỉ có 6 chữ, theo luật vừa **phá cách** vừa **thất niêm**, không nhất tứ (theo niêm thơ tứ tuyệt: nhất tứ, nhị tam). Những phá cách của nữ sĩ họ Hồ khó ai bắt bẻ được, bởi thơ bà chữ nghĩa dùng quá hay và quá tài tình.

Những người còn quá câu nệ vào luật thơ thì nên nhớ câu này: *Tận tín thư bất như vô thư* = tin hết vào sách thà đừng có sách còn hơn. Học nhưng phải có sáng tạo nhưng muốn sáng tạo phải biết cho tường tận trước đã. Bất kể cái gì cũng cần phải học, phải có nguyên tắc. Và cũng phải hiểu, chưa có một nguyên tắc nào là vẹn toàn! Học như thế mới là học.

Như vậy những bài thơ thất niêm, thất luật còn được truyền tụng phần nhiều là của các bậc danh gia. Vậy thì: "Đại gia văn chương bất câu niêm luật"ư?

Sự thật, niêm luật đối với người đã thạo nghề chẳng khác những võ sĩ khi thượng đài không còn phải nhẩm lại các đường quyền phải múa thế nào cho đúng, chân tấn thế nào cho vững! Xuất chiêu dĩ nhiên là có thế võ rồi. Thiết tưởng sự thất niêm thất luật kia là cố tình chứ không phải sơ ý.

Rất nhiều bài thơ nổi tiếng ở nước ta của Hàn mặc Tử, của Quang Dũng... vừa thất niêm lại thất luật! (xin đọc phần phụ). Cho nên rõ ràng niêm luật chưa phải là thơ. Cứ câu nệ ở niêm luật chưa chừng thơ không còn là thơ nữa!

* Phần phụ Thêm:
Tôi nhớ trước đây tôi có trả lời chị NTND về một câu thơ của tôi chị cho là sai luật, trong bài:

Nhớ Quê Hương
Quê Hương. Trời! Thao thức không tên
Một tiếng rao quà mới cất lên
Đà Lạt mây xưa mờ trước cửa
Trại Hầm mận ngọt lịm nhà bên
Chép thơ trong lớp lòng ngơ ngẩn
Cởi áo qua cầu nỗi nhớ quên!
Một chút nắng vàng trên lộ vắng
Rưng rưng ngày ấy thác Prenn.

Câu đầu chị NTND muốn tôi sửa lại vì bị "trật niêm luật" - Nhưng tôi trả lời câu thơ đó tôi viết như thế vì muốn chuyển nhịp...

- Nếu hiểu theo cách học của nhà trường lúc mới vỡ lòng về thơ thì câu ấy sai luật chứ không sai niêm.

Muốn sai niêm phải sánh với câu dưới. Còn nếu muốn nói đã sai luật là kéo thêm niêm thì cũng không sao.

Tôi xin kể ra đây một số thơ của những thi sĩ lớn của Việt Nam cũng như của Trung Hoa viết sai luật, cả niêm nữa (Nói đúng hơn là phá niêm luật).

Như trên, trong bài Khúc Giang, Đỗ Phủ viết:

Truyền ngữ xuân quang cộng lưu chuyển

Trong câu này chữ lưu phải là thanh trắc

Trong bài Hoàng Hạc Lâu Thôi Hiệu viết:

Tích nhân dĩ thừa hoàng hạc khứ

Chữ thừa thất luật.

Thơ Việt Nam thì Hàn Mặc Tử viết:

Sao anh không về chơi thôn Vỹ

Chữ về thất luật.

Quang Dũng thì viết:

Nhà ai Pha Luông mưa xa khơi

Chữ luông thất luật. Trong bài Tống Biệt Hành, Thâm Tâm viết:

Đưa người ta không đưa qua sông

Cả một câu bảy chữ đều là thanh bằng.

Trong bài Độc Tiểu Thanh Ký, Nguyễn Du viết:

Phong vận kỳ oan ngã tự cư
rồi hạ xuống hai câu kết:
Bất tri tam bách dư niên hậu
Thiên hạ thùy nhân khấp Tố Như
như thế là thất niêm.

Thật ra, người ta làm thơ trước khi biết luật; Nói được Việt ngữ chẳng hạn trước khi học ngữ pháp Việt Nam. Luật không phải do người sáng chế ra mà chỉ do người khám phá ra luật. Vậy thì luật do đâu mà có? Luật là quy tắc chung của muôn loài muôn vật: như nước chảy xuống chỗ trũng... Con người quan sát thiên nhiên, khám phá những quy luật của thiên nhiên, rồi quy củ hóa nó, điển chế nó để áp dụng vào thi ca, âm nhạc v.v...

Cái luật cốt tử của nó là luật điều hòa âm dương. Trong thơ, tiếng bằng là âm, tiếng trắc là dương. Mỗi câu thơ dù dài, dù ngắn, phải chia ra thành từng nhịp.

Người hơi có ý thức về thơ, đọc một câu thơ tất phải ngắt nhịp. Thường mỗi câu thơ chia ra làm ba nhịp.

Bây giờ hãy xin nói đến luật thơ Đường Thi bát cú:

Mỗi bài có tám (8) câu, năm (5) vần, hoặc bốn (4) vần. Có hai thể: **thể bằng** và **thể trắc**.

Xin đơn cử một bài theo thể bằng:

Ao thu lạnh lẽo nước trong veo
Một chiếc thuyền câu bé tẻo teo
Sóng biếc theo làn hơi gợn tí
Lá vàng trước gió sẽ đưa vèo
v.v...

Nhất, tam, ngũ bất luận; nhị, tứ, lục phân minh. Vậy thì chỉ có những chữ thứ 2, 4, 6 phải theo luật bằng trắc như đã ấn định. Luật ấy nếu viết tắt ra thì như thế này:

Thể bằng:

Chữ thứ 2	Chữ thứ 4	Chữ thứ 6
B	T	B
T	B	T
T	B	T
B	T	B
B	T	B
T	B	T
T	B	T
B	T	B

Thể Trắc:

Chữ thứ 2	Chữ thứ 4	Chữ thứ 6
T	B	T
B	T	B
B	T	B
T	B	T
T	B	T
B	T	B
B	T	B
T	B	T

Nhìn vào đó ta thấy, đếm theo hàng dọc:

B + TT + BB + TT + B

Vì bài thơ là thể bằng nên chữ thứ 2 của câu đầu là thanh bằng. Nếu đếm theo hàng ngang thì: B + T + B

Hễ giữa mà trắc, hai bên bằng là đúng luật. Còn đếm theo hàng dọc chữ thứ 2 của câu 1 + 8 giống nhau, chữ 2 của câu 2 + 3 giống nhau, chữ 2 của câu 4 + 5 giống nhau, chữ 2 của câu 6 + 7 giống nhau là đúng niêm.

Niêm luật ấy là chỉ dùng cho việc thi cử (để dễ có tiêu chuẩn mà chấm bài). Những bài thơ đúng luật nhất là những bài thơ của các vị đại khoa (các cụ Trạng, cụ Bảng, cụ Thám, cụ Nghè) khi làm để lưu niệm lúc ngồi ăn với vua. Những bài thơ ấy ngày nay có còn ai nhớ nữa đâu! Nó chỉ đúng luật chứ chưa phải là thơ.

Những bài thơ mà tôi vừa nêu trên (như bài của Đỗ Phủ là một bài luật thi hẳn hoi) mà vẫn thất niêm, thất luật. đâu có phải vì những người ấy không hiểu niêm luật.

Nếu chúng ta để ý nhận xét thì thấy thế này; từ tứ tuyệt đến song thất, đến luật thi, đến ca trù, đến thơ mới 8, 9 chữ.., tất cả chỉ có một luật, tất cả các luật đều giống nhau. Sở dĩ trong các sách giáo khoa người ta dạy thơ lục bát khác luật song thất v.v... để cho học trò dễ nhớ. Các thể thơ mà khác nhau là do nhịp thơ. Chính nhịp thơ (chữ cuối mỗi nhịp thơ là luật thơ, bắt buộc (nói bắt buộc là nói tương đối thôi) phải theo đúng bằng trắc còn tất cả tùy tiện muốn viết là bằng hay trắc cũng được. Đây là tôi chỉ nói một cách sơ lược.

Vì thế trong câu thơ mà chị bảo là sai luật là tôi muốn chuyển nhịp câu thơ đang 2 + 2 + 3 thành 3 + 2 + 2. Không phải là tôi bảo rằng có thể dùng thể thơ trộn lẫn song thất vào thể thơ thất ngôn. Ấy là tôi nhìn vào cái lý cuối cùng của luật: tạo ra quân bình thoải mái cho câu thơ. Mong sẽ còn lãnh thêm ý kiến của chị và các bạn thơ.

Ở trên tôi đã viết tất cả các thể thơ đều chung một luật: ấy là luật quân bình âm dương. Luật ấy là căn cứ ở những chữ cuối nhịp cửa mỗi câu thơ mà định. Chỉ có 3 chữ ở cuối các nhịp là chữ Luật nghĩa là phải viết đúng theo công thức T (nhịp 1) bằng (nhịp 2) T (nhịp 3) hoặc ngược lại: B (nhịp 1) Trắc (nhịp 2) B (nhịp 3) nghĩa là hễ chữ cuối ở nhịp thứ 2 là trắc thì chữ cuối của nhịp 1 và 3 phải bằng.

Tôi xin chứng minh:
Thể Lục Bát

Trăm năm (B) trong cõi (T) người ta (B)

Chữ tài (B) chữ mệnh (T) khéo là (B) ghét nhau (B)

Bởi câu 8 có 4 nhịp, 2 nhịp 3 và 4 cùng là bằng nên 2 chữ bằng 1 phải có dấu huyền (là) và một chữ không có dấu. Nhịp thơ của thơ lục bát là nhịp 2 - Tuy nhiên, thỉnh thoảng cũng có luật lệ như câu:

Mai cốt cách (T) / tuyết tinh thần (B)

Câu thơ này nhịp 3. Đã vậy thì cuối nhịp 1 phải là trắc. Thơ lục bát có những biến thể:

*Biến thể 1:

ví dụ ta viết (đây chỉ là ví dụ):
Trăm năm trong cõi người ta
Chữ mệnh khéo là ghét bỏ chữ duyên

Vần đáng lẽ ở chữ thứ 6 ở câu 2 thì ở đây lại gieo vào chữ thứ 4. Khi ấy chữ cuối của các nhịp thơ sẽ đổi là nhịp 1 (chữ thứ 2) T, chữ thứ 4 (B), chữ thứ 6 (T) và chữ thứ cùng là bằng thì chữ vần phải có dấu huyền và chữ thứ 8 thì không.

*Biến thể 2, ví dụ:
Nước trong xanh lơ lửng cái con cá vàng

Cây ngô, bây giờ mà cành bích con chim phụng hoàng nó đậu cành trên.

Dù số chữ trong câu có dài hơn nhưng đọc lên câu trên vẫn có 3 nhịp và câu dưới có 4 nhịp. Đó là 1 kiểu thơ của dân gian cho nên số chữ có thể linh động thêm bớt. Tuy nhịp thơ thì vẫn y nguyên. Nhịp thơ căn cứ vào đâu mà biết? Thưa: -do linh tính. Đọc lên là biết liền. Nếu đọc không đúng nhịp thì sẽ thấy trúc trắc.

Luật thơ song thất lục bát:

ví dụ:

Trải vách quế (T) gió vàng (B) hiu hắt (T)
Mảnh vũ y (B) lạnh ngắt (T) như đồng (B)
Oán chi những khách tiêu phòng
Mà xui phận bạc nằm trong má hồng

Luật thơ là: T (quế) B (vàng) T (hắt)
            B (y)   T (ngắt) B (đồng)

Chữ bằng ở cuối nhịp 1 không có dấu huyền thì chữ thứ 7 bắt buộc phải có. Ta nhìn rõ thì câu thơ theo đúng luật âm dương: giữa bằng thì hai bên trắc và ngược lại.

Thơ mới, ví dụ:

Đây là quán / tha hồ / muôn khách đến /
Đây là bình / thu hợp / trí muôn hương /
Đây là vườn / chim nhả hạt / mười phương
Hoa mật ngọt / chen giao / cùng trái độc /

Đôi giếng mắt / đã chứa trời / vạn hộc /
(Xuân Diệu)

Nhịp của các câu thơ 8 chữ có thể là (theo các câu trên)

3 + 2 + 3
3 + 2 + 3
3 + 3 + 2
3 + 2 + 3
3 + 3 + 2

(nghĩa là có thể linh động)

Luật thơ : căn cứ vào các chữ cuối nhịp, ta có:

Câu 1 Quán (T) hồ (B) đến (T)
Câu 2 hình (B) hợp (T) hương (B)
Câu 3 vườn (B) hạt (T) phương (B)
Câu 4 ngọt (T) giao (B) độc (T)
câu 5 mắt (T) trời (B) hộc (T)

Nó đã đi vào luật ban đầu:

Giữa Bằng 2 bên trắc
Giữa Trắc 2 bên bằng

Hát nói, Ví dụ:
Mới ngày nào / đã biết / cái chi chi
Mười lăm năm / thấm thoát / có ra gì /
Ngoảnh mặt lại / đã tới kỳ / tơ liễu.
Căn cứ vào những chữ cuối nhịp ta có:
nào (B) biết (T) chi (B)
năm (B) thoát (T) gì (B)
lại (T) kỳ (B) liễu (T)
Cũng vẫn luật: giữa Trắc 2 bên Bằng và ngược lại
câu 2, chữ cuối nhịp 3 cũng bằng nhưng không dấu.
Đây là những hiểu biết thô thiển của tôi về phá
cách trong luật thi, xin các quý vị cao minh cho
thêm ý kiến để học hỏi thêm./

❧❀❧

Nói Điều Thơ Chúc Mai*

"Người về qua cửa phù vân
Nghiêng vai trút gánh phong trần đổ đi"
Ta về biết nhớ thương gì,
Đọc thơ vô ngã, có vì vô tâm?
Làm sao có được thi âm ?
Tử Kỳ một khắc chưa lầm tương tri!
Ngày mai mình lại ra đi
Câu thơ gửi lại làm chi bây giờ?

"Người ngồi hong nắng lặng thinh
Hong kinh vô tự, hong tình vô ngôn"
Ta cùng là kẻ đồng môn
Đọc thơ lòng bỗng bồn chồn là sao?
Người ơi! Một giấc chiêm bao
Mùa Xuân lại nhớ hoa đào năm xưa
Mình về Đà Lạt mùa mưa
Ngày mai khăn gói gió đưa bụi hồng.

"Thuyền trăng nhẹ lướt ơ hờ
Chở kinh vô tự qua bờ vô ưu"
Ai xưa ngựa gấm áo cừu (1)
Có còn bất oán, bất vưu không mình? (2)
Ta ngồi đối bóng quên hình
Hát ngao mấy khúc vong tình bỗng quên
Ai về Đà Lạt thì lên
Rừng cây bóng mát, bạn bên bờ hồ.

Huệ Thu
Đà Lạt, ngày 6 tháng 5 năm 2007

----

* Tôi nhặt những câu thơ mà tôi rất thích của Chúc Mai (hai câu đầu trong ngoặc kép) để nối điêu thành bài thơ, tôi gọi là **Thơ Nối Điêu.**
(1) "Ngũ hoa mã thiên kim cừu"… Lý Bạch trong bài Tương Tiến Tửu có viết mấy câu thơ ý nói bán cả áo cừu để mua rượu đãi bạn.
(2) Bất oán nhân bất vưu thiên = không oán người không trách trời (Khổng Tử).

LÊ DIỄM

Bút hiệu: LÊ DIỄM, NGUYÊN THỦY, MIMOSA
- Cựu nữ sinh Trưng Vương, - Đại học Vạn Hạnh (Saigon)
- Trước 1975: phụ trách đặc san Mê Linh (Trưng Vương), trang Nhi đồng Nhật báo DÂN TIẾN (Saigon), Chương trình phụ nữ Đài phát thanh Saigon. Phóng viên báo Phụ Nữ. Dạy học. Nhân viên Ban du học Hải quân trực thuộc Sứ quán Hoa Kỳ (Saigon).
- Sau 1975 qua Hoa Kỳ cộng tác với Chương trình Phụ nữ đài phát thanh Mẹ Việt Nam (San Jose) và viết bài cho các nhật báo, tuần báo, tạp chí văn nghệ Nam Bắc Cali, Houston (TX)…
- Hiện cư ngụ tại San Jose, California.

CÂU CHUYỆN CŨ
GIỜ MỚI KỂ

Hồi cuối tháng 8 năm nay Nhà báo Sơn Điền Nguyễn Viết Khánh từ giã cõi đời, Nhà văn Doãn Quốc Sỹ nhờ cậu con trai từ quận Cam đưa xuống San Jose viếng "ông bạn già". Nhà văn Doãn Quốc Sỹ ở vào tuổi ngót 90 nên thường mắc chứng quên (phải chăng là "bệnh" của người già?). Việc hôm nay thường quên nhưng chuyện cũ xa xưa thì nhớ kỹ lắm. Ông với ông xã tôi (Thanh Thương Hoàng) là chỗ bạn bè với nhau từ hồi tuổi 30 nên sau khi đi viếng ông Sơn Điền xong, ông xã tôi kéo bố con ông DQSỹ về nhà dùng cơm trưa. Lâu ngày không gặp nhau nên hai người bạn... trẻ (ngày xưa) và... già (ngày nay) thi nhau nhắc lại những chuyện xẩy ra từ hơn nửa thế kỷ trước. Anh con trai ông Sỹ là Doãn Quốc Hưng phải đóng vai "phiên dịch", vì ông Sỹ mắc cả bệnh điếc từ mấy năm nay. Trong câu chuyện của hai người tình cờ có nhắc tới tên Bố tôi là Nhà báo Lê Tràng Kiều, một trong những Nhà báo kỳ cựu lão thành từ thời tiền chiến (trước năm 1945). Nghe ông xã tôi giới thiệu tôi là con gái cụ Lê Tràng Kiều, ông DQSỹ ngạc nhiên, mắt chớp chớp nhìn tôi rồi nói: "Ồ, thì ra chị là con gái cụ Lê Tràng Kiều, nhờ chị nhắc tôi mới nhớ lại những ngày xưa ấy, hơn nửa thế kỷ trôi qua rồi. Cụ Lê Tràng Kiều là người mà tôi coi như người thầy đã nâng đỡ tôi trong bước đầu vào Làng văn nghệ đấy!". Rồi ông thao thao nói về ông Bố tôi (ông nói hơi lớn như sợ người nghe không rõ): "Khi ấy tôi còn thuộc loại mầm non văn nghệ, tập tành viết lách, chỉ mới viết được những bài văn ngắn (đoản văn) chứ chưa viết được truyện ngắn rồi "liều" gửi tới Tòa báo. Nhà báo Lê Tràng Kiều (khi đó làm chủ bút tờ Hà

Nội Báo) và Nhà báo Vũ Trọng Can sau khi đọc những đoạn văn tôi viết đã cho đăng trên mấy tờ báo như "Hà Nội Báo" và "Tiểu Thuyết Thứ Bẩy" (với bút hiệu TÔ GIANG KHÁCH). Cụ Lê (Tràng Kiều) đã khuyến khích nâng đỡ tôi rất nhiều khiến tôi thêm phấn khởi và có nhiều cảm hứng để bước vào Làng Văn sau này". Ông cũng nhắc lại việc cụ Lê Tràng Kiều là bạn chí thân của Nhà văn Vũ Trọng Phụng và cụ đã hết lòng viết bài ca ngợi, bênh vực bạn cũng như chống đối nhà chức trách Pháp ngày đó cấm in cuốn truyện dài "THỊ MỊCH" trên "Hà Nội Báo". Nhà chức trách Pháp đành phải nhượng bộ và hai cụ (Lê Tràng Kiều và Vũ Trọng Phụng) đồng ý đổi tên truyện là "GIÔNG TỐ". Sau câu chuyện dĩ vãng dông dài, ông DQSỹ tỏ vẻ bùi ngùi xúc động nói: "Không ngờ hơn nửa thế kỷ sau tôi lại gặp cô con gái cụ Lê Tràng Kiều trên đất Mỹ này".

Hai ông bạn cứ thế dốc bầu tâm sự từ chuyện ngày xửa ngày xưa thời trai trẻ tới chuyện bị cộng sản VN bắt tù sau 30.4.1975. Ông DQSỹ quên việc cách đây mấy tháng vợ chồng tôi xuống quận Cam có ghé thăm ông và trong khi dùng cơm trưa tại nhà ông, hai người đã nhắc nhiều tới chuyện những ngày tháng tù đầy ở trại T20 (bên hông chợ Bà Chiểu, Gia Định) và trại tù lao động cải tạo Gia Trung trên Pleiku.

Trong câu chuyện hàn huyên của hai người hôm nay, tôi quan tâm nhất về chuyện xảy ra trong nhà tù của Nhà văn Doãn Quốc Sỹ và họa sĩ Vị Ý. Tôi kể lại câu chuyện này coi như một giai thoại chứ không nhằm mục đích gì khác. Sau khi được tha tù về lần thứ nhất (từ trại Gia Trung năm 1980), những ngày tháng buồn tênh trống rỗng bơ vơ lạc lõng trong xã hội mới, ông Doãn Quốc Sỹ lại cảm thấy "ngứa ngáy chân tay" và cái "nghiệp" (bị tù rồi mà vẫn chưa chừa) cứ ngày đêm thúc dục "phải viết, phải viết". Viết để biết mình còn sống. Viết để cho mọi người, cho thế hệ mai sau biết cái xã hội mình đang sống đây là một cái xã hội tệ hại, là một trại giam khổng lồ, nhân dân cả nước bị kìm kẹp đói khổ sống đời trung cổ. Con đường duy nhất trước mắt là phải thoát khỏi chế độ này, là phải "đi" tìm đường sống đã. Thế là Nhà văn Doãn Quốc Sỹ viết cuốn truyện dài "ĐI" ký tên HỒ KHANH (tức "hành khô", càng khô càng hăng và cay) gửi "chui" ra ngoại quốc. Việc vỡ lở, DQSỹ và một số bạn bè bị cán bộ công an CS gọi là "đồng bọn phản động" (trong đó có luật sư ca sĩ Duy Trác, nhà văn Dương Hùng Cường, Nhà thơ Thái Thủy, Nhà thơ Vương Đức Lệ, Nhà thơ nữ Lý Thụy Ý...) bị bắt vào năm 1985 (hay 1986?).

Trong khi thẩm cung ở trại tạm giam Phan Đăng Lưu (T20) ông DQ Sỹ nghe tin họa sĩ Vị Ý đã vượt biên thoát. Thế là ông và mấy người bạn yên chí bạn mình ra được ngoại quốc rồi bèn khai hết "tội" cho họa sĩ Vị Ý là thủ phạm chính, đầu têu việc gửi "chui" tác phẩm chống cộng ra nước ngoài. Nhưng trời chẳng chiều lòng người và "số" các ông văn nghệ sĩ vẫn bị sao quả tạ chiếu. Anh chàng cán bộ Việt cộng nằm vùng chuyên vẽ tranh hí họa châm biếm hạng bét là Huỳnh Bá Thành (ký tên ỚT) vẽ cho báo ĐIỂN TÍN (của Thượng Nghị Sĩ đệ nhị VNCH, Hồng Sơn Đông) . Lúc mới "giải phóng" Huỳnh Bá Thành làm chấp pháp (hỏi cung) các văn nghệ sĩ tại trại tạm giam Phan Đăng Lưu (sau này Y được làm tổng biên tập tuần báo Công An Thành phố Hồ Chí Minh). Trong thời gian này Huỳnh Bá Thành nghe tin đồn họa sĩ Vị Ý vượt biên và bị bắt dưới Miền Tây. Sở công an Thành phố gửi văn thư tới các trại giam để tìm cho ra Vị Ý. Nhưng Vị Ý chỉ là bút hiệu (không có trong giấy tờ căn cước, hơn nữa khi bị bắt Vị Ý khai tên giả) thì tìm đâu ra. Huỳnh Bá Thành nẩy "sáng kiến": vẽ hình Vị Ý gửi các trại giam. Thế là mấy ngày sau có hiệu quả liền. Họ giải giao Vị Ý về trại Phan Đăng Lưu. Họ "bố trí" căn phòng có trang bị đầy đủ máy thâu hình và thâu thanh để làm chứng cớ quả tang. Nhà văn DQSỹ và mấy bạn không hay biết cứ thản nhiên lặng lẽ ngồi ghế để chờ "cán bộ lên lớp" hay... nghe chửi như mọi lần (vì họ không hề hay biết chút gì về chuyện Vị Ý). Rồi mấy viên công an "đột xuất" đưa họa sĩ Vị Ý vào làm mọi người sửng sốt, bất ngờ và tái mặt vì sự "đổ vấy" bị lộ tẩy. Còn Vị Ý thì ngẩn người ra chẳng hiểu chuyện gì. Huỳnh Bá Thành hỏi DQSỹ: "Anh biết đây là ai chứ?". Biết không dấu được nữa DQSỹ đành thú nhận việc "đổ vấy" cho Vị Ý và sau đó cùng các bạn ra tòa lãnh án rồi được đưa đi "lao động là vinh quang" ở trại Z30, mỗi người tù dăm bảy năm. Còn họa sĩ Vị Ý sau này vượt biển thoát sang được Mỹ sống tại Quận Cam. Trong lúc say sưa vẽ một bức tranh "vĩ đại" cao 4 mét, dài 20 mét, ông phải đứng trên cái thang để vẽ. Trong lúc say sưa hứng khởi vẽ quên việc mình đang trên bậc thang, ông đã té ngã xuống đất đứt gân máu não và ngày hôm sau từ trần. Câu chuyện tạm kết thúc ở đây vì đã tới giờ Bố con ông Doãn Quốc Sỹ phải ra phi trường bay về quận Cam. Trước khi chia tay, ông DQSỹ cười - nụ cười hiền vốn thường trực nở trên môi ông - nói: "Thế mà thấm thoát đã mấy chục năm trôi qua rồi đấy. Mấy ông bạn văn nghệ cùng giam trại bọn mình đã "ra đi" từ mấy năm trước như họa sĩ Chóe, Nhà báo Hồ Văn Đồng, Nhà thơ Thái Thủy, Nhà thơ Hồ Thế Viên, giáo sư Nguyễn Sỹ Tế giờ tới lượt Nhà báo Sơn Điền Nguyễn Viết Khánh. Nhưng "các bạn ta" đã thảnh thơi ra đi trên đất nước tự do có đầy đủ bạn bè con cháu đưa tiễn, chứ không đến nỗi thân vùi nông nửa thước đất nơi chốn tù đầy rừng rú Cao nguyên. Giờ này chắc ông Sơn Điền lại tiếp tục "múa bút" ở thế giới trên kia. Vì sát cận ngày rời chốn trần gian ông vẫn còn "múa bút" như thường. Ông "múa bút" tới bao giờ đất nước không còn tăm tối, có lẽ khi đó ông mới chịu ngưng. Đúng là cái nghiệp văn chương đến hơi thở cuối cùng vẫn không rời". = Lê Diễm (Tháng 8.2012)

Nói Cho Tình Yêu

Nếu đã yêu nhau
Xin anh vì em
Đừng đốt những điếu thuốc
Nung đỏ cháy hận sầu
Xé lòng hoang dại
Em sẽ hôn xoá
Những vệt vàng trên tay
Dấu ấn anh đi tìm
Niềm lạc thú hoang tưởng
Không vỡ được u sầu
Lãng quên cũng không được
Những ước vọng quê hương
Đã hoàn toàn sụp đổ
Hãy thở, em gửi gió
Cuốn đi vòng khói đen
Đọng lại sầu sa mạc
Oi bức hóa cội cằn
In nếp hằn nơi trán
Lạnh lùng tuổi hoang sầu
Để môi anh đắng xót
Để tim em lo âu
Hãy yêu nhau mãi mãi
Chia nhau biển khổ đau
Tâm sinh bờ an lạc
Nếu đã yêu nhau
Xin anh vì em
Đừng đốt những điếu thuốc
Hãy cùng em thu quét
Tro tàn bụi thời gian
Mai quê hương nở hoa
Tình đôi ta chan chứa
Ngập tràn gió trăng thanh.
   ★ Lê Diễm

CUNG THỊ LAN

- Sinh quán tại Nha Trang, Việt Nam
- Cựu học sinh trường Nữ Trung Học Huyền Trân Nha Trang (1968- 1975) ■ Cựu Sinh Viên trường Cao đẳng Sư Phạm Nha Trang (1975-1976)
- Cựu giáo viên, trưởng Hướng đạo, và cán sự Xã hội
- Tốt nghiệp Cử nhân Giáo dục Trẻ Em (B.A. Early Childhood Education) năm 2004 tại University of the District of Columbia (UDC)
- Tốt nghiệp Thạc sĩ Giáo dục Trẻ Em Khuyết Tật (Master in Special Education) năm 2010 tại George Mason University (GMU)
- Hiện làm việc cho Ban Phục Vụ Giáo Dưỡng Trẻ Em thuộc Bộ Xã Hội tại Hoa Thịnh Đốn.
Cư ngụ tại Maryland, USA

Tác phẩm đã xuất bản:
- Nha Trang Dấu Chân Kỷ Niệm (2004) ■ Hai Chị Em (2005) ■ Tình Trên Đỉnh Sầu (2006) ■ Khoảng Cách của Biệt Ly (2009) ■ Unforgettable Kindness (2011)

Tâm Sự Của Một Người Viết

Một người đàn ông đứng tuổi tâm sự với tôi rằng người vợ đầu của ông và ông ly dị vì sự phá rối của người chị ruột của ông. Cũng bởi người chị ruột của ông nói xấu vợ ông với ba mẹ ông mà tình cảm của vợ ông với gia đình ông và tình cảm của riêng họ sứt mẻ dần. Họ đã bất hòa, cãi vả với nhau rất nhiều lần cho đến khi quyết định chia tay. Ông nói rằng sau khi ly dị, ông nhận rõ sự mâu thuẫn giữa chị dâu em chồng là nguyên nhân của sự đổ vỡ hạnh phúc gia đình ông, nhưng ông không hề thố lộ chuyện này với ai. Ông còn nói rằng ông không hề trách móc chị ruột của ông bởi vì ông quan niệm vợ thì ông có thể kiếm được người khác nhưng chị em ruột hay cha mẹ ruột thì ông chỉ có một. Ông chứng minh rằng ông đang có đời sống êm đềm, hạnh phúc với người vợ thứ hai của ông trong lúc vẫn còn mối quan hệ bạn bè thường tình với người vợ đầu tiên, người đàn bà sau khi ly dị cho đến nay vẫn còn độc thân.

**

Tôi bàng hoàng khi nghe câu chuyện kể vì điều ông thố lộ hoàn toàn trái ngược với điều ông nói với tôi sau khi coi cuốn sách Hai Chị Em của tôi. Lúc đó, ông nói với tôi rằng ông chưa bao giờ thấy một người em chồng nào đối với chị dâu như tôi tả. Chau mày nghĩ ngợi nhưng tôi đã điềm tĩnh nói với ông rằng: "Cháu hiểu bác tiết lộ chuyện như thế này với cháu hôm nay do một sự tình cờ chớ không ai muốn kể chuyện như vậy với người không phải trong gia đình. Nếu bác ghi lại những điều bác vừa kể với cháu với những chi tiết rõ ràng để chia xẻ những kinh nghiệm mà bác trải qua với người khác thì người đọc truyện của bác sẽ gọi bác là nhà văn. Khi bác dùng bút pháp đặc biệt làm rõ mục đích câu chuyện và người đọc học hỏi được những điều bác nhắn gởi trong truyện thì người ta sẽ gọi bác là nhà văn có tài... nhưng cháu biết bác sẽ không viết ra những điều bác vừa mới tâm sự với cháu bởi vì bác muốn bảo vệ danh dự gia đình của bác. Giống như bao người khác, họ có biết bao chuyện éo le, ngang trái và bi thảm nhưng họ không bao giờ chia xẻ cùng ai cũng chỉ vì muốn bảo vệ danh dự của chính họ hay những người thân của họ."

Ông cười và nói rằng tôi thông minh, lý luận rất đúng. Còn tôi, tôi đã kết thúc cuộc đối thoại bằng đề tài khác vì tôi không muốn nói thêm những gì mình đang nghĩ quanh chuyện viết của tôi và những vấn đề liên quan. Đó là chuyện bất ngờ ngoài dự định, sở thích không mục đích, và những vui buồn khi tôi trở thành một người viết thực thụ. Những điều mà tôi tâm sự trong những giòng chữ sau đây.

Tôi đã không hề thích làm văn sĩ ngay từ khi tôi bắt đầu viết những bài tập làm văn trong thời tiểu học. Từ những bài tập làm văn trong năm học lớp Ba như tả cái cặp, con chó, cây chuối, cây dừa, và "mẹ của em", tôi cảm thấy viết là một sự gò bó, khuôn khổ và mẫu mực. Bài nào cũng loanh quanh trong phạm vi mở bài, thân bài và kết luận. Bài nào cũng tả từ xa đến gần, từ ngoài vào trong, từ ngoại diện đến phẩm chất, từ cái xấu đến cái tốt, cái tiêu cực đến tích cực và bài học lợi ích. Vượt qua sự nhàm chán, tôi đã thử phóng bút, viết tự do theo ý mình trong thời gian học trung học. Kết quả là mỗi khi nhận bài trả từ các giáo sư Việt Văn, tôi luôn có một câu phê giống y nhau rằng: "Câu văn dài dòng, luộm thuộm!"

Biết làm sao hơn khi tôi không hề thích lối viết ngắn ngủn. Tôi thường có cảm tưởng những dấu phẩy và những dấu chấm là sự nhát gừng của người ngần ngừ không muốn trả lời hay không muốn nói một cách suôn sẻ và mạch lạc. Lúc đó, tôi đã tự bảo vệ mình bằng cách không viết ra giấy mà chỉ…. viết trong đầu. Nếu viết ra giấy thì chỉ là những tờ giấy trong nhật ký chứ tôi không bao giờ nghĩ mình gửi bài cho bất kỳ Bích Báo hay Đặc San nào. Tôi sợ rằng sau khi đọc thơ văn của tôi, độc giả trở thành những giáo sư Việt Văn với nhiều câu phê bình mà tôi từng có: "Văn dài dòng và luộm thuộm."

Tôi không muốn trở thành văn sĩ/nhà văn còn bởi vì tôi thấy đời sống của nhà văn/văn sĩ thường bị tò mò và xoi mói bởi những người xung quanh. Đời sống họ không còn được tự nhiên nếu không nói là tội nghiệp. Nhất cử nhất động của họ đều bị theo dõi và phê bình. Tôi tự nghĩ tại sao phải đem cái khổ vào thân như vậy? Làm người bình thường, không viết văn, không làm thơ, không gửi bài, không ai biết đến tên tuổi thì đâu phải bị dòm ngó? Đâu phải giữ kẽ, e dè? Hơn nữa làm văn sĩ hay thi sĩ thì có được lợi lộc gì mà cứ phải viết cặm cụi như làm các bài luận văn rồi chờ các giáo sư Việt Văn "không lương" phê bình? Những người bạn trong lớp C (Ban Văn Chương thời trước năm 1975) chê tôi khùng điên khi nghe những câu hỏi ngớ ngẩn này của tôi. Họ nói thơ văn tô điểm thêm cuộc đời thơ mộng, ghi dấu những kỷ niệm đẹp thời học sinh và làm tươi mát cuộc đời của con người. Hơn thế nữa, khi văn chương lên đến tuyệt đỉnh, văn sĩ, thi sĩ nổi tiếng sẽ được trọng vọng, và tên tuổi của những người này sẽ được lưu danh đến ngàn đời, sao lại nói không thích?

Nghe lời bạn bè, mặc dù chưa thực sự viết thơ văn chuẩn mực, chưa có thơ văn để gửi cho tòa soạn nào và cũng chưa được nhà xuất bản nào phát hành sách, tôi đã tưởng tượng mình là nhà văn nổi tiếng, và mơ mộng về những thành công của nhà văn nổi tiếng. Thế nhưng, sau một hồi tưởng tượng và mơ mộng, tôi đã khư khư với ý nghĩ ban đầu là không bao giờ thích làm văn sĩ hay thi sĩ.

Nguyên do từ những câu trả lời cho những câu hỏi mà tôi tự đặt cho tôi. Nếu khi còn nhỏ tí teo, tôi hỏi mẹ tôi rằng "Má ơi, ai sinh ra má vậy"? "Là bà ngoại con chớ ai!", "Ai sinh bà ngoại vậy má?", "Là bà cố!", "Ai sinh bà cố vậy má?", "Là bà sơ!", "Ai sinh bà sơ vậy má?", "Là bà sít!", "Ai sinh bà sít vậy má?" "Là bà... mà mày hỏi làm gì hỏi hoài vậy?", "Dạ con muốn biết ai là người đầu tiên trên trái đất này sinh ra má con mình thôi đó mà!" ....thì lúc bấy giờ, tôi tự hỏi rằng "Nếu mình là nhà văn và được nổi tiếng thì sao?", "Thì mọi người sẽ đọc hết tất cả sách của mình và biết tên mình chớ sao!", "Nhiều người biết tên mình, thì sao?", "Thì khi mình chết, tên mình vẫn còn sống bởi những người còn sống đang đọc sách mình chớ sao!". "Những người còn sống đọc sách mình, nhắc nhở tên mình rồi sao nữa?". "Rồi những người đọc sách mình hết còn nhắc nhở tên mình vì họ sẽ chết nhưng họ sẽ lưu sách của mình lại cho con họ đọc!". "Rồi con của những người đọc sách mình chết nữa thì sao?". "Thì con của con của những người đọc sách mình chết đó đọc!". "Rồi con của con của những người đọc sách mình chết, nghĩa là cháu của những người đọc sách mình chết, chết nữa thì sao ?". "Thì chắt của những người đọc sách mình chết đọc!". "Rồi chắt của những người đọc sách mình chết, chết nữa thì sao?". "Thì chít của những người đọc sách mình chết đọc!". "Rồi chít của những người đọc sách mình chết, chết nữa thì sao?". "Thì chút của những người đọc sách mình chết đó đọc!". "Rồi hết thảy con, cháu, chắt, chít, chút của những người đọc sách của mình chết, chết hết thì sao?". "Thì không ai biết tên mình cả!". " Như vậy có nghĩa là làm nhà văn hay nhà văn nổi tiếng hay không nổi tiếng cũng chỉ là hư danh mà thôi! Có khi đến đời con của người mê đọc sách của nhà văn nổi tiếng không muốn đọc sách của nhà văn nổi tiếng cùng thời với cha mẹ họ, thì sự lưu danh sẽ bị cắt đứt một cách ngọt xớt.... Thế thì tại sao mình phải khổ cực viết sách để làm nhà văn làm gì?" Với lý luận như vậy mà tôi không hề viết bài, và gửi bài cho các bích báo của lớp của trường chớ đừng nói chi đến việc tơ tưởng đến các danh xưng văn sĩ hay nhà văn.

Mặc dù tôi chưa bao giờ nghĩ, chưa bao giờ mơ mình sẽ trở thành nhà văn, văn sĩ hay thi sĩ nhưng tôi thích viết. Tôi đã viết hàng ngày trong đầu mình và ghi lại những gì xảy ra trong trí mình những sự việc đáng nhớ và cảm nghĩ của mình trước những sự việc xảy ra quanh tôi. Tôi thường xuyên tâm tình với ý nghĩ của mình và ghi lại những gì xảy ra trong nhật ký của tôi. Tôi đã giấu kỹ những cuốn nhật ký ấy, nhưng có lúc lại muốn chia xẻ ý nghĩ của mình với những người quanh tôi. Tôi nghĩ giá như tôi mạnh dạn cho mọi người biết những ý nghĩ thật của mình, biết những gì mình đã trải qua, biết đâu tôi chia xẻ kinh nghiệm của mình cho người có cùng tình trạng để họ phản ứng hay hơn tôi, hạn chế những thiệt thòi mà tôi mắc phải đồng thời có được đời sống tốt đẹp hơn đời sống của tôi.

Bản thân tôi cũng đã học nhiều kinh nghiệm từ những gì ghi trong sách vở. Đó là những người bạn tốt giúp tôi mở mang kiến thức và cho tôi nhiều bài học bổ ích trong việc hiểu biết hoàn cảnh khác biệt của mọi người, thông cảm và tôn trọng sự khác biệt ấy. Tôi đã ứng dụng những kiến thức trong sách vở vào đời sống hàng ngày của mình và nghiệm ra rằng cuộc sống của mình thành công là do ứng phó với những nghịch cảnh xung quanh mình. Từ kinh nghiệm này, tôi muốn lưu lại những gì tôi đã trải qua cho người đọc, mà người gần nhất là các em Hướng Đạo. Tôi đã thực hiện dự định của mình bằng lối viết đơn giản, dễ hiểu và đúng với trình độ đọc tiếng Việt của các em. Tôi muốn biến những cuốn sách của mình là hành trang trong cuộc sống của các em nhưng tôi đã ngần ngừ chuyện phát hành bởi vì tôi hình dung được cảm giác mất mát của mình khi phải tung ra những chuyện tôi giấu kín hàng bao năm trời.

Là người yêu bí mật, tôi không muốn ai biết những gì mình đang giấu kín. Viết về một mối tình câm, về một cuộc tình đuổi bắt, một sự hoang tàn, một sự tuyệt vọng, một cuộc sống nghèo hèn, sự đối xử không công bằng trong gia đình là niềm đau xót khôn nguôi. Làm sao có thể giải thích cho những người đọc hiểu được tâm trạng của người viết đang trang trải những niềm đau xót trên những trang giấy bằng những giọt nước mắt hơn là mực viết. Làm sao có thể cho mọi người hiểu được sự thố lộ những gì có tính cách riêng tư là sự bày tỏ chứ không phải là sự đánh đổi hai chữ nhà văn.

Tuy nhiên, sự ra đời nào cũng do số phận và sự an bài của thượng đế. Những bản thảo như những cuốn nhật ký nằm im trong tủ ngỡ sẽ ra đời bất ngờ khi chủ nhân của chúng đi vào chốn vĩnh hằng. Ngờ đâu, chúng đã xuất hiện một cách vội vã. Nguyên nhân vì em gái ruột của tôi, người mà tôi nghĩ sẽ là người đầu tiên bất ngờ đọc những điều bí mật sau khi tôi không còn trên cõi đời, bị chứng bệnh hẹp cơ tủy xương cổ. Tình trạng sức khỏe nguy kịch của em gái tôi khiến tôi quyết định phát hành cuốn sách đầu tiên của mình. Việc phát hành không có một sự thuận lợi nào khi tôi đang ở trong tình trạng thất nghiệp và không hề quen biết một nhà văn, nhà thơ hay một nhà xuất bản nào ở Hải Ngoại. Có lẽ kỳ vọng và tin tưởng khả năng của tôi, một họa sĩ trong nước - tại Việt Nam, đề nghị sẽ giúp đỡ tôi trong việc phát hành sách. Ngoài chuyện vẽ hình bìa ông còn hết lòng giúp tôi làm người đại diện ký giao kèo với một nhà xuất bản có uy tín trong nước. Ông nói rằng nhà xuất bản này đã xuất bản rất nhiều sách của miền Nam Việt Nam trước năm 1975 ngay cả những chuyện kiếm hiệp của Kim Dung. Tôi vui vẻ ưng thuận với tâm trạng tin tưởng tuyệt đối vào sự cởi mở và đổi mới trong nước.

Việc xuất bản cuốn sách đầu tiên tưởng sẽ được tiến hành thuận lợi, người đại diện ký giao kèo cho tôi biết là nhà Thông Tin Văn Hóa, nơi kiểm duyệt các tác phẩm văn chương trong nước, yêu cầu tôi đổi hai chữ Việt Cộng bằng ba chữ Giải Phóng Quân thì cuốn sách "Nha Trang Dấu Chân Kỷ Niệm" của tôi mới có thể được ấn hành trong nước. Nghe xong những lời này, tôi đã tức tốc yêu cầu người đại diện xóa bỏ hợp đồng với nhà xuất bản mà ông ta đã ký. Tôi nói rằng những gì tôi ghi lại là những gì tôi chứng kiến khi Việt Cộng tấn công Nha Trang vào năm 1975 chớ tôi không hề biết chữ giải phóng quân là gì.

Trong tâm trạng bàng hoàng, tôi cho ông biết rằng tôi không ngờ có sự thỏa hiệp kỳ lạ giữa nhà xuất bản và bộ phận kiểm duyệt văn hóa thông tin như thế, rồi tôi khẳng định rằng tôi sẽ không bao giờ đổi trắng thành đen. Đến lúc đó, tôi nhận rõ vai trò quan trọng của người viết trong sự bảo vệ tính trung thực và cũng từ lúc đó tôi không còn có ý nghĩ sẽ giao kèo với bất cứ nhà xuất bản nào trong nước. Để bảo vệ tính trung thực tác phẩm của mình, tôi đã tự phát hành, và phát hành vội vã đến độ không kịp biên tập.

Những quyển sách của tôi ra đời một cách rất đột ngột nhưng tôi đã cố gắng hết mức trong vai trò của người tự xuất bản. Tôi đã cố gắng chuyển đến tay người đọc sớm chừng nào hay chừng nấy vì ngại rằng sẽ có những cuốn sách với tên mình, với những sự việc xảy ra cho mình bằng những tên gọi bịa đặt. Sự cố gắng của tôi nhằm để bảo vệ sự thật nhưng vì gấp rút, cuốn sách đầu tay của tôi đã có khá nhiều lỗi chính tả. Bất kể nội dung cuốn sách trung thực thể nào, khuyết điểm của phần hình thức khiến tôi không hề nghĩ cuốn sách mình được độc giả chấp nhận là một tác phẩm chuẩn mực.

Ngạc nhiên thay, tôi đã được sự ủng hộ của rất nhiều độc giả; không những các em Hướng Đạo, mà còn là những người có học vị khá cao, các phụ huynh, các trưởng Hướng Đạo, bạn bè và người quen. Họ cho rằng "Nha Trang Dấu Chân Kỷ Niệm" có giá trị như một tác phẩm lịch sử bởi vì nó đã trung thực ghi lại những gì xảy ra trong những thời gian trước và sau năm 1975.

Dù là người mới tập tễnh bước vào khu vườn văn chương, tôi hình dung được những phản ứng khác nhau của người đọc đối với các tác phẩm của mình. Tôi đón nhận những ý kiến khác nhau cho kinh nghiệm của mình, nhưng tôi đã chán nản khi tôi thấy thái độ của những người nhạy cảm quá khích; hay những lời phán đoán không chính xác về nội dung. Đó là những người chỉ đọc lướt qua vài trang đầu, đọc sơ sài vài trang sách hay không hề đọc chữ nào trong những cuốn sách của tôi. Trong khi tôi đang bỡ ngỡ trước những lời khen về trí nhớ siêu việt, tính trung thực của ngòi viết của mình thì tôi thấm thía những phản ứng của vài người bà con cho rằng tôi mạ ly danh giá của đại gia đình. Điều này làm tôi cảm thấy nỗi đau của mình to lớn hơn khi thấy rõ tâm ý của một số người. Vì danh giá và danh dự, con người chỉ muốn che đậy những điều tiêu cực, phủ nhận công lý để nuôi dưỡng những bất công tiếp tục diễn biến từ đời này đến đời khác. Sự dửng dưng, lạnh lùng và giận hờn của một số người làm tôi cảm thấy đau xót. Tôi làm sao có thể giải thích cho họ hiểu những nghịch cảnh ghi ra trên giấy là niềm đau khôn nguôi của tôi. Những giòng chữ trên những trang sách của tôi không phải chỉ bằng mực mà với rất nhiều nước mắt. Tôi làm sao nói cho họ hiểu rằng những đứa bạn gần gũi với tôi vào thời niên thiếu đã phán với tôi rằng: "Mày là con nhà văn nương tay!" Như vậy, phải chăng viết sách đối với tôi không phải là phương sách chờ đợi một danh xưng, sự giải tỏa hay xoa dịu. Viết sách đối với tôi cũng không phải là hình thức nhằm phỉ báng, mạ ly hay bêu xấu cá nhân nào. Thời gian sẽ làm sáng tỏ rằng: Viết sách đối với tôi là một hình thức nghệ thuật chuyển tải ý tưởng đến người đọc trong tinh thần khách quan.

Có lúc, tôi nghĩ rằng người đàn ông có kinh nghiệm

bản thân về hậu quả của sự xích mích giữa chị em dâu với chị em chồng nhưng không ghi lại những điều ông trải qua trong sách là người may mắn. Chữ may mắn có vẻ dị hợm khi ông đã mất hạnh phúc gia đình, và con cái của ông đã phải sống trong cảnh xa cha gần mẹ hay gần cha xa mẹ nhưng dù sao ông đã không bị mất tình cảm của ba mẹ và các chị em gái của ông. Nhờ tâm huyết bảo vệ danh dự của gia đình, mà ông không bị tẩy chay, biệt lập hay ruồng bỏ bởi những người thân trong đại gia đình của ông. Tuy nhiên, nếu tất cả mọi người trên đời không hề đề cập đến những tiêu cực của những sự việc quanh mình thì e rằng chúng ta khó lòng thấu hiểu, thông cảm hay học tập kinh nghiệm trong thế giới không hoàn hảo của loài người.

Với duyên nghiệp và sở thích, tôi đã tiếp tục viết cho dù những tác phẩm của tôi đem đến cho tôi nhiều lời khen tiếng chê của độc giả. Qua bình luận của nhiều người, tôi nhận thấy rằng hiếm có người đọc kỹ sách của tôi. Có lẽ do thời gian hạn chế nơi xứ người, hiếm có người đọc sách kỹ như đã từng. Ngoài ra, qua những lăng kính màu khác nhau, những lời khen ngợi hay phê bình thường là kết quả từ các kinh nghiệm cá nhân hay môi trường cuộc sống mà người đọc trải qua. Hiểu được điều đó, tôi đã không từ nan việc chờ đợi người hiểu rõ điều tôi muốn nhắn nhủ trong những đứa con tinh thần của tôi.

Để tạo điều kiện cho độc giả trong nước đọc các tác phẩm của mình, tôi đã gửi chúng vào trang Việt Nam Thư Quán. Dù không được hoa lợi trong việc viết lách nhưng tôi đã được những lời góp ý và bàn luận chân thật của những độc giả sau khi đọc các tác phẩm của tôi. Đã có nhiều lời góp ý của độc giả trong nước làm tôi rất cảm động. Thương cảm nhất là khi tôi đọc lời bàn bạc trong phần góp ý của độc giả, rằng "Dù được các tác giả ở Hải Ngoại cho coi sách miễn phí trên mạng nhưng em cũng phải trả tiền giờ cho các dịch vụ vi tính."

Với câu nói này thì lợi nhuận có đáng là bao?

Các tác phẩm của tôi đã giúp tôi ngày càng gặp lại nhiều người thân quen. Sự quảng bá những tác phẩm viết trên hệ thống toàn cầu đã giúp tôi tìm lại nhiều người thân mất liên lạc hàng chục năm. Qua họ, tôi biết được nhiều tờ báo đã lấy và trích đoạn một số bài viết của tôi đăng trên mạng. Điều đó không hề hấn gì bởi vì có nhiều người đọc hết sách tôi trên các trang mạng vẫn ưu ái mua sách ủng hộ tôi. Điều quan trọng là những người thân quen của tôi đều nói rằng họ đã xúc động khi đọc các bài viết của tôi vì họ tìm thấy sự hiện diện của họ trong đó. Quan trọng hơn nữa là có lần một độc giả ở California gọi điện cho tôi và thố lộ rằng: "Chị ơi, em cảm ơn cuốn "Hai Chị Em" của chị. Nhờ cuốn sách này mà đứa con gái em gần gũi em hơn đứa con trai đầu của em. Phải chi em được đọc sớm hơn câu: "Buồn thay, mẹ nó vì quá lo lắng cho kế sinh nhai mà chẳng bao giờ để ý đến niềm ao ước nhỏ nhoi của chị em nó. Trong niềm ao ước nhỏ nhoi ấy, chỉ được mẹ dẫn đi bộ đến biển chơi cũng sẽ là hạnh phúc tuyệt đỉnh của chúng rồi..." đọc xong em áp dụng cách gần gũi con, chớ không bỏ bê nó mà lo kinh doanh như trước. Phải chi em có cuốn sách này sớm hơn thì em đã không bị đứa con trai em lợt lạt như bây giờ đâu chị!"

Chỉ có vậy! Cuối cùng tôi đã tìm được người nhận được thông điệp của mình. Thông điệp này không những cho độc giả của tôi mà còn chính cho tôi, người viết.

Với những lời tâm sự trên đây của tôi, tôi hy vọng bạn sẽ viết ra những thông điệp bạn muốn gửi cho người đọc. Mỗi người trong chúng ta đều có những kinh nghiệm khác nhau. Kinh nghiệm san sẻ của bạn sẽ cho người đọc bài học ý nghĩa. Cứ thế, chúng ta sẽ cùng chuyền cho nhau những kinh nghiệm khác nhau để cùng xây dựng một cuộc sống hoàn thiện hơn. Nếu bạn chưa từng viết, hãy viết đi. Nếu bạn đã và đang viết, xin hãy tiếp tục, đừng từ bỏ.

Cung Thị Lan

Đi Mãi...

Đi đi mãi con đường xa vạn dặm
Mang theo niềm lưu luyến tháng ngày qua
Đâu bóng dừa cùng nón lá thiết tha?
Tà áo trắng và cánh diều trong nắng

Đi đi mãi bước chân trần cay đắng
Đá trên đường bén cắt gót chân không
Sỏi lao xao những giọt máu tươi hồng
Tim chai đá nghe tiếng cười rạn vỡ

Đi đi mãi với niềm đau trăn trở
Người còn đâu và ta có còn đây?
Tháng ngày qua lấp hết nét thơ ngây
Còn chi nữa mà chờ mong ao ước?

Đi đi mãi những con đường khép bước
Lối nào về mái ấm lửa hồng xưa?
Mẹ có còn dõi mắt dưới cơn mưa
Chờ mây tạnh đón con về trong nắng?

Đi đi mãi đời chỉ là chốn vắng
Chẳng còn gì tươi đẹp nữa mà mong
Hãy thắp hương chôn kín vết thương lòng
Hãy quên hết dù ngàn lần vẫn nhớ

Đi đi mãi chẳng bao giờ dừng lại
Bóng bên đường xin tỏa chút từ bi
Nắng trên cao xin nhỏ giọt nhu mì
Và ngọn gió xin làm tan nỗi nhớ./

Cung Thị Lan

HÀ BẮC

Bút hiệu: Hà Bắc
Tên khai sinh: Hoàng Đán
Tuổi: 69 ■ Quê quán: Hà Nội
Nghề nghiệp: ■ Giáo chức (trước 1975)
■ Mentor, Translator (Hoa Kỳ)

Tác phẩm:

Nhà Thờ Cổ Paris (sưu khảo) ■ Chuyện Hải Ngoại (tập truyện) ■ Các Nhân Vật Ngoại Hạng (sưu khảo) ■ Khiêu Vũ Thế Kỷ 20 (sưu khảo) ■ Nhân Chứng (tập thơ).

Báo hợp tác:

Tạp chí Nguồn (San Jose) ■ Kháng Chiến (Cali) ■ Thế Giới Ngày Nay (Kansas) ■ Đức Mẹ HCG (Cali) ■ Dân Chúa (Louisiana) ■ Bản Tin GX Paris (Pháp) ■ Văn Phong (Virginia) ■ Văn Đàn (Oregon) ■ Oregon Thời Báo (Oregon) ■ Kỷ Nguyên Mới (Oregon) ■ Sóng (Oregon) ■ Mekong (Tokyo-Nhật), Minh Triết (Melbourne Úc) ■ Kỵ Binh (Oregon) ■ Trẻ Magazine (Cali) ■ Nguồn (Cali) ■ Tân Văn (Cali) ■ Sài Gòn Nhỏ ■ Chiến Sĩ Cộng Hòa (Cali) ■ Hiệp Nhất (Cali) ■ Tuyển tập Sài Gòn (LM Nguyễn Hữu Lễ).

Hồi Ký Của Một Đại Sứ
Sưu Khảo

Trong hồi ký không phát hành "Vietnam Mémoir" của mình năm 1967 và các tài liệu sau này, cố đại sứ Henry C. Lodge đã tự vẽ cho mình hình ảnh một quan thái thú của chế độ thực dân cũ kéo dài, và một nhà ái quốc chống Cộng sản quốc tế nhưng chẳng hiểu gì về người châu Á và lịch sử Việt Nam; càng không hiểu gì về CS Bắc Việt. Được sự đồng ý của bà vợ Emily Sears Lodge, nữ ký giả Anne Blair đã tham khảo các hồi ký của ông để tóm tắt trong quyển "Lodge in Vietnam" của bà: Hồi ký 1 "Vietnam Memoir" (1967) 238 trang đánh máy không ấn hành, Hồi ký 2 "The Storm Has Many Eyes: A Personal Narrative" (1973) và Hồi ký 3: "As It Was: An Inside View of Politics in The 60s and 60s" (1976) là tập hợp các tài liệu của tòa đại sứ và các ban bộ của chính phủ Mỹ, chủ yếu là các điện thư báo cáo của Lodge.

Henry Cabot Lodge Jr. (HCL) sinh năm 1902 tại Massachusetts trong một gia đình mà cả hai bên nội-ngoại (Lodge và Cabot) đều thuộc giới quyền quý danh gia vọng tộc của tiểu bang. Ông nội George là sáng lập viên đảng Liên Bang, người bảo trợ cuộc chiến Mỹ-Mễ, NS đảng Cộng Hòa bang MA năm đạo luật Nhân Quyền ra đời 1791, đối thủ chính trị của TT Woodrow Wilson chống lại hòa ước Versailles và chủ trương Mỹ đứng ngoài hội Quốc Liên. Ông cưới Anne Cabot Davis, con gái Phó Đô Đốc Charles H. Davis thuộc đạo quân thượng lưu sông Mississippi của TT.Lincoln thời nội chiến. Bố ông phục vụ dưới quyền Davis. Ông chú cũng phục vụ thời chiến tranh Mỹ-Mễ.

Ông bố "Bay" Lodge Sr. viết cho tờ Time từ 1924-1932. Ông bố thích thơ hơn chính trị và có đi săn với TT Theodore Roosevelt. Tập thơ của ông do gia đình xuất bản được TT Roosevelt giới thiệu. Nhà xuất bản bị làm phiền vì câu trịch thượng "từ hồi Shakespear đến giờ chưa có tác phẩm vĩ đại nào viết bằng Anh ngữ!". Chị Helena là vợ của Edaward de Streel, thư ký nữ hoàng Bỉ. Vợ Emily, con cháu của Richard Sears, di dân tiên phong ở Plymouth. Ông nội chết năm 1924 truyền nghề báo chí cho bố. Anh John làm Thống đốc bang Connecticut. Dòng họ Cabot Lodge chi phối đảng Cộng Hòa Mỹ suốt 30 năm; tạo việc chiếm Philippines từ tay người Tây-ban-nha.

Do truyền thống độc lập và cô lập của ông nội, được khuyến khích của bố, Henry Cabot Lodge thích làm việc một mình không dưới quyền ai. Ông ghé qua Đông Dương năm 1926 trong tuần trăng mật nhưng không tìm hiểu gì về châu Á. Gia đình và dòng họ vẫn đi lại Boston-Paris-Roma như đi chợ; do đó ông thích hợp với môi trường làm việc ở châu Âu và NATO hơn. Tại LHQ với tư cách đại sứ, ông bỏ phiếu theo ý kiến trực tiếp của TT Mỹ bất chấp việc tham khảo với cấp trên trực tiếp. Làm đại sứ ở LHQ và sau này ở VN là để ngắm nghé chức bộ trưởng ngoại giao nếu thất bại việc ứng cử Phó TT. 1964, 1968. Henry Cabot Lodge học Pháp ngữ ở Sorbonne, Paris từ 1912-1914; tốt nghiệp Harvard 1924 về môn tiểu thuyết lãng mạn; tập quân sự mỗi mùa Hè; đắc cử hạ viện bang MA năm 30 tuổi rồi NS Thượng Viện Mỹ bốn năm sau; dùng vacation để tham gia lục quân Mỹ, Pháp rồi đạo quân 8 của Anh ở Libya; là người duy nhất từ hồi nội chiến đã chính thức từ chức nghị sĩ để tòng quân năm 1944! Ông làm thông ngôn cho các tướng De Lattre de Tassigny, Patton (hàng xóm) và Eisenhower (Ike) thời đại chiến II; tái đắc cử NS năm 1946 nhưng vẫn tại ngũ với cấp Thiếu Tướng trừ bị. Krushchev khi công du Mỹ vẫn gọi ông theo cấp quân đội thay vì NS.

Henry Cabot Lodge do thói quen thích làm việc đơn độc, không theo "team" nên đôi khi làm thiệt hại không nhỏ cho đại cuộc. Trong cuộc bầu cử 1960, do ông ta đề nghị một người da đen trong nội các mới nếu đảng CH đắc cử đã khiến dân chúng hồi đó lãnh đạm với liên danh của ông. Nhờ thế ứng viên Kennedy, người rất ít có hy vọng đắc cử cách đó ít lâu vì theo Công giáo nhưng đã thắng cử vẻ vang. Henry thích làm việc cho quân đội hơn nên đã khắng khít với Ike, Tassigny, Patton cho đến khi họ qua đời. Ông ta không nỗ lực đủ để làm nên công trạng vẻ vang về bất cứ mặt nào để lịch sử lưu danh như ông nội và bố ông từng mong đợi. Ông ta rút kinh nghiệm này nên cho rằng sức khỏe và vóc dáng quan trọng hơn kinh nghiệm và tài năng. Nhận làm đại sứ cho cựu đối thủ Kennedy, ông muốn chứng tỏ cho Kennedy biết kinh nghiệm và tài năng mới quan trọng! Trong một buổi họp ở ngũ giác đài (NGĐ) có Henry Cabot Lodge dự với tư cách Th. Tướng, Kennedy gợi ý tặng đối thủ chính trị chân đại sứ ở NATO, hoặc Bồ hoặc Pakistan.

Ông Diệm được Mỹ chọn do không có liên hệ với Pháp, Nhật và các đảng phái trong nước. Đại sứ Elbridge Durbrow lạnh nhạt với TT. Diệm vì muốn bỏ Nhu. Sau đó Nolting thay Durbrow đã đằm thắm trở lại. TT. Diệm tâm sự với Đs. Pháp Roger Lalouette rằng việc đưa cố vấn Mỹ xuống nông thôn sẽ gây hậu quả xấu dưới mắt nông dân. Lalouette khuyên ông Diệm thương thuyết với Hà Nội qua trung gian Pháp. Ông Nhu nói sẽ hé mở việc này cho công chúng biết để Mỹ ủng hộ Diệm nhiệt tình hơn. Phụ tá của Dean Rusk là Every Harriman, người mà gia đình có thế lực và giàu có từ thời lập đường xe lửa liên bang 1870-1880, có lập trường diều hâu và chống Diệm. Chính Kennedy lại là người bồ câu vì ông có khuynh hướng rút bớt cố vấn về để chờ tái đắc cử nhiệm kỳ sau sẽ tính lại. Ông xem Việt Nam là vấn đề thứ yếu nhưng vì nó chiếm quá nhiều thì giờ nên cần giao cho một người đại diện có cá tính mạnh để giải tỏa bớt gánh nặng. Henry Cabot Lodge đã xuất hiện đúng lúc và là câu trả lời thay vì chọn Edmund Gullion, cựu đại sứ Mỹ ở Congo như dự trù. Vả lại Kennedy cần Henry Cabot Lodge để phe Cộng Hòa không đổ hẳn trách nhiệm cho đảng Dân Chủ về vấn đề VN trong lần tranh cử tới và đã thành công cho đến 1967. Kennedy chấp thuận vì có lý do khác nữa, qua thổ lộ với Kenneth O'Ronnell, Kennedy cho rằng gởi "trái bóng" đối thủ chính trị có tính khoa trương đến con rối Việt Nam để nó bị "xì hơi"!

Nhóm ký giả trẻ Halberstam và Sheehan, khuôn mặt nổi của nhóm diều hâu Harriman liên tiếp lấy đề tài "Phật giáo" làm tít lớn trên NY Times và Newsweek và đề nghị đảo chánh. Cuộc tự thiêu ngày 11/6/1963 với bức ảnh Thích Quảng Đức của Malcolm Brown tung ra khắp thế giới chính là ngọn lửa đảo chính mà họ đang tìm. Kennedy chỉ vào tấm ảnh và yêu cầu Henry Cabot Lodge đến Saigon ngay. Lodge bảo để về hỏi ý vợ rồi trở lại 5 ngày sau. Harriman đề nghị HCL đến Saigon tháng 8/1963 và đặt vấn đề ai sẽ thay thế khi Diệm "dropped dead", một từ ngữ của kẻ sát nhân biết trước kết quả mình sẽ làm. Hai phụ tá của Henry Cabot Lodge đều nói Kennedy không có chỉ thị gì về đảo chính; chỉ muốn Henry Cabot Lodge giải quyết bế tắc giữa Mỹ và TT.Diệm. McNamara và Taylor thì chú ý đến chiến trường hơn. Harkins và Richardson (CIA) thì ủng hộ TT Diệm. Tướng Harkins thân với TT Diệm đến độ ông là người duy nhất mà TT tiếp chuyện bằng Anh ngữ! Cựu đại sứ Nolting rời Saigon ngày 15/8/63 sau một tháng hằn học chờ người thay thế và cay cú cho đến khi chết năm 1990 đã không giúp TT. Diệm kịp "lúc ông ta cần mình nhất".

Truyền thống ngành ngoại giao Mỹ không buộc bàn giao giữa tân-cựu đại sứ.

Sáng 14/6/63 NY Times đăng tin Rusk chỉ thị phụ tá William Trueheart gặp PTT Thơ để tỏ ý ủng hộ Thơ thay Diệm theo hiến pháp. Sau buổi tiệc tối 4/7 mừng QK Mỹ ở nhà ông đại sứ, Minh, Đôn và nhóm của họ đến một bar rượu trá hình (TT Diệm cấm bar) trên đường Tự Do gặp Conein rồi về Caravelle bàn chuyện đảo chính. Lê Văn Kim cho Rufus Phillips biết ông ta và 8 người khác đã thề trung thành với TT Diệm hôm 22/8 và các tướng sẽ chống Nhu nếu Mỹ ra hiệu lệnh. Harriman hối thúc HCL đảo chính hôm 24/8 bằng điện tín. Tin này đến tai Harkins. Rút kinh nghiệm thất bại vịnh Con Heo, Kennedy cho HCL toàn quyền thay đổi và bảo rằng đừng để thất bại vì "thất bại sẽ gây tổn thất hơn là sự thay đổi một quyết định"; dùng Henry Cabot Lodge như con tin trong chính sách VN của đảng Dân Chủ.

Henry Cabot Lodge đáp lại lễ phép rằng ông sẽ tuân lệnh TT Mỹ và rằng áp-phe đảo chánh do các tướng VN thực hiện và không ai có thể thay đổi một khi nó đã tiến hành.

Về quyền hạn của Henry Cabot Lodge, khác với thời TT Eisenhower đại sứ có toàn quyền, hồi thập niên

1960, giới quân sự có chỉ huy riêng; do đó có đụng chạm giữa Henry Cabot Lodge và Harkins. Trước đây ở Saigon đã có đụng chạm giữa đại sứ Durbow (1957-1961) với tướng Samuel Williams, đại sứ Nolting với các tướng Lionel McGarr và Charles Timmes. Tướng 4 sao Paul Harkins đến Saigon năm 1961 có toàn quyền về quân sự, mặc dù trên văn bản "chỉ huy vùng" (ám chỉ Thái Bình Dương) là đô đốc Henry Felt. Nolting chỉ thôi đòi hỏi sau khi McNamara cảnh cáo "BCH liên quân sẽ không hài lòng về điều lệ đặt một tướng 4 sao dưới quyền đại sứ". Nhưng bản điều lệ ở nơi Henry Cabot Lodge làm việc thì để trống điều này. Chỉ có lệnh miệng của Harriman rằng giới quân sự phải dưới quyền giới dân sự theo truyền thống dân chủ và Henry Cabot Lodge có toàn quyền. Nhân viên tòa đại sứ Mỹ bất mãn phụ tá đại sứ là Dunn chuyên quyền và làm việc cách bí ẩn. Henry Cabot Lodge cũng chỉ thị ngầm cảnh giác các nhân viên than đảng Dân Chủ. Ông khẳng định quyền tuyệt đối ở VN; đòi trình tất cả điện tín của CIA rồi đuổi Richardson về Mỹ.

Bốn ngày đầu đến Saigon, Henry Cabot Lodge không gặp TT.Diệm cho đến sáng 26/8 ở dinh Gia Long với 12 phụ tá. Trong bộ veste trắng theo lệ ngoại giao, Henry Cabot Lodge nói một mạch về quyền hành pháp của CP Mỹ không bao gồm QH Mỹ cho nên cần QH Mỹ chấp thuận để có viện trợ. Ông đề nghị Diệm hòa giải với PG và lưu ý bà Nhu mà báo Mỹ đã đăng nhiều ảnh bìa hồi gần đây khiến dân Mỹ lầm tưởng bà là người lãnh đạo CPVN. TT Diệm cũng trầm tĩnh và nói đùa rằng chắc ông phải cưới vợ để tránh sự hiểu lầm ấy rồi đưa ra một thống kê độc lập cho thấy lực lượng chống đối do VC giật dây chỉ là một phong trào bản xứ có 15%.

Henry Cabot Lodge bỏ túi bản thống kê rồi chờ cơ hội nói tiếp nhưng TT Diệm nói không ngừng cho đến khi hút hết hai gói thuốc lá về vai trò của ông và gia đình trong việc đối phó với chủ nghĩa CS và phát triển đất nước. TT lưu ý ông đại sứ về kỷ luật của nhân viên Mỹ và tỏ ý không muốn nghe thêm về sự can thiệp của các cơ quan Mỹ vào việc nội bộ VN. Henry Cabot Lodge nói vì mới sang nên không biết gì về chuyện này và hứa xem xét lại. Từ đó ông ta không muốn gặp TT.Diệm thêm lần nào nữa; mà chỉ nói qua trung gian sứ thần Asta của Vatican. Chính ông ta cũng lầm lẫn về vai trò bà Nhu khi ông tuyên bố "... những lãnh tụ có những lời tuyên bố lập dị với báo chí là điều khó nhất trên trái đất để cho chính quyền Mỹ ủng hộ". Sau cuộc phỏng vấn 1/8/63 ở Mỹ trong đó bà Nhu dùng chữ "barbecue" để chỉ việc tự thiêu, báo chí Mỹ đã vẽ các hí họa về "dragon lady" và đề tài sự xuống dốc của quốc gia khi đàn bà xen lấn vào chính trị: nhân vật Lucrezia Borgin (1480-1519) thuộc dòng họ Borgia từ Spain di cư đến Ý đã sản sinh ra hai Giáo Hoàng và đại đế Ceasar. Quyền lực của họ chỉ chấm dứt sau khi ĐGH Julius II đắc cử.

Trước khi đến Saigon, Henry Cabot Lodge ghé Honolulu họp với Felt; có mặt Nolting và giữ im lặng. Trong dịp trình quốc thư, ông có bảo TT Diệm "Tôi không muốn Ngài là một yesman" (dễ sai bảo). Trước khi tới Saigon, ông gặp bà Trần Văn Chương, quan sát viên VNCH tại LHQ theo lời mời. Bà Chương bảo "trừ phi họ rời VN chứ không gì ngăn ngừa được việc ám sát bà Nhu, ông Nhu và ông Diệm". Khi được tin Lodge sẽ là đại sứ, bà Nhu bảo "họ sắp gởi đến một thống đốc"! Tối 22/8/63, 40 ký giả Mỹ chờ ông ở TSN dưới cơn mưa. Henry Cabot Lodge đến bằng máy bay quân sự thay vì PanAm như họ tưởng. Vừa tới Saigon vài giờ sau, Henry Cabot Lodge tung các tin đồn ông Nhu dùng thuốc phiện và buôn bán cần sa tuyến Lào-Marseilles và vụ Sihanook bị ám sát hụt năm 1959 là do Nhu tổ chức (!?) và tin đồn vợ chồng ông bị âm mưu ám sát bằng bom (?). Sáng đầu tiên ở Saigon, ông đến trụ sở USOM thăm hai nhà sư tỵ nạn và ra lệnh cung cấp đồ chay. Ngày 23/8 bà Lodge mời báo Mỹ đến ăn trưa. Henry Cabot Lodge được chuyên gia về PG là Richard Gard khuyên nên tìm hiểu các lãnh tụ PG ở châu Á; đồng thời liên lạc với GM Salvadore Asta, sứ thần Vatican ở Đông Dương để xin cố vấn.

Tướng Harkins và nhiều viên chức Mỹ đều nghi VC chỉ huy Phật tử nhưng không có bằng chứng cụ thể. Đài Hà Nội thì khôn khéo dùng chính báo Mỹ để tường trình từng chi tiết xáo trộn. TT Diệm ban hành thiết quân luật ngày 20/8/63. Đài quân đội tố cáo VC xâm nhập hàng ngũ Phật tử và đội lốt tu sĩ. Phía tướng tá VN có trở ngại: Kim không tin Minh. Đôn thiếu uy tín với các tướng khác. Minh đòi Mỹ cúp viện trợ thì mới tin. Do đó đến 31/8 mà vẫn chưa có đảo chánh. Tướng Paul Kattenburg từ Saigon về Mỹ báo cáo rằng TT.Diệm không có ý định bỏ Nhu và rằng người Mỹ đang bước vào một tai họa lớn vì chẳng hiểu gì về lịch sử VN, chủ nghĩa quốc gia và chủ nghĩa cộng sản của họ cả. Ông bị thay thế tháng 1/1964. Hôm 1/9/63, Sứ thần Asta phôn cho ông Nhu và được ông cam kết sẽ rút lui khỏi chính trường và cho vợ rời VN một thời gian; đồng thời dàn xếp cho GM Thục về Roma một thời gian. Henry Cabot Lodge gọi ông Nhu hôm sau 2/9 hỏi về việc này và được ông Nhu báo như đã bàn với sứ thần nhưng ông lưu ý rằng sự vắng mặt của ông ta ở VN sẽ làm suy yếu chính quyền miền Nam vì ông ta là người duy nhất mà CSBV chấp nhận nói chuyện.

Tuy nhiên 5 hôm sau, ông Nhu đổi ý không từ chức. Henry Cabot Lodge bèn mời ký giả lão thành Joe Alsop lại nhà hôm 14/9. Bốn hôm sau, tờ Washington Post đăng tin ông Nhu gặp đại diện BV ở Đà Lạt thương lượng ngừng bắn. Henry Cabot Lodge lấy cớ này để hối thúc đảo chính. Vụ Phật giáo chỉ là thứ yếu. Về việc Trí Quang chạy vào tòa đại sứ tỵ nạn, Bundy cho là can thiệp nội bộ VN; còn Kennedy thì cho là chính sách Mỹ về VN không thể đảo ngược. Henry Cabot Lodge chờ TT. Diệm đến mặc cả nhưng TT Diệm giữ im lặng suốt tháng để chứng tỏ không chịu ăn mày viện trợ. Henry Cabot Lodge cũng nghe ngóng động tĩnh từ ông Nhu, người đã cho Morris West, nhà văn Úc phỏng vấn ở dinh Gia Long và tiết lộ có tiếp xúc với một nhóm CS độc lập với Nga, Tàu ở BV. Qua West, Henry Cabot Lodge biết lập trường Diệm là giới hạn cường độ cuộc chiến và không nhận thêm lính Mỹ vào VN. Henry Cabot Lodge từ đó nhất định không gặp TT Diệm nữa như đòn phủ đầu mà sau này ông ta thú nhận là "có hèn mọn để chỉ loại Nhu bằng mọi giá mà thôi, dù có phải giết Diệm".

Hồi 1965, Henry Cabot Lodge thú nhận rằng viện trợ Mỹ luôn đi kèm với "mồi câu": "Nói toạc ra là chúng tôi có quyền tuyệt đối hợp lý dùng áp lực. Nói rằng không có mồi nhử thì chỉ là một cách tuyên truyền mà thôi". Henry Cabot Lodge giục Rusk thúc DB. Frank Church đưa ra biện pháp cắt viện trợ hôm 12/9 với lý do "đàn áp tôn giáo" theo yêu cầu của Minh hôm 29/8. Nhưng các giới chức Mỹ bảo cắt viện trợ gây nhiều hậu quả hơn là lợi vì gây ganh tỵ và phản đối giữa các ban ngành của Mỹ; chưa kể làm quá thì Nhu sẽ ngả về phía BV. Khi hỏi CIA rằng nếu cắt thì chương trình nào của cơ quan này bị ảnh hưởng, CIA trả lời rằng chẳng ảnh hưởng gì ráo vì các chương trình đều thổi phồng để có tiền dự trữ cho tài khóa tới mà thôi! Kennedy quyết định đình hoãn ngân khoản 18.5 triệu đô viện trợ cho Chính Phủ VN và cắt ngân khoản trực tiếp cho lực lượng ĐB trung thành với TT Diệm. Sau đảo chính, Henry Cabot Lodge thú nhận đây là khám phá vĩ đại từ hồi chương trình Marchall năm 1947 cho Tây Berlin vì đây là lần đầu tiên áp lực viện trợ đã có ảnh hưởng (sau khi TT Diệm chết ông ta mới nhận là thất bại).

Kennedy cử hai đoàn điều tra đến VN tháng 9/63

với hai kết quả trái ngược nhau. Đoàn của Mendenhall của bộ Ngoại Giao cho rằng trở ngại cho cuộc chiến đến từ phía CP Diệm tức chính trị. Đoàn kia của tướng Krulak do Ngũ Giác Đài cho rằng nỗ lực quân sự đang thắng lợi; khiến Kennedy phải thốt lên: "Cả hai ông đến cùng một nơi đấy chứ hả?". TT Mỹ sau khi nghe Mecklin của USIS báo cáo rằng NVN chỉ tồn tại bằng một đạo quân Mỹ; thì lưỡng lự về 2 lựa chọn: 1/ rút quân, 2/ đảo chính để có lãnh tụ mới hữu hiệu hơn. Rốt cuộc sau cuộc họp HĐANQG hôm 10/9, Kennedy chọn biện pháp trung dung sau khi nhận điện của Henry Cabot Lodge "Thời điểm đã tới cho một CP mới ở VN. CP hiện hữu hết hữu hiệu do cấm vận của Mỹ. Vấn đề chỉ là chọn ai thay Diệm". Do thiếu kinh nghiệm chính trị, Henry Cabot Lodge bảo "Big Minh hay ai cũng được miễn không phải là Castro thay cho Batista là ổn! Sự cấp bách phải có đảo chính để ngừa một Cuba nữa xảy ra!". Có tin tình báo cho hay Mỹ định chọn bộ trưởng Nguyễn Đ. Thuần thay Diệm làm TT hay thủ tướng. Dân biểu Zabblocki đòi gặp Diệm, Nhu và Thuần nhưng Henry Cabot Lodge cản; cuối cùng ông cũng gặp được TT. Diệm. Henry Cabot Lodge đề nghị vẫn quân viện cho quân đội mà không qua tay CP Diệm để tránh suy yếu về tiếp liệu và tinh thần của binh sĩ NVN. Do hỏa mù về hai đoàn điều tra trước, lần này Kennedy cử McNamara và Taylor dẫn đoàn điều tra qua Saigon. Henry Cabot Lodge thủ đoạn đón họ tận phi trường về nhà riêng để "tẩy não"; thậm chí còn dùng hai phụ tá để chận đường Harkins khiến ông tướng phải xin "làm ơn cho tôi đến với ông bộ trưởng". Bà Henry Cabot Lodge khen ông McNamara là "superman" ăn sáng lúc 6:15 sáng rồi đi công tác đến 11:00g khuya mới về suốt 6 ngày như thế ở nhà bà! Khi tướng Harkins báo cáo tốt về ấp chiến lược trong buổi tường trình ở Saigon thì Henry Cabot Lodge phá đám bảo "MACV thường nghe theo các báo cáo như thế!". Năm ngày sau Henry Cabot Lodge dàn cảnh cho PTT Nguyễn Ngọc Thơ gặp hai người báo cáo rằng ấp chiến lược không thành công; chỉ có vài ba chục ấp tự bảo vệ được hai năm đầu nhờ mỗi tháng giết được hơn 1,000 VC! Về nước, McNamara làm việc 16 giờ một ngày và báo cáo hôm 2/10/63 về tiến bộ quân sự ở NVN khiến Kennedy lạc quan định rút 1,000 cố vấn Mỹ về nước. Nhưng sự kiện tự thiêu 5/10/63 nhân chuyến công du của phái đoàn QH Mỹ và phóng viên NBC Sharkey bị cảnh sát đánh khiến tình hình chính trị căng thẳng. DB. Zablocky báo cáo mạnh rằng chẳng ai xứng đáng thay ông Diệm và báo động "có thế lực loại bỏ Diệm". Kennedy ca ngợi điện văn số 478 của Henry Cabot Lodge và đồng ý đảo chính khiến tướng Harkins chuyển nó cho đô đốc Felt (không trả lời) một cách giận dữ vì không được tham khảo. Cho đến tháng 10/63 Kennedy vẫn chưa tìm được ai thay Diệm.

Henry Cabot Lodge khen Trí Quang "thông minh và sắc bén về chính trị" nhưng thất vọng vì "nhà sư chỉ chịu nói tiếng Việt" và nhận xét rằng các lãnh tụ Phật giáo khác có vẻ "khó hiểu và xa cách" so với các tướng tá được Pháp huấn luyện và tây hóa!

Vợ chồng Henry Cabot Lodge đi Đà lạt hôm 27/10 dự lễ khánh thành lò nguyên tử năng và được TT Diệm mời tháp tùng và nghỉ đêm tại biệt thự nghỉ hè của CP tại đó. Henry Cabot Lodge nhận lời và đi cùng máy bay. Henry Cabot Lodge đến TSN trước giờ hẹn 15 phút để gặp Đôn và Conein bàn đảo chính. Bà Henry Cabot Lodge viết rằng họ nghỉ đêm tại nhà khách của TT ở Đà Lạt và tiếp TT. Diệm đến 1:30g sáng. Ở Mỹ, HĐANQG đồng ý đảo chính. BCH ở Hawaii báo động tránh xa lãnh hải VN. Henry Cabot Lodge búng ngón tay ra hiệu cho Felt sáng 1/11/63 khi ông đến Saigon mà không báo có đảo chính. Sau khi tiếp Felt, TT Diệm muốn nói chuyện với Henry Cabot Lodge 15 phút. Sau đó Henry Cabot Lodge điện về Washington công điện "ưu tiên" (hạng thấp nhất của đại sứ) cho biết Diệm sẵn lòng làm theo ý Mỹ. Bức điện 3 giờ chiều của Henry Cabot Lodge chưa tới Bạch Ốc thì đảo chính đã bắt đầu. Khi Henry Cabot Lodge điện báo Washington rằng Diệm không chấp nhận Mỹ cứu ông, theo trí nhớ của Cao X. Vỹ được báo Time đăng tải thì "TT Diệm nhắc Henry Cabot Lodge rằng Henry Cabot Lodg phải biết mình đang nói chuyện với TT một nước độc lập có chủ quyền và ông chỉ rời VN theo ý dân chứ không theo ý nhóm phản loạn hay theo ý một đại sứ". Rusk nhắc Henry Cabot Lodge phải lợi dụng tin tức Nhu đi đêm với BV là phản lại chính nghĩa chống Cộng để đoàn kết các phe phái miền Nam.

Bà Nhu liên lạc với ký giả Marguerite Higgins ở Los Angeles hỏi tin về ba đứa con nhỏ và ông Cẩn. Một linh mục Pháp đã che chở cho ba đứa trẻ ở Đà Lạt. Henry Cabot Lodge mặc áo choàng cộc tay vung tay đe dọa tòa đại sứ Ý phải chứng giấy tờ giả cho ba trẻ rồi giao cho phụ tá Frederick Flott hộ tống chúng qua Roma gặp TGM Thục. Henry Cabot Lodge hy vọng sự xuất hiện của ba đứa con sẽ khiến bà Nhu mau rời Mỹ vì lời tố cáo mạnh mẽ và sự có mặt của bà ở Mỹ khiến chính quyền Kennedy khó chịu. Henry Cabot Lodge ra lệnh cho Đôn và Kim phải công khai phổ biến tin đoàn tụ của 4 mẹ con để tạo bộ mặt nhân đạo cho CP mới! Ông Cẩn chạy vào tòa lãnh sự Mỹ ở Huế xin tỵ nạn chính trị nhưng Lodge giao Cẩn cho các tướng với yêu cầu có phiên tòa "công bình"! Chủ tịch QH Mỹ McCormark nêu vấn đề an toàn của Cẩn và các vụ bắt bớ khác. Dư luận dân Mỹ có thiện cảm về số phận của Cẩn. Henry Cabot Lodge thúc Minh và Khánh giải quyết vụ Cẩn nhưng cả hai đùn cho nhau. Henry Cabot Lodge đi Huế dò ý Trí Quang. Sứ thần Asta gởi thư cảnh cáo Henry Cabot Lodge và HĐGMVN cũng gởi thư cho Khánh cảnh cáo vụ xử Đặng Sĩ sẽ là sự xúc phạm CGVN. Tại sân bay New Delhi, Ngô Đ. Trác vô tình được báo chí Ấn nhận diện khi đang tìm tràng hạt để đọc kinh và mô tả sọ của ông Nhu trong ảnh bị bể!

Chính phủ Mỹ công nhận chế độ mới hôm 7/11/63. Chỉ trong 15 phút bàn thảo, Henry Cabot Lodge đã đồng ý một chính phủ mới với Thơ làm thủ tướng và Minh Lớn làm CTHĐ quân nhân.

Bundy thấy ảnh hai anh em Diệm, Nhu chết trong xe tăng, vết thương ở gáy, tay bị trói thì chỉ thị Henry Cabot Lodge bảo các tướng tìm cách "rửa sạch bàn tay nhuốm máu của họ". Conein, Công giáo, cảnh cáo Minh rằng hai anh em nạn nhân không thể tự tử như đã loan. Bundy đề nghị giải thích cái chết là "bất cẩn tự tử" (accidental suicide) và ra lệnh Henry Cabot Lodge phải giải quyết ổn thỏa việc này nếu không sẽ cúp tiền! (lại tiền!). Henry Cabot Lodge gặp các tướng VN ngày 3/11. Tướng Kim được lệnh tuyên bố "không có ngoại bang can dự (!?)". Trí Quang rời tòa đại sứ hôm 5/11 hứa kêu gọi Phật tử hợp tác với CQ mới. Henry Cabot Lodge chẳng làm gì để giúp Minh và tỏ ra ghét giới trí thức Việt nói tiếng Pháp; chán đi sâu vào nội bộ VN; xem như đã hoàn thành nhiệm vụ với Kennedy và báo cáo rằng dân chúng và quân đội ủng hộ đảo chính. Mãi đến nhiệm kỳ 2 năm 1966 Henry Cabot Lodge mới giúp thảo hiến pháp mới cho NVN. Nam VN không có cơ quan lập pháp suốt từ 1/11/63 đến 1966! Nguyễn N. Huy phó TT cho Thơ than phiền Đôn, Đính nằm trong nội các của Thơ nhưng bất tuân lệnh thủ tướng và hay gây xáo trộn. Các tướng không phục lẫn nhau và xưng hô "tao, mày". Tướng Đính không phục bất cứ tướng nào khác. Vợ chồng Lodge đi thăm chùa Xá Lợi hôm 5/11/63 được chào đón nồng nhiệt như một người hùng! Các chính trị gia lưu vong như Phan Khắc Sửu, Phan Q. Đán, Lê Văn Tốt (Cao Đài) từ Cam-bốt trở về cùng mấy trăm binh sĩ giáo phái. Họ lại đòi tự trị. Cộng đồng Tàu Chợ Lớn gởi đại diện đến chào mừng CP mới.

HCL can thiệp cho Trần Q. Bảo và Nguyễn Phương Thiệp ra tù. Bảo từ chối một chân nội các. Bùi Diễm từ chối chân bộ trưởng y tế. Nhóm dân sự lánh xa nhóm quân nhân; tham gia Thượng Hội đồng gồm các nhân sĩ do Mai Thọ Truyền cầm đầu. Nhóm Hòa Hảo vẫn còn hận Minh và Thơ vụ lừa Ba Cụt ra để bắt. Henry Cabot Lodge dạy Minh phải bỏ nón để dân chúng thấy rõ mặt rồi gởi ảnh Minh đầu trần cho Harriman khoe thành tích.

Trong thời gian chờ đợi, Henry Cabot Lodge dùng giờ rảnh đọc nhiều sách về lịch sử VN. Vợ ông bảo "xem những đánh dấu và chú thích ông ta gạch trong các sách này thì càng đọc càng không hiểu nổi! Thật là đáng sợ khi các sĩ quan Pháp và hàng loạt sĩ quan tốt nghiệp võ bị St. Cyr bị xóa sổ!". Phim "The Quiet American" mà nhân vật chính là tướng Edward Lansdale, người dựng nên đệ I VNCH đã như một cảnh cáo cho tai họa khủng khiếp sau đó: trên 58,000 xác lính Mỹ, hàng trăm ngàn bị thương và gia đình tan vỡ, hàng trăm tỷ đô phí phạm nên chương trình "Great Society" của Johnson phải hủy bỏ khiến người da đen đã nổi loạn khắp nơi. Chưa kể ít nhất ba triệu người VN chết, hàng triệu thương tật và ly tán, đất nước tan hoang, văn hóa ngoại lai suy đồi và cuối cùng thua trận nhục nhã! Bản thân anh em Kennedy sau cũng lãnh cái chết tương tự anh em ông Diệm!

Sau khi Kennedy bị ám sát chết hôm 22/1/63, Eiseinhower gọi Henry Cabot Lodge bảo phải chứng minh không dính líu đến cái chết của TT. Diệm và mời Henry Cabot Lodge ra ứng cử chung liên danh. Henry Cabot Lodge nhờ con trai George giúp việc vận động tranh cử với ảnh Henry Cabot Lodge choàng tay qua cổ Eiseinhower. TT Johnson được Earl Young báo cáo cuộc chiến không tiến bộ; chỉ có thêm ấp chiến lược bị phá và VC ngày càng mạnh. Đại tá Dunn báo cáo VC ở Long An kiểm soát 90% dân chúng và lãnh thổ. Henry

Cabot Lodge vẫn đổ thừa cho ông ông Diệm! Sau 1/11/63, Henry Cabot Lodge né tránh MACV, USIS và CIA. Trong nhiệm kỳ II đại sứ năm 1965, Henry Cabot Lodge đã nói toạc ra rằng những gì ông làm năm 1965 là những gì ông nghĩ và hành động năm 1963: "NVN không phải là một quốc gia có chủ quyền mà đơn thuần chỉ là vùng địa lý mà Mỹ chọn để ngăn chặn sự bành trướng của CS ở châu Á!". Trong hồi ký không xuất bản, Henry Cabot Lodge thú nhận "viện trợ Mỹ cho các nước ngoài từ 1947 đến nay (1965), chưa bao giờ điều khiển được thái độ của các chính phủ ấy vì Mỹ không phải thực dân hay đế quốc", một thú nhận gián tiếp sự thất bại trong việc dùng viện trợ để lay chuyển TT Diệm! Trong điện tín dài đánh cho Rusk hôm 27/4/64 có đoạn *chúng ta cần bơm đô-la vào các vùng chúng ta kiểm soát*. Việc giúp Khánh thay Minh là một thú nhận rằng NVN vẫn cần một CP trung ương mạnh dù nó "không phải là quốc gia có chủ quyền" như ông ta vẫn nghĩ và trớ trêu thay "giải pháp Khánh" vẫn thất bại thê thảm! Henry Cabot Lodge đề nghị ném bom BV để tỏ rõ sự quyết tâm chống Cộng của Mỹ cho các tướng VN tập trung chống Cộng thay vì đánh nhau. Các tướng VN đều quả quyết BV sẽ không từ bỏ ý đồ xâm lăng NVN và sẽ tung quân vào Nam nếu Mỹ ném bom BV.

Lại có tự thiêu! Tướng Sarong của Úc đã lo ngại sự thụt lùi nghiêm trọng về quân sự của Đồng Minh đến độ yêu cầu Henry Cabot Lodge ép Minh phải nhận một tướng Mỹ làm tư lệnh tối cao QLVNCH! TT De Gaulle hồi tháng 8/63 và ngày 18/1/1964 có đề nghị làm trung gian hòa giải Nam-Bắc VN; và bộ trưởng NG Pháp Couve de Murville điện cho Rusk bảo tình hình NVN là vô giải pháp và hỗn quân hỗn quan sau 1/11/63! Lodge ghét De Gaulle từ hồi thế chiến II và đổ thừa cho ông ta về các vụ đảo chính sau 1/11/63 (?). Pháp vẫn làm chủ 90% cao su xuất cảng; có 1,700 Pháp kiều và

30,000 học sinh trường Pháp ở NVN vào lúc đó. Sihanook cũng đề nghị Cam-bốt và NVN thành lập liên bang trung lập. Viện trưởng ĐH Huế Âu Ngọc Hồ cho rằng một VN thống nhất trung lập là giải pháp duy nhất đem lại hòa bình lâu dài cho ĐNÁ mà Trung Hoa có thể chấp nhận được.

Tân TT Johnson sau chuyến công du châu Á năm 1961 với tư cách PTT hiểu rõ các lãnh tụ ở đây sau bao năm sống dưới chế độ thực dân sẽ không chịu để Mỹ can thiệp quân sự vào nước họ. Vả lại ông tin câu cách ngôn "một TT Mỹ vĩ đại phải thành công từ trong nước thay vì từ hải ngoại". Ông than phiền Henry Cabot Lodge không ổn định được đám tướng VN đánh phá lẫn nhau mà chỉ lo ứng cử ở trong nước. Johnson và Henry Cabot Lodge biết nhau đã lâu nhưng không thân. Giám đốc CIA John McCone không tin báo cáo của Henry Cabot Lodge rằng NVN đang thắng về quân sự, VC đang thua (?). Ông cho rằng tuyệt đại đa số người Mỹ nghi ngờ sự khôn ngoan trong việc lật đổ TT Diệm và rằng với Johnson làm TT lúc đó thì chuyện đảo chính đã không xảy ra. Tướng Taylor viết rằng TT Kennedy bị xốc nặng về tin TT Diệm bị giết và nhờ người em Robert tìm cách giải nhiệm Henry Cabot Lodge. TT Johnson cũng than với Don Cook rằng Henry Cabot Lodge chẳng làm gì ra trò ngoại trừ việc rỉ tai báo chí và để các tướng VN đấu đá lẫn nhau!

Ở Saigon, Henry Cabot Lodge thổi phồng vai trò của Minh Lớn như là một "Sukarno, Maggsaysay và Sihanook" của VN (!?). Chỉ đến tháng 12/63, các giới chức Mỹ đã đủ kết luận rằng Minh bất tài. McNamara qua Saigon 19-20/12/63 nói NVN có 12 tướng nhưng không có lãnh tụ. Minh chỉ là lãnh tụ giấy! Cùng ngày 20/12, Minh tuyên bố nhường quyền cho lãnh tụ có khả năng hơn. Henry Cabot Lodge muốn cứu vãn thất bại quân sự bằng đề nghị lập khu cảnh sát khu vực ở nông thôn VN như ở Mỹ. Minh đã từ chối khéo đề nghị này trước khi bị lật. Đôn than phiền Mỹ giúp các quân đội giáo phái Cao Đài, Hòa Hảo mạnh để chống lại CP trung ương. Trong báo cáo ngày 6/1/64 Henry Cabot Lodge viết "bỏ qua nghi vấn liệu các tướng VN có phải là tướng hạng nhì hay chính trị gia hạng thứ hay không, họ là tất cả những gì chúng ta có!". Hôm 16/1/64 Taylor báo cáo rõ hơn "họ chẳng những là tướng hạng nhì mà còn là chướng ngại vật cho những kế hoạch của Mỹ". Đôn khoe mình có công đầu trong việc thảo kế hoạch đảo chính và nói các tướng đều có khuynh hướng trung lập. Sáu tuần sau Khánh lấy cớ đó để đảo chính (Henry Cabot Lodge muốn thưởng công Khánh đã báo cáo tin Nhu gặp gỡ BV). Khánh ban hành thiết quân luật, xin Lodge tiền để tăng lương 20% cho lính, cho cố vấn Mỹ xuống quận và mở rộng chiến tranh ra BV. Khánh suýt bị lật ngày 13/9/64 nhưng đến 24/2/65 cũng phải lưu vong. Khánh hiểu lầm Mỹ ném bom BV để củng cố CP quân phiệt toàn quyền của Khánh nhưng đã bị loại và Đs Taylor cũng không ưa Khánh và yêu cầu Khánh lưu vong từ tháng 1/1965. Gặp Henry Cabot Lodge ở New York, Khánh tâm sự "tôi xem ông như ông anh đã giúp tôi về chính trị. Mọi rắc rối xảy ra từ ngày ông rời VN. Tôi không hiểu sao Đs. Taylor lại chống tôi ra mặt đến thế!".

BTL Mỹ quyết định số phận của Minh hôm 22/1/64 và bắt giải lên Đà-lạt cùng 3 tướng khác về tội danh theo trung lập. McNamara qua Saigon gửi thư của Johnson cho Khánh viết "no more coup!". Nguyễn Ngọc Huy than chế độ quân nhân tham nhũng và phóng túng: Tỉnh Phước Thành đổi tỉnh trưởng 4 lần trong 5 tháng. VC thu thuế đủ còn QG thì thất thu. VC kiểm soát Tây Ninh 80%. Rusk giục Henry Cabot Lodge hôm 18/6/64 ý muốn Henry Cabot Lodge từ chức về Mỹ ứng cử nại lý do vợ không hợp thời tiết. Johnson không trả lời thư Henry Cabot Lodge đề nghị đừng đổ bộ lính Mỹ để ngừa Tàu tham chiến như ở Triều Tiên. Henry tin rằng BV dựa chính vào Nga và độc lập với Tàu. Cố vấn Anh Honey cũng lấy kinh nghiệm hồi Đức dội bom London chỉ làm tăng tinh thần dân Anh. Henry Cabot Lodge bảo Roger Hillsman rằng kế hoạch của ông ta khác De Gaulle ở chỗ chỉ trung lập hóa BV; và đây là điều không tưởng nhất! Henry Cabot Lodge phản đối bất cứ giải pháp trung lập và hội nghị LHQ nào có Pháp và Tàu tham dự.

Không còn cách nào khác để cứu vãn tình hình quân sự nguy ngập, TT Johnson quyết định gởi bộ binh Mỹ vào NVN hôm 22/7/1965. Bundy, Rusk, McNamara, Robert Kennedy đều tình nguyện thay HCL nhưng Johnson chọn Taylor do kinh nghiệm quân sự. Nhưng Taylor cũng từ chức và Henry Cabot Lodge lại đứng đầu sổ trong các ứng viên thay thế. Trong một buổi họp với tư cách đại sứ chỉ định nhiệm kỳ II, Henry Cabot Lodge đề nghị đừng gởi bộ binh Mỹ vì "chúng ta có hải cảng tốt nhất VN, không cần bộ binh Mỹ trong rừng rậm quanh năm suốt tháng!". Henry Cabot Lodge tuyên thệ nhậm chức kỳ 2 hôm 12/8/65 ở Bạch Cung và được Johnson tặng một card có ghi "tặng Henry Cabot Lodge, chính khách, nhà ái quốc và bạn". Johnson cũng theo Kennedy dùng HCL để bịt miệng đảng CH về chính sách VN của đảng DC nhưng ông đã lầm: Henry Cabot Lodge chẳng phải là đồng minh của đảng Dân Chủ!

Tình hình NVN xấu tệ từ tháng 8/65. VC nổi dậy và khủng bố khắp nơi thường xuyên. Nhiều gia đình Mỹ phải di tản. Con của Berry Zorthian bị ném đá phải dời qua Ấn. Vợ của Henry Cabot Lodge phải cư ngụ ở Bangkok vì lý do an ninh! Các ủy viên UHQT Ba-lan, Canada đều nói Hà Nội muốn nói chuyện với Mỹ nhưng Henry Cabot Lodge và Westmoreland không tham khảo nhau nên mỗi khi có cơ hội thương thuyết thì quân sự lại gia tăng. Henry Cabot Lodge viết trong hồi ký rằng khi biết Johnson muốn thắng quân sự bằng chiến tranh qui ước với bộ binh Mỹ, ông ta đã "phản đối cả bằng lời và văn bản".

Henry Cabot Lodge từ chức nhiệm kỳ 2 ngày 25/4/1967 sau tổng cộng 30 tháng ở VN. Ông từng là trưởng phái đoàn Mỹ ở hòa đàm Paris 11 tháng của năm 1969 thời Nixon; nhưng ông vui lòng nhất với chức quan sát viên HK tại Vatican (Mỹ chưa bang giao với Vatican lúc đó). Trong các báo cáo gởi Washington, Henry Cabot Lodge có giọng văn của một thống sứ thực dân về người bản xứ; trái với ý kiến chọn một bộ trưởng da đen trong nội các nếu đắc cử hồi tranh cử 1960.

Henry Cabot Lodge đến khi chết cũng chưa có câu trả lời, dù ông không tin dị đoan, về sự kiện lạ trong quá khứ: Hôm thứ bảy đầu tiên của tháng 8/1963 ở Saigon, ông cùng vợ đi xe jeep mui trần cùng báo chí đến sở thú Saigon. Đang xem một con cọp đực thì khám phá ra có nước phun vào mặt mà trời thì không mưa, cũng không phải nước tưới. Thì ra cọp đã xịt nước đái vào mặt ông. Ông bước ngang qua để bảo vệ vợ cũng bị dính nước đái cọp rồi lấy ngón tay gạt để nó khỏi chảy xuống miệng mình. Các viên chức VN tháp tùng thì cho là điềm cực hên. Nhưng trong thư gởi con trai cả, Henry Cabot Lodge đặt câu hỏi "chuyện lạ duy nhất xảy ra trong đời ấy không hiểu có ý nghĩa gì?". Ông chết ngày 27/2/1985 thọ 83 tuổi.

Nhận định về sự nghiệp chính trị, quân sự, ngoại giao của Henry Cabot Lodge, không gì chính xác hơn là nhận xét của nhà văn Edith Wharton, bạn của cha mẹ ông đã tiên đoán: "Ông bố đã giữ cho cậu con tình trạng sáng giá thiếu trưởng thành" và rằng "Henry Cabot Lodge chẳng để lại di sản gì vĩ đại cho lịch sử Mỹ như cha ông mong đợi".

Chính Trị Gia chưa bao giờ biết làm việc tập thể, Tướng chỉ biết thông ngôn; Nhà Ngoại Giao chỉ giỏi đảo chính đồng minh: Henry Cabot Lodge!

Hà Bắc

(tham khảo tài liệu của Anne Blair)

NGUYỄN TRUNG DŨNG

■ **Năm sinh:** 1936 Sinh quán: Tỉnh Phú Thọ (Miền Bắc Việt Nam) ■ **Quê quán:** Làng Yên Mẫn, Tỉnh Bắc Ninh

■ **Năm 1962:** Nhập Ngũ Khóa 14 Quân Trường Võ Khoa Thủ Đức ■ **Phục vụ:** Phòng 6/Bộ TTM, Đại đội 21/TT (Bạc Liêu), Tiểu Đoàn Truyền Tin/Bộ TTM.

■ **Năm 1975:** Đi Tù Các Trại: Long Giao, Hoàng Liên Sơn, Trại 6 Nghệ Tĩnh, Hàm Tân. Năm 1982: Ra Tù. Năm 1992: Qua Mỹ (HO.11)

Các tác Phẩm Đã Xuất Bản Trước 1975:
■ TRONG THÀNH PHỐ ■ NGOÀI MẶT TRẬN (1966) ■ BÊN NÀY SÔNG BÊN KIA SÔNG (1968) ■ VẾT ĐẠN THÙ (1969) bản cũ.

Các Tác Phẩm Đã Xuất Bản Ở Hải Ngoại:
■ VẾT ĐẠN THÙ (2004) bản mới ■ THÙ NƯỚC CHƯA XONG ĐẦU ĐÃ BẠC (2005) ■ ĐÊM NGHE DẾ GÁY (2006) ■ CÚC VÀNG (2011) Thư Quán Bản Thảo Xuất Bản ■

Các Tạp Chí Văn Học Và Báo Đã Cộng Tác:
■ VĂN - CHỦ ĐỀ ■ TÂN VĂN ■ PHỐ VĂN VĂN HỮU ■ SUỐI VĂN ■ VĂN UYỂN ■ NGUỒN ■ HƯƠNG VĂN ■ SÀI GÒN NHỎ ■ VIỆT TRIBUNE ■ KỶ NGUYÊN MỚI ■ VIỆT NAM NHẬT BÁO ■ THƯ QUÁN BẢN THẢO ■

Cõi Chữ

kịch

■ Nhân vật: Người chủ. Nhà văn. Nhà thơ. Khách mua.

■ Khung cảnh: Tiệm sách. Cuộc nói chuyện giữa chủ tiệm sách và nhà văn có tác phẩm gửi bán. Nhà văn bước vào đang lúc ông chủ tiệm ngồi lật báo đưa mắt đọc.

- Nhà văn: Chào ông. Mấy lúc này ông mạnh khỏe chứ.

- Chủ tiệm sách: Cám ơn. Bình thường. Còn ông nhà văn ra sao?

- Nhà văn: Vẫn vầy vậy. [đáp rồi, đến đứng cạnh quầy tính tiền đối diện với chủ tiệm sách. Lại nói] Bữa nay rảnh trước là ghé thăm ông, sau nữa là xin ông thanh toán tiền bán sách.

- Chủ tiệm sách: Nghe điện thoại ông báo cho biết ngày hôm qua, tôi đã kiểm số sách ông gửi nhờ bán rồi. Ba chục cuốn còn hai mươi nhăm cuốn. Như thế có nghĩa bán ra được có 5 cuốn thôi.

- Nhà văn: Suốt một năm trời, bán ra có 5 cuốn thì quả là quá tệ. Thiên hạ thuở nay bỏ tiền mua sách đọc xem ra hơi ít đấy. Viết lách như bọn nhà văn chúng tôi trông nhờ ở độc giả mà độc giả thì ngoảnh mặt quay đi không đụng tay tới sách thì tụi này còn gì hứng thú để sáng tác và in ấn nữa.

- Chủ tiệm sách: Văn chương hạ giới rẻ như bèo ông nhà văn hẳn đã thừa biết rồi. Tôi bán sách, nghề tôi là phải theo dõi mãi lực thị trường. Phàm những sách truyện thiên về văn chương nghệ thuật thì số độc giả xưa đến nay vốn ít. Số lượng sách bán ra so với những loại khác đã chậm mà còn ế là đằng khác nữa. Ông muốn thu hút người đọc để bán được thì trước nhất là ông phải đổi lối viết, phải nhắm thị hiếu độc giả mà viết, có như thế sách, báo, truyện ông mới ăn khách được. Ở đây tôi nhận bán đủ loại nhưng riêng loại văn học so với các đầu sách khác vẫn thấy rõ là thụt hậu.

- Nhà văn: Ông có thể nói rõ hơn những sách nào bán mạnh nhất được không.

- Ông chủ tiệm: Mạnh nhất thì phải kể đến những cuốn sách mới in viết về những điều bí mật thời trước 75, những nhân vật hiện đang sống ở trong nước bất phục Đảng, những nhà văn phản kháng chế độ ở quê nhà, tính thời sự nóng hổi đã gợi sự tò mò muốn biết khiến người mua sách cứ thế mà đua nhau mua. Sách dâm thư tục tĩu xem vậy số bán cũng khá lắm. Sách tử vi bói toán xằng bậy nhưng các ông các bà ưa dị đoan mê tín hỏi đến cũng nhiều. Truyện viết về các danh nhân thế giới số bán ra coi là được. Nói tóm lại thì đọc giả chuộng mua sách báo văn học có phần không được khá lắm. Ông không là người trong nghề buôn bán chữ nghĩa, tất nhiên ông không thể biết được cũng là điều dễ hiểu thôi. Thực ra mà nói, tôi rất muốn sách truyện người đem đến gửi nhờ bán dùm, bán được càng nhiều thì tôi có hoa hồng để ăn ké, tác giả có tiền để thu vốn lại rồi in tiếp cuốn khác. Nhưng trước tiên ra sách, tôi nghĩ các ông nên tiên liệu truyện các ông viết nó có hay không, hấp dẫn không, có sức hút người đọc không, thể loại nào mình chọn để đúng với thị hiếu kẻ mua tác phẩm đã, còn viết cao quá, khó đọc quá, nặng nề khô khan quá, quảng cáo bắt mắt đọc giả một lần để xí gạt người ta bỏ tiền mua sách của mình, rồi về coi thấy dở, thấy chữ nghĩa đen ngòm xìn xịt, nuốt không vô thì không còn mua cuốn ra sau nữa. Viết văn như các ông cũng đâu có khác gì mở nhà hàng.

Nấu các món ăn phải biết chiều khẩu vị của khách khách ăn ngon miệng thì đã đến một lần là đến hoài đến mãi. Nấu mà theo ý mình thích, người đến ăn không thích, cửa hàng vắng hoe thì sớm muộn chỉ có nước thua lỗ rồi là đóng cửa sập tiệm. Về mặt báo chí cũng vậy, bài viết phải viết sao cho nhẹ nhàng, ướt át, tình tiết, hạ thấp ngòi bút đánh vào giới đọc giả bình dân, đọc giả đọc sách mục đích là để giải trí cho qua ngày giờ, cho giảm độ căng của não bộ một tuần làm việc, chứ đọc sách báo mà sách báo viết nhăng viết nhện những chuyện trên trời dưới biển, tối nghĩa tối chữ, suy nghĩ quá nhiều mà chẳng nắm bắt hiểu mô hiểu tê thì vừa hứng thất bại vừa bán sách ra sách bán không được. Tôi nói thế không phải là ý của tôi đâu nhé. Tôi nói thế là ý của khách hàng đến tiệm tôi chọn sách mua bảo vậy kìa. Họ có cái lý của họ và họ là người có tiền mua sách họ thích thì thích cuốn nào cũng lại là quyền của họ. Chuyện đó không là chuyện của tôi mà là chuyện của đọc giả và quí vị viết lách có sách bán.

[Thêm một nhân vật. Khách là một nhà thơ. Bước vào tiệm tay ôm một chục cuốn sách]

- Nhà Thơ: Chào ông chủ. [Quay sang nhà văn chìa tay ra bắt] Chào bạn. Tưởng ai hóa ra bạn của ta đấy à.

- Chủ tiệm sách: [mặt lạnh như tiền, nói với nhà thơ] Ông đem sách đến gửi tôi bán?

- Nhà Thơ: Thưa vâng. Có chục cuốn muốn nhờ ông chủ bầy hàng bán giúp.

- Chủ tiệm sách: Thơ, truyện, biên khảo hay cái gì đây vậy.

- Nhà thơ: Thơ ông ạ.

- Chủ tiệm sách: Thơ hả. Thơ thì tôi không nhận bán đâu.

- Nhà thơ: Sao vậy ông.

- Chủ tiệm sách: Chẳng sao cả. Truyện thì tôi tạm nhận. Còn thơ nhận rồi bán không có người mua. Ông không thấy cái đống xếp ở góc xó kia toàn thơ là thơ, cả mấy năm rồi bụi phủ mờ mịt bìa. điều đó chứng tỏ thơ bán không chạy. Có cuốn tác giả gửi 20 tập, kiểm tra đếm lại còn nguyên 20 tập từ lúc đem gửi đến lúc xem lại sách bán. Trong nhà kho, ông mà vào xem còn cả lô cả lốc thơ đóng gói bỏ đó chờ hoàn lại tác giả. Cho nên bây giờ tôi quyết định từ chối nhận thơ đem tới gửi nhờ bán dùm.

- Nhà thơ: Tôi không biết tên tác giả những tập thơ ế ẩm đó là ai. Nhưng riêng tôi, tôi là một nhà thơ có tên tuổi, tôi tin rằng với tên tuổi của tôi thì quyển thơ này ắt hẳn không đến nỗi không có người yêu thơ mà không sờ tay đụng tới. Vậy ông cứ nhận bán thử xem có đúng lời tôi nói không đã nào.

- Chủ tiệm sách: Tính tôi không thích đôi co ông ạ. Nếu nhận là tôi nhận liền. Khi tôi nói không thì có nghĩa là tôi không thay đổi ý mình đã muốn đâu ông.

- Nhà văn: Này bạn. Sao bạn lại hay cò cưa lôi thôi thế vậy. Ông chủ tiệm ông ấy đã nói thế thì cũng chẳng nên mè nheo nài nỉ nữa làm gì. Khi ông in thơ chắc chắn ông đã nắm vững thị trường chữ nghĩa bây giờ nó như thế nào rồi. Truyện còn ế thì thơ còn ế dưới mức ế đấy ông ạ. Sao ông không nghĩ tới chuyện tổ chức ra mắt sách bán vớt vát có lẽ hay hơn. Cứ mời lung tung tứ mẹt khách quen hay không quen tới dự, rồi ép người này mua cho mình một cuốn, người kia một cuốn, vài chục ông bà cả nể vị tình mua cho là có vài trăm đô bỏ túi rồi.

- Nhà thơ: Làm cái chuyện đó người ta làm được nhưng tôi làm không được. Thơ tôi là máu và nước mắt, tôi không đem máu và nước mắt mình ép người khác mua máu và nước mắt của mình. Họ phải tìm đến với mình, kiếm thơ của mình đọc, cho nên một là tôi gửi tiệm sách nhờ bán sách chứ không nghĩ cái chuyện chợ búa công cộng, còn hai là tôi bỏ quách làm thơ đi làm việc khác có lẽ nó hay hơn.

- Nhà văn: Ông bảo bỏ chứ tôi biết ông có bỏ thơ nó vẫn theo ông đến mãn đời. Nếu ông chỉ làm thơ chơi, làm cho vui, làm để giải trí khuây khỏa lúc thì giờ rảnh rỗi, làm cầu cạnh cái tiếng cái danh để nhất thời thỏa lòng, thì bỏ người tình là thơ cũng dễ thôi. Còn như ông vừa nói, thơ của ông là máu và nước mắt, là khổ đau tích tụ, thì cái chất nhựa trong ruột cây cối, cái huyết tủy trong thân xác ông, ông bỏ là ông chết queo như cây khô rồi mục đổ. Tôi dám mạnh bạo nói thế vì tôi lấy chính bản thân tôi để chứng tỏ điều này là, tôi viết truyện cũng có lúc tôi chán muốn bỏ. Nhưng làm sao bỏ được khi bỏ rồi thấy cuộc đời mình buồn tênh, cuộc đời vô nghĩa quá. Sống để ăn, ngủ, làm tình rồi chờ đến lúc Chúa gọi chỉ có thế thôi sao. Sống với tôi có nghĩa là phải viết và viết. Nghiệp dĩ hay nó chính là cái Đạo mà tôi với nó đã kết tình bện nghĩa từ thuở ấu thời xa lơ xa lắc. Ông có thể là kẻ bạc tình bỏ nó nhưng tôi biết chắc nó sẽ không là người dễ dàng bỏ ông đâu.

- Nhà thơ: Đúng thế ông ạ. Những lúc buồn tênh rỗng tếch của đêm tối, của buổi hoàng hôn nhọ mặt, của chiều đổ xuống một cơn mưa phùn, tôi thấy thơ lại đến bên mình như vợ mình ve vãn hôn hít. Và chính lúc đó, tôi biết tôi phải dùng đến chữ để ghi lại những lời thầm thì thủ thỉ của người tình thơ đang nói khẽ vào tai tôi. Ông là nhà văn, ông viết truyện chắc cũng vậy thôi.

- Nhà văn: Vâng. Người viết văn như tôi không thấy ai nói đến hai chữ "nàng văn" mà là "ông thần bút" đấy ông ạ. Kinh sách Cựu Ước ghi chép lời của

Chúa Ki Tô không phải là do chính bàn tay Chúa viết ra, nhưng từ sự khải truyền bằng âm từ Chúa đến những bậc Thánh nghe trên từng trời vọng xuống dặn bảo mà có. Bản truyện của một nhà văn viết một phần do "Ông Thần Bút" nhắc cho, phần sau như xe có trớn thì cứ cái trớn đó mà xe bon bon chạy. Văn hay Thơ khởi đi từ cái hứng, cái trớn đó. Thời buổi này, tị nạn sang bên đất Mỹ, xem ra số người viết văn làm thơ đông như hoa rộ nở. Phải nói về thi ca, thơ là nấm mọc. Mọc loạn cả cho nên ở đâu cũng thấy thơ, ra mắt thơ ào ào. Thơ đã lạm phát kéo theo cái danh xưng "thi sĩ" cũng lạm phát luôn. Bởi có tiền, có thơ, người ta vội vã đem gom lại rồi in ấn. In ấn để cầu tên tuổi mà chẳng cần xét thơ mình hay hay dở. Có người nhận định cuộn giấy chùi đít với những cuốn thơ tồi thì thẳng một lèo mà phán rằng, thơ không ra thơ mà in phí phạm giấy, thà đừng in để dùng giấy đó làm giấy vệ sinh nó hóa lợi hơn. Ôi chao, nghe thế chắc các nhà thơ trong giới làm thơ của ông điên lên hết đấy nhỉ. Mạ lị hả. Theo tôi thì ông ấy nói ra thực lòng đấy. Thực thì mất lòng. Còn không thực cứ việc đưa nhau lên bục mà bốc nhau rối rít thì mọi người đều vui vẻ cả. Đấy là tôi nói về những cuốn thơ tồi. Còn những cuốn xuất sắc, in thì đáng được khuyến khích in ra để những đọc giả yêu thơ có thơ đọc. Cái chuyện người đọc có mua đọc hay không đem ra đây để bàn, tôi e rằng bàn lui bàn tới cũng không đến đâu cả. Viết không chỉ để cho hiện tại mà viết còn cho mai hậu người sau nữa đấy. Nguyễn Du khi phóng cuốn Kim Vân Kiều hay viết vô số bài thơ khác, đương thời của nhà thơ chưa chắc đã được thiên hạ ngưỡng mộ như thời nay ta ngưỡng mộ trân trọng tác phẩm tác giả đâu. Ý hẳn là thế nên Nguyễn Du trong một lúc nào đó buồn mới xổ hai câu thơ than thở rằng thì là: "Bất tri tam bách dư niên hậu. Thiên hạ hà nhân khấp Tố Như". Than thế phải chăng Nguyễn Du e ngại mai mốt sau này, truyện Kiều không còn được hậu sinh nhớ mà nhắc đến. Đấy là thơ. Còn nói về văn, tài liệu sách ghi thời ông Dostoiesvki, cuốn "Anh Em Nhà Karamazov" xuất hiện ở bên Nga, bản dịch được dịch phổ biến ở nước Pháp, đọc giả Pháp chê không mó tay sờ tới tác phẩm. Mà tác phẩm đâu phải là dở, cho nên sau đó nhiều năm ròng, người ta mới nhận ra Dostoiesvki là một nhà văn vĩ đại, họ mới ùa đi tìm mua tác phẩm của ông. Có khối cái mà tôi muốn nêu ra để ông bạn thấy rằng, cái chuyện viết lách là cái chuyện còn hay mất không dừng ở hiện tại, nhưng ở tương lai sau này mới rõ hai với hai là bốn. Cứ viết đi đã và viết cho xuất sắc thì nếu là vàng ròng, vàng sẽ không rữa thành bùn, thành đất, thành bụi, thành cỏ rác đâu ông ạ. Có điều ông có dám làm không, có nhẫn nại can đảm không, có gắng hi sinh chịu đựng không, có chân thực với chính mình không, có hả, vậy thì đừng sợ ông sẽ không có cái ông muốn có. Tôi nói thế không có nghĩa lên mặt dậy ông, nhưng tôi nói thế là do tôi rút ra từ cuộc đời các nhà văn nhà thơ quốc tế đi trước, họ đã làm và đã lên tới đỉnh cao của danh vọng. Họ chính là con tầu biển lênh đênh giữa biển khơi đầy sa mù và bão táp, rõi mắt tìm ánh sáng của ngọn hải đăng, có người trật hướng, có người đúng hướng, tới hay lạc là do họ chứ không do con tầu. Còn ngọn hải đăng vẫn chỉ là ngọn hải đăng với cái tháp có ngọn đèn rọi ra biển cả. Ông đọc "Lão Ngư Ông Và Biển Cả" đi sẽ thấy. Hemmingway viết về con cá lớn và người đánh cá. Cuộc chiến đấu giữa cá với người xem ra quyết liệt vì cá đã về tay ông già thả câu, thế nhưng bọn cá mập tấn công giành giật mồi, khi vào tới bờ cát, một đàn kên kên bủa xuống xâu xé. Cuối cùng thì con cá chỉ còn bộ xương nằm nơi viền mép biển, sóng ập đến, nâng nhấc hay lôi kéo như thể biển vẫn muốn cướp bộ xương cá ra khơi. Bữa nay tôi sinh tính nói quá nhiều. Nói thế ông nghe có phiền tai không.

- Nhà thơ: Không phiền mà thích nghe là đằng khác nữa. Mình trao đổi học hỏi kinh nghiệm ở nhau mà ông. Đằng nào thì giữa độc giả với người viết, giữa ông và tôi đứng trong giới chữ nghĩa, mình vẫn nhìn ra được mình rõ hơn.

[Họ ngưng ở đó. Thêm hai khách hàng bước vào tiệm. Một cao niên. Một trung niên. Hai người chọn lựa sách, ưng mua cuốn đã chọn lựa rồi, họ đến quầy tính tiền để trả tiền]

- Người khách cao niên: Ông chủ cho tôi mua cuốn này. Sách xuất bản bây giờ tràn ngập thị trường, ấy vậy mà kiếm được cuốn mình ưa lại đâm ra khó. Mở ra đọc tác phẩm thời nay thì chẳng lựa được cuốn nào đắc ý cả. Tiểu thuyết hay báo chí văn học, một dạo tôi mua về đọc thấy viết không ra làm sao cả. Truyện thì toàn nhai đi nhắc lại ba cái cuộc tình đầu không ra đầu, đuôi không ra đuôi. Viết vội viết gấp, viết cho có để đưa báo đăng hay in lên sách. Nhiều ông nhà văn chắc là bí đề tài, cứ lôi cái quá khứ đi tù "ri-sai-cồ" viết đi viết lại. Ý muốn hút độc giả mua sách cho nhiều hay sao đó, nhiều cuốn được xếp vào loại dâm thư xem ra thịnh hành vì bán cũng chạy. Tôi chán sách báo của các ông ấy rồi nên ở tuổi mình, mình tìm loại cổ nho, loại biên soạn về cuộc đời các danh nhân thế giới, loại thời sự nóng hổi của sách các ông bên nhà viết phản kháng chế độ Đỏ. Còn thơ ư, thơ bây giờ ngâm nga không nổi. Vần điệu trúc trắc, chữ đặt què cụt, âm điệu ấm ớ, làm mới làm dáng không còn giống con ất con giáp nào. Đọc cổ thi vẫn thấy hay. Cho nên, ông chủ thấy tôi thường đến tiệm ông mấy năm rầy, không có cuốn thơ cổ, cuốn truyện cổ, cuốn Khổng Lão nào mà tôi không dớ tới.

- Chủ tiệm sách: Khách thuộc loại ông bây giờ chiếm quá bán ở cửa hàng tôi. Tôi đứng bán sách, tôi biết sách nào chạy, độc giả nào ưa chuộng thứ nào món nào, cho nên mới chỉ nhận những ấn phẩm bắt mắt người mua để bán mà thôi.

- Khách trung niên: Tôi nghe Bác đây vừa nói đúng, chỉ đúng ở góc độ nào đó, còn nhìn trào lưu văn hóa hiện đại, bánh xe tiến hóa không thể đứng ì hay tụt hậu được. Người viết lớp trước nay đã tàn lụi, kẻ hậu sinh đi sau không lẽ cứ bám mãi cái xe nằm ì hay tụt hậu mà lùi theo xe sao. Không ai ôm ấp mãi cái quan tài mà trong cái quan tài đó có xác chết cổ nhân để khóc than họ cũng như đọc mãi cái tư tưởng cổ hủ lỗi thời của họ cả. Dòng văn chương ví như dòng thác nước, hết lớp này đổ xuống ghềnh thì đợt tới phải tung hứng mà đuổi theo cho kịp. Đổi mới, cải cách, viết cách này hay cách nọ, văn chương thời xưa thời nay vẫn chỉ là chữ viết không hề thay đổi, nhưng tư tưởng thì bắt buộc phải thay đổi theo lịch sử và cuộc sống. Tôi đọc văn viết bây giờ để muốn bắt kịp cái bánh xe đang lăn, dù nó lăn nhanh hay chậm, lăn đi đến đâu thì vẫn phải theo cái bánh vận chuyển đó hơn là lùi. Sách tôi mua không riêng gì sách cổ mà cả sách kim để giúp cho mình có cái nhìn đại thể, cái tổng quát biết rằng sông không cạn, sông vẫn có dòng nước chảy xuôi giữa hai bờ. Ở bên kia Đại Dương, nhà văn, nhà báo, nhà biên khảo chỉ dựa vào đống sách ngoại mà bám víu viết thôi. Ở bên này, những người cầm bút sống trực diện với đất nước quốc tế, tựa lưng vào đống sách vở sẵn có trong tầm tay, họ đang là người đứng giữa không gian và thời gian của dòng giao lưu văn hóa thế giới, họ có điều kiện để khai phá nếu họ muốn. Cho nên, lối viết, cách viết, tư tưởng của lớp người đương đại chắc chưa thể đạt đỉnh, chưa hình thành cái mà họ muốn đạt đỉnh. Thế nên hãy cứ để họ làm đã. Họ làm thì có nghĩa dòng văn chương hiện đại vẫn tồn tại, vẫn sống còn. Đem chuyện sau này 5 hay 10 năm nữa, lớp trẻ học trường Mỹ, nói tiếng Mỹ, đọc sách báo Mỹ, chúng tách khỏi cái văn hóa chữ Việt, không đọc sách báo Việt, thì chuyện đó cứ để hậu xét. Ngồi rỗi mà lo ba cái chuyện khối phiến thạch từ trên trời rơi xuống, có chắc nó cọ xát bể nứt mà rơi xuống không. Cho nên tôi không bi quan như nhiều ông bi quan bảo rằng, văn chương hải ngoại sau này lớp đọc giả già rồi khuất núi, sách báo cũng khuất núi tàn lụi theo. Nói mà như thế có khác gì nói nền văn học cứ mỗi ngày đi vào cuối đường hầm tối không có lối thoát ra. Tôi không tin vào điều đó như họ dự đoán năm 2000 là năm tận thế. Tận thế đâu chẳng thấy chỉ thấy người ta đoán mò rồi bịa ra đủ thứ chuyện.

- Chủ tiệm sách: Có lẽ đã đến giờ tôi phải đóng cửa nghỉ bán rồi. Xin cám ơn các ông và chào các ông nhé.

[Bốn người gồm nhà văn, nhà thơ, hai ông khách đến mua sách đưa tay ra bắt tay nhau. Họ rời khỏi tiệm. Cửa đóng và đèn tắt. Bảng ghi một chữ "Closed" treo sau tấm kính hướng ra mé đường]

NGUYỄN TRUNG DŨNG

HỒ LINH

☙☙ ☙☙ ☙☙ ☙☙ ☙☙ ☙☙ ☙☙ ☙☙☙☙ ☙☙ ☙☙ ☙☙ ☙☙

Hồ Linh tên thật là Vũ Ngọc Anh, sinh ngày 10 tháng Bảy năm 1939 tại Phát Diệm, Kim Sơn, Ninh Bình, Bắc Việt Nam.

Ông là cựu Luật Sư, hành nghề tại Saigon trước 30 Tháng Tư, 1975.

Hiện định cư tại thành phố San Jose, California, Hoa Kỳ, hội viên Hội Luật Gia Việt Nam vùng Bắc California. Tác giả hợp tác với Cơ Sở Cội Nguồn cũng như Tập San Nguồn từ nhiều năm qua.

Ông được coi là một trong những ngòi bút tiêu biểu của dòng văn chương Việt Nam lưu vong với hơn hai mươi tác phẩm đã được xuất bản tại Hoa Kỳ từ 1985:

Tác phẩm đã xuất bản từ 1985 tới 2012:

1/Truyện dài: ■ Cô Nụ ■ Những Ngày Đẫm Máu ■ Táng Xác Trôi Sông ■ Thét Giữa Hoàng Hôn ■ Tao Loạn ■ Kiếm Mạng (Tao Loạn tập 2) ■ Khép Mắt Bình Minh ■

2/ Truyện Ngắn và Tùy Bút: ■ Ma Cỏ ■ Tùy Bút Hồ Linh (được đài VOA phỏng vấn) ■ Như Khói Như Sương ■ Đêm Nguyệt Rằm ■ Nhan Sắc Mấy Độ, ■ Thung Lũng Ma, ■ Xuân Yêu Thương, ■ Hà Nội Ảo ■ Tuổi Nào Cho Thơ (Tập Thơ chung với Lê Hưng VKD và Tùng Linh) ■ Hồn Phương Nam ■ Bên Trời Hư Thực ■ Nửa Tiếng Đàn ■ Quê Nhà Khuất Bóng (tác phẩm mới 2012) ■

■ Nhiều tác phẩm đã được tái bản.

(Viết theo Nhật Thịnh)

Một Đêm Lao Xao Ánh Trăng

Kỷ Niệm Một Chuyến Xuôi Nam Cali.

tùy bút

Khu biệt thự rộng tới hai "acres" nằm trên một đại lộ tận cùng bằng khu "shopping center" cỡ trung bình, với các cửa hàng Macy's, JC Penny, Nordstrom như mọi thành phố của Hoa Kỳ. Con đường rất đẹp, lề giữa phân chia hai lối đi ngược chiều bởi hai hàng hoa hồng đỏ rực rỡ, một vài đoạn đường còn giặm thêm hàng bích đào đang nở hoa vào đầu hè mới tuyệt chứ.

Tôi không nói tới thành phố nào, con đường nào, tới số nhà bao nhiêu, nhưng ai có cơ duyên đi ngang qua đây, cũng có thể nhận ra khu này, dù chỉ đọc đoạn văn tả cảnh mơ hồ này.

Chủ nhân, một vị bác sĩ y khoa đón chúng tôi từ một đám tang về đây nghỉ ngơi để mai còn đi thăm vài người bạn thân ở thành phố liền bên.

Qua cái cổng sắt mở bằng remote control, xe tiến vào một con đường tráng xi măng sạch bong, tới một cái sân rộng và một dẫy nhà dài gần trăm thước, chắn ngang trước mặt. Ngói đỏ, tường nâu vỏ đậu và những khung cửa kính lấp lánh nắng chiều hôm. Còn lại là những thảm cỏ xanh mướt, sừng sững những gốc cọ (palm) cao tới hơn mười thước. Một cây lớn nhất, dưới gốc là một bồn cỏ nhỏ, vây quang tượng Đức Mẹ Ban Ơn, hai tay đưa ra, như sẵn sàng đón nhận những đứa con khốn khổ. Đó là tượng Đức Mẹ hình dáng cổ nhất của người Công Giáo, có trước những tượng khác như tượng Đức Mẹ Lộ-Đức hai tay mẹ chắp trước ngực, tượng Đức Mẹ là Mẹ Thiên Chúa trên vai mẹ là Chúa Hài Nhi đang ngủ bình yên, tượng Đức mẹ Fatima áo trắng có triều thiên là những vì sao, tượng Đức Mẹ Guadaloupe có vầng sáng chung quanh, tượng Đức Mẹ La-Vang bế Chúa Hài Đồng trên hai tay, mặc áo dài Việt nam v.v.

Xuống xe, tôi hơi ngỡ ngàng vì lần đầu tiên tới một khu biệt thự lớn đến thế! Hình như những cây cọ kia được trồng theo một trật tự nào đó, khi đứng dưới gốc chúng, nhìn ngược lên, tôi bỗng cảm thấy như có một áp lực lạ lùng khiến mình hơi ngộp thở. Chủ nhân nhìn thái độ quá ngạc nhiên của tôi, có vẻ thích thú.

Đầu hồi bên phải là garage ba cửa, tận cùng phía trái là sân tennis và cái cổng sắt có khóa. Ở đây giống như một nơi trình diễn đa văn hóa, được trưng bầy những bức tượng bằng đồng to lớn như người thường, gồm tượng Aphrodite of Cnidus, tượng Nữ Thần Tư Do của Mỹ và Pháp; tượng Venus de Milo khỏa thân, không tay bằng đá hoa cương của Ý, tượng rập khuôn "statue of Pierre Le Gros", người thiếu nữ cầm bình tưới cây, trong vườn của điện Vesaille Pháp Quốc; một cô "mọi da đỏ" có lẽ bằng gỗ, quần áo, tóc tai, băng-đô sơn mầu trông như người thật. Những gốc hồng chân cao, có lẽ mua giống từ Hòa Lan, tươi tốt với sắc mầu lộng lẫy, được trồng xen kẽ với những pho tượng ở trong tường hoa, dọc theo tòa nhà. Một bảng nhỏ mầu xanh lá cây nhạt, cắm ở gần cửa ra vào, với tuồng chữ mềm mại, đậm mầu xanh dương: "The Paradise", là một vinh danh cho toàn khu biệt thự này...?

Tôi buột miệng:

- Ô, Chốn Thiên Thai này chỉ có một mình "chàng" Nguyễn đây?

Chủ nhân cười:

- Thì biết làm sao?

- Thế thì nên đổi Paradise này thành vườn Eden...

Cười:

- Vậy mời anh chị thường xuyên đến chơi nơi tiên cảnh này đi...

- Không dám đâu!

Cửa trước biệt thự được mở ra. Khách bước vào khoảng không gian ước lệ của phòng "living room", cảm thấy như vào một thế giới khác. Tấm gương lớn bằng cả một bức vách, hình ảo làm nhà rộng và sang hẳn ra. Hơn nữa nó lại tạo nên cảm giác thích thú cho khách khi thấy hình ảnh của mình chợt hiện ra trước mặt. Cái linh thiêng của những hình tượng, dấu ấn Ai Cập được treo trên tường, hay trưng trên thảm nhà khách làm không khí thêm trang trọng. Đặc biệt hai bức hình khá lớn, một bên là nữ hoàng Ai Cập Cleopatra, một bên là Makeda, nữ hoàng Sheba với y phục A-rập khi đi thăm vua Solomon của dân Do Thái, cả hai với hai tay chắp ngang trước ngực, đội vương miện tương tự nhau. Chỉ hai bức tranh này giá cũng nhiều ngàn đô-la rồi. Vùng Sheba sau này là Ethiopia (bên bờ Hồng Hải Phi Châu) ngăn cách với Ai Cập bởi đất Sudan, được coi là nơi phát xuất loài người, mặc dầu dân xứ này, cho đến nay vẫn là dân da đen. Thế nhưng trong Thánh Kinh cựu ước, nữ hoàng Sheba lại là một mỹ nhân mầu da rám nắng. Thêm vào đó, những hình tượng sư tử, hổ báo to bằng thật, nhưng lại có ánh mắt hiền từ như một con mèo ngoan, khiến khách muốn ôm vào lòng ve vuốt thân mật. Ở đây, như một viện bảo tàng thu nhỏ mấy khi thấy được nơi một ngôi biệt thự nhân gian. Quả thực ở người ta không tiếc tiền mua những tác phẩm này vì yêu nghệ thuật hay tương quan nguồn cội. Bên tay trái là một hành lang dài hun hút, tường ghép gỗ, được đánh vec-ni mầu nâu đậm rất đẹp, tạo nên cái không khí ấm cúng cần thiết cho những gian phòng ngủ. Áp phòng khách là một vùng không gian quá lớn cho một cái "family room" mà ở hầu hết các nhà bình thường chỉ kê khít một bộ salon cỡ trung bình. Ở đây đã có một bộ salon to quá khổ mà hai bên vẫn còn hai khoảng trống rộng rãi, có những giá sách, DVD, cũng như bàn computer để làm việc ở nhà.

Phòng ăn ở giữa phòng khách và bếp, khá sáng sủa, với bộ bàn ghế cho tám thực khách sang trọng, kiểu khá lạ. Trong ánh sáng từ khung cửa sổ ghép gương mầu xanh nhạt hắt vào, trông nó trong suốt như thủy tinh. Tôi chưa thấy ở đâu có một bộ bàn ăn đẹp và đặc biệt như vậy. Ngoài ra, ở đây có một gian bếp rất rộng, với những bàn đá "marble" mầu nâu đậm, bóng lộn, dài có tới 3, 4 thước tây, hàng tủ bằng gỗ trắc vàng nhạt treo cao trên hai bức tường. Bếp điện sáu cái lớn nhỏ, đủ chỗ và phương tiện để nấu một bữa tiệc thịnh soạn đãi nhiều người.

Trở lại phòng khách, được mời ngồi trên chiếc ghế có thêu cô gái Ai Cập mầu vàng óng ả, hai tay dựa có hai đầu thần Phinx, đầu người, mình sư tử thu nhỏ, ở giữa các hình tượng cổ Ai cập, mới cảm thấy một phần nào sự huy hoàng của các triều đại Pharaoh thủa xa xưa.

Uống xong ly trà nóng thơm mùi hương quế, nhìn qua khung cửa kính, bên ngoài trời đã tối. Hôm nay là mười lăm tháng tư âm lịch đấy. Ánh trăng vàng đã thấp thoáng một bên cánh cửa dịch có lẽ mở ra sân sau.

Chủ nhà đứng lên. Một bản nhạc của Đức Huy, âm thanh vừa đủ nghe, qua tiếng hát quá cường điệu của Ý Lan:

Em đi rồi cây cỏ buồn say
Em đi rồi hoa lá sầu bay
Em đi rồi tay gầy nào vẫy
Em đi rồi đôi mắt nào cay...

Khách được hướng dẫn ra cửa sau, nhưng lòng tôi vẫn còn vương vấn với những câu còn lại...
Mai em đi rồi mây vẫn còn bay
Mai em đi rồi mưa vẫn còn rơi
Thôi xa rồi sao người còn đứng đợi
Thôi xa rồi xin người hãy buông lơi...

Yêu em, môi nồng hơi ấm còn hương
Yêu em, vai gầy tóc mây còn vương
Mai xa rồi lòng nghe tan nát rã rời
Mai xa rồi nước mắt nào đầy vơi.

Vừa bắt gặp bóng trăng thấp thoáng sau lùm cọ thì bỗng nhiên, hàng trăm bóng đèn bật sáng, bồn cây ngọn cỏ loá lên như sao sa. Trước mặt là một "rừng" tuyền một thứ hồng bạch, bông lớn quí hiếm.

Chủ nhà nói nhanh:

- ...Về đây chưa được một năm, tất cả đều giữ y nguyên thời chủ cũ.

Có lẽ, cách xếp đặt từ trong ra đến ngoài, từ hàng cọ tới bồn cỏ, ngăn nắp, đâu ra đấy. một sớm một chiều không có thể thiết kế được.

Tôi bước xuống mảnh sân xi măng trước cửa, lại ngạc nhiên thêm vì vườn hồng, phủ trắng tới tận góc tối... rồi không biết còn đi đâu nữa. Vườn hồng chơi một mầu như thế là lạ lắm.

Cửa này mở ra hướng Đông Nam vì bóng trăng chênh chếch phía tay trái, mà tận cùng hướng nam hình như có một vùng mờ sáng.

Chủ nhân như đọc được ý nghĩ của khách, lấp lửng:

- Chỗ đó là nơi đặc biệt... dành cho khách...

Khách hơi ngỡ ngàng, thì chủ tiếp:

- Nhưng anh chị thì xin nghỉ ở trong này... ấm cúng và thân tình hơn, để mai còn đi chơi chứ.

Tôi hơi phân vân vì "khách" đó có gì khác với chúng tôi? Khó hiểu nhỉ. Nhưng không sao. Thấy chủ không có ý định dẫn mình ra đó, tôi quay vào:

- Cũng phải. Mình nghỉ sớm đi.

Tôi và hai bà quay vào phòng gia đình, chủ nhân đi tắt đèn ngoài vườn.

Mới chín giờ tối, chúng tôi đã thu xếp lên giường ngủ. Gian phòng chủ dành cho chúng tôi là một trong năm phòng ngủ trong dẫy hành lang, ngay bên phòng khách, được trang trí rất thanh nhã và hiện đại. Ngoài giường nệm, gối sang trọng... và mới tinh, cuối phòng, có TV, máy điện toán.

Buổi sáng trong đám tang, nhà tôi quá xúc động, nhất là lúc đưa người cháu gái vào lò thiêu, lửa bùng bùng bốc lên chung quanh quan tài, thực ghê rợn. Vì thế, nhà tôi cần phải nghỉ sớm bằng một viên thuốc an thần.

Riêng tôi, đọc hết trang báo này tới trang khác mà không hiểu sao vẫn cứ rơi vào một giấc ngủ chập chờn. Chợp mắt được thì báo rơi, lại giật mình tỉnh dậy, mà không đọc thì cứ chong chong đôi mắt. Có lúc bỗng nghĩ tới khu vườn sau và trăng mười lăm chắc là đẹp lắm. Rồi không biết từ lúc nào, tôi chỗi dậy, nòi tình mà, khẽ mở cửa buồng. Qua khỏi hành lang, tới "family room". Lúc đó, ánh trăng đã nhuộm vàng một góc thảm bên trong cánh cửa kính ra vườn sau.

Cửa chỉ khoá trong, tôi khẽ văn chốt đã có thể mở được. Quả thực trăng lúc này rất sáng, những tầu lá cọ phản chiếu lấp lánh, cả vườn hoa trắng nồm nộp, khiến khí đêm càng thêm lạnh. Tôi xuống sân sau, tay nhẹ kéo cửa lại. Cả người tôi choáng ngợp trong ánh sáng huyền diệu, cho dù trăng không còn là một bí ẩn thời Đường Minh Hoàng, nhưng vẫn gây cảm xúc nhè nhẹ, êm ái, thơ mộng. Tôi lấy bao thuốc trong túi ra, châm một điếu, mùi vị thơm và đậm đà trong miệng... Làn khói nhẹ thoát lên... cây..! Bỗng tôi lại nhìn thấy vùng sáng vàng vọt sau vườn hồng bạch. Ở đó, có một cái gì đó nó thu hút tôi, khiến tôi muốn tới nơi xem cho rõ. Dập điếu thuốc trước khi rít một hơi dài, ém khói cay cay thoát ra cùng hơi thở, tôi lững thững theo con đường xi măng đi vào khu vườn hồng. Lối đi quanh co, sâu hơn vào trong bồn cây có lúc cao đến ngang đầu. Nhà tôi cũng chơi cây cảnh, nhưng năm nào cũng xén ngọn, không cho nó vượt mức ngang bụng. Ở đây, hình như chủ nhà để từ lâu không cắt tỉa, vườn hoa rậm rạp không ngờ, có khi trăng không soi tỏ được đường đi. Định ra đây ngắm trăng mà lại lạc vào nơi tối tăm, thật là phi lý. Con đường hẹp lại, dẫn tới một cái cầu xi măng nhỏ mà hình như ở dưới không có nước, tôi vượt qua với một độ dốc vừa phải. Nhưng đi không được vài bước thì mặt suýt đụng một thân cọ chắn ngang. Hết chỗ đi, bực chưa! Tôi để ý thấy bóng trăng chênh chếch trước mặt, đành theo đó để quay trở lại đường cũ, định bụng về phòng ngủ. Nhưng đi một giấc đường không mấy quanh co, hiểm hóc, thời gian có lẽ lâu hơn lúc đầu, thế mà cũng chưa tới cánh cửa vào nhà. Sự ngạc nhiên đến bất ngờ khi tôi lại gặp một con cầu xi măng. Tôi ngửng đầu lên, bóng trăng lại ở sau gáy. Chẳng lẽ tôi trở về cái cầu buổi nãy. Vô lý. Cái cầu đó, mố kia đã bị hàng cây chặn lại, làm sao còn có lối đi bên đó để dẫn tôi về đây. Có lẽ nó là một cái khác. Nhưng... vị trí ở chỗ nào? Tôi quay trở lại, đi qua cầu, cứ đi theo đường trước mặt, thỉnh thoảng cẩn thận nhìn lên mặt trăng để định hướng. Nhưng đi một thôi nữa, mặt trăng như lao xao trên đỉnh đầu khiến tôi hơi mất bình tĩnh, bước chân loạng quạng... để cuối cùng lại gặp một chiếc cầu nhỏ xi măng thứ ba. Tôi không di chuyển nữa, đứng hẳn lại, cố gắng lấy bình tĩnh, nhớ lại những khu vườn xếp đặt theo âm dương ngũ hành trong một số tác phẩm của Kim Dung. Những chuyện tưởng như hoang đường mà hình như lại có thật. Khu vườn đào trên Đào Hoa đảo của Hoàng Dược Sư đã vây khốn Chu Bá Thống một tay cự phách võ phái Toàn Chân, sư đệ của tổ sư Vương Trùng Dương, hoặc khu vườn của Thần Toán tử Anh Cô mà Hoàng Dung biết cách đi để đưa Quách Tĩnh chạy trốn bọn Cừu Thiên Nhận trong truyện Anh Hùng Xạ Điêu. Nếu đó là chuyện có căn bản thực, thì mình dám bị hãm trong khu vườn hồng này mất thôi. Ở đây thay vì là hoa đào thì người ta dùng hồng bạch! Tôi đứng lại suy nghĩ một hồi, nhìn lên mặt trăng thấy vẫn chưa đến đỉnh đầu, nghĩa là hướng đó vẫn còn là hướng đông. Tôi nhớ tới Ma Phương trong Kinh Dịch đã được diễn giải bằng những con số mã trên Lạc Thư mà Tây phương gọi là Matrix. Đó là một hình vuông, đáy là phương Bắc, cạnh đối là Nam, cạnh trái là Đông, đối diện là Tây. Mỗi cạnh chia đều lảm 3 và nối với nhau cho ta một hình vuông có tất cả 9 ô vuông. Ba ô trên từ trái qua phải được đánh số 4,9,2. Ba ô hàng hai là 3,5,7. Ba ô đáy là 8,1,6; ô trung tâm là số 5. Nếu cộng ba số theo bất cứ hàng nào, thẳng, chéo góc... cũng được tổng số là 15. Chính Bắc ở số 1; chính Nam ở số 9; chính Đông ở số 3 và chính Tây ở sô 7. Kinh Dịch là một tác phẩm kỳ diệu đã có từ mấy ngàn năm, mà nhiều học giả Việt Nam đang cố giằng lại từ người Trung Hoa. Với cái Ma Phương này, từ cửa sau nhà là điểm khởi hành, tôi đã đi hướng xế mặt trăng là từ Bắc sang Đông, ứng với số 1, lẻ, Ma Phương loại dương. Như vậy, nó vận hành về hướng Đông đi theo chiều lên. Nhưng tới tận cùng con đường đó là cái cầu xi măng nhỏ. Khi quay lại, lẽ ra tôi căn bóng trăng sau gáy, để trở về đường cũ, hướng Bắc. Nhưng chỗ đó có gì bí ẩn làm tôi bước lầm sang phía tay trái, tức theo hướng Tây, bóng trăng tuy vẫn ở đàng sau nhưng tôi đã lạc tới cái cầu thứ hai. Coi như tôi đã mất phương hướng từ đây khi đi qua cầu, theo đường dẫn về hướng Nam và tận cùng ở nơi tôi đang đứng. Đến lúc này tôi mới thấy cái vi diệu vì sao người ta chỉ cấy toàn một loại hồng bạch, nó vừa làm lóa mắt, vừa nhất quán mầu sắc khiến người đi không bấu víu vào cái mốc nào quanh mình, tỷ như một bông hoa mầu khác chẳng hạn. Hơn nữa, như ai đã lạc vào ma trận, sự tương hợp âm-dương phát sinh từ-trường, tác động lên những phần tử sắt có trong máu huyết của họ làm họ mất tự chủ, rồi đi dần tới hoảng loạn. Lý giải được như vậy rồi, tôi hít thở mấy hơi dài, thực bình tĩnh, cẩn thận căn cứ vào bóng trăng, định vị rõ ràng và quay trở lại đi đúng những gì mình vừa biết, nhất là những nơi chập lại hai lối đi, để khám phá ra là chỉ cần vẹt một bụi hồng là thấy được đường ra. Thế mà mãi tới gần nửa giờ tôi mới về được phòng ngủ. Lúc đó ánh trăng cũng đã tới đỉnh đầu.

Nằm trên giường, tôi cứ mơ mơ, mòng mòng vì chuyện vừa qua. Nếu sự suy đoán của tôi có phần nào chính xác thì chủ nhân trước của khu biệt thự này phải là một người Tầu biết khoa Kinh Dịch. Mục đích của hắn là gì khi thiết lập một ma trận? Trong các tác phẩm của Kim Dung thì người ta dùng âm dương ngũ hành, thiết lập một ma trận chỉ để ẩn mình. Nếu như vậy thì khu vườn này dùng để giữ an toàn cho khu nhà phía sau, trước khi xây khu bên ngoài là lớp nhà tôi đang nằm. Và phần chắc là người chủ cũ, lúc thiết lập trang trại này, chung quanh còn hoang vu, trộm cướp đầy rẫy. Khu vườn này, người biết kinh dịch có thể lý giải được để thoát hiểm, nếu không, ai lạc vào sẽ bị cầm chân cho tới khi chủ nhân buông tha. Chuyện cây cối chuyển dịch trong vườn qua các vị trí để vây hãm kẻ địch có lẽ là truyền thuyết, thực tế chắc đó chỉ là ảo giác. Đứng ở vị trí cao, chủ nhân có thể thấy được kẻ bị vây hãm, tương tự như trò chơi "Maze" của Tây Phương, chỉ có một lối vào và một lối ra. Người đi vào cứ luẩn quẩn bên trong, khó tìm được lối đi ra, nhưng rất giản dị đối với một quan sát viên đứng trên cao nhìn xuống.

Rồi giấc ngủ cuối cùng cũng tới. Sáng hôm sau thức dậy, đã tám giờ. Tuy nhiên, bên ngoài trời vẫn còn sương lành lạnh. Chủ nhân mở cửa sau, sát sân quần vợt, mời khách đi bộ trên con đường khá rộng rãi, bên trái lại có một nhà để xe. Vừa đi, chủ nhân vừa đưa tay chỉ những khoảng trống sân xi-măng nói:

- Khi có party, chỗ này đậu được cả mấy chục xe hơi. Có cả chỗ cho trực thăng đáp xuống kia. Ngày trước, người chủ có máy bay đi đón bạn ở xa.

Trên sân quả là có một chỗ rộng, vẽ một vòng tròn vây quanh một chữ H mầu vàng fluorescent. Sau đó qua cái cổng nhỏ có hai con đại bàng khá lớn mới đến khu nhà "Khách".

Chủ nhân chỉ sang một cái nhà vòm bên trái:

- Trong kia là sàn khiêu vũ, có cả màn hình hát karaoke. Ở đây, chủ cũ cũng để lại một giàn máy, âm thanh rất hay..

Tôi để ý ngay tới hai việc là chủ nhân không dẫn chúng tôi tới bằng con đường qua vườn hồng, và bên đường vào, tay trái có khu nhà để xe thì tôi nghĩ mình đã không đoán sai là khu này có trước.

Dẫy nhà khách tuy nhỏ, chỉ có hai phòng ngủ nhưng khá đẹp, với tất cả tiện nghi cần có. Phòng ngủ, phòng ăn, bếp và nhất là quầy buffet sang trọng nơi "living room" với một tủ các loại rượu, từ những chai XO tới những bình rượu vang đủ loại lớn nhỏ.

Lúc chủ nhân đi pha cà phê, tôi tới ngồi ở bộ bàn sắt, bên cạnh cái hồ tắm nhỏ nhưng khá đẹp, nước mầu lơ, trong vắt. Vị trí này cao hẳn lên, hơn khu vườn hồng trước mặt, tôi nhìn thấy hết những lối đi lắt léo bên trong, và nhận ra lối ra một cách dễ dàng. Tôi cứ bâng khuâng mãi về những chuyện như là mơ hồ đó, nhưng lại có những lý giải rất thực. Cái hồ nước thuộc thủy, là một trong ngũ hành (kim, mộc, thủy, hỏa, thổ), có tính âm, hoá giải cái Ma Phương dương (đã nói trước), ở đây có sự cân bằng âm-dương nên rất yên lành, vững chãi. Tôi cũng lấy làm lạ khi thấy vị trí hai hàng cọ hai bên, gần như trùng hợp với cái bí ẩn làm tối hôm qua tôi không nhìn ra để về đường cũ, mà lại đi quanh quẩn mãi trong ma trận. Tôi cũng thắc mắc là cái ma trận này, hiện nay còn ai biết nó không, người chủ thứ hai và cả ông chủ nhân bạn cũ này nữa. Thực lạ lùng, làm sao lại có một ma trận như vậy ở nước Mỹ xa lạ này? Chuyện thực hay chỉ có trong cái gáo dừa nhạy cảm của tôi?

Cà phê được mang ra, cũng là lúc hai bà vợ của chúng tôi vừa tới. Bốn người vui vẻ ăn uống bữa lót dạ.

Chủ nhân hỏi trước:

- Anh thấy khu khách vãng lai này thế nào?

- Đẹp lắm...

Chủ nhân thổ lộ:

- Nghe chủ nhà cũ nói... khi ông ta mua, nó còn có một vài căn phụ thuộc, thấy không cần thiết nên hắn phá bỏ, xây dựng lại...

Tôi buột miệng:

- Cả cái hồ tắm này?

- Cũng không hẳn, vì trước đây, nó đã là cái ao nhỏ

thả sen...

Tôi như nói với chính mình: "Chắc ông này là một người Trung Hoa rồi",

Chủ nhà có lẽ không nghe thấy tiếng tôi nói, nên tiếp tục câu chuyện:

- Người chủ thứ hai làm hồ bơi, sửa sang thành nhà khách vãng lai, và xây khu nhà ngoài đó để ở, dù gia đình cũng không đông người.

Thì tôi cũng đã nghĩ thế, nên cười đồng tình:

- Khu này tuy nhỏ nhưng tiện nghi không kém những nhà sang thời nay.

Tôi không đả động gì tới vụ đêm qua một mình lạc trong ma trận vì chắc gì người ta tin hoặc lại hơi đường đột, vì đây là lần đầu mình tới ở nhà người ta... Như vậy mình là con người thiếu công chính rồi!

Khi xe rời nhà để đến nơi thăm bạn, tôi bỗng để ý tới ba lớp cây cọ sắp hàng ngang trước cửa nhà. Đường còn xa, mắt tôi lim dim, bên tai, tôi loáng thoáng nghe mấy người bàn chuyện ăn gì tối nay... vì ngày mai, chúng tôi sẽ rời nơi đây. Tôi băn khoăn khi nghĩ tới hai người chủ cũ. Người thứ nhất phải là một người gốc gác Á Đông mới thấu hiểu Kinh Dịch. Người thứ hai chuộng văn hóa cổ Ai Cập, chủ nhân một căn phòng khách đầy ấn tượng Phi Châu, đã bỏ tiền nhiều vào việc thiết kế từ nội thất tới bên ngoài như thế, phải là người thế nào đây. Trung Hoa? Ấn Độ? Ai Cập? Mỹ? Mễ?... Việt Nam?

Tôi bất chợt lóe thấy rất rõ sự liên kết giữa ba hàng cây cọ đàng trước với hai hàng sau ...khi gộp với dãy nhà mới, như là một nét ngang liền lạc, ta sẽ có một trong 64 quẻ do nguyên lý biến đổi của âm dương ngũ hành từ khởi thủy cho tới bất tận... trong Kinh Dịch.

Theo Kinh Dịch, thuở ban đầu khi chưa có trời đất, được gọi là Thái cực. Thái cực biến đổi sinh Lưỡng Nghi, Lưỡng nghi phân thân thành Tứ Tượng, Tứ Tượng biến hóa thành Bát Quái với nhiều dấu hiệu ngang liền hay đứt quãng gọi là hào, giống như sự phân liệt của tế bào gốc... Rồi bát quái này biến thiên, biến địa cho 64 quẻ dịch và ngưng lại ở con số 64 này vì nó là uyên nguyên sinh thành ra vạn vật... Đó là 64 tế bào của bào thai trong lòng người nữ, hay giống cái, để từ đó có sự cấu thành tất cả các cơ quan khác nhau trong con người, cũng như trong các sinh vật có quá trình tạo nên đời sống. Con số 64 còn được công nhận trong Di Truyền học tức Triplet Code (trong tác phẩm Foundation of Biology của 2 tác giả William D. Mc Elroy và Carl P. Swanson Roy A. Gallant được khoa học công nhân. (Kinh Dịch Ứng Dụng, Đoàn Văn Cọ, trang 59) và nhiều ứng dụng khoa học sau này... kể cả computer, internet đương đại, nhất là với tiến trình hình thành DNA.

Ở đây, nếu hợp lại toàn bộ hai dãy cây cọ đàng sau, 3 hàng đàng trước cùng một "hào" liền lạc từ trái sang phải là dãy nhà mới, ta sẽ có quẻ thứ 16 được gọi là Lôi Địa Dự. Quẻ này là phên dậu rất tốt, bằng cách nào đó, nếu bị xâm phạm, nó sẽ có khả năng báo động cho chủ nhân biết. Ngoài ra, nó còn bao hàm ý nghĩa biểu lộ sự trên thuận, dưới hòa, gầy dựng hạnh phúc, may mắn... nhưng không vì ỷ y an vui quá dễ gây nên họa. Quẻ này có một hào dương (nét ngang liền lạc, dãy nhà) nổi bật giữa những hào âm (nét ngang đứt quãng, những hàng cây cọ), thêm những bức tượng của những nữ thần, thực là hài hòa hết chỗ chê. Chủ nhân đời thứ hai khá là đặc biệt đấy... vừa tôn vinh văn hóa cổ Ai Cập, vừa thấu suốt Kinh Dịch Đông Phương. Ma Trận chỉ có ích trong thời hỗn loạn, trái lại, thiết kế quẻ Lôi Địa Dự vào thời bình là mưu cầu được hạnh phúc lâu dài. Nhưng, trong tất cả... là sự lạc lõng của tượng đài Đức Mẹ Maria. Có phải đó là phần đóng góp duy nhất của ông chủ đời... thứ ba? Nếu không thì quả là khó hiểu!

Bỗng nhiên tôi lại nhớ tới chuyến đi khi xưa của Nữ Hoàng Sheda tới thăm vua Solomon của Do Thái. Nàng đến để thử tài khôn ngoan của nhà vua. Sau khi bị nhà vua khuất phục, nàng biếu ông nhiều vàng bạc, châu báu, hương liệu và chịu ở lại làm vương phi, đã ảnh hưởng phần nào tới văn hóa Trung Đông. Tuy nhiên, một người dòng dõi của nữ hoàng Sheda với vua Solomon cũng không có những kiến thức về Kinh Dịch như thế.

Trong tác phẩm Nguồn Gốc Mã Lai của người Việt Nam, học giả Bình Nguyên Lộc đã lập luận người Việt Nam là giống người Mã-lai (Malaya) từ cao nguyên Hymalaya tràn xuống vùng biển phía đông. Đồng thời, dòng giống Aryan, nguồn gốc Phi Châu (tức Ethiopia hay Sheda) xuống chiếm vùng Ấn Độ và có một số đi đường biển tới Đông Dương và vào miền nam và trung bộ nước ta, đã xẩy ra tiến trình pha giống với người Việt bản địa.

Như trên đã nói, có nhiều bằng cớ mới đây minh chứng Kinh Dịch có nguồn gốc từ người Việt chứ không phải của Trung Hoa. Vì thế, một người vừa chịu ảnh hưởng văn minh cổ Ai-Cập, vừa có sự hiểu biết về Kinh Dịch để thiết lập một cảnh quang mới cho khu biệt thự này, biết đâu chẳng là một người có gốc gác từ nước Văn Lang của vua Hùng khi xưa. Một học giả Mỹ đã xác nhận dân tộc giống người đảo Hạ Uy Di nhất chính là người Việt. Vậy chuyện gì cũng có thể xẩy ra được!

Buổi tối hôm đó, chúng tôi ngồi cả trong "family room" để xem văn nghệ Thúy Nga trên một màn ảnh lớn bằng cả bức tường trước mặt, như màn ảnh của rạp cinéma Lửa Hồng khi xưa bên hồ Hoàn Kiếm Hà Nội. Bỗng tôi thấy ở trên tường, góc trên, phía tay trái của màn ảnh, có những màn hình của một hệ thống camera giống như một ma-phương, kiểm soát tất cả khu biệt thự, tôi lại càng tin mình đã nghĩ đúng.

Hôm sau, về đến nhà, tôi có trao đổi ý kiến với một "ông thầy" về Kinh Dịch, ông cũng không bác bỏ lối suy luận của tôi, dù nó mới, chưa có ai giải thích sự ứng dụng ma phương như tôi đã kinh qua. Ngoài ra, theo ông, Ma trận chính là cuộc đời. Với khả năng giới hạn, người ta thường đi vào đó bằng cái cao ngạo của mình, rút cuộc, sẽ bị vây hãm trong thất bại ê chề. Chỉ những người có tri thức, biết sửa sai sau những sóng gió của chính bản thân, mới hy vọng thoát ra được cái tầm thường ngu dại để có thể có một cuộc sống an nhiên tự tại.

Một điều khá lý thú khi ông đi xa hơn, vào tâm thức của nhà Phật. Trong kinh Niết Bàn, như người vào ma trận, Phật dạy sự thật ví như những anh mù nói hình dạng của con voi... Có anh rờ phải chân voi thì nói voi giống như cây cột; anh rờ trúng lỗ tai, nói voi giống như cái quạt lớn; anh rờ cái bụng, nói voi giống như cái chum; anh rờ trúng cái đuôi, nói voi giống như cái chổi quét sân... Mỗi người nói một cách khác theo nhận xét ngoan cường của mình... tức là sai hết cả, thì làm sao tìm được chân lý, hay lối đi (đạo đấy!). Chỉ có người đứng trên hết để nhìn vào ma trận, mới biết được thế nào là con đường thoát hiểm; cũng như người sáng mắt mới hình dung được hình thể con voi. Nhưng, "muôn pháp về một, thì một về đâu?". Đó là vấn đề siêu thoát!

Trong sự cởi mở, ông cũng nói thêm, nếu người chủ thứ ba không vì lý do gì phải giữ lại hình tượng Ai Cập như là một biểu lộ nguồn cội, mà chuyển đổi tất cả thành văn minh Văn Lang với những trống đồng của Đông Sơn, hình tượng của Thánh Mẫu Âu Cơ, mẫu nghi thiên hạ... con rồng của Thăng Long, con rùa của An Dương Vương, ngựa sắt của Phù Đổng Thiên Vương thì nhất. Nhưng khá tốn kém ạ!

Đó quả là một ý kiến rất hay. Tuy nhiên còn tùy ở khuynh hướng nghệ thuật của từng người. Cho đến lúc nào đó, người ta muốn thay đổi thì tự nhiên nó sẽ xẩy ra, không ai có thể lường trước được.

Hồ Linh
Tháng 5, 18, 2012

BIỆN THỊ THANH LIÊM

- Nữ sinh Trưng Vương (niên khóa 1968- 69)
- Sinh viên Đai Học Văn Khoa ban Triết Tây.
- Thành viên Ban Chấp Hành Sinh Viên Văn Khoa từ 1972 - 75

   - Khởi viết với bài tùy bút đầu tiên "NỖI CHẾT" đăng trên tuần báo Văn Hoc Nghệ Thuật KHỞI HÀNH/Saigon 1969 của Viên Linh.

   - Cộng tác với tạp chí Văn Học Phật Giáo "Phương Trời Cao Rộng", Los Angeles ■ Chánh Pháp, tạp chí Văn Học Phật Giáo của nhà văn Vĩnh Hảo ■ trietvan.com ■ dunglac.net ■ vietcatholic.net ■

   - Cộng tác thường xuyên tạp chí Nguồn ■

KHÚC NHẠC TRƯƠNG CHI

Trăng hạ huyền mỏng, dịu dàng như lá lúa treo lửng lơ ngoài Tây hiên. Tiết thu, trời phơn phớt lạnh. Sau hàng liễu xanh như ngọc bích đứng khép nép trong hoa viên thoang thoáng hương lan... Bên chiếc rèm lụa màu hồng thắm là đôi mắt vời vợi của thiếu nữ họ Trần tên gọi My Nương.

Trăng khuya, đêm lạnh... ngoài trời xa... là sóng nước mênh mông... Vậy mà nàng vẫn ngồi đó bên khung cửa Tây lâu nhìn ra dòng Tiêu Tương lặng lờ.... thăm thẳm. Chiếc thuyền nan đơn độc và tiếng sáo diệu kỳ của khách lãng du nào đó tại sao... thoắt nhiên vắng bặt? Lòng dạ nàng rối bời mong đợi, nỗi niềm lẻ riêng ngày đêm canh cánh không biết tỏ thấu cùng ai đã khiến nàng sắc ngọc hao gầy nét xuân héo rũ. Phút chốc, người tiểu thư trong chốn gác tía lầu son bỗng nhiên cảm thân rơi lệ. Phải chi sinh là con nhà dân giã thì nàng đã rảo gót vào chốn phường chài để phăng ra manh mối. Xưa nay cát vẫn trộn lẫn vàng ròng, ngọc cũng hay nằm im trong đá là lẽ thường tình. Đằng nầy nàng là con nhà quan tước lá ngọc cành vàng vốn dĩ gia luật rất nghiêm nên khuê môn bất xuất, mỗi bước đi đều có kẻ hầu người giúp. Ngay cả sách vở chất đầy trong thư trai của cha nhưng muốn đọc quyển nào cũng phải có sự đồng ý của Trần tướng công hay đôi mắt quan phòng của vị thầy già dạy học.

My Nương, tiểu thư khuê các ngoài "cầm kỳ thi họa" nàng các còn rất thích đọc cổ thi, thêu thùa và họa tranh khi ngắm cảnh trên sông Tương. Những bình minh rực rỡ trên sông tấp nập ghe thuyền tới lui buôn bán, hay xa khơi... bọn phường chài tung lưới thả câu... cho chí đến những chiều hoàng hôn trên bến vắng cô liêu nhan nhác từng đàn chim lượn là về tổ... Và rồi, một đêm vào khuya, trăng non nhếnh nhác. Trời - nước như nở bừng giao ngộ.

Mặt sông như ngừng thở, mây trời như ngừng trôi. Gió bỗng im. Sóng bỗng lặng. Khi tiếng tiêu được cất lên từ một chiếc thuyền câu ẩn hiện lững lờ trong sương khuya đơn độc. Ban đầu tiếng sáo vi vu từng đoản khúc như lời chào thân hỏi làm quen cùng cỏ cây mây nước... phút chốc bỗng vút cao thanh thản. Vạn vật đã chuyển mình cùng ngân nga hoà điệu vào tiếng nhạc sáo diệu kỳ như từ cõi trời của trăng sao vằng vặc tỏa hương thanh khiết xuống trần gian. Giây lâu tiếng sáo thoắt dịu xuống cung Hồ trầm thiết... như kéo trăng lả lơi xuống từng đợt thủy triều lấp lánh sóng vàng ấm nồng. Rõ ràng tiếng gió lao xao cũng đồng tình với lá hoa cây cỏ như thiếp mê trong đêm trăng ngọt mây lành. Rồi âm điệu thần kỳ luyến láy sang cung Cống ngất ngưởng gợi ý một con thuyền vượt qua muôn trùng sóng dữ đầy dẫy những thác ghềnh bẫy rập để hạnh ngộ với bến bờ ước vọng. Nhưng kìa. Chiếc thuyền bỗng chao nghiêng rẽ nước và tiêu lang chợt đổi khúc thăng trầm, âm nhạc vỡ bùng như tiếng vó ngựa xôn xao lâm trận với cờ bay trống lệnh... rồi dịu dặt nỉ non như nỗi lòng cô phụ bi ai trong đêm trắng đợi tình. Lúc nan thuyền lững lờ giữa sông nước... thì âm hưởng cung bậc như tràn ý niệm con người lóng lánh hương yêu mà nghe như chen chúc giữa những muôn ngàn của nôn nao giận hờn thương ghét ...

Thanh âm vẫn lan nhẹ trên sông mà Mỵ Nương nghe cõi lòng như trùng trùng xao động. Sự bình yên trong khiêm cung gác ngọc đã bị tiếng sáo nhẹ nhàng khua vỡ. Khi "tâm" Mỵ Nương rỗng rang đã chấp cánh cùng "ý tình" cho suối nhạc trong suốt như mây trời nhẹ len vào tâm khảm nàng lắng sâu bất tận. Nàng nghe lòng mình bừng lên lẽ sống mới, đó là một tình yêu thuần khiết giao cảm với âm thanh như có một ma lực quyến rũ lạ kỳ. Nhưng thời đang tuổi cập kê nên My Nương ấp ủ lòng yêu thành những mộng tưởng thêu dệt tuyệt vời từ nơi những trang Kinh Nhạc, Cổ Thi mà nàng đã đọc bấy lâu về hình ảnh người dạo trúc tiêu hẳn phải là một trang tu mi nam tử mới ngao du một mình với sông nước khuya hôm. Manh thuyền nàng nghe lời đồn là xuất từ chốn làng chài xóm Hạ... nhưng tiêu lang chắc phải bậc siêu phàm? Khi tiếng sáo cứ trong đêm rong chơi cùng sóng bạc trăng thanh thì nàng cũng canh khuya thức trắng để bầu bạn cùng tiếng sáo theo gió len vào tân thư phòng ấm áp. Nay tiếng sáo bỗng mất dạng âm hao lòng nàng chơi vơi đơn lạnh, và từ khắc ấy My Nương đã biếng nói biếng cười hay viện lẽ sách đèn mà vào Tây lâu tránh mặt.

Đêm nay, bên chánh dinh Trần tướng công cũng đang thao thức. Ánh bạch lạp soi rõ vầng trán rộng của một viên tướng từng cầm quân xông pha trận mạc giờ thoáng nét đăm chiêu tư lự. Một khắc níu mày, ngài gọi người hầu cho vời phu nhân vào để ngài bàn việc vì nơi hậu dinh ánh nến vẫn còn thắp sáng... Chắc hẳn là Trần phu nhân cũng vì con mà... thao thức như Ngài?

Khi Trần phu nhân bước vào... tướng công thoắt thấy nhân dáng bà đã tiều tụy khác nhiều khiến lòng ngài cũng bâng khuâng khôn xiết. Việc trào ca tướng phủ nhìn thoáng bên ngoài những tưởng an nhàn nhưng nội tình thì bề bộn đa đoan. Thời chiến cũng như khi bình vua tôi noi bước tiền nhân trên dưới một lòng chăn dân trị nước.

Vua lãnh ý quốc sư mở kho phát chẩn vật thực vải vóc ở những nơi mất mùa hay hạn hán, giảm thiểu những nghi thức nơi cung đình làm tổn hao công quỹ. Vua ban chiếu lệnh không xây thêm cung điện lăng tẩm mà lập văn miếu nhằm chiêu dụ nhân tài, dựng bia trụ để ghi nhớ những công thần dựng nước, tạc tượng xây chùa khắp nơi để dạy dân những điều lễ nghi đạo đức. Vua lại dùng tiền thuế tuyển phu khai khẩn đất hoang cấp phát ruộng nương cho những lính già trong chinh chiến. Nội phủ thì tiết giảm việc đàn ca xướng hát mà chú tâm học đạo thánh hiền, cung phi mỹ nữ đều được cắt đặt theo thứ lớp để làm việc hẳn hoi. Ngoài việc chăm lo huý kỵ cho các tiên đế hàng năm các phu nhân còn phải vấn an sức khoẻ lẫn nhau trong những ngày sóc vọng...

Thế nên tướng công cũng có phần xao lãng trong việc chăm sóc phu nhân cho phải đạo, nhất là khoảng thời gian gần đây Trần tướng công đã ưu tư đến những biến chuyển khác thường của cô con gái yêu là Mỵ Nương. Ngài đã cho người dò la và đã nắm rõ nguồn cơn ....

- "Phu nhân hẳn cũng đã thấy gần đây Nương nhi sắc diện đổi thay, trí thần lơ láo nói năng đi đứng không còn linh hoạt như xưa."

Trần tướng... chưa dứt lời thì phu nhân nước mắt đã lưng tròng:

- "Tướng quân ơi, thật thiếp vô cùng có lỗi với phu quân khi nơi chính triều đã bề bộn việc công mà nội thất thiếp lại không chu toàn việc mọn. Nhưng quả tình thiếp cũng chưa dám tỏ cùng phu tướng về nỗi lo của thiếp e phu tướng thêm bận lòng, là thiếp cũng đã cho vời danh y của nội phủ để chẩn mạch cho con. Họ đều không tìm thấy bệnh tình vì mạch vẫn an tuy thần sắc có phần sụt giảm kém tươi... chắc do nơi tuổi cập kê... nhiều tư lự..."

Trần tướng công bỗng cười ha hả: "Phu nhân đừng quá lo, ta tuy bộn bề việc lớn nhưng vẫn trải lòng đến việc gia tư. Có điều ta chưa tiện nói cùng phu nhân đó thôi, trước đó ta cũng cho vời các thiện tài thanh luật đến thử xướng âm hoà nhạc với Nương nhi thì nó đều từ chối chê bai. Trong yến tiệc gặp gỡ các vương tôn công tử ta lại thử dợm ý con về họ thì nó cũng kiếm cớ thối thoát... Những việc trên trước đó chưa hề ta thấy nơi Nương nhi."

Trần phu nhân chớp mắt ngỡ ngàng, quả tình bà chưa hề nghĩ ra được cách tìm hiểu con sâu sắc như phu tướng của bà ngoài việc hỏi han thường tình rồi lại lâm vào phiền muộn âu lo.

- "Phu nhân có biết là Nương nhi đã lâm bệnh tương tư đó chăng. Ta đã cho gia nhân theo sát Nương nhi và biết con đã vì nhớ nhung tiếng sáo của anh chàng lưới cá tên gọi Trương Chi ngụ nơi Làng chài bên xóm Hạ...".

Phu nhân vẫn chưa hết ngỡ ngàng và ngồi lặng yên mà nghe   Trần tướng công nói tiếp: "Đó là một gã chài côi cút nghèo nàn chỉ độc một chiếc thuyền nan nhỏ bé lưới cá trên sông độ nhật qua ngày. Khi đêm xuống rong chơi với nước trăng sóng bạc, bầu bạn chỉ có ống tre tiêu để trút thoát nỗi lòng cô lẻ."

Phu nhân như chợt tỉnh:

- "... Rồi phu quân định liệu lẽ sao?.. Hay là cho người cấm sông ngăn nước không cho bọn phường chài bén mảng đến ven dinh để anh chàng họ Trương không cớ mà thổi tiêu phô diễn tấc lòng. Hoặc... tướng công xua bắt chàng ta phải rời bến Tiêu Giang mà trôi đi nơi khác? Thiếp trộm nghĩ có được vậy chăng?"

Trần tướng khẽ cau mày sắc giận thoáng qua khuôn mặt đầy cương nghị nhưng không vắng nét nhân hậu của người từng giúp vua chăm dân trị nước.

- Phu nhân theo ta bấy lâu mà vẫn còn chưa hiểu rõ lòng ta và giòng họ nhà Trần, luôn lấy nhân nghĩa làm đầu mà bình dân an nước. Đừng vì lợi việc tư riêng mà vô cớ hà khắc dân oan, ngăn sông cấm chợ. Phu nhân há chẳng nhớ tổ tiên ta khởi nghiệp nhà Trần là

Nhân Tông từ năm 16 đã tu thiền khi ngồi trên ngai mà vẫn trường chay thanh tịnh, ngày lâm trào thảo bàn việc nước đêm thì lui về chùa Tư Phúc trong nội thành học đạo với ngài Tuệ Trung Thượng sĩ. Vua thương dân như con để khi trời hạn hán dân chúng mất mùa đói kém là ngài ngủ không yên, dân lâm nạn vì chiến tranh ròng rã thì lòng ngài ruột đau như cắt...”

Rồi phút chốc... khuôn mặt lão tướng như trầm tư đắm chìm trong quá khứ. Thứ ánh sáng của một trời rực rỡ vẫn còn phủ lấp giang sơn và soi rọi đến hôm nay cho con cháu soi theo khuôn mẫu. Ngài rời chiếc đôn nơi bàn thạch đứng lên đi đi lại lại trong tư dinh... và tiếp tục câu chuyện với phu nhân nhưng nghe âm vang như ngài nói với chính mình khua động váng vất thời gian bây lâu yên lắng.

Ngẫm hai chữ ”thiên tử” để tôn xưng vua là con Trời nhưng vua Nhân Tông đời Trần nhà ta đã coi “ý dân” là “ý trời” nên mới có “Hội nghị Diên Hồng” để hỏi ý dân từ các bô lão là “Nên hoà hay nên chiến”, trên dưới một lòng quyết tâm chống giặc Nguyên từ Bắc phương sang xâm lấn. Vua cũng hội ý các tướng lãnh bàn mưu kế trong Hội nghị ở Bình Than để chia xẻ trọng trách chung lo việc nước. Và hai lần ra quân là hai lần vua Trần Nhân Tông đã chiến thắng vẻ vang. Đó là do nơi biết dựa vào lòng dân lấy dân làm gốc.”

Rồi như cảm khái với khí phách tiền nhân lão tướng cất cao giọng ngâm: *”Xã tắc lưỡng hồi lao thạch mã. Sơn hà thiên cổ điện kim âu”* (Vì đất nước hai lần ngựa đá ra quân/ Núi sông ngàn năm vững như âu vàng”). Trần tướng công ngừng lại nhìn phu nhân với nét rạng ngời đầy phấn kích: ”Vậy mà phu nhân có biết, khi yên giặc ngài truyền ngôi lại cho con là Trần Anh Tông rồi lên dựng thảo am để tu theo khổ hạnh ở ngọn Tử Tiêu trên núi Yên tử chứ không thọ hưởng vinh hoa phú quý khi đất nước đã an bình. Chính ngài là Sơ Tổ của Thiền phái Trúc Lâm Yên Tử đã khai sáng ra dòng thiền Việt Nam mang trái tim và hơi thở của dân tộc khi dành trọn cuối đời Ngài cùng tôn giả Pháp Loa đi du hành mọi nẻo, xiển dương chính pháp với tâm nguyện dựng xây một xã hội đạo đức "nhân gian tịnh độ".

Phu nhân như lặng thiếp người trong suối nguồn dạt dào của cơn mơ dĩ vãng. Rất "thật" mà cũng rất "hư". Lượn lờ trong những vang vọng từ quá khứ như đã không có ranh giới của "ngày qua" và "hiện tại" mà bằng trái tim và chính hơi thở của phu tướng họ Trần: "Ta ơn phu tướng... với thiếp ngài vẫn là người mà thiếp phải thọ ân đã nhắc nhở thiếp qua dòng đời xuôi ngược đảo điên..."

Trần công đặt tay trên vai bà chia xẻ cảm thông: "Ta cũng biết lòng yêu thương đôi khi biến con người thành nhỏ nhoi hẹp lượng, phải luôn tỉnh thức với lòng "từ" bằng khối óc tinh khôi mới mở khai được tâm lượng nơi chính mình phu nhân ạ. Mỵ Nương, con ta đã "tự buộc mình" để gieo lấy sầu não cho chính mình thì phải để nó "tự cởi trói". Ba hôm nữa ta sẽ cho mở cuộc xướng âm nơi sảnh đường và phu nhân sẽ thấy lời ta không sai. Bây giờ thì phu nhân có thể lui về hậu phòng mà an tâm ngơi nghỉ. Mọi việc để yên cho ta sắp đặt."

Sáng hôm sau gia đồng đã gõ cửa tây lâu của tiểu thư Mỵ Nương vui mừng thông báo lệnh của Trần tướng là 3 hôm nữa nơi tư dinh sẽ có một cuộc hội ngộ hòa âm giữa tiểu thư và một danh tiêu trên sông nước Tiêu Giang. Trần phu nhân đã y theo lời dặn của chồng cho gia nhân kết hoa giăng đèn để gia trang cùng đón khách tao nhân vui âm xướng họa.

Ngoài Tây hiên của Trần gia trang... ánh trăng vằng vặc... con thuyền đã mất hút tự hôm nao. Tiếng sáo gã thuyền chài bỗng nhiên trở thành là niềm bí ẩn.

Nó xoáy hút tâm tư Mỵ Nương xuyến xao trong cơn khát khao nỗi sống... rồi nhẹ tênh như cuộn cả nỗi buồn bay vút trên không. Cõi lòng nàng bỗng trống không như mặt nước. Mênh mông. Thăm thẳm.

Tiếng sáo như một ma lực. Người con gái chốn khuê môn bất xuất bấy lâu như con mèo ngoan ủ mình trong chăn gấm... bỗng choàng mình thức giấc. Ngỡ ngàng.

Tiếng sáo..!... thánh thót như tơ trời nhưng vang động trái tim yên ấm bấy lâu. Trái tim nàng bát ngát không gợn chút buồn phiền hay thù hận. Đó là trái tim trắng. Trái tim thắm tràn mật ngọt thương yêu của một tiểu nữ chốn cung son gác ngọc được bao phủ bởi quyền uy gia thế....

Tiếng sáo... đã làm trái tim nàng nhuốm màu trăn trở. Ưu tư và phiền muộn đã khiến nương tử sắc ngọc võ vàng. Và tiếng sáo... Đó là sự lưỡng lự giữa đời thường và mộng mị...

Nếu tiếng nhạc trời ấy không xuất từ bậc siêu phàm đại thánh như thi tiêu Lý Bạch với bầu rượu túi thơ ngao du cùng sơn thủy để nơi Tróc Nguyệt Đài trên bến nước Thái Trạch xưa kia tiên sinh đã chẳng ôm trăng mà cứ nghĩ là ngã vào giường thất bảo nơi đế điện cung son.... Thì ắt hẳn cũng phải là trang hiệp sĩ phong lưu... cứu khốn phò nguy xem nhẹ bã vinh hoa chỉ thích đưa mình vào chốn tịch yên sông nước? Hay họa chăng... trang tu mi nam tử ấy cũng lại là đồ đệ của Trương Lương, một sĩ tộc thời Hán Sở tranh hùng... với tiếng sáo thần sầu trên núi Kê Minh trong đêm thu heo hắt đã làm xao động cả ba quân tướng sĩ nản cảnh chiến chinh mà rời bỏ Hạng Vương kéo về quê quán.

Rồi Mỵ Nương thầm nghĩ, ta cũng không thẹn mình là khách tao nhân, cũng cầm kỳ thi họa... nếu gia pháp không quá ngặt nghiêm ta đã xin mẹ cha một phen cùng người xướng âm thưởng nhạc. Vì biết đâu chàng há chẳng là Bá Nha mong tao ngộ khách tri âm nên chẳng nệ nhọc lòng đem đàn ra sông Hán Dương mà gảy. Ta chẳng thể là Chung Tử Kỳ gợi hứng cho đại nhân hay sao?

Qua tiếng sáo dịu dặt... khi thì u trầm như sông quê quạnh vắng lúc thì như mây trắng lãng đãng ở đầu non... Mỵ Nương đã thêu dệt bao nhiêu là hình ảnh của nghệ nhân lãng tử. Đến khi tiếng sáo hốt nhiên ngưng bặt thì trái tim nàng cũng xao xuyến vỡ tan. Nàng hoang mang không hiểu là mình đang mơ hay tỉnh. Vì tiếng sáo như một ma lực vẫn lẩn khuất đâu đây. Nhưng khi chiếc màn trên Tây lâu hé mở.... thì khoảng sông vẫn lặng lẽ đìu hiu. Giấc mơ trong lòng Mỵ Nương trữ tình như hình ảnh Tiên Dung vượt cung cấm rong chơi trên biển cát. Nàng thấy mình hóa thân cùng đoàn thị nữ rũ bỏ xiêm y như cởi buông xiềng xích, hồn nhiên đùa bỡn với cây lá và sóng xanh. Và rồi chàng xuất hiện... dưới đụn cát trồi lên... không mảnh vải che thân. Hồn hậu và ngây lòng. Thản nhiên mà cương quyết. Chữ Đồng Tử là hàn sĩ bần dân thì cũng như người nàng mơ trên bến vắng với khúc nhạc tiêu tương. Và hai người đã từ giã lầu son gác tía để hưởng hạnh phúc trong đời thường dân giã.

Giấc mơ đôi lúc cũng biến thành cơn ác mộng bi thương. Hình ảnh một Sư Khoáng chọc mắt cho mù để tập trung cái "tâm" của mình vào "ý" nhạc mà khiến được gió mưa và làm rũ liệt lòng người... Như nàng giờ đây cũng rã rời khi tỉnh khi mê.

Mỵ Nương đã tỉnh giữa cơn mơ. Ba ngày trôi qua đằng đẵng. Thị nữ đã trang hoàng thư phòng cho nàng vui mắt, cây cổ tranh đã được so giây nắn phím.... đợi chờ. Và nàng, Mỵ Nương như cánh hoa héo rũ đã bừng sáng dưới ánh mặt trời.

Thừa lệnh Trần lão gia, Mỵ Nương chỉ được ngồi trong kiệu hoa đặt tại sảnh đường mà hoà âm xướng nhạc với tiêu lang dưới sự quan sát của Trần tướng và phu nhân.

Khi khách vừa đến thì gia đồng vào thông báo có Trương lang đã tới cổng gia trang, bấy giờ Mỵ Nương mới tường được tên chàng là Trương Chi, ngoài ra không biết hơn điều gì...

Tiếng sáo dạo đầu trỗi dậy... hân hoan như phượng hoàng đang vẫy cánh và réo rắt như ngọn nắng xuân giao mùa. Mỵ Nương mừng vui khôn xiết. Nàng cũng bắt đầu ôm đàn hòa điệu. Nàng thoáng nghe âm thanh của "Kim" biểu hiện mùa thu phảng phất chút gió mùa se lạnh, Mỵ Nương như váng vất trong cảnh sắc thu vàng. Chưa dứt bàng hoàng... nàng lại cảm nghe như âm sắc của mùa Xuân ấm áp với muôn ngàn những lộc non đang bừng nở và tiếng chim như ríu rít trên cành. Khoảnh khắc, tiếng tiêu trầm mặc đã chuyển sang cung "vũ", biểu tượng cho âm thanh của nước nghe sóng sánh tràn bờ và tiếng suối reo trong vắt như đổ từ non cao xuôi về thôn bản. Mỵ Nương không so nổi giây đàn. Người nàng như có lớp tuyết băng đang nhẹ nhàng vây phủ... Nhưng kìa... thanh âm của "chủy" đổ rào... diễn đạt cho lửa hạ tan dần băng tuyết ...

Nàng đã bị khuất phục bởi cảm nhận từ những âm thanh đang hòa quyện lẫn nhau với cảnh sắc tuyệt vời huyễn mộng. Khi tiếng sáo chợt dừng thì nàng cũng vừa bừng tỉnh nỗi dạt dào kỳ thú du nàng vào những bốn mùa của xuân hạ thu đông. Nàng liều lĩnh bảo con thị nữ xin lệnh ông cho nàng được mở rèm diện kiến tiêu lang.

Khi chiếc rèm lay động, người ngọc bước xuống kiệu hoa để tiến đến thi lễ với danh tiêu thì Mỵ Nương bất giác như rơi vào đêm thẳm dù tiếng tiêu đã đoạn dứt từ lâu.

Trước mặt Mỵ Nương sừng sững như khối đá dị hình mọc trên non cao hay rừng dại. Đó là một anh ngư dân chân trần thô kệch với khuôn mặt đen đủi gió sương, đầu đội nón tơi bươm rách, mũi tẹt miệng hô đang ngẩn ngơ nhìn Mỵ Nương mặt hoa da ngọc khoan thai thả bước trên thảm vàng.

Mỵ Nương bất thần ngã quỵ. Chiếc sáo tre trong tay ngư phủ họ Trương cũng rớt xuống mặt đất... Vỡ tan.

Trời lúc ấy chớm đông. Bên ngoài... Vài bông tuyết như bắt đầu rơi. Lác đác.....

Trương Chi gặp Dị nhân

Cái khối đá đen đủi... chết sững trước nét đẹp thiên kiều bá mị của tiểu thư họ Trần tên gọi Mỵ Nương... đó là gã lưới cá họ Trương tên Chi ở xóm Hạ nơi làng Chài, trên bến Tiêu Tương.

Trương vốn mồ côi từ tấm bé và lớn lên một thân tứ cố không ai họ hàng thân thích. Thuở nhỏ đã theo dân chài đi biển nên khi lớn lên biết rành mặt nước gió mùa. Trương có thể nhìn sóng mà đoán được con nước nào đưa cá rong chơi hay nghe mùi gió mà tính nước xuôi đi sẽ lành hay dữ. Bọn chài ưa Trương vì tính Trương không thích tranh đua hơn thiệt, được mất không phiền lòng. Có người chê Trương ngốc nghếch vì làm nhiều mà hưởng ít, Trương chỉ cười vì cho điều ấy mình không màng. Với

Trương, một mớm cá phơi khô cũng đủ cho dăm ba hôm nghỉ ngơi no bụng... rồi lại nhớ nước nhớ sông mà ra thuyền quăng lưới thì của cải giữ làm chi cho nặng lòng mệt trí. Cái chòi phên trống trước hở sau không thể cất dấu được gì ngoài tấm thân bao năm đã quen cùng trăng khuya sương lạnh. Tánh khí Trương lại dị kỳ, khi thích thì cùng bọn chủ thuyền ra lưới nhưng khi lòng không ưa thì hậu hĩnh mấy cũng chối từ. Trong làng, Trương được tiếng rất cần cù chăm việc... không hề to nhỏ chuyện người nên lớn bé thảy đều ưa. Cả đời dường chừng họ Trương chỉ thích bầu bạn với trời cao mây nước... một thuyền một lưới với chiếc nón lá tơi quanh quẩn nơi bến đá nầy hay khúc sông kia mà nghêu ngao ca hát...

Trong làng Chài cũng có một lão già cổ quái hệt Trương. Người lão gầy đét, mặt mày thì nhếch nhác khốc khô. Dân làng không rõ tên họ lão là chi... mà chính lão cũng chẳng nhớ nổi tên mình... và họ gọi tôn lão là Bành Tổ. Lâu ngày rồi họ gọi lão là lão Bành vì lão sống quá lâu trong khi những cụ già như lão đã ra đi mấy thuở còn lão thì cứ trơ ra mà sống...

Lão Bành cứ đi rong trong xóm... hễ ai cho gì thì ăn nấy từ Xóm Trung ngược lên Xóm Thượng rồi về lại cái miếu hoang nơi xóm Hạ lăn ra mà ngủ. Nhưng lạ một điều, lão tuy nghèo xác xơ nhưng không một ai dám khinh thường hay chế nhạo. Không hiểu cớ sao nhìn lão bên ngoài trông biếng nói hiếm cười, thong dong mà sống   mặc thế sự nhân tình đổi thay đen trắng... vậy mà chuyện chi lão Bành cũng biết cũng tường. Từ mụ đàn bà nạ dòng trắc nết đến đứa con gái thay tính lẳng lơ... đều không lọt qua đôi mắt kèm nhèm của Bành lão. Nhưng họa hoằn lắm khi cần thì lão mới bộc bạch răn đe những đứa hư hỏng trong làng còn bằng không thì cạy miệng khảo tra đến đâu cũng đừng hòng lão hé môi nhếnh mép.

Lão Bành một hôm bỗng cao hứng kể rằng: Tiểu tử họ Trương kia quả là một tên cổ cổ quái... quái quái cổ.! Dạo kia hắn được chủ thuyền khi trúng mẻ cá lớn đã thưởng cho hắn một bầu rượu nhỏ. Bình sanh Trương không phải kẻ đắm rượu nhưng khi sảng khoái thì cũng mượn tửu sinh tình mà gõ thuyền rẻ sóng hát ca. Khi ánh tà dương đã sẩm màu khuất sau rặng núi phía tây thì Trương giựt mình mới hay rằng thuyền đã lạc lối. Trương cho thuyền tấp vào bờ men hướng đồi đi miết tới định sẽ nhắm hướng mà về. Đi khoảng độ ăn xong bữa cơm thì bỗng thấy trước mặt có động núi chắn ngang, đông tây thảy đều cây rừng mịt mờ chằng chịt. Không thể phân định trước sau Trương đang loay hoay chưa tính được phải rẽ lối nào... thì bỗng thấy sau hang núi một dị nhân đang đi tới phía Trương. Người thấp... đầu to... dáng đi nặng nề da dẻ xám thẩm khô cằn như đá núi, nhìn Trương cười bảo:

- Bao năm nhọc thân chỉ vì chút cơm chút rượu... nay mới một ngày xa vắng mà đã lo sợ đến thế hay sao?

Trương thẹn mà rằng: "Ngoài thân nầy tôi không có gì để giữ để lo nhưng hiềm một nỗi chốn lạ... nên không biết dừng lại chỗ nào nghỉ ngơi cho đỡ mệt..."

- Chốn nầy đã khá xa nơi thôn ấp, đường trở lui cũng đầy hiểm trở... nhưng ta có thể chỉ cho ngươi không hề gì. Ngươi giam thân chốn ấy bấy lâu ngẫm cũng chẳng được chi... nay nhân tiện ta mượn sóng... đưa ngươi đến gặp ta để hỏi xem ngươi có muốn... ở lại với ta... mà bầu bạn cùng chăng?..

Trương trong lòng rất đỗi ngạc nhiên nhưng nghe tâm mình an nhiên kỳ lạ vì dị nhân có vẻ là một người khác thường và chừng như đã thấu rõ tâm can.

Trương bối rối thưa rằng:

- Người... là ai mà hạ mình cùng tôi đến vậy. Từ nhỏ tôi vốn là kẻ nghèo hèn thất học thân xác lại cục mịch vụng về sớm tối chỉ thích sống đơn độc một mình... Lẽ nào dám bầu bạn cùng đại nhân sao?

Dị nhân bật cười khanh khách:

- Chính lẽ ấy... ta mới vời ngươi đến đây. Khối gì kẻ ắp đầy kiến thức mà tâm địa tà mị... thiếu chi những kẻ mang danh trí thức mà đầu óc đặc sệt bùn nhơ... họ chỉ mong lạm dụng cái bên ngoài để giao du tìm cách tiến thân hầu tranh danh đoạt lợi. Như vậy há có ích chi... phường câu cơm móc áo? Còn ngươi? Thong dong một chốn, uống ăn tùy tiện, rảnh rang vào chợ ra sông chẳng lo ai hãm hại tranh tài. Ngươi không nhọc công tìm cầu mà hạnh phúc vẫn đang ở bên ngươi đó vậy....

Trương nghe như có trăm ngàn ngọn sóng lấp lánh trong từng đường gân sớ thịt, đầu óc Trương tợ như lóe sáng bởi sấm chớp trên non cao. Trong lúc Trương đang bỡ ngỡ nửa tin nửa ngờ thì giọng dị nhân vang lên như tiếng kiếm sắc chém ngọt lên vào khối đá mịt mùng:

- Ngươi tuy là kẻ thất học nhưng bởi tâm địa rỗng rang thanh tịnh nên mới sản sinh ra được tiếng hát trong trẻo gợi tình. Ta đã đợi ngươi... vì chút tình cảm mến bấy lâu. Nay, ngươi có thuận cùng ta lấy gió núi trăng khuya làm bạn, hang động thanh vắng kia là nhà thì ta sẽ truyền ban cho ngươi tiếng sáo thần kỳ.

Trương cúi đầu lễ tạ:

- Người đã hiểu rõ lòng tôi thì lẽ nào tôi lại chối từ. Nếu được vậy thì xin người cho tôi được sống thác nơi đây ...

- Tiểu tử ơi! Dù có muốn, ta thật tình cũng không dám can dự vào "nhân-quả" của đời mi. Ta chỉ mong trao truyền thanh sáo như món quà tặng đến ngươi vì biết ngươi có biệt tài về thanh âm. Ta khuyên ngươi khi trở về chốn cũ chỉ nên lấy tiếng sáo vui đùa cùng mây nước cho cõi lòng thanh thản... Nhớ. Chớ có dùng nó để sở cầu đoạt ý... thì e tiếng nhạc trời sẽ đổi sắc thay âm. Vậy ngươi có thuận cùng chăng?

Trương suy nghĩ giây lâu... rồi đáp:

- Tôi nào giờ chỉ thích có rong chơi ca hát. Buồn cũng hát mà vui cũng hát... đến nước nằm mơ cũng thấy mình ca hát. Bụng dạ lại trống trơn thì có gì mà tranh cầu mong cạnh.

Dị nhân lại cười:

- Ta hiểu ngươi chứ! Tâm bằng hạnh thẳng... ngươi sống trong cảnh đời tuy duyên sinh nhưng tâm không khởi, tịnh lành như đất thương ghét chẳng để lòng tỉnh-mơ chỉ một. Tâm ngươi cũng gần tâm Phật. Người đời ai nấy đều lưu tâm đặng thất, yêu ghét khắc tạc cõi lòng, ngằn mé thảy cân phân so tính...

Dị nhân chợt nhìn thẳng Trương rồi chậm rãi mà rằng.

- Bao người giam thân giữ ý, thúc liễm tu hành chấp kinh thủ pháp rồi nghĩ rằng mình sách tấn tu hành. Hóa ra thân tuy ở chùa mà tâm vẫn rong chơi cảnh chợ, Động-Tĩnh chưa phân... hoài công trôi nổi đảo điên mãi trong đắm mê chấp trước... Nghĩ cũng chẳng có chi hơn ngươi đâu.

Trương nghe từng mảnh đá như đang vỡ nứt trong đầu:

- Dám hỏi... vậy chứ người... là ai mà lời lẽ khác thường. Và nơi đây là nơi nào mà vắng lặng thênh thang?

- Hừm, tiểu tử họ Trương kia ơi, nơi đây không là cảnh giới của tầng trời cũng không thuộc về địa giới mà là cảnh sắc lưu trú của các thần đã được thiên tử sắc phong, hay những công tướng đã chết vì an dân báo quốc. Ta là thần núi hằng trăm năm trấn giữ cõi bờ điều mưa thuận gió. Ta lưu ngươi nơi đây hầu giúp ngươi gạn lọc ý tâm để khi trở lại chốn xưa sẽ có dịp mà trắc nghiệm bổn tâm mình....

Tiểu tử! đã đủ rồi. Thôi hãy theo ta vào thạch thất...

***

Từ ấy, dị nhân và Trương khi thì nghiêm khắc như thầy trò lúc thân thiết như bằng hữu cố tri. Tối trời nghỉ ngơi trong thạch thất, sáng đông đã lên tận trên đỉnh đồi cùng mà hòa nhạc giao âm.

Dị Nhân dạy Trương học "quên" chứ không dụng cách "nhớ", vì nhớ thì sẽ có lúc ắt quên. Dùng lẽ đạo theo bản đồ tâm ý mà tâm duyên tâm, cảnh hòa cảnh để khế hợp thanh vào tâm, tâm hòa cảnh, khi tâm-ý thong dong không ngăn mé thì nhạc là mây nối mây, sóng tiếp sóng rừng liền rừng. Trương học nhạc theo Nhân trong cái tâm vốn không để thấy được cảnh vốn tịnh, khi tâm không duyên cảnh để khởi sinh phiền trược thì nhạc là tâm mà cảnh cũng là tâm. Tâm-cảnh nhứt như thì ý nhạc sẽ bao la diệu dụng.

Nhân cho rằng nhạc vốn lâu nay là nguồn suối uyên nguyên của vạn hữu mà khi tâm thức con người đã thật sự vươn lên hòa nhịp cùng thiên nhiên thì tâm giới bao la ắt nhiên khai mở để hội nhập về bổn thể của vạn vật vốn đã chưa hề bị chia cắt phân ly. Nhân cho rằng ngài Khổng Khâu khi soạn Kinh Nhạc dạy cho môn sinh thì cũng như người học vần ghép chữ cốt mưu sinh cầu lợi, chỉ quần thảo nhau trong giữa chốn nhân sinh. Ý nhạc do lẽ trên đã bị kềm thúc giam hãm chỉ nhằm phục dịch trong chốn cung đình cho đúng nghi hợp thức mà lãng quên, đoạn lìa đi cái tâm nhạc hằng có năng lực vươn cao cùng khắp.

Nhân tập họ Trương ngồi lắng yên trong thạch thất cho tâm yên ý bặt và thần trí rỗng rang. Lần hồi Trương có thể lắng nghe tiếng sương rơi trên lá cỏ hay mạch nước thì thầm tìm suối xuôi nguồn, cho tới hơi thở trong từng thớ gỗ chuyển mình thay lá. Khi tiếng nhạc sáo vang lên, khởi từ tâm giới tọa tĩnh, vượt thoát không gian hòa cảm vào từng nhịp sống với thanh âm bổng trầm kỳ diệu, thì năng lực tâm linh của Trương có thể chuyển nhịp được tâm ý người nghe.

Lúc tiếng sáo khoan thai thì ý nhạc gợi mở ra một vùng trời sông nước mênh mang với những cánh chim lượn lờ trên sóng bạc. Khi nhạc chuyển sang cung trầm-mặc thì hoàng hôn như chợt về.... từng dãy núi sẫm màu và mây cao trở bước, nghe lẫn tiếng gió ru lá vào đêm cũng ngọt ngào nồng ấm. Tiếng nhạc vút cao vội vã thì gợi cảnh bình minh, muôn thú chuyển mình ngàn hoa nở cánh.... chim có thể đập cánh lên núi cao và bướm cũng khẽ khàng tìm hoa say nhụy

Nhưng rồi... bỗng một hôm, Trương nhìn thấy từng đợt mây trôi trên đỉnh núi xa gợi lòng thấy giống như màu khói nơi quê nhà lãng đãng nhớ thương.

Dị Nhân đã biết, chợt thở dài: "Từ bấy lâu, nhạc đã nuôi dưỡng tâm ngươi nhưng nay thì cảnh đã bắt đầu chuyển khởi tâm ngươi rồi. Đó là dấu hiệu ngươi nên trở về để tự mình trắc nghiệm lại bổn tâm.

Trương về lại chốn xưa, tấc dạ buồn hơn vui, lòng lại cứ mãi bâng khuâng. Chỉ có lão Bành là người duy nhất bình thản đón Trương như vừa mới đi đâu đó, chợt về. Bấy giờ lão đã là sư trụ trì trong am tranh bên chân núi, cũng vẫn chỉ một mình. Trương ở cùng với sư, thầy trò lặng lẽ bên nhau. Chùa chỉ gồm độc nhất tượng Đức Bổn Sư tĩnh tọa bằng gỗ mít cao khoảng 3 gang tay và tràng chuỗi 108 hạt luôn đeo trên ngực, sư không đánh chuông hay gõ mõ mà sư chỉ trì chú. Sư đón Trương với lời dạy một lần:

"Mọi sự thảy do người, lý đạo không nghịch lẽ đời, trước người ở trên non hay nay người dưới núi, cảnh dù đổi dời biến dịch nhưng tâm không trụ bám nơi đâu thì tự khắc duyên bặt lòng an..."

....Rồi cũng chính sư lại đón Trương trở về từ dinh Trần lão sau khi diện kiến My Nương. Sư vẫn an nhiên như khi Trương từ núi quay về, sư đã biết trước những lần cửa mà Trương sẽ trải nghiệm qua với nghiệp thức đã tích tụ sâu dầy khó bề phai nhạt, chỉ tiếc một điều là thời gian Trương học đạo với dị nhân quá ngắn.

Giờ thì Trương đã không còn là Trương nữa, chàng thổi sáo nghèo hèn đã héo khô trơ xác. Tiếng sáo bây giờ chỉ là độc khúc thê lương của cơn lũ cuốn rừng, sấm chớp đã vang rền trong vùng trời tĩnh lặng. Ý nhạc đã trói chặt tâm thức Trương trong bóng hình người ngọc với khối tình vô vọng đơn phương và Trương đã thác trong nỗi oan khiên cô độc.

Mộ chàng Trương được dân chài dựng ghé bên am tranh, thấp thoáng bóng sư cụ chậm rãi thường đi kinh hành nhiễu quanh ngôi mộ trì chú Vãng Sanh cho Trương. Chẳng bao lâu người ta thấy bên mộ mọc lên một cây bạch đàn thẳng tắp, cành lá sum xuê. Lạ một điều, mỗi khi gió từ biển thổi về cây lá như chuyển mình, ai nấy thảy đều nghe âm thanh nhẹ nhàng của tiếng sáo réo rắt trầm buồn như từ đâu nương gió lượn lờ. Sư cụ bấm đốt tay tính ngày, nhờ dân làng đắn cây gọt thành bộ tách trà tuyệt đẹp đem lên dâng biếu Trần công.

Mỵ nương thấy cha có bộ tách lạ sinh lòng ưa thích, hay ngắm nghía trầm trồ. Muốn con vui, Trần lão sai gia đồng đem bộ tách truyền lại con mình. Đợi đêm rằm, trăng sáng, Mỵ nương dạy gia nhân bày tách thưởng trà để nàng ngắm cảnh trên Tây hiên.

Tiết xuân, trời trong gió ấm. Bóng trăng thượng tuần vằng vặc trên non cao... đan trải những vệt sáng như sương mờ trên mặt nước nhấp nhô khiến Mỵ Nương nghe tâm tư xao xuyến lạ thường. Tiếng sáo như từ cõi trời nào huyễn hoặc bay về ... Hương trà bát ngát trong chiếc tách bạch đàn bỗng lung linh bóng anh chèo đò cô độc, hắt hiu... Nàng ngậm ngùi nâng tách mà không sao ngăn được những giọt lệ cảm thương người chài lưới tài hoa nhưng mệnh bạc.

Chiếc tách chợt rơi xuống nền gạch. Hương trà mơ hồ gió thoảng giữa đêm, những cánh đào bỗng run rẩy ngẩn ngơ và My Nương như vừa tỉnh cơn huyễn mộng. Đêm chợt Vô Cùng.

Sáng hôm sau, dân trong làng truyền tai nhau là từ đêm khuya đã nghe tiếng chuông mõ vang lên từ am tranh của Sư cụ tụng kinh siêu độ cho Trương. Có người thấy chuyện lạ vấn sư, tại sao Trương thác đã lâu mà nay sư mới khai mõ cầu siêu? Sư dạy, "Vạn pháp thảy duy tâm, lời kinh tiếng kệ khó bề chiêu cảm được thân trung hữu về cõi an lành khi thần thức Trương bám chờ ứng duyên để được My Nương đoái tưởng. Nay sở nguyện đã thành, Trương thuận nương theo kinh kệ khai thị mà siêu. Thế mới hay chúng sanh quả thật ngoan cường..."

Biện thị Thanh Liêm

PHONG THU

᧗᧗ ᧗᧗ ᧗᧗ ᧗᧗ ᧗᧗ ᧗᧗ ᧗᧗ ᧗᧗᧗ ᧗᧗ ᧗᧗ ᧗᧗ ᧗᧗

Sinh tại Bình Dương, Việt Nam. ▪ Học tại Đại Học Sư Phạm Sài Gòn ▪ Tốt nghiệp Cử nhân Văn Chương và Tâm Lý Giáo Dục ▪ Giảng viên trường Cao Đẳng Bình Dương.

▪ Bắt đầu viết từ năm 1980.

Tác phẩm:

▪ The Rain Still Falls In Sai Gon – Sài Gòn Mưa Vẫn Rơi 2011 - truyển tập truyện song ngữ Anh Việt, do nhà xuất bản XLibris Corporation [www.Xlibris.com] xuất bản và phát hành toàn cầu qua các website: Amazon.com; XLibris.com; Barnesandnoble.com và Ebook.

▪ Tập truyện thiếu nhi: "Gấu Bông Giúp Bạn", trong đó truyện "Vì Sao Hoa Phượng Đỏ" được xướng phim tổng hợp dựng thành phim truyện dành cho thiếu nhi (1990). ▪ Cô Bé Bên Giàn Hoa Giấy Đỏ, Truyện ngắn in tại Hoa Kỳ năm 2003.

▪ Đóa Phù Dung, tập truyện ngắn 2005

BIỂN GỌI

truyện

"Má ơi! Tàu ông Sấm lớn lắm. Lớn bằng cái đình làng".

Bà Mụ đang ngồi đan lưới nghe tiếng nói hổn hển của thằng Biển, bà dừng tay lại, ngước mắt nhìn khuôn mặt khét nắng của nó đang hí hửng khoe người bạn mới quen. Nghe nó nhắc tới ông Sấm là bà không mấy thích. Bà nạt thằng nhỏ:

"Mi đừng có lại gần ông ta. Tao không thích ông ta"

Thằng Biển tiu nghĩu hỏi:

"Tại sao vậy má?"

Bà Mụ bực bội nói sẳng:

"Mi đừng có hỏi mãi làm tao bực mình. Đi ra ngoài chơi cho tao vá lưới".

Thằng Biển bỏ đi. Nó lang thang, thơ thẩn một hồi rồi cũng đi ngang căn lều tranh của ông Sấm. Nó dừng lại ngắm nhìn con tàu to lớn, khác thường, hùng vĩ đang nằm phía sau căn chòi sát mép biển của ông Sấm. Chiếc thuyền ngạo nghễ phơi mình dưới ánh nắng gay gắt, nổi bật trên một vùng cát trắng. Thằng Biển cảm thấy tự hào, ao ước được một lần đặt chân trên con tàu đó và được ra khơi với ông Sấm. Nó còn mơ được lên trên vọng gác cao chót vót trên tàu để được ghé mắt vào cái kính viễn vọng mà người ta đồn rằng rất hiện đại.

Nó không biết tại sao má nó không thích người đàn ông dễ mến như ông Sấm. Ngay cả những người trong làng chài lưới cũng truyền miệng nhau về một người lạ mặt không rõ gốc gác. Không ai biết người đàn ông tên Sấm là ai? Ông ta từ đâu tới? Họ chỉ biết rằng đó là một người vui tính, có tiếng cười rền vang. Cái miệng rộng, vầng trán phẳng lì bướng bỉnh, mái tóc rễ tre lởm chởm và vóc dáng lực lưỡng, rắn chắc. Người trong làng ban đầu nhìn ông Sấm với vẻ e ngại vì cái tướng bậm trợn của ông. Nhưng lâu dần, ai cũng thấy ông không quấy rầy làng xóm, không làm phiền ai. Ông hiền lành và tử tế với trẻ con trong làng. Vì vậy mà ông được chính quyền địa phương và ngư dân làm lơ cho ông sống. Đặc biệt là ông mê nghiên cứu về thuyền. Những chiếc thuyền đánh cá to lớn nhất trong làng ông Sấm đều đến nghiên cứu xem thử. Chiều chiều, người ta thấy ông ngồi tư lự bên bờ biển hàng giờ. Ông thật sự cô đơn trong ngôi làng đánh cá nghèo nàn nầy.

Rồi bỗng dưng, ông Sấm mua về rất nhiều gỗ và mướn nhiều thợ tài ba trong làng đóng thuyền đánh cá. Chiếc thuyền của ông to lớn nhất làng. Hai đầu tàu nhọn như một mũi tên có vẽ bốn con mắt của con cá voi to, đen sắc lẽm. Toàn thân tàu sơn màu xanh nước biển. Một cột buồm cao, to. Bên trên có một vọng gác với một hệ thống kính viễn vọng có thể nhìn xa hàng mấy chục dặm. Ngoài ra, hai bên hông tàu còn có bốn chiếc tàu nhỏ để phòng khi gặp nạn, có thể hạ thủy để cứu người. Ông Sấm đang kêu gọi tập hợp những người yêu biển, có kinh nghiệm ngư trường, có tài bơi lội giỏi để trở thành một đội ngư phủ hùng mạnh ra khơi đánh cá. Thằng Biển mon men đến gần chiếc tàu và sờ tay lên thân tàu. Mùi gỗ và mùi nước sơn còn mới tinh xộc vào mũi nó. Bóng ông Sấm hiện ra bên căn chòi nhỏ. Không chờ cho thằng Biển lên tiếng, ông Sấm hỏi:

"Cháu có thích đi biển không?"

Thằng Biển mắt sáng rỡ đáp:

"Thích lắm."

Ông Sấm tiến về phía nó và tiếp:

"Cháu có đi ra biển lần nào chưa?"

Thằng Biển nhìn ra biển, giọng nó yếu xìu:

"Có, mấy năm trước kia. Khi cháu mới có bảy tám tuổi thôi, ba cháu thỉnh thoảng đem cháu theo khi biển êm, gió lặng. Rồi ba cháu bị tàu Trung cộng bắt, bị họ đánh đập và đòi tiền chuộc đến cạn kiệt nên không còn tiền để đi đánh cá. Năm rồi ba cháu đã bị mất tích."

Mặt thằng Biển đầy nước mắt. Nó hỉ mũi rồn rột rồi ngước nhìn ông Sấm và nói tiếp:

"Từ khi ba cháu không trở về, má cháu và cháu sống rất khổ sở.

Má vá lưới kiếm tiền nuôi cháu. Ngày nào cháu cũng ra biển ngóng trông ba trở về mà có thấy đâu."

Ông Sấm đưa bàn tay sần sùi, to như nải chuối sứ xoa đầu nó an ủi:

"Chú hy vọng ba cháu còn sống trở về với gia đình."

Nó chùi nước mắt bằng vạt áo nhầu nát và hỏi:

"Ngày mai chú hạ thủy chiếc tàu nầy và ra khơi đánh cá phải không? Có bao nhiêu người đi chung?

"Mười người. Họ là những thanh niên khoẻ mạnh, có kinh nghiệm về biển, bơi lội giỏi. Tất cả đều là người trong làng mình."

"Chú cho cháu đi theo chú cho vui. Cháu cũng biết bơi lội giỏi và còn biết nấu cơm cho chú ăn."

Ông Sấm cười lớn:

"Cháu còn bé lắm! Nên ở nhà với mẹ. Biển của mình bây giờ không còn bình yên như xưa. Cháu không biết rằng đã có nhiều người đi đánh cá rồi không bao giờ trở về nữa cũng như ba cháu đó. Những chiếc tàu lạ, to lớn, bằng thép đã tấn công tàu ngư dân và cướp bóc, giết hại họ. Bọn nầy hung ác hơn cả hải tặc trên biển. Chú đi đánh cá để khuyến khích mọi người ra khơi. Nếu không, ngư dân mình chết đói."

Ông Sấm dẫn nó vào trong căn chòi của ông. Ông mở lu xúc cho nó một ít gạo, một ít khô, và dúi vào tay nó một ít tiền. Ông dịu dàng nói:

"Cháu mang về đi. Chú biếu cháu làm quà. Có thể chú đi cả tháng mới quay về. Cầu nguyện cho chú nhé!"

Thằng Biển mừng rỡ cầm lấy nhưng nó cũng lo lắng nói":

"Má cháu không cho cháu nhận quà của chú cho. Cháu phải làm sao?"

"Đừng nói chú cho mà nói ai cho cũng được. Thôi cháu về đi. Chú còn lo nhiều việc cho ngày mai.

***

Dân làng thức dậy thật sớm để xem chiếc tàu Sấm Chớp ra khơi. Nhiều người có thân nhân là thủy thủ trên tàu đã bày nhang đèn, bàn thờ gần biển để cúng bái, cầu nguyện cho con cháu mình ra đi và trở về bình yên. Chiếc thuyền của ông Sấm đã hạ thuỷ trong đêm và sáng hôm nay chuẩn bị giăng buồm ra khơi.

Mọi người ao ước sẽ đánh một mẻ lưới lớn và bắt được nhiều cá. Hàng chục thanh niên lực lưỡng, can đảm và thông thạo nghề đánh cá đã tình nguyện tham gia đội đánh cá của ông Sấm. Họ nhìn chiếc thuyền bằng gỗ nhưng vững chắc và thiết kế hoàn toàn mới mẻ nên cũng ao ước được đặt chân trên con tàu mới nầy.

Ông Sấm đeo một túi vải trên vai và xách theo một cái xách tay làm bằng da rất đẹp có in hình bản đồ Việt Nam và con tàu Sấm Chớp. Ông bước đi chậm rãi và vẫy tay chào tất cả dân làng. Mọi người chúc mừng, reo hò, tạm biệt trong nỗi vui mừng pha lẫn nỗi lo âu. Làm sao ông biết trước được ông có trở về hay không? Biển dữ dội nhưng biển không đáng sợ bằng con người. Đã có bao nhiêu ngư dân làng nầy ra đi rồi vĩnh viễn không trở về. Bao nhiêu con tàu đã bị tàu lạ đâm chìm? Bao nhiêu người mẹ khóc con, vợ khóc chồng, và bao trẻ mồ côi ngồi khóc đợi cha về? Làng chài cá nầy đã quá nghèo nàn, quá khốn khó. Còn ai mang lại cho họ một tia hy vọng vào ngày mai biển lặng sóng êm và họ có thể ra khơi đánh cá, an toàn trở về để nuôi gia đình. Hàm râu của ông động đậy và ông cố gắng nở một nụ cười như trấn an mọi người. Ông định bước lên chiếc xuồng nhỏ để ra tàu lớn thì có tiếng thằng Biển gọi:

"Chú Sấm chờ cháu với!"

Ông đưa một cánh tay ra. Thằng Biển chạy xuống ôm lấy ông. Nó vừa thở hổn hển vừa nói:

"Má cháu không cho cháu đi gặp chú. Cháu phải trốn đi đó."

Ông xoa đầu nó đáp:

"Vậy à? Sao cháu không ở nhà để má cháu không lo lắng. Ra đây làm chi."

Thằng bé nhìn ông. Mắt nó chớp chớp như muốn khóc:

"Cháu lo lắm! Cháu lo chú sẽ không... trở về nữa?"

"Sao cháu nghĩ vậy? Chú sẽ trở về và hai chú cháu mình sẽ có dịp đi câu cá bên kia đồi Hùng-Linh."

Một hàng nước mắt bỗng chảy dài trên má nó. Nó thổn thức:

"Chú có biết là thằng Cẩn và chiếc ghe của ba nó đã bị tàu lạ đánh chìm. Nó chết rồi chú ơi! Nó chết đêm qua. Thằng bạn học của cháu đó mà... hu... hu. Cháu sợ chú cũng... như nó, như ba cháu và nhiều người đánh cá khác không bao giờ còn trở về... hu..hu.."

Nó khóc lớn đến mức những người xung quanh quát lớn:

"Thằng ranh nầy chỉ quở những điều xấu. Không tốt đâu... đi về đi."

"Rõ rắc rối. Mới khởi hành đã quở rồi. Vậy còn làm ăn gì được."

"Tàu mình lớn, đồ sộ hơn những chiếc tàu khác thì sợ quái gì.

Ăn nói đểu không?"

Có tiếng má nó gọi lớn:

"Biển. Mầy ở mô? Về nhà mau."

Thằng Biển nắm tay ông Sấm từ biệt:

"Má cháu đang đi tìm cháu. Mỗi ngày cháu sẽ ra đây chờ chú. Cháu sẽ thắp nhang khấn vái thần linh, thần biển giúp chú bình an.

Đôi mắt thằng bé lo âu pha lẫn nỗi tuyệt vọng. Nó như biết trước những điều không may sẽ xảy ra cho đoàn tàu đánh cá của ông Sấm. Nó cũng nhớ lại nụ cười, nét mặt của ba nó cách đây một năm cũng trên bãi cát nầy, trên bờ biển xanh ngát, mặt nước cuộn lên những đợt sóng dội vào bờ mãi mãi giữ kín những điều bí ẩn. Ba nó mất tích trên biển không thể tìm được xác. Nó mồ côi và lang thang mỗi chiều trên bãi cát mịn màng, êm dịu dưới chân. Nó có cảm giác trái tim quặn thắt, bồi hồi và nhớ ba nó. Mỗi lần thấy một con tàu đánh cá nhấp nhô xa xa, nó cứ hy vọng chờ đợi... và rồi nó thất vọng. Nước mắt nó ứa ra. Nó nằm úp mặt xuống cát ướt và khóc một mình. Bây giờ, nó quen với một người bạn lớn là ông Sấm. Nó cảm thấy thân thiết và quý mến tình tình hào phóng, nghĩa hiệp của ông. Hôm nay, ông ra khơi đánh cá. Nó bị ám ảnh cái chết của thằng bạn đêm qua nên không thể ngủ được. Và nó đã thức dậy sớm ra đây tiễn ông đi. Nó nhét vào tay ông một cái giàn thung bắn chim:

"Chú gặp bọn ác là bắn vào đầu cho nó chết đi."

Ông Sấm cầm giàn thung trên tay ngắm nghía cười và hôn lên tóc nó:

"Cái giàn thung nầy chỉ để bắn mấy con chim không biết bay thôi... ha ha... Nhưng chú sẽ giữ trên tàu làm kỷ niệm. Chú hứa sẽ trở về. Hãy tin như vậy nhé!"

Má nó chạy ào xuống bãi biển. Bà nắm tay thằng Biển lôi xệch lên bờ. Bà vừa đi vừa cầu nhàu:

"Tao biểu mi đừng có đi gặp ông ta. Nhưng mi không nghe. Muốn ăn đòn đó hả?"

Thằng Biển không thèm nghe má nó nói gì. Nó ngoái đầu lại nhìn ông Sấm và hét vang:

"Cháu sẽ chờ chú tại đây. Chú nhớ trở về nhé!"

Tháng năm biển êm, gió lặng. Mặt nước xanh biếc và báo hiệu

mùa đánh cá phát đạt. Ngư dân rất vui mừng. Họ đã chuẩn bị ra khơi đánh cá. Nhưng lệnh của bọn Tàu cộng lại tiếp tục áp đặt lên toàn bộ biển Đông là "cấm đánh cá" cho đến hết tháng 8. Dân Ngư Sơn treo lưới. Họ không sợ bọn cướp biển mà sợ bọn Tàu cộng tham lam, độc ác. Bao đời nay, người dân đánh cá, bám biển cha ông để mưu sinh. Nay, biển trở thành tử địa. Nhiều ngư dân trong làng treo lưới ngồi nhìn biển. Ngôi làng êm đềm nầy đã nghèo càng nghèo thêm. Họ là những người cả đời bám biển, sống với biển và cũng chết với biển. Có người cả dòng họ mấy trăm năm sống bằng nghề đánh cá. Họ yêu biển như yêu mái ấm gia đình. Giờ đây họ phải đối diện với hiểm họa mất biển, mất ngư trường để mưu sinh. Có hàng trăm người đi đánh cá gần Hoàng Sa đã bị tàu Tàu Cộng bắt bớ, đánh đập và đòi tiền chuộc khiến họ bị phá sản. Có nhiều người bị những chiếc tàu "Ma" mà chính quyền Việt Nam gọi là tàu lạ đâm chìm rồi bỏ chạy. Xác ngư dân phơi trên biển làm mồi cho cá mập. Chưa bao giờ dân làng Ngư Sơn ghét và sợ bọn Tàu cộng như hiện nay. Họ không dám ra khơi đánh cá và tránh xa khu vực đảo Hoàng Sa, hòn đảo đã bị Tàu cộng chiếm từ năm 1974. Chính quyền Việt Nam bất lực, không giúp được gì cho dân ngoài những lời tuyên bố chung chung. "Mạnh vì gạo, bạo vì tiền", nên có tiền Tàu cộng muốn chứng tỏ sức mạnh cơ bắp của một tên võ biền hung tợn, tham lam và thực dụng. Chính quyền Tàu Cộng vẽ sơ đồ chín đoạn gọi là đường lưỡi bò để liếm hết biển Đông. Tiền bạc Tàu cộng đổ vào chế biến vũ khí, máy bay, tàu chiến, tàu ngầm, tàu sân bay, hoả tiễn... hàng năm cứ tăng lên. Các nước trong khu vực sợ khiếp vía. Và dĩ nhiên, ngư dân sống quanh bờ biển Việt Nam cũng sợ vì sự tàn ác và thâm hiểm của bọn Chệt.

Ông Sấm biết tình hình biển không dễ dàng cho chuyến đi khai trương đánh cá của con tàu Sấm Chớp. Nhưng ông tin rằng nếu ông phá tan sự sợ hãi của ngư dân thì người dân sẽ nương theo ông mà làm. Chẳng lẽ mọi người ngồi bó gối chờ chết đói. Có tàu, có nghề mà không tìm ra được một con cá để ăn thì khốn nạn biết bao. Sao dân mình phải khổ đến như vậy? Đại dương do trời đất sinh ra, cá không ai nuôi dưỡng sao lại có kẻ mặc nhiên tự nhận là của mình. Bọn tham tàn nầy muốn vơ vét của cải thế gian để làm giàu bất chấp đạo lý. Ông Sấm biết rõ, tàu ngư dân nho nhỏ, bằng thúng, bằng gỗ làm sao chạy và địch nổi tàu của Tàu cộng. Tàu chúng làm bằng sắt của quân đội ngụy trang, có súng ống và sẵn sàng bắn giết ngư dân rồi đổ thừa cho cướp biển hoặc tàu các nước khác. Chúng xuất hiện bất ngờ rồi đâm ngang thân tàu làm tàu vỡ làm đôi rồi bỏ chạy, để mặc cho ngư dân bị thương và chết chìm dưới biển.

Ngày đầu tiên ra khơi, tàu ông Sấm lưới được rất nhiều cá. Mọi người vui mừng. Họ đem cá ướp vào những thùng nước đá lớn và chờ những thương thuyền mua cá cặp vào để bán. Tiếng hò reo, cười nói, vui mừng của họ làm ông Sấm cũng vui lây. Đêm xuống nhanh, mặt biển đen sẫm. Những đợt sóng lao xao vỗ vào mạn tàu. Những con chim hải âu bay chập chờn trên gợn sóng đớp mồi. Tiếng kêu của nó vang dội giữa không gian bao la. Ánh trăng khuyết vừa nhô khỏi chân trời và ló dạng trên mặt biển cuối đường phẳng của chân mây. Ánh sáng màu bạc nhả những tia sáng lấp lánh trên mặt biển. Buổi ăn tối dọn ra trên khoang tàu. Mọi người râm ran trò chuyện. Họ chuyền cho nhau những ly rượu nấu bằng nếp uống cho ấm bụng. Nửa đêm, ông Sấm vẫn chưa ngủ. Cảm giác bồn chồn, lo lắng không yên làm ông không thể chợp mắt. Giác quan thứ sáu báo cho ông biết sắp có biến cố xảy ra. Mảnh trăng lưỡi liềm trắng sáng, long lanh nghiêng mình làm duyên trên bầu trời đêm với hàng triệu tinh tú bao quanh. Ánh trăng soi rõ mặt nước đen thẩm. Điện thoại trong túi quần của ông reo vang. Tiếng của Ngà từ trên vọng gác gọi báo động:

"Có tàu lạ đang tiến về phía chúng ta"

"Anh có xác định cờ của nước nào không?"

"Tối quá nên tôi không thấy gì cả. Chỉ thấy một vệt sáng và một bóng đen lớn đang di động."

Ông Sấm hối hả nói:

"Báo động gấp để mọi người chuẩn bị kế hoạch."

Tiếng còi hụ từng chập vang lên trên boong tàu. Tiếng chân chạy rầm rập và mọi người hối hả thả những chiếc thuyền cấp cứu xuống nước. Ông Sấm ra lệnh:

"Mọi người xuống tàu nhỏ, mặc phao an toàn vào và chuyển cá đi gấp. Nhanh lên."

Ông chạy lên chạy xuống nhắc nhở mọi người. Khi tất cả đã ở trên ghe nhỏ, ông ra lệnh:

"Bơi thật nhanh và nhẹ nhàng đừng gây tiếng động. Không được nói chuyện và sử dụng đèn để tránh phát hiện. Nhớ mặc áo bơi. Điện thoại di động nên bỏ vào bọc ny-lon để tránh bị ướt. Nhớ có chuyện gì thì bỏ thuyền và bơi cho nhanh rồi gọi cấp cứu."

Nhiều anh em lo lắng hỏi:

"Còn thuyền trưởng? Ông không đi với chúng tôi

sao?"

"Tôi không thể bỏ tàu. Các anh còn có vợ con, gia đình. Còn tôi chỉ có một mình. Tôi không sao đâu. Đi nhanh lên."

Một người khác lên tiếng:

"Anh không đi thì tôi cũng không đi. Chúng tôi sống chết với anh."

"Đúng rồi. Tại sao gặp nạn lại bỏ anh một mình chớ. Chúng tôi không đi."

"Tôi cũng vậy." - Người thanh niên da bánh mật, nét mặt đanh lại quả quyết nói.

Ông Sấm giải thích:

"Như hợp đồng các anh ký với tôi là nếu có biến động bất thường, tôi là người có quyền quyết định. Các anh còn có gia đình để lo. Còn tôi chẳng có ai. Nếu tôi bị bắt một mình thì các anh còn lo cho tôi. Nếu tất cả cùng bị bắt thì ai lo đây? Nhanh lên... đừng chậm trễ. Nhớ tắt hết đèn pin và cho tàu chạy thật nhanh. Có tôi đón đầu họ.

Mọi người ôm ông lần sau cùng rồi lặng lẽ xuống những chiếc thuyền nhỏ nổ máy và chạy hết tốc lực. Khi chiếc thuyền cuối cùng vừa chìm vào bóng đêm của biển thì con tàu đồ sộ đã tiến gần chiếc tàu Sấm Chớp. Nó như một bóng ma lao vun vút và không hề giảm tốc độ khi đến gần tàu ông. Một đợt sóng cao ngất cuồn cuộn tung lên mặt biển va đập vào mạn tàu làm nước bắn tung toé. Chiếc Sấm Chớp chồm lên rồi hụp xuống. Ông Sấm định thần nhìn kỹ và nhận ra hàng chữ Tàu in rõ trên hông tàu. Bốn người đàn ông ăn mặc như ngư dân, tay lăm lăm dùi cui trong tay nhảy sang tàu ông. Bốn người khác dùng neo quăng sang và cột con tàu Sấm Chớp dính với con tàu sắt. Một người đàn ông vóc dáng lực lưỡng, cầm banh, tóc cắt ngắn có lẽ là thuyền trưởng nói như hét bằng tiếng Việt giọng Bắc rặc khiến ông Sấm hết sức ngạc nhiên:

"Ai cho mấy người đến đây đánh cá? Đây là vùng biển thuộc chủ quyền của chúng tôi. Các người đến đây cướp tài nguyên của chúng tôi."

Ông Sấm nghe những tên Tàu cộng khác nói tiếng Tàu xí xa, xí xố chửi bới, la lối om sòm. Một nhóm người khác lại nhảy sang tàu ông và chúng bắt đầu lục xét trên tàu. Nồi niêu, xoong chảo, chén bát bị đập phá tan tành. Quần áo bị vứt tứ tung trên sàn nhà. Chúng vừa tìm kiếm vừa hét, vừa chửi bới. Ông Sấm phản đối:

"Các ông không có quyền làm như vậy vì đây thuộc hải phận của Việt Nam. Tôi đánh cá trong vùng biển của nước tôi. Các ông mới là những người ngang ngược."

Một cái dùi cui quất thẳng trên lưng ông làm ông té nhào xuống sàn tàu. Dù đau đớn ông không rên một tiếng nào. Ông Sấm chưa kịp đứng dậy thì một đám người xúm nhau lại, kẻ đá, người đấm tới tấp. Ông chỉ còn ôm đầu, khoanh người lại để tránh không bị trúng chỗ nhược. Một người trong nhóm họ la lên vẻ tức giận:

"Trên tàu hắn không có gì cả. Cũng không có cá luôn."

Tên thuyền trưởng hỏi:

"Không có cá hả? Trên tàu rất nhiều đồ đạc mà chỉ có một mình ông thôi sao? Mấy người kia đâu rồi?"

"Không có ai cả." - Ông Sấm đáp.

Hắn dùng đèn pin rọi vào mặt ông rồi ra lệnh:

"Ông có tiền, có vàng để đền bù thiệt hại về tội xâm phạm lãnh thổ chúng tôi ăn trộm cá thì tôi tha cho. Bằng không thì ngồi tù."

"Tôi đi biển làm gì có tiền." - Ông Sấm nói.

"Hứ! Tàu ông đồ sộ, hiện đại hơn những chiếc tàu khác. Ông giàu hơn những người kia. Nếu ông không có vàng, hay tiền thì chúng tôi nhốt tù ông không có ngày về."

Ông Sấm nhìn hắn một phút rồi ông chậm rãi đáp:

"Được rồi. Ông chờ tôi một lát. Tôi có một vali vàng và tiền đô."

"Thật không?"

"Tôi giấu dưới hầm tàu. Các ông chờ tôi đi lấy cho."

"Được. Tụi tao chờ. Nếu mầy nói láo thì đừng có trách tụi tao. Đi nhanh lên."

Ông Sấm leo xuống hầm tàu. Ông cầm đèn pin soi khắp nơi và ông cuối cùng ông lôi từ trong một chiếc thùng gỗ lớn một cái vali mạ vàng còn mới tinh và óng ánh. Ông chuyển chiếc va-li lên sàn tàu. Bọn Tàu nhìn chiếc va-li sang trọng, óng ánh thì biết là có của quý bên trong. Mắt chúng sáng lên. Chúng trao đổi với nhau rất sôi nổi. Bọn chúng thay phiên nhau cố gắng mở cái vali nhưng không thể mở được. Chúng hỏi ông Sấm:

"Chìa khóa đâu?"

Ông Sấm cười khẩy đáp:

"Nó tự động."

"Vậy mầy mở ra cho tụi tao."

Ông Sấm lắc đầu nói:

"Tôi không nhớ hết những con số để mở cái vali nầy. Các ông có thể mang đi và tìm cách mở ra."

Cả bọn giận dữ, quát tháo. Một tên định dùng dùi cui đánh ông. Ông phân trần:

"Các ông đánh tôi vô ích vì đây là tài sản chung của mọi người trên tàu nầy. Họ không có ở đây nên những con số họ không cho tôi biết hết. Nhưng chắc chắn trong đó là 100 lượng vàng và 200.000 tiền đô. Các ông mang về rồi mở ra đâu có muộn. Tôi chỉ van xin các ông tha cho tôi trở về quê hương."

"Thằng nầy muốn chết chắc. Không có chìa khoá thì tụi tao phá ra là được ngay. Cần gì điều kiện."

"Quăng nó xuống biển."

"Ừ quăng nó xuống biển đi."

Ông Sấm lùi lại. Ông cố gắng giải thích:

"Tôi đã đánh tín hiệu vào bờ. Tàu hải quân Việt Nam sẽ ra đây cứu tôi. Nếu các ông muốn giết tôi thì bạn bè tôi và chính phủ tôi sẽ lên tiếng với báo chí quốc tế. Điều nầy sẽ làm cho hình ảnh của nước ông xấu đi. Các ông sẽ mang tiếng là những tên cướp biển tàn bạo."

Tên thuyền trưởng gầm lên:

"Câm miệng. Tao giết mầy như giết một con cá tanh hôi. Mầy tưởng tụi tao sợ hải quân của mầy hả. Mấy thằng chuột chết đó giờ đây chỉ lo nhậu, chơi gái, buôn lậu, làm giàu, ăn chơi. Chúng nó sợ chết lắm! Tiền của nhiều quá chết thì ai hưởng. Mầy là thằng ngu mới tin bọn đó đến đây cứu mầy. Hừm! Phải mở ngay cái va-li nầy ra để tao biết là có tiền thiệt hay giả. Không thì tao bắn mầy ngay."

Hắn rút cây súng ngắn đeo ở thắt lưng ra và lên đạn:

"Mở ra ngay lập tức."

Ông Sấm sợ hãi khoát tay:

"Tôi mở ra ngay với điều kiện là các ông đừng tịch thu tàu của tôi."

"Không có điều kiện gì hết. Chết đến nơi mà còn đòi hỏi."

Mũi súng lạnh như thép chĩa thẳng vào thái dương ông Sấm. Ông trầm ngâm suy nghĩ rồi nói:

"Thôi ông cất súng vô đi. Tôi ráng nhớ những con số và tôi sẽ mở."

"Tốt lắm!"

Tiếng nói chuyện lao xao của bọn Tàu làm ông nhức cả óc. Ông làm bộ vặn tới, vặn lui, đổi số liên tục và cuối cùng nắp va-li bật lên. Bên trong, từng xấp tiền 100 đô la xanh lè nằm xếp hàng thẳng lối. Chúng hau háu sờ mó tiền và những thỏi vàng nằm dưới đáy va li sang lấp lánh dưới trăng. Lợi dụng lúc chúng còn đang bàn tán, đếm tiền. Ông Sầm lùi dần về phiá sau và bất thần lao nhanh xuống biển. Cả thân hình cao lớn của ông chìm khuất dưới lòng đại dương. Cả bọn nhốn nháo, la lên:

"Hắn trốn rồi. Bắt hắn lại."

Tên thuyền trưởng nhìn biển lạnh lẽo, đen ngòm cười lớn:

"Biển mênh mông như vậy thì cá mập cũng làm thịt hắn. Tụi bây khỏi lo. Mình có chiến lợi phẩm rồi. Tiền-vàng và con tàu đẹp nầy... ha..ha.. trúng mánh rồi."

Vừa nhảy xuống biển. Ông Sấm vội vàng lặn sâu dưới lòng tàu. Nước biển mặn và lạnh hơn ông tưởng tượng. Ông lặn sâu và bơi dần tránh xa con tàu. Đèn trên tàu của bọn Tàu cộng vẫn sáng choang. Chúng có tiền và vàng nên không màng đến kẻ liều mạng nhảy xuống biển sâu mênh mông vào nửa đêm. Chúng tin rằng ông sẽ chết. Chúng không cần phải ra tay để mang tiếng xấu là giết người, cướp của. Tàu chúng khởi động và bắt đầu di chuyển mỗi lúc một nhanh kéo theo chiếc tàu Sấm Chớp của ông Sấm.

Ông bơi một đoạn khá xa và biết chắc chắn đã an toàn. Lòng ông vui mừng khôn tả khi đã thoát khỏi họng súng của bọn cướp. Ông cố gắng bơi thật nhanh, thật xa để không bị bọn chúng trông thấy. Ông còn sợ bọn chúng thay đổi ý định bắt ông trở lại. Khi ông đã bơi khá xa, cũng là lúc ông nghe một tiếng nổ lớn. Mặt nước rung chuyển, sóng dâng thật cao, to như mái nhà và ập xuống đầu ông. Tiếp theo sau là một ngọn sóng khác đưa ông lên cao rồi ném ông xuống một cái hố nước đen ngòm. Ông uống nước sặc sụa. Nhưng ông biết chuyện gì đã xảy ra nên cười lớn:

"Ha..ha... vàng đó tụi bây hưởng đi. Đáng kiếp cho bọn tham tàn, độc ác. Một bài học cho bọn bây đó. Tao hy vọng dân tao sẽ giết tụi bây như những con giòi.... ha..ha..."

Một vùng biển bốc lửa, khói đen nghi ngút bao trùm cả mặt biển..xa xa những đàn chim hải âu bay lên hoảng loạn...

*****

Thằng Biển cầm tờ báo trong tay. Nó đọc đi đọc lại hoài một bản tin mới đăng trang nhất với cái tít chạy thật lớn đập vào mắt nó:

"Một Chiếc Tàu Ngư Chính Của Trung Cộng Bốc Cháy."

Tin Đà Nẵng: Đêm 18 tháng 5 năm... một chiếc tàu ngư chính của Trung Cộng mang số 20129102 đã bốc cháy ngoài khơi cách đảo Hoàng Sa 200 hải lý. Cùng với chiếc tàu nầy còn có một con tàu đánh cá mang tên Sấm Chớp của ông Nguyễn Văn Sấm. Chiếc tàu nầy mới vừa hạ thuỷ vào tuần trước. Nghe nói tất cả ngư phủ tham gia đánh cá trên chiếc tàu đã được lệnh của thuyền trưởng xuống ghe nhỏ và trở về an toàn. Nhưng ông Nguyễn Văn Sấm là người đã ở lại bảo vệ chiếc tàu Sấm Chớp. Chiếc tàu ngư chính của Trung Quốc bị nổ tung và bốc cháy giữa biển. Tất cả những người trên tàu đều chết, không tìm được xác. Hiện nay, chính quyền Việt Nam và Trung quốc đang mở cuộc điều tra hỗn hợp để tìm ra nguyên nhân....

Đọc xong bản tin, tim nó đập rộn lên niềm vui. Ai chết thì nó buồn nhưng bọn Tàu khựa chết thì nó vui ra mặt. Nó cắt bản tin ra và xếp tờ báo lại bỏ vào túi quần rồi rón rén mở cửa đi ra. Nó giật thót người khi nghe tiếng má nó hỏi:

"Mi đi đâu vào giờ nầy?"

Nó gãi đầu, vò tóc cho rối nùi rồi ấp úng đáp"

"Dạ! Dạ... Con... con đi ra biển ngắm trăng với thằng Bon."

"Giờ ni mà ra biển ngắm trăng. Mi có điên không?"

"Tụi con có hẹn mà. Đông lắm mẹ ơi!"

Bà lườm nó một cái nhưng giọng bà dịu dàng:

"Mi đi rồi mấy giờ về nhà?"

"Khoảng 9 giờ tối nghe má."

"Ờ! Đừng có về khuya. Tao chờ đó. Mi có gặp ông Sấm không?

Thằng Biển ngạc nhiên khi nghe má nó hỏi thăm ông Sấm. Nó không dám nói cho má nó nghe ông Sấm đã được bạn bè vớt ông trên biển. Không ai biết được người đàn ông tên Sấm đã lên kế hoạch đánh chìm tàu bọn Tàu phỉ. Đó là khởi đầu của một cuộc đánh trả, báo thù và cũng là tiếng nói cảnh báo cho bọn Tàu phỉ hiểu rằng con dân Việt Nam không thể sống hèn và nhục mãi được.

"Má không còn ghét ông Sấm nữa sao?" - Nó ngập ngừng hỏi.

"Không. Bây giờ má hiểu nhiều về ông ấy rồi. Nhưng rất tiếc bây giờ ông ấy chết rồi. Còn một tháng nữa đến ngày giỗ đầu của ba mi. Má sẽ thắp nhang cầu nguyện cho vong linh ông Sấm được bình an.

Thằng Biển hớn hở nói:

"Ông Sấm là người hùng của làng mình phải không má?"

Người mẹ mỉm cười và mắng yêu:

"Tổ cha mi. Hỏi làm chi rứa. Đi cho sớm rồi về."

Thằng Biển ba chân bốn cẳng chạy một mạch ra biển. Nó biết đêm nay là đêm cuối cùng nó có thể gặp được ông Sấm. Ngày mai. Căn chòi của ông sẽ có người đến tiếp thu. Chính quyền có thể vỡ căn chòi hoặc có thể cho ai đó dọn vào ở. Mấy ngày nay, chính quyền ra lệnh lục xét và tìm kiếm xem ông Sấm có liên quan gì đến vụ làm nổ chiếc tàu của bọn Trung cộng hay không? Nổ thì đã sao? Bọn chúng giết dân làng mình quá nhiều. Chúng giết ba mình, giết bà con hàng xóm và bạn của mình thì phải đền nợ máu chớ. Tại sao chính quyền có hải quân, có công an, có quân đội mà chỉ để cho dân chống chọi với bọn Tàu bằng hai bàn tay không như ba nó. Nó suy nghĩ mênh mang và quên rằng hai bàn chân nó đã ướt đẫm nước biển. Ngọn gió trong lành thổi nhè nhẹ vào bờ. Mùi nước biển quen thuộc làm nó khoan khoái. Nó đi dọc theo bờ biển khoảng mười phút thì thấy nhiều bóng người đang ngồi vây quanh sau một tảng đá lớn giả vờ câu cá. Nó hồi hộp, và lo lắng và sợ công an theo dõi nên vừa đi vừa quan sát xung quanh. Khi nó đến gần đã nghe tiếng ông Sấm gọi:

"Chú đây!"

Ông Sấm đứng dậy. Hai cánh tay ông dang rộng ôm chặt thân hình bé nhỏ của nó. Ông nghe tiếng nó khóc thổn thức:

"Lần nầy chú đi luôn phải không? Cháu sẽ buồn và nhớ chú lắm!"

Ông Sấm ôm nó vỗ về:

"Chú không thể ở lại đây đâu. Chính quyền đang truy lùng chú. Họ thích dùng vũ khí, bạo lực với dân. Nhưng trước ngoại bang thì họ im lặng cúi đầu chịu nhục. Nếu chú bị bắt cháu cũng biết chuyện gì sẽ xảy ra phải không?"

Thằng Biển gật đầu nhè nhẹ:

"Cháu biết. Má cháu nói rằng chú đã chết. Còn những người khác thì nói chú đã bị cá mập ăn thịt."

"Như vậy tốt đó! Chỉ có bạn bè chú và vài người biết chú còn sống. Đêm nay chú phải rời khỏi hải phận quốc tế."

Thằng Biển ngỡ ngàng hỏi:

"Chú vượt biên sao?"

Ông Sấm xoa đầu nó:

"Không còn con đường nào để lựa chọn. Chú phải đi. Đã có người lo cho chú. Chú không thể ở lại đây. Chú đã làm những chuyện không ai dám làm là giết bọn Tàu cộng cướp biển, cướp đất của ta. Khi cháu lớn lên đừng sống ươn hèn, hưởng thụ, ăn chơi, đâm chém nhau như nhiều thanh niên trong xã hội Việt Nam hiện nay. Có sống phải cho ra một con người, có chết cũng phải chết cho xứng đáng một con người. Nhớ lời chú dặn."

Một chiếc tàu đánh cá xuất hiện trên biển như một chấm đen và một chiếc ghe thúng đang tấp vào bờ sẵn sàng đón ông. Ông Sấm đeo túi xách nhỏ lên vai. Ông ôm thằng Biển nói:

"Cháu ở lại học hành ngoan ngoãn. Chú sẽ gởi thư về thăm cháu."

"Chú là người anh hùng thời đại."

"Thật vậy sao? Chú làm gì mà họ gọi là anh hùng?"

"Chú làm nổ tung con tàu của bọn Chệt có đuôi."

Ông Sấm cười khà khà:

"Nầy! Đừng có nói như vậy là chú bị nhà nước bắt bỏ tù không có ngày về. Chú chẳng có làm gì hết. Trên tàu của họ có vũ khí thì phát nổ là chuyện tất nhiên."

Thằng Biển thì thầm vào tai ông:

"Nghe nói bọn nó chết bộn. Chiếc tàu mấy trăm tấn nổ tan tành... Đáng đời bọn khốn kiếp..."

Tiếng người trên ghe thúng gọi:

"Nhanh lên để không còn kịp."

Mọi người vây quanh ông Sấm. Họ ôm ông và chúc ông lên đường may mắn. Thằng Biển khóc sụt sùi. Nó lấy trong túi quần ra tờ báo nhét vào tay ông Sấm và nói:

"Báo đăng hình con tàu Sấm Chớp và hình chú

nữa. Chúc chú bình an".

"Cảm ơn cháu. Lớn rồi đừng có khóc nhè như con nít."

Ông Sấm chùi nước mắt trên mặt nó rồi bước xuống chiếc thuyền thúng xoay tròn. Người chèo thuyền thúng từ từ đưa ông ra khơi. Trăng soi sáng mặt biển. Sóng từng lớp xô mạnh vào bờ, cuốn theo hàng ngàn bọt biển trắng xoá. Ông Sấm ngước mắt nhìn làng Ngư Sơn lần sau cùng. Ông cũng không biết đến bao giờ ông mới trở lại nơi đây. Những người bạn trong làng đã lần lượt trở về nhà. Trên bờ biển chỉ còn lại cái bóng bé nhỏ của thằng Biển đang ngước mắt nhìn theo. Ông cũng không biết rồi đây những đứa trẻ như thằng Biển, lớn lên nơi làng chày nghèo nàn, cơ cực nầy, chúng có còn mơ ước theo cha đi làm nghề đánh cá? Hay chúng sẽ phải rời bỏ mảnh đất làng quê để tha hương cầu thực? Làm sao tìm lại được cảnh an bình cho những người ngư dân khốn khổ ra khơi tìm chén cơm, manh áo. Ông muốn làm việc lớn. Nhưng ông cũng chỉ là một cánh hải âu cô đơn trên sóng nước mênh mông của đại dương. Một cánh chim hải âu không thể chống chọi được với sóng to, bão lớn... Ông ngoái lại nhìn bãi biển lần sau cùng. Bóng thằng Biển chỉ còn là một cái chấm đen nhỏ xíu lơ lững giữa bãi biển vắng lặng. Nước mắt ông bỗng lăn dài trên má.

Phong Thu

ĐỖ BÌNH

Đỗ Bình là bút danh và cũng là tên thật
Sinh quán: Bắc Việt, di cư vào Nam 1954.
■ Sáng lập viên Hiệp Hội Văn Hóa và Thư Viện Cergy ■ Nhóm chủ trương tạp chí Văn học nghệ Thuật: Việt Điển ■ Nhóm chủ trương tạp chí Văn học nghệ Thuật: Hương Xa ■ Nhóm chủ trương thi tập Một Phần Tư Thế Kỷ Thi Ca VN Hải Ngoại ■ Nguyên Chủ nhiệm Câu Lạc Bộ Văn Hóa VN Paris ■ Thành Viên Hội Ba Lê Thi Xã ■ Thành Viên Ban Điều Hành Cơ Sở Thi Văn Cội Nguồn.
Ban tổ chức:
Ngày Quốc Tế Văn Hóa Symbiose 86.
Ngày Thi Sĩ và Nước Pháp 2000.
Triển Lãm: Khung Trời VN tại Viện Bảo Tàng Nhiếp Ảnh Versailles 1987.

Ngày Triển Lãm: Hội Họa Và Điêu Khắc VN, tại Paris 2000 ■ Thu Đất Khách 2002 ■ Thu Tao Ngộ 2009.

Tác Phẩm Đã Xuất Bản:
■ Buồn Viễn Xứ *thơ ■ Bóng Quê *thơ ■ Mùa Xưa Võ Cánh, thơ ■ Nhiều Truyện Ngắn

Sẽ xuất bản: Đời Vui Còn Nhau, thơ

Góp mặt các tuyển tập:
■ Esquisses de L'Âme (La BibliothèqueInternationale de Poésie)
■ Les Poètes Du Dimanche 1,2,3,4
■ La Plume de L'Ecritoire 1...10
■ The Silence of Yesterday (Cội Nguồn)
■ Có Thơ trưng bày trong cuộc triển lãm do Bộ Văn Hóa Pháp tại Paris 1999.
■ Những Cánh Hoa Nở Muộn (Người Việt Lưu Vong) ■ Một Phía Trời Thơ (Hội Văn Học Nghệ Thuật Thi Đàn Lạc Việt) ■ Thơ Việt Hải Ngoại (Hội Văn Học Nghệ Thuật Thi Đàn Lạc Việt) ■ Vườn Thơ Hải Ngoại (Tủ Sách Phụ Nữ Thời Nay) ■ Một Phần Tư Thế Kỷ Thi Ca VN Hải Ngoại (Văn Hóa Pháp Việt)
■ Lưu Dân Thi Thoại - Bút Luận 25 năm Thơ Hải Ngoại (Cơ Sở Thi Văn Cội Nguồn)
■ Thi Văn Viễn Xứ (Tình Thơ)
Ngoài ra còn có những: Biên Khảo, Tiểu Luận, Bình Thơ, và sáng tác nhiều ca khúc.

Cộng Tác với nhiều Tạp chí Văn Học Nghệ Thuật Hải Ngoại.

CẢNH ĐỜI HƯ ẢO

truyện

Chiều trên sông Seine nắng vàng ngả long lanh mặt nước tựa ánh trăng đêm, bờ xa mấy con sóng bạc nhấp nhô rẽ theo chiếc du thuyền trắng như đám mây nổi chở đầy khách du ngoạn. Vừa chớm thu trời se se lạnh, gió hiu hiu không đủ làm dòng sông gợn sóng nhưng hàng cây ven bờ vẫn lao xao, thỉnh thoảng có chiếc lá vàng nhẹ rơi. Cứ mỗi độ thu, vào những ngày cuối tuần Đăng thường ra sông Seine một mình ngồi nghe tiếng sóng vỗ để nhớ về những dòng sông quê. Cơn gió lùa thoáng qua hơi lạnh làm sảng khoái tâm hồn, Đăng hít mạnh nhưng vẫn dõi mắt nhìn chiếc lá lững lờ trôi. Chàng thầm nghĩ: «Nếu cuộc đời êm như dòng sông thì tâm hồn chàng sẽ chẳng dâng bão tố ! Như thế những danh từ chiến tranh, thù hận và tình yêu cũng trở thành vô nghĩa.»

Đăng đang thả hồn theo chiếc lá, bỗng những giọng Việt Nam chen lẫn tiếng cười làm chàng sực tỉnh, lòng cảm rộn rã vì nơi mảnh trời xa xôi này thoáng được nghe ngôn ngữ, làn điệu quê hương rất ấm áp phát ra quanh đây. Chàng ngoái lại ngắm nhóm khách du lịch người Việt đang đi dọc theo bờ sông, trông cách ăn mặc của họ chàng biết đây là đám nhà giàu mới từ Việt Nam sang Paris. Quần áo và nữ trang của họ rất đắt tiền, loại dành cho những buổi dự dạ tiệc, có lẽ đây là những thành phần có quyền thế nên trưng diện như thế? Nhìn họ bảnh bao mà chàng chạnh lòng nhớ đến quê mẹ, mảnh đất còn nghèo đói. Ký ức một thời trước và sau chiến tranh, khúc phim dĩ vãng chợt quay về.

Ông bà ngoại Đăng ngày trước không giàu, ngoài một số ít ruộng đất ở quê và một hiệu buôn nhỏ ở Hà Nội, nhờ biết cần kiệm và chịu khó làm việc nên gia đình ngoại cũng dư giả; dù có tính cần kiệm nhưng ông bà lại rất hảo tâm, hay làm phước bố thí cho kẻ nghèo. Do công việc buôn bán ông bà phải giao tiếp với những khách hàng thuộc nhiều thành phần mà chẳng quan tâm đến các đảng phái, nhưng ông bà lại rất nhiệt tình ủng hộ những phong trào yêu nước nên chẳng bỏ sót lần đóng góp nào, nhất là những tuần lễ vàng do Việt Minh phát động. Ngoại có tám người con mà một nửa đã theo tiếng gọi Việt Minh lên đường, trong số đó có mấy người đã mất tích và chết trên chiến khu Việt Bắc, chỉ còn sống sót mỗi cậu giáo út! Những người con còn lại theo những chí hướng Quốc Gia, hai người bác của Đăng đều gia nhập quân đội Cộng Hòa, và đều bị tử trận hồi tết Mậu Thân, và chiến trường Quảng Trị! Bà dì ruột chị của mẹ chàng cho đến ngày nhắm mắt vẫn chưa một lần quay về đất bắc. Bên nội Đăng là ngoại kiều, bố chàng là người lai sinh và lớn lên ở Paris làm y sĩ, có một thời gian phục vụ tại bệnh viện De Lanessan (Đồn Thủy) ở Hà Nội.

Sự mâu thuẫn âm ỉ trong gia đình ngoại đã ăn vào xương tủy lâu ngày nên gia đình thiếu vắng hẳn tiếng cười! Mẹ Đăng ngậm ngùi khóc, kể:

- "Bà ngoại con buồn vì sự chia rẽ, anh em trong nhà thù lẫn nhau nên ngoại già trước tuổi!"

Trong số các anh chị em cậu giáo Tú là em út, người mẹ Đăng thương nhất. Cậu ở chung với ông bà và thường ghé thăm chị và cho quà các cháu. Nhưng bỗng dưng cậu biệt tích! Mãi sau này di cư vào Nam

nghe mẹ kể cậu đã theo Việt Minh lên chiến khu
chống Pháp, và chính cậu đã lẻn về Hà Nội khuyên
gia đình nên sang Pháp để tránh hiểm họa sau này,
nhưng mẹ Đăng vì thương những người thân nên nấn
ná chưa kịp đi thì hiệp định Genève chia đôi đất nước
xảy ra!

Vào Sài Gòn mẹ Đăng là một nhà buôn, bà đang
làm ăn phát đạt thì gia đình chàng có giấy hồi hương
về Pháp, mẹ Đăng thương anh chị nên không muốn
rời quê hươngvì bà đã từng sống bên ấy. Chàng vì
thương mẹ nên ở lại. Sau này khi chiến tranh trở nên
khốc liệt, một số người bạn Pháp của mẹ là nhân viên
sứ quán khuyên Đăng nên về Pháp, nhưng chàng cứ
dùng dằng. Tự ái không cho phép chàng trốn tránh
chiến tranh, dù rằng không thích, vì nó đã hủy diệt
bao mầm sống, cướp đi bao người thân của chàng.
Nhưng chàng cũng không thể làm ngơ khi các bạn xa
gần của chàng nhiều người đã hy sinh vì lý tưởng,
nằm xuống cho ước vọng quê hương tự do để giữ an
lành cho bao kẻ khác, trong đó có gia đình chàng. Do
đó chàng theo tiếng gọi lên đường dấn thân vào chốn
hiểm nguy không phải để tìm vinh quang hay làm
người hùng, mà chỉ mong giữ sự bình yên xóm làng,
và cũng để trả nợ núi sông nơi đã sinh ra chàng.

***

Biến cố tháng tư năm 1975, chàng cùng chung số
phận với bao chiến hữu khác bị đi tù nhiều năm, và
được thả về vì lý do bệnh tật. Chàng được gia đình
đưa vào bệnh viện Bình Dân tiếp tục điều trị, nhờ đầy
đủ phương tiện chữa trị nên sức khỏe chàng dần dần
khá nhiều, mắt đã hồi phục được một phần ánh sáng.
Một hôm người thân đến thăm cho biết cậu Tú đã hưu
trí và hiện đang ở nhà mẹ chàng tại Sài Gòn, nghe tên
cậu lòng chàng vẫn lạnh băng, không cảm xúc! Hình
ảnh của cậu Tú khi xưa đã nhạt nhòa trong ký ức!

Ngày chàng xuất viện thay vì về thẳng kinh tế mới, mẹ Đăng đã chạy cho chàng về tạm trú nhà mẹ, ở đây hai cậu cháu bất đắc dĩ phải chạm mặt nhau. Cậu Tú khuôn mặt lạnh như đá, chẳng chút tình cảm. Đã thế cậu thường hay khiêu khích, mỉa móc trong mỗi câu chuyện nói với các bà chị cố ý cho Đăng nghe. Cậu oang oang tuyên truyền khoe thành tích chống Pháp, chống Mỹ, chống Tàu. Lúc đầu chàng còn nể tình cậu cháu nên im lặng, sau thấy cậu làm quá nên đã đốp chát lại. Chàng đem sự nghèo đói của VN ra so sánh với các nước Âu Mỹ, cứ mỗi lần như thế cậu Tú lại giả vờ ngủ gà ngủ gật để tránh rơi vào ngõ bí, đúng là thủ thuật CS!

Tình trạng xung đột ấy cứ âm ỉ kéo dài cho đến một hôm mấy người bạn cũ đến thăm Đăng. Trông mặt cậu có vẻ hớn hở, bớt hậm hực khi biết cả đám ấy đang phục vụ cho nhà nước. Họ có vẻ rất nể trọng cậu, và còn có nhã ý mời cậu cùng đi ăn. Trong lòng cậu hả hê, nhưng vẫn làm mặt nghiêm, giả bộ từ chối. Mẹ Đăng thấy thế nói thêm vô, và cậu nhận lời, Cả nhóm cùng kéo nhau lên phố Tự Do vào một nhà hàng sang trọng, nơi dành riêng cho người nước ngoài và cán bộ. Đây là lần đầu kể từ ngày Sài Gòn đổi tên chàng trở lại chốn quen thuộc này nên bỗng xúc động. Con đường xưa vẫn thế dù đã thay tên nhưng dấu tích kỷ niệm vẫn còn. Vỉa hè vẫn tấp nập người qua lại nhưng người hôm nay trong những bộ quần áo xốc xếch thiếu lượt là. Màu sắc lộng lẫy của con đường năm xưa đã tắt ngỏm vì hồn thành phố đã chắp cánh bay xa!

Bước vào trong nhà hàng cảnh sắc trang trí bàn ghế vẫn thế, chàng thấy rạo rực tâm hồn như vừa tìm lại một kỷ vật lâu ngày đánh mất. Nhưng niềm hân hoan vội chùng xuống, có cái gì nghèn nghẹn chặn nơi cổ họng; thì ra quanh đây lố nhố những chiếc nón cối ngả nghiêng trên bàn.

Mọi người ngồi xuống bàn, Dũng gọi những món

ăn, rượu ngoại và bia xuất khẩu. Đăng không biết uống rượu nên chỉ thích ăn, nhìn những món hảo vị bày ra chàng chợt nhớ những năm đói lạnh trong tù, chàng đã thèm từ mẩu đường, hạt muối hay nhánh tóp mỡ. Nhớ đến những bạn tù còn đang khốn khó trong các trại giam lòng cảm chua xót và ngồi thừ ra! Mùi cá hấp và chim bồ câu quay hương bay lên thơm phức, nhưng chàng chẳng còn thiết tha ăn.

Cậu Tú ăn uống rất tự nhiên như một nhà sành điệu, không biểu hiệu ngỡ ngàng gì. Rượu đã mềm môi cậu vẫn uống, cậu có vẻ rất háo rượu! Từ lúc rời nhà đến giờ mới thấy nét mặt cậu tươi, môi nhỏe nụ cười. Cậu gật gù mở miệng khen rượu ngon. Cả bọn đồng ồ lên!

- "Rượu Mỹ đấy cậu!"

Cậu Tú chẳng nói gì, nét mặt phẳng lì, vươn vai thò tay cầm chai rượu tự động rót cho mình rồi nâng ly nốc cạn.

Ánh đèn vàng vọt của nhà hàng tỏa ra ấm cúng, những chiếc bàn đầy khách thường xa nhau như giữ một khoảng cách, chắc họ sợ người khác nghe chuyện của mình. Người mặc chiếc áo xanh đã cũ ngồi cạnh cậu Tú là Dũng trắng, gốc "rau giá," nó tốt nghiệp cử nhân Văn Khoa làm báo chí được vài năm, đổi nghề khi miền Nam "đứt phim". Bố nó ngày trước là một trí thức theo Mặt Trận Giải Phóng bị chết trên Trường Sơn, bạn bè ai cũng biết nhưng tình cảm đối với nó vẫn đậm đà thắm thiết, chẳng có gì ảnh hưởng với chung quanh. Nó được hoãn dịch vì lý do gia cảnh mẹ già con một, nay đang làm công nhân sở vật tư nên rất dư giả. Bỗng cao hứng nói:

- "Bao mùa Noel rồi chúng mình không có dịp đón réveillon chung. Noel này mình gặp nhau chung vui đi?"

Phong râu, gốc "Hố Nai" ngồi đối diện với cậu Tú, học ở Luật, tốt nghiệp cùng năm với Dũng. Ngày trước nó được hoãn dịch vì lý do sức khỏe diện "con ông cháu cha" bố và ông nó đều chết trong tù CS, nay đang làm ở sở thương nghiệp cũng khấm khá. Nó toe toét cười nói:

- "Chúng ta sẽ cùng nâng cốc rượu đón mừng Chúa giáng sinh. Hồng ân Thiên Chúa sẽ mang hạnh phúc đến với gia đình chúng ta."

Cậu Tú bỗng dần ly rượu xuống phán một câu chóe lửa:

- "Chẳng có Chúa Phật gì cả ! Chỉ có Bác thôi... Bác mới có khả năng đem hạnh phúc no ấm đến toàn dân."

Dũng trắng đốp liền:

- "Chẳng có Bác biếc gì cả! Chỉ có đô la Mỹ là no ấm thôi."

Cậu Tú đùng đùng nổi giận đứng phắt dậy, khoa chân múa tay trợn mắt nói:

- «Chúng mày tưởng các ông chiến thắng tạm bợ hả? Đừng có hòng... liệu cái hồn đấy!»

Đám bạn Đăng biến sắc về sự cố bất thường này chưa biết phải phản ứng ra sao! Cậu định nói nữa thì thằng bạn ngồi cạnh Đăng là giáo viên cấp ba ngày trước - Lê Khang thuộc loại thầy giỏi, nay bị hạ xuống cấp hai. Nó gốc xứ Quảng, được mệnh danh là kẻ ít nói! Khang đứng phắt dậy kề tai cậu nói nhỏ. Chẳng biết nó nói gì mà cậu Tú xìu như trái bóng và từ từ ngồi xuống. Một đứa vội tiến ra quầy tính tiền, những đứa còn lại điệu cậu ra xe.

Thật hú hồn! May mà chẳng ai nghe được những điều cậu nói, nếu không thì cả đám tù mút mùa!

Lên xe cậu Tú nhũn người ra, ngoẹo đầu vào thành xe ngủ một giấc đến nhà. Bước chân xuống xe cậu lại tỉnh queo! Tiễn bạn về, ra xe Đăng hỏi thằng bạn xứ Quảng:

- «Lê Khang! Mày nói gì mà ông cậu tao xò thế?... Xuýt tí nữa là chúng mình đi tù cả đám!"

Lê Khang cười khoái trá:

- "Tao nói phét cậu mày sợ!"

Cả đám trố mắt nhìn nó. Nó vỗ vai Đăng cười nói tiếp:

- "Tao cũng sợ toát mồ hôi... nhưng bỗng dưng tao phọt được một câu mà tao mang máng đọc được ở đâu nên nói bừa: "Tôi là người của sở bảo vệ chính trị được lệnh theo dõi cậu trong thời gian ở trong Nam... thế là ông xìu xuống."

Cả bọn cười rũ lên khoái trá, một cán bộ gộc mà sợ một câu hù vu vơ của thằng công nhân viên quèn, thế mới biết chế độ CS kiểm soát lẫn nhau quả khiếp thật! Khi đám bạn đi khuất rồi, Đăng quay vào nhà kể cho mẹ nghe, bà tức giận mắng cậu như tát nước! Cậu Tú mếu máo khóc và phân trần, hai chị em cùng khó! Riêng Đăng chưa hả giận, chàng nghi là cậu muốn hại mình. Vốn sẵn bất đồng vì chứng kiến, nay sự việc càng trầm trọng hơn khiến chàng quên hẳn tình cậu cháu, một ý nghĩ cực ác lóe trong đầu, Đăng hành xử như kẻ mộng du, xồng xộc vào phòng xách mấy chai rượu mạnh mà mẹ chàng dùng để điếu đóm đám công an phường. Bà thấy Đăng mang nhiều rượu ra định cản vì không sợ cậu Tú uống nhiều hại đến sức khỏe, nhưng bà lại muốn hai cậu cháu có dịp ngồi với nhau để xả bớt sự căng thẳng bấy lâu và nhất là chuyện mới đây. Bà dặn:

- "Cậu con già rồi, cho cậu uống ít chứ ... Để cậu ngủ, sáng mai lại sức tha hồ uống."

Đăng vâng dạ cho qua và tiếp tục làm theo kế hoạch. Chàng khui chai Whisky, khui thêm chai Martel Rémi, mùi rượu thơm phức! Chàng thường nghe bạn bè nói rượu pha hai ba thứ rất dễ say. Đưa hai chai rượu lên xoay xoay soi trong ánh điện, như tìm cái chất tinh khiết trong rượu, chàng muốn khêu gợi con sâu rượu trong cậu. Mắt cậu Tú sáng quắc... Thế là Đăng đã chài được cậu! Những thỏi đá trong ly rượu lóng lánh như kim cương đang mời gọi, màu rượu làm tăng độ óng ả thơm như hương môi thiếu nữ tuổi dậy thì. Cậu cạn ly này sang ly khác. Mặt cậu Tú không giống những tấm bia hình tượng trong những bãi tập bắn ở quân trường, khuôn mặt sáng sủa của cậu bắt đầu chảy ra, môi tái, run lên bần bật. Ly rượu trên tay cậu sóng sánh, chao đi chao lại làm đổ, chàng được dịp rót thêm cho đầy. Cậu Tú bắt đầu nhũn ra, người rút lại, cậu bỗng thều thào lè nhè kể lại chuyện gia đình năm xưa, những điều Đăng không hề biết. Giọng cậu buồn như tiếng võng giữa trưa hè, lòng Đăng chợt bùi ngùi xót xa như lọt vào một câu chuyện buồn cổ tích! Chàng thấy hối hận về những ý nghĩ điên rồ của mình và bừng tỉnh, mồ hôi toát ra như tắm. Chàng cầm ly rượu của cậu uống cạn, rượu xông lên tận óc, cháy rụi cả lồng ngực. Đây là lần đầu tiên trong đời chàng uống rượu, uống mừng vì vừa thoát một tội ác. Nếu sự việc xảy ra cậu Tú chết vì uống quá nhiều rượu do trúng gió, thì lương tâm chàng cũng sẽ không bao giờ được yên ổn, suốt đời bị dằn vặt! Đăng bàng hoàng thầm nghĩ: 'Chàng ghê tởm chủ thuyết CS chứ đâu thù ghét con người. Cậu Tú chỉ là nạn nhân, kẻ mê sảng chủ nghĩa... Xuýt nữa chàng đánh mất mình!"

Đăng thu vội mấy chai rượu cất xuống gầm bàn, cậu Tú định giựt lại nhưng không được. Cậu ngoe nguẩy trong tiếng nấc cụt và thều thào:

- "Rượu ngon lắm, cậu còn uống được mà... để cho cậu uống."

Chàng với tay tắt chiếc quạt đứng cạnh đó đang xoay hết tốc độ, sợ cậu bị nhiễm lạnh, dù trời đang oi bức. Cậu Tú lại thều thào định nói với Đăng điều gì nhưng chẳng nghe rõ, rồi cậu rũ ra ghế ngủ. Trong men rượu chập chờn hình như cậu có hai con người: Con người hiện tại là con người CS đầy rẫy những ham muốn nhưng biết che nấp dưới nhãn hiệu «yêu nước». Cái não trạng của cậu đã chứa đầy tính đảng nên chỉ biết vâng lời và sẵn sàng hy sinh dấn thân vào tội ác dù biết bị lừa dối! Còn con người thứ hai là con người mang thuần tính người, biết lý lẽ của con tim nhưng phải nhẫn nhục để tồn tại. Hai thực thể ấy mâu thuẫn nhưng luôn hiện hữu và dằn vặt nhau."

Đăng sát lại gần cậu, lúc này chàng mới có dịp nhìn thật kỹ cậu và cảm thấy tthương xót: Một thân hình tiều tụy còm cõi nào có khác gì tù nhân?! «Ôi bao nhiêu năm tận tụy với đảng nào cậu có được gì ngoài danh từ hão! Những nghiệt ngã đớn đau đã giáng ngay lên đầu cậu đến bố mẹ bị đảng đấu tố cũng không dám mở miệng can ngăn hay than phiền. Chủ thuyết phi nhân đến thế mà vẫn trung thành, thật uổng phí một đời!"

Đăng bế cậu vào giường, người cậu mềm như bún. Chàng ra tủ lấy hộp dầu con hổ vào cạo gió khắp toàn thân cho cậu, chàng còn thức suốt đêm canh chừng cậu. Chưa hừng sáng đường phố Sài Gòn đã tấp nập, tiếng ồn ào của xe cộ lẫn tiếng người buôn bán nghe huyên náo. Dù bị công an rượt đuổi cấm chợ ngăn đường nhưng không cản được dân, cấm chỗ này họ bày chỗ khác, vì miếng cơm manh áo họ đã bớt sợ họng súng. Cậu Tú thức dậy nhìn thấy Đăng ngồi bên cạnh giường và đang quạt cho cậu. Bằng một giọng đầy xúc động:

- "Con thức cả đêm không đi ngủ hả?"

Đây là lần đầu tiên từ hôm gặp mặt cậu buông lời trìu mến như lời cha với con. Đăng mỉm cười thấy như vừa trút đi một gánh nặng.

Kể từ sáng hôm ấy những móng vuốt chủ nghĩa, những cùm gông cách mạng, những hão huyền lý tưởng đều vụt bay. Nơi ấy chỉ còn lại tình gia đình sau bao năm nấu nát. Cậu Tú trở lại nguyên hình với con người bằng xương thịt, máu mủ huyết thống. Gương mặt rười rượi của cậu sáng hẳn lên, ánh mắt thoáng nét vui. Môi run run cậu hé mở cõi lòng:

- "Hai chị ạ! Đã từ lâu em đợi giây phút này để được bày tỏ nỗi lòng cùng các chị: Trong giai đoạn "cải cách ruộng đất" ông bà về thăm quê bị đội cải cách bắt ghép tội là địa chủ cường hào, có con theo thực dân, phản động nên bị đem đấu tố. Mẹ buồn mà chết vì sự bạc bẽo, phản phúc của những người trong đội đấu tố, họ đã từng được gia đình ta giúp trong lúc nghèo đói túng thiếu! Bố thì bị đày lên Thái Nguyên và bỏ xác trên đó! Những người thân còn lại ở Bắc chẳng ai dám hé môi can thiệp, hay một lời van xin giúp, có người còn cải tên đổi họ để tránh liên lụy!..."

Bá vừa khóc, hỏi:

- "Thế lúc đó cậu ở đâu?"

Cậu Tú mếu máo:

- "Hai chị ạ! Trong giai đoạn chỉnh lý, thanh trừng xảy ra khắp nơi ấy em bị đưa đi công tác xa, mãi Thanh Hóa!"

Giọng cậu Tú ngập ngừng, đứt khúc buồn bã:

"Em vì đã quá sợ cấp lãnh đạo đảng ghép tội liên hệ với gia đình phản động, nên đã hèn yếu khi hay tin bố mẹ bị bắt mà không cấp tốc trở về quê bảo lãnh... Thật đáng tội! lúc đó em vẫn ngây thơ tin vào Đảng, cứ ngỡ nhà ta có nhiều người hy sinh ở chiến khu Việt Bắc thì họ không dám đấu tố bố mẹ, nhưng đâu ngờ họ lại phủi công khiến bố mẹ ra nông nỗi ấy! Cũng vì chuyện đó em xin phục viên không những không được mà còn bị hạ tầng công tác! Xin hai chị cứ mắng nhiếc và lượng thứ cho em!"

Mấy chị em nức nở chan hòa nước mắt.

Bá ngừng khóc nói:

- "Thôi em ạ, đằng nào bố mẹ cũng mất lâu rồi... nhắc lại chuyện cũ chỉ thêm buồn. Nhưng nếu chẳng làm sáng tỏ thì lòng các chị đây không yên. Hôm nay chị mới hiểu rõ nội tình, biết em cũng đau khổ thì sao các chị còn trách em được nữa."

Cậu Tú đứng lên tiến lại bàn thờ tổ có cả hình thờ

ông bà ngoại mồm lâm râm khấn và thắp nén nhang.

Đăng trố mắt nhìn cậu, thì ra chủ thuyết CS không diệt được lòng tín ngưỡng ẩn trong cậu, bỗng chàng cảm thấy đời vui lên. Gia đình chàng đa tôn giáo: Mẹ Đăng đạo Phật, bà dì lấy chồng Công giáo nên theo đạo, Đăng theo bên nội nên đạo Chúa, giờ Cậu Tú sau nhiều năm theo CS nhưng gốc vẫn đạo ông bà.

Sau khi thắp nhang cậu Tú quay về chỗ cũ tiếp tục nhắm rượu, cậu cũng mong Đăng thông cảm cho những thái độ quá quắt về định kiến đã trở thành một thói quen của người CS. Còn chàng lòng cũng đầy ăn năn của đứa cháu vẫn xem cậu là kẻ thù!

Bữa cơm trưa hôm đó thật ấm cúng như cơn mưa đã tạnh. Cậu ngâm nga trong cốc rượu, bùi ngùi kể cho gia đình nghe những đắng cay cơ cực mà cậu đã trải qua trên đất bắc. Ba chị em cùng khóc. Mẹ Đăng nói:

- "Gia đình nghèo như thế sao cậu không viết thơ xin?"

Bá khóc bùi ngùi hỏi:

- "Em là cán bộ mà khổ như thế sao không bỏ quách vào Nam từ năm bảy lăm thì có đỡ hơn không?"

Cậu nghẹn ngào:

- "Rõ tội! Nếu biết sự tình như thế em đã theo các anh chị vào Nam hồi năm mươi tư thì còn gì nói... Khốn thay... em lại ngỡ trong Nam bị kìm kẹp chắc phải khổ hơn ngoài Bắc nhiều! Chẳng thế hôm vào thăm hai chị và các cháu em có mua mấy cân đường, định mang vào biếu hai chị... nhưng vào đây, thấy nhà hai chị em xấu hổ quá... Do đó em đã nói láo cho đỡ thẹn!"

Bá Đăng vẫn khóc, thổn thức nói:

- "Chị em mà xấu hổ cái gì! Còn gặp được nhau là qúy rồi!"

Cậu Tú quay sang Đăng gọng trầm buồn:

- "Bằng mọi gía con phải đi nước ngoài con ạ! Quê

hương này sinh ra con nhưng không dưỡng được đâu!....
Người ta chỉ tạm gác thù hận qua một bên, khi cần họ
lại mang ra bêu xấu hoặc đổi chác! Những người như
con khó sống chung được với họ!... Cũng chính vì các
anh chị của cậu người theo Pháp kẻ theo Mỹ mà bao
năm cậu chỉ là chiếc bóng trong đảng CS, họ dùng
nhưng không tin! Họ cho cậu sống là may đấy con!
Trong đảng mà trù ếm nhau thì còn ác hơn loài thú
dữ!"

Bá nổi giận:

- "Chúng nó ác như như thế mà trời lại không tru
diệt nó! Thà chị chết trong Nam chứ không trở về
Bắc!"

**

Paris, một hôm Đăng nhận được thư gia đình báo
tin cậu Tú mất lòng chàng buồn rười rượi! Trong thư
có hình tấm ảnh chụp một căn nhà tranh xơ xác nằm
bên bờ sông nơi vùng quê hẻo lánh. Nếu không có
khung hình cậu trên cỗ quan tài thì chẳng bao giờ
Đăng dám nghĩ cậu Tú lại sống cơ cực như thế! Ôi cả
đời cậu hy sinh cho một lý tưởng huyền hoặc những
tưởng mang đến sự công bằng phúc lợi cho mọi người,
nào ngờ ngay chính bản thân cậu sống trong cơ cực
nghèo đói, bị chèn ép, đố kỵ bởi chính tình «đồng chí»
! Từ ngày rời quê Đăng chưa lần trở lại, mẹ chàng vẫn
ở lại vì muốn được chết trên quê hương, bà viết thư
sang muốn chàng đừng về dù cho mai này bà có nhắm
mắt cũng an tâm. Bà dặn dù ở bất cứ nơi đâu hãy nhớ
mãi hình ảnh đất mẹ trong tim vì sông nào cũng đều
chảy ra biển cả. Chàng thầm nghĩ: "Nếu chẳng có
những lời ru tha thiết ngọt ngào đầy man trá của chủ
thuyết CS làm mê hoặc những kẻ mộng du, cùng với
bao tham vọng của những kẻ hám quyền lực tạo cơ hội
cho ngoại cường giành xé, thì quê mẹ đâu phải lầm
than đổ nát, rạn vỡ tình người, và gia đình ngoại đâu

phải ly tán!"

Bóng chiều tắt, dòng sông Seine rực rỡ muôn ánh điện với những chiếc du thuyền lộng lẫy ngược xuôi. Ngồi trên tàu điện ngầm trở về nhà mà đầu chàng vẫn miên man hình ảnh đám du khách VN quần áo sang trọng hồi chiều, họ là những nhà «tư bản đỏ» trông thật béo tốt tươi tắn, chẳng bù cho những bà mẹ già còm cõi da bọc xương, một thời được vinh danh xếp vào loại gia đình liệt sĩ vì có con có chồng bỏ xác ở Trường Sơn. Những mái đầu bạc đó hiện đang sống trong cô đơn hiu quạnh nơi quê nhà, phải tất tả chạy gạo từng bữa để tự nuôi thân thì lấy tiền đâu du lịch? Huống chi những người dân đen thấp cổ bé miệng chắc còn khổ biết chừng nào?! Chàng nghe tin đất nước ngày nay đã thay đổi, phải thay đổi để có thể theo kịp các cường quốc Đông Nam Á và Á Châu thì đó là điều đáng mừng. Nhưng rất tiếc sự thay đổi đó chỉ là sự chuyển từ «cái xấu này sang cái xấu khác» khiến xã hội hôm nay càng tha hóa hơn! Đăng thẫn thờ về một mảng đời chợt đến của dĩ vãng.

***

Sáng nay trước hàng hiên nhà có chùm hoa vàng mới nở, cánh hoa mong manh trong nắng gợi khơi niềm nhớ. Chàng bỗng thương quê mẹ, mảnh đất còn nhiều dấu tích chiến tranh tàn phá, những vết hận thù mà thời gian chưa đủ xóa! Ở đó chàng đã mất quá nhiều, chỉ còn lại kỷ niệm.

Tiếng chuông nhà thờ bên khu phố cổ vọng lại lâng lâng tâm hồn, xa xa những vần mây trắng nối đuôi nhau không biết về đâu cuối trời? Đăng chạnh nhớ đến những người thân và bằng hữu một thời lòng bỗng bùi ngùi. Một thoáng yên lặng cho những người thân, những người đã nằm xuống vì ý nghĩa tự do.. và những linh hồn ly hương phiêu bạt./. ★Đỗ Bình

TRƯỜNG SA HÀNH KHÚC

Thủy Lâm Synh

NGUYỄN LIỆU

ာၐ ာၐ ာၐ ာၐ ာၐ ာၐ ာၐ ာၐာၐ ာၐ ာၐ ာၐ ာၐ

■ Sinh năm 1932 tại làng Long Phụng, Quảng Ngãi.

■ 1947-1951 học trường Trung học Lê Khiết (vùng cộng sản)

■ 1952 tổ chức nhóm học sinh chống Cộng trốn ra vùng Tự do. Bị bắt ra Tòa Án Nhân Dân Liên Khu V.

■ 1954 tổ chức thanh niên chống cộng, trốn ra vùng Pháp chiếm đóng, tham gia thành lập chính quyền Quốc gia tiếp thu tỉnh Quảng Ngãi .

■ 1955 vào Sài Gòn đi học lại và dạy học tại trung học Nguyễn Đình Chiểu, Mỹ Tho và các tư thục ở Sài Gòn (1958-60)

■ 1960 tham gia đảo chánh trong Mặt Trận Quốc Gia Thống Nhất... bị ra Tòa An Quân Sự Đặc Biệt kết án 5 năm đày Côn Đảo cùng với Phan Khắc Sửu, Phan Quang Đán, Phạm Đình Nghị... và nhóm Quân đội của thiếu tá Phan Trọng Chinh...

■ 1964 Tốt nghiệp Cử nhân Đại học Văn Khoa Sài Gòn, nhập ngũ khóa 20 Sĩ Quan Thủ Đức, nhưng rời quân trường về giúp việc cho Quốc trưởng Phạm Khắc Sửu .

■ 1965 Tổ chức chiến dịch Về Làng tại Quảng Ngãi đưa dân tản cư về làng cũ .

■ 1965-66 Quận trưởng Quận Mộ Đức.

■ 1966-67 Tỉnh Đoàn trưởng Xây Dựng Nông Thôn Quảng Ngãi, phát động phong trào dân chúng diệt tham nhũng, lấy Quảng Ngãi làm thí điểm.

■ 1968 trở lại trường Bộ Binh Thủ Đức khóa 27, là Sĩ quan thanh tra Quân đoàn III của Trung tướng Phan Trọng Chinh

■ 1970-75 sáng lập và Hiệu Trưởng Quảng Ngãi Nghĩa Thục, Trung học miễn phí dành cho học sinh nghèo.

■ 3-1975 tù cộng sản đến 3-1983.

■ 4-1985 vượt biển, hiện định cư tại San Jose, Hoa Kỳ

Tác phẩm:

■ Đi Đày Côn Đảo, truyện dài. NXB Lẽ Sống 1964.

■ Đời Tôi – Hồi Ký, Tiếng Quê Hương xb 2008

■ Bên Kia Đèo – Tập truyện ngắn, tác giả xb 2009.

■ Em Không Khóc – tập truyện ngắn 2012

Cộng tác thường xuyên tạp chí Nguồn.

Một Giờ Sáng

truyện ngắn

Tặng Dì Bảy và anh Lê văn Niệm

Trung úy Niệm nhẹ nhẹ bước lên lầu:

"Dạ trình bà, tôi đi suốt ba nhà không gặp ổng. Gọi phone không ai bắt phone. Bây giờ phải làm sao?"

"Thôi được, đi xuống sẽ tính sau." Đệ nhất phu nhân không quay lại chỉ trả lời vừa đủ nghe, bà đang khoanh tay trước ngực ngồi trên cái ghế nhìn vơ vẩn ra cửa sổ. Trung úy Niệm - người cháu họ của bà từ ngày mãn khóa quân trường khỏi ra đơn vị tác chiến, được bà đem về giúp việc lặt vặt cho tổng thống, bà nghĩ dù sao con cháu trong họ cũng đáng tin hơn người ngoài.

Hai ngày qua bà bảo trung úy Niệm đi tìm ông tiến sĩ chủ tịch ngân hàng quốc gia đến gặp bà có việc tối khẩn tối mật, nhưng không biết hiện ông ta ở đâu. Bà biết chắc ông tiến sĩ chưa đi ngoại quốc, nhưng ẩn nơi nào mà cả tuần nay bà không gặp. Bà đã bàn bạc kỹ với tổng thống số vàng hàng hai chục tấn trong tay ông tiến sĩ. Tổng thống bảo:

"Mình chỉ đem theo tài sản của mình mà thôi, đừng đụng đến tài sản quốc gia vì chánh quyền cụ Hương còn đang điều khiển quốc gia, còn hay mất không thuộc về mình". Nhưng đệ nhất phu nhân không đồng ý:

"Ông nên nhớ ông đi chuyến này không phải đi trốn hay đi về hưu hưởng thụ, mà ra đi để có ngày về phục quốc. Việc phục quốc là việc đại sự, không có tài chánh thì làm sao nói chuyện lớn đó được."

Thở dài chán nản tổng thống nói :

"Quốc gia đại sự, không còn trong đầu tôi nữa, tôi mong sao những ngày cuối cuộc đời sống cho bình yên như những người bình thường là quí rồi. Tôi sợ như người xưa nói *Có thì có tận mảy may, không thì cả thế gian này cũng không* tôi muốn ra đi với bàn tay trắng cho nó nhẹ, tôi sợ gánh nặng quá rồi, bà nên nghe tôi."

Bà im lặng không chống lại ý chân thật tận đáy lòng của tổng thống, tuy vậy bà vẫn bảo trung úy Niệm đi tìm người cất giữ số vàng quan trọng đó. Bà lẩm nhẩm, "Nước rặc mới biết mặt cá tôm, Khi còn quyền trong tay thì bọn nó bu tới như ruồi bu, khi hết quyền thì chúng trốn như rắn mồng Năm. Thằng đểu cáng này hoặc chạy ra mật khu cộng sản rồi, hoặc trốn trong cơ quan tình báo Mỹ."

Trung úy Niệm ra phòng khách lớn phía sau mời vài chục người khách chờ từ sáng sớm vào trong. Những khách này phần nhiều là bà con xa gần, bạn bè của bà, ở quê có, ở đô thành có, muốn nhờ đỡ bà lần chót vì họ biết qua TV, nghe radio, loan báo tổng thống từ chức, họ đoán tổng thống sẽ sớm rời Sài gòn đi ngoại quốc như một số tờ nhật báo tiên đoán những bước tiếp theo của tổng thống.

Khách vừa vào trong phòng vừa hỏi trung úy, tình thế ra sao, sẽ như thế nào, cộng sản có chiếm đô thành không, làm sao xin đi ra nước ngoài... Trung úy không trả lời chỉ bảo mời quí vị vào ghế ngồi rồi có ý kiến:

"Như quí vị biết, qua truyền tin từ TV, tình thế nguy cập lắm, nên tổng thống bảo tôi nói với quí vị, nếu có ý kiến thỉnh nguyện gì xin ghi vào tờ giấy trên bàn trước mặt quí vị. Nhớ đề tên địa chỉ cho rõ ràng, và nhớ viết ngắn gọn chừng ba hàng là nhiều nhất, rồi quí vị sắp lên bàn này, rồi ra về, tổng thống và phu nhân tổng thống sẽ giải đáp gửi đến quí vị sau. Tình thế này rất tiếc ông bà tổng thống không thể gặp quí vị, mong quí vị thông cảm. Viết xong để lên bàn, và quí

vị nên ra về để lo việc nhà trong phút khẩn cấp này".
Nói xong viên trung úy ra khỏi phòng.

Phu nhân tổng thống đẩy cửa bước nhẹ vào phòng tổng thống. Tổng thống ngồi dựa trên chiếc ghế bành bọc da màu đen, mắt lim dim bất động. Bên cạnh ghế một cái bàn thấp nhỏ, trên mặt bàn một xấp giấy mỏng, một cây bút hiệu Paker. Nhìn thấy xấp giấy và cây bút máy bà giật mình, "Chẳng lẽ ông này có ý rồ dại. Không, ông không phải người dễ nóng giận, người bốc đồng, ông là một chánh khách với quan niệm "làm chánh trị phải biết lì", không lợi ông không làm, ông tính toán chi ly kỹ lắm. Nội một việc ông từ chức tổng thống trong lúc nước nhà nguy ngập nhất, đủ thấy ông ham sống, khôn ngoan tới mức nào. Trong mấy chục năm trong quân ngũ, nhưng chưa bao giờ ông nóng nảy, tức khí, tự ái như những bọn tướng tá thường tình. Tuy vậy ta nên cất cái này thì hay hơn, biết đâu lúc quẩn trí ông làm càn thì hỏng hết." Bà nhẹ nhẹ cầm cây bút và xấp giấy ra khỏi phòng.

Khuya hôm qua tổng thống sau khi nói chuyện với nhân viên tòa đại sứ Mỹ ông xúc động, tiếng nói run run bảo bà bí mật sắp xếp những thứ cần thiết, khi có lệnh cấp tốc lên xe. Bà rất vui mừng, khi biết toà đại sứ sắp xếp cho gia đình bà ra đi. Ra đi càng sớm càng tốt vì hiện giờ an ninh gần như không có, bọn Việt cộng nó đang trà trộn vào Sài gòn, trà trộn vào các cơ quan và không biết ai là bạn ai là thù trong lúc nguy cấp này. Đáng lẽ hôm ông tuyên bố từ chức ra đi ngay thì hay biết bao, đỡ lo lắng, đỡ sợ sệt. Xứ sở này còn tại chức thì ở lại, hết chức phải ra đi ngay, sợ kẻ nội thù hơn cả bọn ngoại thù. Tổng thống dặn bà nhiều lần, không nên dùng phone nữa vì bọn địch có thể nghe lén phone thì cực kỳ nguy hiểm, tòa đại sứ họ cần điều gì cho người đến báo miệng không phone không giấy tờ.

Chiếc đồng hồ lớn treo trên tường báo hiệu 1 giờ chiều. Trong phòng im lặng tiếng chuông đồng hồ báo hiệu lớn hơn và kéo dài làm bà giật mình, còn đúng 12 tiếng nữa mình giã biệt quê hương. Tuy mong muốn ra đi càng sớm càng tốt, nhưng khi nghĩ đến chỉ còn 12 tiếng đồng hồ gia đình bà không còn ở Việt nam nữa, nước mắt rơm rớm, từ giã biết đâu là vĩnh biệt quê hương. Hôm bàn cãi với tổng thống nên đi nước nào, bà muốn đi Pháp, vì theo bà, ở Pháp có nhiều người Việt, có nhiều món ăn Việt, nghe nói ở đó có bán cả đến nước mắm, cả đến mực khô cá khô; hơn nữa, bà nói được tiếng Pháp nên dễ dàng giao thiệp. Ông không đồng ý, vì ở Pháp phức tạp, đủ loại người kể cả Việt cộng. Ông quyết định đi Đài Loan rồi sẽ tính sau, vì ở Đài loan bào huynh của tổng thống đang làm đại sứ.

Bà nói với trung úy Niệm, xúc động gần muốn khóc:

"Cháu, cô cháu mình sắp từ biệt. Không nói cháu cũng biết hoàn cảnh dượng phải ra đi đáng lẽ ngay hôm tuyên bố từ chức, nhưng dượng không chịu đi sớm, bây giờ tòa đại sứ họ có bổn phận bảo vệ dượng bằng cách đưa dượng và cô cùng gia đình ra nước ngoài. Những đồ cần thiết cô đã cho vào valise rồi, những thứ còn lại cháu toàn quyền xử dụng. Nếu cháu muốn ra nước ngoài, điều này tuyệt đối bí mật, đúng 1 giờ khuya nay cháu ra phi trường quân sự sẽ có người lo cho cháu lên máy bay. Đi hay không tùy ý cháu, nếu không đi cô khuyên cháu nên về quê tá túc, không ai biết cháu, ở Sài gòn có thể bị lôi thôi. Ngay bây giờ cháu lái xe đến những gia đình này, bà đưa tờ giấy ghi tên và địa chỉ cho trung úy Niệm, nói với họ là cô bảo họ đúng 1 giờ phải có mặt ở phi trường quân sự, nếu trễ thì cô không chịu trách nhiệm, và cháu nhớ chỉ nói với người lớn người chủ trong gia đình, đừng cho con nít biết, và dặn kỹ họ không tiết lộ tin mật và quan trọng này. Cháu nghe rõ và hiểu chưa.

Trung úy Niệm ứa nước mắt, giọng run run:

- "Dạ trình cô cháu hiểu, và khuya nay cháu sẽ có mặt ở đó để nhờ cô giúp cho cháu ra ngoại quốc".

- Ừ, nhưng cháu không được cho người ngoài biết và không được rủ bạn bè vì chỗ đi rất hạn chế, cháu hiểu chưa.

Bà vào phòng riêng khóa cửa và gọi phone cho một số người thân, gọi chị em bà, đúng 11 giờ khuya đến nhà bà để ra đi, và bà luôn luôn dặn tối mật, tối khẩn.

Từ hôm từ chức, Tổng thống không tiếp khách dù là khách thân tín, chỉ trừ người liên lạc của toà đại sứ Mỹ. Tổng thống ở trong phòng đóng kín cửa chỉ có bà được ra vào.

Thở dài, nước mắt chảy trên gò má:

- Thôi hết rồi. Sự nghiệp hết. Tổ quốc hết. Thật là ô nhục thua bọn cộng sản. Không ngờ tụi Mỹ đểu cáng tới mức đó. Bọn nó bán đứng Việt Nam quốc gia cho cộng sản.

Nghĩ đến lý do bán đứng của Mỹ tổng thống cảm thấy đỡ đỡ nhục, cảm thấy mình ít chịu trách nhiệm, hoặc không chịu trách nhiệm cuộc thua lớn này. Bọn đế quốc tư bản bắt tay bọn Tàu cộng hi sinh miền Nam, cho nên dù mình có tài giỏi tới mức nào cũng không vượt qua nổi. Tuy lý luận cho đỡ nhục, nhưng tổng thống cảm thấy buồn quá. Ông không dám nghĩ những lời hùng hồn trong các bài diễn văn của ông, chiến đấu tới hơi thở cuối cùng, thà chết không chịu thua cộng sản, nếu không làm tổng thống tôi sẽ làm người lính chiến đấu chống cộng sản..... Ông không ngờ trong đời ông có những phút đen tối nhục nhã đến như thế này. Ông càng đau xót nghĩ suốt lịch sử dài tổ tiên chúng ta có nhiều trận thua, nhưng kẻ thù của họ là những nước lớn, có thực lực lớn, như Tàu như Pháp như Nhật chẳng hạn, còn ngày nay, ta thua lại là thua một phe yếu kém hơn ta nhiều, thua vì quyền lợi riêng tư của các nước lớn và nước Việt người Việt quốc gia bị hi sinh bị thí bỏ...

Bà bước vào, ông lầm lì ngồi uống rượu một mình, ông bực bội:

Khi đàn bà xen vào quốc sự là một điều tai hại. Khi đàn bà biết nhiều về quốc sự lai là một điều tai hại lớn hơn.

7 giờ kém 15 chiều hôm đó, người liên lạc của toà đại sứ Mỹ bước vào phòng tổng thống nói những gì thầm thì vắn tắt rồi vội vã bước ra xe. Ông cho bà biết, theo lệnh ông đại sứ nửa giờ nữa mình phải ra xe lên phi trường. Bà như bị điện giựt, loạng choạng, không biết phải làm điều gì trước. Ông la lớn:

Thay quần áo gấp ra đi, có người lo hành lý cho mình.

Vừa nói tổng thống khoác chiếc áo vest dùng hằng ngày, không dùng cà vạt. Một toán lính Mỹ độ mười người vào đưa những chiếc vali những thùng đồ đã đóng kỹ lên chiếc xe dodge nhà binh. Tổng thống và phu nhân lên chiếc xe bọc sắt. Quân cảnh Mỹ, lính Mỹ hộ tống, một đoàn chừng mười chiếc xe chạy nhanh ra phi trường quân sự.

Ngồi bên cạnh tổng thống bà hỏi nho nhỏ, sợ hãi:

Sao ông nói một giờ khuya mà bây giờ lại ra đi.

Tới giờ này mà bọn nó vẫn đểu cáng với mình, nhưng bà đừng nói gì nữa, bọn Mỹ trong xe này, bọn tình báo nó rành tiếng Việt.

Đoàn xe dừng sát cửa máy bay. Tổng thống, phu nhân, và hai người Mỹ lên máy bay. Trên bậc thang lên máy bay, bà dừng lại liếc nhìn chung quanh, đêm tối om om không thấy một bóng người.

Chiếc phi cơ quân sự, bán phản lực, bốn động cơ, gầm thét dữ dội cất cánh. Nhìn đồng hồ đúng 8 giờ tối, bà hỏi nhỏ sát tai tổng thống:

"Bọn nó đưa mình đi đâu ông có biết không?"

Tổng thống im lặng không trả lời. Qua cửa sổ máy bay, đèn Sài gòn ban đêm mờ mờ trong sương, buồn quá. Bà thấy nước mắt dầm dề trên gò má tổng thống. Bà làm dấu Thánh giá, cúi xuống, úp mặt vào hai bàn tay.

★Nguyễn Liệu

ẤU TÍM

Tên thật: Chu Thị Như Hoa.

Bút Hiệu: ▪ Ấu Tím ▪ Ngô Đồng ▪ Vũ Thần Ưng Tuổi Thiên Xứng

Cộng tác:

▪ Tạp Chí Nguồn, ▪ V-Times (San Jose) ▪ Đặc San Sương Nguyệt Anh ▪ Đặc San Sóng Thần ▪ Việt Nam Nhật Báo ▪ Đặc San Đa Hiệu ▪ Văn, Văn Học

Tác phẩm: ▪ Một Quãng Xuân Thì – tập truyện, Vinasoft 2007 ▪ Tuyển Tập Phụ Nữ Việt 2005 ▪ Tuyển Tập Phụ Nữ Việt 2006 ▪ Tập Thơ: Hoa Nắng ▪ Tuyển Tập Đặc Biệt: Góp Nhặt Hương Sen ▪ Tuyển Tập Văn 2007: Hương Đời Kỳ Diệu ▪ Tuyển Tập Phụ Nữ Việt 2008 ▪

Website:

▪ Đặc Trưng ▪ Phụ Nữ Việt ▪ Việt Báo (diễn đàn dành riêng Sương Nguyệt Anh)

▪ Định cư và cư ngụ tại California từ năm 1991, cùng chồng và các con.

Hường

Thiệt ác nhơn mà, ai đòi uýnh đờn bà bằng một cành hường vậy ta. Tui nghe hoài đó nghen chị: "Không nên uýnh đờn bà, dù chỉ bằng cánh bông hường!" Ông Địa ơi hường nào tui không biết, chớ cây hường của tui ha, gai nó chỉa ra y như tóc mấy thằng đầu đinh có trét keo cứng ngắc vậy đó chị. Nó đâm cái nào tui la trời cái nấy, tưởng tượng thôi mà tui đã nổi gai ốc, thử thời ông nội nào cầm cành hường tui trồng, quất tui một cái có nước tui kiêu nai quăn quăn (911).

Chị đừng hỏi sao tui trồng hường hen, cái nghiệp tui nó khổ, khổ từ khi tui được đầu thai làm đờn bà, mà là đàn bà Việt Nam nữa chớ, hễ chồng cầy thì vợ cấy, hễ chồng nghỉ thở, vợ tiếp tục mần tiếp. Ủa! Mần tiếp công chiện trong nhà chớ chi, nấu cơm hen, dọn rửa hen, đến chừng cha con nó chà chưn sạch sình leo lên chõng ngủ rồi, tui cũng còn mần.

Qua xứ người ta, ai nói đờn bà số một - con nít số hai - con chó số ba, rồi mới tới đờn ông thì nói, chớ lỡ là đờn bà Việt Nam rồi, cái vòng tròn nó khởi đi từ con số bốn. Nữa, chị hỏi ngặt nữa, tui nói dị chị nghiệm không ra ha, là đờn ông trước mới tới số một, số hai, số ba đó đó.

Rồi tui vòng lại chiện trồng hường, vẫn biết là:

- Hường nào mà hông có gai,
gái nào là gái hổng hay ghen chồng

- Hường đẹp là hường có gai

gái đẹp hồng biết kiêu căng là khờ.

Cho nên tui thử coi cái đẹp có xứng với cái kiêu căng gai góc không, bằng cách tui chịu khổ thêm chút nữa, là đào lỗ trồng hường.

Xứ mình có miệt cao nguyên Đà Lạt là có hường, tại hường nó đại diện cho đờn bà đẹp kiêu kỳ, nên nó đòi mát, đòi che:

- Trồng hường phải biết che hường,

nắng che mưa đậy hường thời tốt tươi.

- Trồng trầu phải biết khai mương,

thân trai hai vợ phải thương cho đồng.

Hú hồn không chị. Con bồ nhí con vợ hai là hường, con vợ cha mẹ cưới gả đàng hoàng là đám trầu cay, đám trầu càm ràm cưởi nhưới. Ta nói, đờn bà không biết viết thời thôi, biết viết là viết ba cái chiện chồng con, tình duyên lận đận, than bà trời mưa, than ông trời nắng, than già than xấu, than bị phụ rẫy, than kiếp hường nhan, than luôn giùm bà hàng xóm, nhón chút than tiếp cho đờn bà xứ người ta, hễ còn hơi than luôn giùm cho kiếp sau kiếp trước. Than riết hết chiện than, cái buồn tình đi coi bói. Chị tin hay không tin tui không biết, chớ đi coi bói là một cách giải tỏa nỗi niềm sâu kín trong tâm tư không biết tỏ cùng ai đó nghen chị, chị dòm kỹ đi ha, Tây – Ta – Tầu – Mễ – Ai Cập – Ấn – Thái – Thụy Điển – Na Uy – Bình Tuy – Phước Tỉnh – Bà Đen, đâu cũng có bà Chúa Xứ, mấy bả có cho số "điện thoại biết đi" đàng hoàng trong mấy khu quảng cáo trên báo tháng, báo tuần, báo ngày, báo điện tử nữa đó chị.

Điện thoại di động hổng phải điện thoại biết đi chớ là cái điện thoại chi, mà chị tính bắt lỗi tui, thiệt cái mà là tình, để tui nói tiếp cho nghe nè, mấy bà Chúa Xứ nhận góp ý trong mọi chuyện, từ mua bán nhà cửa tới thỉnh bùa yêu, xem ngày lành tháng tốt kê giường kê tủ, mua bếp, mua tủ lạnh, nói chung là góp ý đủ thứ. Một bữa kia, theo tiếng gọi sâu thẳm tâm hồn của người phụ nữ mềm yếu, tui đi coi bói bà Chúa Xứ Ấn độ, sau khi bả dòm tui, mở bộ bài cào xóc xóc, rồi biểu tui nhắm mắt, với lòng thành kính cầu thần Ách – Già – Đầm – Bồi, Cơ – Rô – Chuồn – Bích, rồi bốc đưa bả đâu chừng năm sáu lá bài, tui nghe rõ ràng bà thầy bói nói: "Số chị là số tiên mắc đọa, chị ráng chịu hết kiếp này, kiếp sau chị trở về tiên giới, hưởng phước khỏi làm người nữa." Tui ráng hỏi thêm:

"Dị chớ kiếp trước của tui là sao?" Bả biểu kiếp trước của tui là Tiên, lúc bả trả lời câu tui hỏi hen, mắt của bả nhìn tui tỏa nhiệt, mặt của bả đanh y hình mặt tượng, quai hàm của bả bạnh ra y hình con rắn hổ lửa muốn khè, thiệt nghen chị, tui không muốn tin mà tui phải tin, tin tui là tiên mắc đọa, tin tui mắc tội làm bể chén ngọc chung vàng của ông Trời, mà ổng ném tui xuống trần làm kiếp đàn bà Việt Nam, hường nhan một đóa.

Sau bữa đó lòng tui thanh thỏa, hễ chồng la, con trách móc là tui cười mỉm chi, nói thầm trong bụng: "mấy người đâu biết tui là tiên mắc đọa, la rầy trách móc tui nhiều nhiều thêm, đặng tui mau trở về tiên cảnh." Tui dịu dàng đài các, tui khép nép điệu đàng, hễ ngồi tui ngồi chéo nguẩy, hễ đi tui ráng kềm đôi tay không đánh đồng xa, ăn tui ăn rón rén, uống tui uống thẹn thùng, đám con tui nó la làng: "Má à má, lóng rày má điệu rơi điệu rụng, điệu trơ cuống bông hường, điệu héo luôn đám trà mi, điệu tới con công hay múa nó hổng biết múa sao luôn đó nghen Má." Ông chồng tui nửa đêm hỏi tui: "Bà tính đội đèn, ra "giá" nào mà đi ngủ bà cũng trét phấn bôi son dị bà."

Chị thấy đi coi thầy bói có tác dụng dữ thần hôn, khi không tốn có hai ba chục đồng bạc, tiền trả cho một lần làm móng tay, móng chân chứ mấy, mà thành tiên luôn đó chị thấy không?

Nói nào ngay, tui làm tiên đâu chừng hai ba tuần chi đó, bỗng dưng tui mệt ngang xương, trở lại bình thường để hường khỏi rụng cuống, đám trà mi nở lại tươi trong, con công bên nhà hàng xóm múa lại, con tui nó khỏi sợ tui mắc bịnh tà, ông chồng tui ngủ thẳng chơn, nửa đêm khỏi giựt mình thức giấc.

Khi hết hứng đóng vai tiên mắc đọa, tuồng vãn tui trở lại kiếp người, chấp nhận khổ nên tui trồng hường chơi. Đám bão đem mưa tới là ông Trời xúi tui: "Trồng hường đi bay!" Khỏi nói tới đất đồi đất núi, đất thung lũng hoa vàng, nó cứng như đất sét nung, tới hồi gặp mưa nó dịu nhiểu, tui xắn đâu chừng bốn xắn là có cái lỗ bự chảng, đủ cho cái gốc hồng bán son (sale) rẻ rề có mấy đồng bạc chun vô, trước khi bỏ rễ xuống chị nhớ trộn đất cho đều với ba mớ rêu khô (peat moss), ba mớ vỏ cây khô (ground bark), ai có tiền mua gốc hồng có tên có tuổi Jackson & Perkins lên đến ba bốn chục đồng, tức là mất toi hai lần đi làm móng thì dĩ nhiên cây nó mạnh, hường nó thơm mà có một thứ hai đứa nó giống y nhau là gai, con nào con nấy dữ như chằn, nghèo giàu gì hễ đẹp chút là kiêu căng bắt ghét, tui rủa tụi nó dị đó, mà rồi tui cũng lụi hụi chăm bón, y như chăm con gái rượu, đợi nghe chòm xóm láng giềng khen: "Mèn ơi chị hai có tay nuôi con dữ hen, con nào con nấy trổ mã đẹp thấy sợ." Bà Lilly hàng xóm tui đó chị, bả biểu tui: "Mèn ơi ba cây bông hường "du" trồng đẹp dữ thần heng, mà gai nó bự dám chừng gấp rưỡi nhà "mi"."

Chị coi ngộ hôn, bả khen hường tui khen từ cái bông khen luôn tới cái gai. Để tui xẹt qua phong thủy cho chị tính coi trồng hay không trồng hường luôn nghen. Tui kể rồi đó, hường nhà tui có gai, mấy ông thầy phong thủy đi ngang nhà tui la làng: "Đời hổng đủ gai góc ha, mà trồng thêm chi gai góc quanh nhà hằng hà dị bà Hai?" Tui trả lời liền nghen chị, gai chung quanh nhà làm rào làm giậu, làm ám khí cho ba đám hung binh tránh đi chỗ khác, đừng dòm ngó vô mái ấm của tui, chưa kể hen gai góc của tui trổ bông đẹp vô vàn, thơm lừng một cõi, ửa cõi riêng của tui chớ ai, ba con bướm có lởn vởn hít hương chút xíu tui cho, bày đặt cợt đùa là tui mang bình xịt ra xịt chết khô, chết héo ráo đó chị. Chị tỉnh bơ trồng hường đi chị, khéo khéo chút nó hổng dám đâm chị đâu.

Coi vậy chớ đẹp thiệt thơm thiệt, có kiêu chút chút cũng hổng sao, chỉ sợ đẹp giả, không có thơm mà bầy đặt kiêu căng mới sợ.

Í, tui đâu có nói tui đâu chị, sao chị liếc tui dài tới cây số vậy chớ!

Ấu Tím

Ngồi Lặng

Đêm đang dài hơn
Dĩ nhiên ngày sẽ ngắn

Gọi là sáng khi chiếc đồng hồ gõ sáu tiếng
mùa hè
Gọi là gì khi bảy tiếng đã vang, trời chưa
thức dậy

Loanh quanh thế, mà năm đã tận
Lòng vòng xoay hơn nửa đời rồi

Ngồi nghe mùa rụng bên hiên vắng
Tóc kết mây trời thanh thản bay

Như tuổi tôi chừng như ngần ngại
Không muốn sang, biên giới ngày mai.

Ngồi lặng vậy
Nghe mùa sang./

Lá Múa

Lá vẫn khóc mỗi mùa sang tê tái
Trải thảm buồn ve vuốt nỗi buồn xưa
Lá vẫn múa mỗi mùa đông se sắt
Ru nỗi lòng còn vọng ngóng khóe cười.
Người cười nửa nụ chao nghiêng lá
Nửa nụ còn lơ lửng cành cao
Ai gom cả nụ cười lá úa
Lót gót chân ta, nhói điếng buồn.
Nhặt nỗi buồn xưa lên cắn
Lá úa phai, xương còn thắm
Giọt nhựa tình xưa đã khô
Lưỡi tê đau, đọng vị đắng
Long lanh giọt thu rơi
Má hồng phai nắng lơi
Mi khép phủ ký ức
Cột tình theo lá thôi
Ta thích cứ buồn
Lá thích cứ múa
Không cần ai biết
Ta biết mình ta
Ừ thì biết
Ừ vẫn buồn
Lá vẫn múa
Mùa vẫn trôi
Còn đây
em này
Có đâu
tình sâu
Tan
Quên
Tàn
Hết.
Lá vẫn múa mỗi mùa sang.

Hạ Xa

Đầu Hạ xa anh em về Huế
Để lại tình đầu gởi cho anh
Muà Xuân đôi chim còn vui thế
Chừ em về, chiếc bóng lẻ cành?

Hạ ở Huế, Phương vui nở đỏ
Dạ em sầu, lăng tẩm xanh rêu
Anh nặng nợ sông hồ cung nỏ
Em một mình lặng lẽ đèn khuê

Thu ở Huế mưa dầm day dứt
Dạ vì ai, dạ rối rứa tề
Mắt vì ai, mắt nhoà thổn thức
Chuông chiều ngân: "O ơi! não nề?"

Đông vừa đến, có người sang hỏi
Mạ nhận cau trầu, em cắn môi
Hoa Sầu đông rụng đầy sân tức tưởi
Ứa máu môi em, anh chừ mô

Hạ năm xưa anh tiễn em về Huế
Hạ năm nì, ai tiễn em sang sông!

Sang sông mà chẳng có đò
Có đôi con mắt thay đò đưa dâu
Cô dâu nhắn gởi dạ cầu
đò ơi có biết, tình sâu gửi đò...

Góc Phố Xưa

Một góc phố quen ngày xưa em đứng
Nắng hoe vàng đậu mái ngói âm dương
Có con đường quen ngày xưa em bước
Bóng nắng xiên soi bóng em ngã dài

Góc phố con đường bỗng dưng biền biệt
Chỉ nắng còn đây dâng nỗi muộn phiền
Góc phố con đường trong mơ nức nở
Khóe nắng còn đây giọt nhớ đổ nghiêng

Thương nhớ chi kìa còn ai góc phố
Tương tư chi kìa mái ngói phong rêu
Viên gạch nhỏ có còn nhung nhớ
Chân em qua rộn tiếng guốc vang rền

Tiếng guốc vọng còn chập chờn cơn ngủ
Gót chân đây đôi guốc mộc nơi nào
Vạt nắng cũ trốn tận cùng tâm khảm
Thản nhiên soi buồn lỗ chỗ thẳm hồn.

Đi, Về Có Cùng Nghĩa Như Nhau?

Ngày bỏ đi không dám nói
Ngày trở về không hé môi
Đi một lần là cách biệt
Về một lần là hỡi ơi!

Hỡi ơi! Mẹ ta xưa hề!
Mất
Hỡi ơi! cõi lòng ta hề!
Đau
Người yêu xưa hề!
Hết
Bạn thân xưa hề!
Cõi nào

Lùa tay vào tóc
Vài sợi rụng
Nhấp rượu cay nồng
Vị rưng rưng
Hít hơi khói mỏng
Sầu ngây ngất,
Cách gì xoá đây!
nỗi thống khổ tận cùng?

Đi lần này chào giã biệt
Cha ngậm ngùi xiết chặt tay
Mắt già rưng lệ! không cần dấu
Mắt trẻ ráo khô! Biết còn về

Cha có đợi không
Đời nhiều dâu bể
Vũng hóa đồi
Đồi biến vũng
Ta đang về hay ta đang đi!

Cỏ Úa Lá Vàng

Sang thu cỏ úa lá vàng
Ngàn cây thanh thản chẳng màng nợ duyên
Giũ sạch hết lá hương nguyền
Còn trơ nhánh cũ tình tuyền vô ưu
Nụ cười vương nhẹ mắc mưu
Con chim sáo nhỏ sang thu hững hờ
Mắt xoe tròn ngó bài thơ
Tha đi mất hút cõi trời bao la
Vãi vương chút bụi ta bà
Nhân trần dang díu có là bao năm.

Vọng Xuân Xưa

Xuân đến
Không mai vàng
Không pháo đỏ
Chạnh lòng
Xuân lại đến!
Xứ người lạnh lẽo
Nửa địa cầu xa

Nhớ Xuân xưa
Đốt trầm hương, hương gây mùi nhớ
Dạo cung đàn, đàn nhả nhạc sầu
Còn đâu đêm trừ tịch, còn đâu phút ngân tiêu
Ngậm ngùi ta ngâm câu, thân lạc loài viễn xứ.
Cố hương, cố hương, ơi hỡi! cố hương
Vọng tưởng lòng đau, dạ héo thẫn thờ
Để mặc Thủy Tiên phai tàn hương phấn
Kệ hoa hồng đào cánh rữa rụng đầy sân.
Biết bao giờ một lần trở lại
Lẩy lá Mai đợi hoa đâm chồi
Tỉa Thuỷ Tiên ngóng giờ nụ nở
Bên người xưa, Giao Thừa cùng say.

Thơ Miền Nam

Tình Xuân

Ông ơi mùa Xuân len lén tới
Con chim chèo bẻo nó gọi rân trời
Mấy cái nụ mai coi chừng muốn nở
Tui dặn dò: "khoan nở đợi
giao thừa"

Hôm qua tui ra vườn hái trái
Đám bưởi dây vừa kịp chín trên cây
Giàn trầu xanh lá vừa tầm đặng hái
Buồng cau măng trái căng mọng hây hây.

Ông có nghe hương hoa vạn thọ
Rủ đám bướm vàng bay lượn quanh co
Rồi thêm bày chim sẻ ù ríu rít
Bẹ dừa oằn con chim én rúc vô

Ông thấy không vàng rơi cành quít
Lá xanh um không che hết mỹ miều
Trái bóng lưỡng hẹn hò tan vị ngọt
Tui bẻ mấy chùm đặng đón ông bà

Ông có rảnh ra vườn chặt lá
Lựa tàu lá nào liền lặn à nha
Tui sẽ gói hai chục đòn bánh tét
Mang chia cùng làng xóm đón Xuân sang

Ừa còn chiện tui dí ông hai đứa
Cũng y nguyên như Xuân thuở năm xưa
Đến Xuân này như men nồng rượu thắm
Ông lại gần đây cho tui tựa mái đầu.

An Ủi

Úi trời!
Nghe anh than tui thương anh đứt ruột
Công chiện hằng hà cũng ráng nói đôi câu
Trách ông xanh ai ở không mà trách
Xuân tới Xuân đi đâu phải tại ai cầu.
Để chi lỡ duyên lỡ kiếp Xuân thì
Cho cau trổ muộn cho trầu héo queo.

Anh không liệu đi mà nhắm nơi nhắm chỗ
Ở đó than buồn than đếm Xuân mình ên.
Kẻo không mai mốt tui gả chồng con gái
Có mời anh, anh lẻ cặp lẻ đôi
Làm sao tui dám mời anh thắp đôi đèn
nhóm họ
Cho con gái tui hạnh phúc như tui???

Ý thôi anh ơi
hơi đâu trách phiền duyên số
Ý thôi anh ơi
ai đợi anh dặn dò mới biết cá trê hạp vị
canh bầu
Ý thôi anh ơi
nhắc đến nợ duyên lòng tui ứ hự

Thôi nghen liệu mà kiếm chỗ kiếm nơi
Ở vậy một mình đêm khuya gió máy
Sổ mũi ấm đầu lấy ai giác lể
Ể mình ể mẩy ai nấu chén cháo đường

Anh đi lấy vợ tui mổ heo đặng mừng...

***

Mối Tình Của Má

Má ơi !
Hai mươi mấy năm rồi Má!
Con biết yêu, thấm hiểu tình, Má xưa
Ngày còn Má khi chiều tà nắng úa
Con đâu hay tại sao mắt Má buồn?

Thời con gái Má hẳn là đẹp lắm!
Tóc Má dầy, môi mọng khoé đồng tiền
Con yêu Má giọng ầu ơ buồn lắng,
Con nào hay Má bầy tỏ niềm riêng.

"Ầu ơ! Bướm vàng đậu ngọn mù u
Lấy chồng càng sớm tiếng ru càng buồn"

Hồi Ngoại gả, Má y lời không cãi,
Chôn tình riêng sâu kín huyệt tim mình
Con lên hai, Ba đèo bồng nhơn ngãi
Má ru con giọng thảm buồn thinh không

"Ầu ơ! gió đưa bụi chuối sau hè
Anh mê vợ bé bỏ bè con thơ"

Má dẫn con theo, bỏ về nhà Ngoại,
Ngoại khóc âm thầm thương Má long đong
Dậu bông bụp nở rần màu xác pháo
Mà Má rầu rầu, không thấy Má cười.

Rồi một ngày Má soi gương trở lại
Chải mái tóc dài, giòng suối mượt mà
Má tô lại môi, khóe cười e ấp
Khi có người khách lạ ghé thăm nhà.

Con khờ khạo nên ghen hờn với Má
Người ta tới chơi, con khóc sau hè
Ngoại dỗ con: "Má con còn trẻ lắm,
Bạn Má tới chơi sao con không vui?"

Ngoại hiểu Má, còn con làm sao hiểu,
Chuyện tình xưa ngày Má chưa có chồng,
Chuyện tình xưa Má một lần chôn kín
Chuyện tình xưa, giờ sống lại huy hoàng.

Tại vì con thêm một lần Má khóc
Cắt đứt tình riêng để sống vì con

Trời mưa dập dồn con nghe Má hát,
Giọng buồn hơn xưa, não nuột u hoài

"Ầu ơ! trời mưa bong bóng phập phồng
Má đi lấy chồng con ở với ai?"

Má ơi!
Hai mươi mấy năm rồi Má
Biết yêu rồi, con thương Má xót xa
Những chiều hôm Má dõi trông xa vắng
Chắc Má nhớ người, nỗi nhớ thịt da.

Ngày Má mất có người xa tới viếng
Đóa hồng nhung người đặt cạnh di hài
Giọt nước mắt lăn dài khuôn mặt thép
Di ảnh Má cười, Má nhận ra ai??

Con hối hận ngập ngừng lời xin lỗi
Chậm mất rồi, Má ơi chậm mất rồi
Con biết yêu thấu hiểu thâm tình Má
Phương trời nào Má tha thứ cho con...

"Ầu ơ! Má ơi con biết yêu rồi
Bâng khuâng thương Má bồi hồi ruột đau"./

Ấu Tím

ÂN TÌNH VỚI HUẾ

Thơ : DIÊN NGHỊ   Nhạc : NGUYỄN HỮU TÂN

HÀN THIÊN LƯƠNG

Hàn Thiên Lương là bút danh của Phạm văn Tốt.

■ Sinh quán Saigon ■ Nguyên quán Đức Hoà Long An ■ Học sinh trường Việt Nam Học Đường và Petrus Ký (Saigon).

■ Tốt nghiệp Học Viện Quốc Gia Hành Chánh ■ Cử nhân Văn Chương, ■ Cử nhân Chuyên Khoa Nhân Văn (Saigon).

■ Công chức, đồng thời là giáo sư Văn Sử tại các trường Trung học: Thánh Giuse, Cơ Đốc, Đồng Tâm (Saigon).

■ Sau 30 tháng 4 năm 1975 ở tù Cộng sản qua các trại Long Thành, Thủ Đức, Lào Cai, Tân Lập (Vĩnh Phú) đến 1984.

■ Sang Hoa Kỳ năm 1994 định cư tại Portland (Oregon).

■ Làm việc tại công ty Epson (Hillsboro) 1994-2004.

Tác phẩm:
- Nhớ Nguồn (thơ) xb 2004
- Thường có thơ văn đăng trên các báo Saigon từ thập niên 1960.

Có thơ văn trong các tuyển tập: Vườn Thơ Hải Ngoại (2001), Lưu Dân Thi Thoại (2002), Nối Lại Nghìn Xưa), Dấu Vết (2004), tuyển tập thơ Quốc Gia Hành Chánh (2005), Bước Lạ Tình Quê (2010).

Thơ văn thường xuyên đăng trên các báo: Chính Luận, Kỷ Nguyên Mới (VA), Hậu Nghĩa (CA), Đồng Nai (TX), Phụ Nữ Diễn Đàn (CA) và các báo điện tử Sài môn thi đàn, Đặc Trưng, Giao Mùa, Thư Viện VN...

Hiện cộng tác với tuần báo: ■ Oregon Thời Báo (OR), ■ tạp chí Nguồn (CA) ■ Nguyệt san số 3 (Tx)
- Nguyên là chủ bút báo Niềm Tin (Portland OR),

Mùa Thu: Mùa Lá Rụng
(nhớ mãi mùa đau thương)

truyện

Con tàu ngừng lại ga Ấm Thượng đã bốn giờ chiều, Hùng và Thu lúi húi kéo chiếc bao tải đầy ấp xuống xe thì một thằng nhỏ chộp chiếc nón của Hùng, cắm đầu chạy sâu vào con đường mòn.... Hùng ngó theo thằng nhỏ với vẻ bực tức lắm, Thu vội cất tiếng:

- Thôi Anh bỏ đi, lo ba cái đồ lỉnh kỉnh nầy kẻo mất hết bây giờ.

Đây là một ga nhỏ, người xuống hầu hết là đi thăm tù bị nhốt trong trại Tân Lập (Vĩnh Phú), cách đó hơn hai mươi cây số. Muốn vào tới trại phải đi con đò dọc chèo tay. Giờ nầy không còn chuyến đò nào nữa nên Hùng và Thu đành vào ở trọ nhà dân.

Vài tháng nay nhờ trại Tân Lập cho thân nhân từ miền Nam ra thăm tù, ga Ấm Thượng có vẻ nhộn nhịp lên, một số người địa phương tăng thêm thu nhập nhờ buôn bán được các sản phẩm, hoặc cho khách thuê nhà ở trọ qua đêm. Hai khách trọ Hùng Thu được tiếp đón niềm nở, thái độ của hai vợ chồng cụ chủ nhà rất chân thành nên họ cũng yên lòng.

Sau khi sắp xếp các hành lý lên bộ ván, họ thay phiên đi tắm giặt, cơ thể cũng như tâm thần trở nên nhẹ nhàng sau năm ngày giam thân trên toa tàu chật chội.

Hùng ngồi trên bộ ván, hai chân thả thòng xuống, nhìn lá ngô đồng rơi lả tả, mấy cây sầu đông khẳng khiu, lắc lư theo gió trông như những bộ xương. Thu đến ngồi sát bên chàng cầm một ổ bánh mì, Thu nói nhỏ nhẹ:

- Nè ăn đi anh, em đói lắm!

- Sao anh không thấy đói em à, chỉ cảm thấy mệt, Hùng đáp.

Tuy vậy Hùng cũng cầm lấy nửa ổ bánh mì Thu đưa, xé một miếng nhỏ đưa vào miệng nhai chểnh mảng. Thu nghiêng người qua Hùng nói nhỏ: "mùa thu ở ngoài Bắc sao buồn qúa anh nhỉ, lá vàng nhiều và rụng cũng nhiều. Đúng là mùa thu mùa lá rụng"

Hùng nhìn Thu với ánh mắt trìu mến và cất giọng: Đâu phải chỉ có đất Bắc mùa thu buồn, cả quê hương đang chìm đắm trong cõi thu buồn. Bởi cuộc "cách mạng" của họ không gọi là cách mạng mùa xuân mà gọi là cách mạng mùa thu. Quả là một điềm quái gở cho dân tộc!.. mà em của anh cũng là Thu, chúng mình đang lần bước trong cõi thu buồn. Nói đến đây Hùng thấy mình lỡ lời sợ gây buồn cho bạn, bèn trở giọng hỏi Thu:

- Em đậu Tú Tài ban khoa học, ra trường dạy khoa học vậy em có biết vì sao mùa thu lá vàng rơi rụng?

- Từ ngày ra trường em dạy hóa, không dạy vạn vật, nhưng theo em nhớ thì vào mùa thu, ánh sáng mặt trời bị mây che khuất, nhựa sống không còn tràn trề trong thân cây, nhiệt độ khí quyển giảm, làm xuất hiện những nút tắt ở cuống lá, khiến nhựa không lưu thông được, hiện tượng quang hợp cũng bị ngưng trễ, chất diệp lục tố trong lá cây cũng bị phân hủy dần dần biến thành chất diệp hoàng tố. Chính chất diệp hoàng tố đã là nền màu vàng của mùa thu. Theo em biết trong thực vật cây ngô đồng là loại cây nhạy cảm với mùa thu, nghĩa là khi mùa thu tới ngô đồng là loại cây đầu tiên đổ lá vàng.

Hùng ngắt lời: hèn chi người xưa có câu: "Ngô đồng nhất diệp lạc thiên hạ cộng tri thu".

Thu nói: thôi em ăn, em đói lắm. Chà anh lại xổ nho, em chẳng hiểu nổi.

Hùng cười và giải thích: cây ngô đồng rụng một chiếc lá là mọi người biết mùa thu đến.

- Mà đâu chỉ có một chiếc lá rơi, lá rơi từ muôn phía, lá đổ muôn chiều chứ, rồi lá bay xào xạc. Đúng mùa thu mùa lá rụng, ghi đậm nỗi buồn vào lòng người. Em mang cái tên Thu, cả một đời buồn. Như anh biết đó, từ lúc sanh ra em đâu biết cha em là ai, đến lúc được năm tuổi thì mẹ em chết, em sống với cậu mợ.

- Nhưng anh thấy cậu mợ em rất tốt đối xử với em như con ruột.

- Đúng, anh nói đúng, Ông bà chỉ có hai con trai là anh Thanh và anh Bạch, riêng em là con gái nên rất thương em. Vả lại mợ đi coi thầy nói em hạp tuổi với mợ. Từ ngày nhận nuôi em, gia đình hưng thịnh lên, cậu làm cho ngân hàng được chủ tín nhiệm, tăng lương thăng chức, mợ cưng em lắm. Có lần em gây gổ với Anh Bạch mợ binh em, xử ép anh Bạch. Thực tế hai anh ấy cũng thương em lắm. Lúc nhỏ đi học anh Thanh luôn luôn che chở cho em.

Hùng nghiêng người vào trong, với lấy chiếc áo dài tay đưa cho Thu và nói: em mặc thêm áo vào đi, trời lạnh lắm đấy, kẻo trúng gió, mà ở đây thì tiêu đó.

Thu vừa mặc áo vừa nói: Anh biết không, mãi đến năm một ngàn chín trăm bảy mươi mốt, ngày em có kết qủa đậu tú tài, cậu Trung mới cho em biết cha em là cộng sản đi tập kết ra Bắc năm 1954. Cậu còn nói rõ năm 1954, sau hiệp định đình chiến Geneve, mẹ em ở với bà ngoại ngoài huyện Xuyên Mộc, thuộc tỉnh Bà Bịa, đó là vùng Việt Minh tập trung 300 ngày, chờ tàu Liên Xô chở ra Bắc. Cộng sản lúc đó họ có chủ trương thả lính và cán bộ lấy các cô gái địa phương có con, gieo mầm hồng, để sau nầy thành cây đỏ họ dùng. Em được một tuổi thì bà ngoại chết, mẹ dẫn về tá túc ở nhà cậu, em mới thoát, mấy đứa cùng tuổi ở Xuyên Mộc, đa số bị nướng vào lửa đỏ. Thật sự ba em lấy mẹ em đâu có tình, chỉ là hành động phục vụ cho mưu đồ chính trị mà thôi! Bây giờ ông về Nam có đem theo bà vợ và bốn đứa con. Nếu mẹ em còn sống, bà thấy bà uổng công chờ đợi. Anh à, sao kỳ qúa, bây giờ ông là công an, nghe giọng ông nói em sợ lắm. Mở miệng ra là xưng cách mạng, là chửi ngụy. Ông chỉ tạo em ra rồi bỏ rơi từ trứng nước, em sống và lớn lên nhờ hạt cơm giọt sữa của "ngụy". Có lần ba em đến trường em đang dạy, thuyết phục em rời xa anh và hứa lo cho em đi học Đông Đức. Em đã cám ơn ông và xin ông để cho em được sống trọn vẹn với tình yêu của em! Ôi cha, nghe như vậy ông nổi nóng, chửi bới tùm lum, hăm he sẽ trừng trị em, và sẽ bức rời chúng ta ra. Em về kể cho cậu mợ Trung nghe, cậu mợ lo lắm. Mợ nói: "Tụi nó ác lắm, coi chừng nó hại thằng Hùng". Sau đó mấy hôm câu mợ gặp mẹ anh bàn nhau để sắp xếp cho mình đi xa.

Hùng ngắt lời Thu: "Bởi vậy mình mới cấp tốc ra thăm ba, anh đang thắc mắc không biết có nên nói cho ba rõ sự việc không?"

- Nói chứ anh, nói cho Bác mừng, Thu đáp.

- Chà không biết ông vui hay lo, Hùng nói nhỏ và thở ra, đoạn nhìn Thu, Hùng nói tiếp: "Anh nghĩ tội nghiệp em qúa, đáng lẽ tháng sáu năm 1975 là chúng mình đám cưới, nhưng biến cố xảy ra nên lỡ vỡ hết. Em thấy nhà anh thì tan nát, ba bị tù, nhà chúng nó lấy, anh bị đuổi không được dạy học, vì là thầy giáo môn văn sử, chúng bảo là môn học phục vụ cho đế quốc. Cả nhà bị đày đi kinh tế mới thật khổ sở, em Thủy của anh mới mười tuổi chịu không nổi, đau ốm, không thuốc men nên nó chết. May năm 1978, nhờ cậu em giúp đỡ, mẹ anh và em Lê về tá túc sau nhà cậu. Bây giờ cậu lo cho chúng mình đi xa để xây dựng tương lai, ơn nầy không biết chừng nào anh trả nổi!"

Thu kê miệng sát vào tai Hùng nói: "Anh quên rồi

sao, cậu em và ba anh là bạn thân từ nhỏ đó, học cùng trường, ngồi sát bên nhau. Có lần cậu nói với em rằng hai người cùng bị động viên một lượt, nhưng chân trái của cậu có tật nên được miễn, về làm ngân hàng, còn bác đủ sức khỏe nên vào lính đó. Cậu hay nhắc ba anh lắm, mà thiệt bác hiền, nhớ lần đầu em đến nhà kiếm anh, em thấy bác đứng trước cửa đợi xe đến rước, ông mang lon đội mũ chỉnh tề, em thật sợ, nhưng bác cười nhỏ nhẹ mời em vào nhà. Giọng bác thật hiền hòa thân ái. Anh, em nói rõ cho anh biết, lần nầy có anh Bạch đi nữa. Anh Thanh thì đang bị cải tạo, vì anh là thiếu úy ngành an ninh. Em cầu nguyện Phật Trời phù hộ cho tất cả chúng mình đều thoát. Bốn năm rồi, thấy rõ quá, cả một trại tù vĩ đại".

Mới có năm giờ mà trời tối mịt, nửa viền trăng khuyết đang lơ lửng giữa trời, thỉnh thoảng khuất vào đám mây trắng trôi qua. Gió cuối thu xào xạc trên mái lá, Thu và Hùng cùng im lặng như cùng lắng nghe trọn nỗi buồn của một cuộc tang thương. Hùng choàng tay lên vai Thu, chàng định ôm hôn nàng, nhưng nhớ lại đây là nhà trọ nơi đất Bắc chàng lại thôi, nhưng trong lòng Hùng đang âm vang thổn thức trọn lòng yêu thương hơn một người bạn, hơn một người tình, mà là một người đang liền thân với chàng, đành chung đời gian khổ với chàng. Thu nắm chặt tay Hùng và khe khẽ nói: "Giờ nầy em biết Anh lo buồn lắm phải không? Thôi Anh, ta cứ bình tĩnh và luôn cầu nguyện, tất cả đều có số cả". Ngay lúc đó bà chủ nhà với người lên nói:

- Cô cậu có thể ngủ ngay trên ván đó, nói thật nhà nghèo lắm, không có chăn chiếu, gối cho cô cậu.

- Không sao cụ, chúng cháu có đem theo tấm đắp. Thu đáp lời.

- Chúc cô cậu ngon giấc, thế thì tốt quá.

Hùng xoay qua Thu nói: thôi mình ngủ, mai còn phải dậy sớm, chắc còn nhiều vất vả lắm. Thu kề sát tai Hùng và nói khẽ: "Trời ơi hơn hai mươi năm xã hội chủ nghĩa ưu việt mà con người te tua như thế nầy sao!", rồi nàng duỗi chân ra kéo tấm chăn đắp cho Hùng, chỉ sau năm phút cả hai ngủ thiếp.

Sáng hôm sau, lên đò dọc lúc sáu giờ sáng, mãi mười giờ mới đến Bến Ngọc, từ đó mướn xe đạp thồ hành lý đến trại Tân Lập, qua một con suối bằng chiếc đò tre (ngoài Bắc gọi là chiếc mãng), để đến K3 lúc mười hai giờ trưa. May quá chiều đó là 1 tháng 9, họ cho thăm ngay, vì ngày hôm sau là lễ độc lập họ không làm việc. Ông Thanh được cán bộ dẫn ra, Hùng không nhận ra cha, vì ông quá tiều tụy, ba người thân thương nhìn nhau qua màn lệ! Thu chạy tới nắm lấy tay ông Thanh và gọi: Bác! Tên cán bộ to tiếng: "Chị kia xa ra, ngồi nghiêm chỉnh xuống bàn!"

Thế là cả ba ngồi cạnh chiếc bàn rộng chừng một thước rưỡi, viên cán bộ ngồi ở đầu bàn; suốt mười lăm phút đầu, chỉ hỏi thăm nhau vớ vẩn mà thôi! May quá, bỗng đâu có một cán bộ nữ đến, gọi tên cán bộ ra ngoài đấu hót nhau. Bên trong nầy Hùng và Thu nói cho ông Thanh biết câu chuyện sắp đi xa do cậu mợ Trung lo. Ông Thanh nghe như vậy rất phấn khởi, có đôi lời dặn dò nhất là ông tỏ lời thương mến Thu và xác nhận từ nay coi Thu như đứa con dâu của ông và khuyên bảo Hùng lúc nào cũng phải thương yêu Thu. Nghe những lời chân thành hiền đức của ông Thanh, Thu không cầm được nước mắt. Sau ba mươi phút thăm nuôi, cán bộ ra lệnh cho ông Thanh trở vào trại. Giây phút chia tay thật buồn. Hùng đứng trên thềm nhìn cha khuất bóng sau hàng cây sầu đông, nghĩ thầm: Phải chăng đây là cuộc gặp gỡ cuối cùng!

Sau đó, Hùng và Thu vội vã ngược ra bến Ngọc cho kịp chuyến đò dọc và đáp tàu hoả ra Hà Nội, lấy tàu Thống Nhất trở về Sài Gòn. Trên đường về, thấy các đoàn tù đi ngược chiều trở về trại, họ đi có hàng ngũ, quần áo xốc xếch, gương mặt vương nét sầu bất tận, thỉnh thoảng trong hàng có người hỏi: "Có gặp được thân nhân không hai cháu" ; thường thì Thu đáp nhanh: "Dạ có". Riêng Hùng thì im lặng, lắng đọng trong lòng những suy tư: Mới ngày nào chàng cùng Bạch xem diễn binh thật hùng tráng, nay các anh hùng đó đành xuôi tay, thật đúng: "anh hùng khi gấp cũng khoanh tay". Nhớ ngày nào, dịp Tết Mậu Thân tại chùa Quản Tám bên Gia Định, chiến sĩ Việt Nam Cộng Hòa lôi ra cả chục tên Việt Cộng trông nhão như mèo, thế mà nay mấy tên quản giáo thật hung ác quá!. Thật là lẽ vô thường của cuộc đời!. Hùng và Thu cứ bước vội dưới những hàng tre rậm mát, qua những con đường đất lầy lội, hai bên lối đi chỉ có những mái nhà tranh thấp, trồng vài cây cau, mấy đám cải, mồng tơi, không hề thấy một ngôi nhà thờ, một mái chùa nào! Thu thầm nghĩ quả mấy chục năm qua họ đi sâu vào ngõ cụt của vô sản, vô thần!

Đáp đò dọc xuôi về Ấm Thượng, Thu và Hùng nhìn lên những đồi cọ, những lá cọ xòe ra như những cánh quạt, lấp lánh trong nắng và đong đưa theo gió thật đẹp như thầm nói với hai người miền Nam rằng quê hương ta nơi nào cũng đẹp, chỉ tại lòng người nham hiểm tàn phá gây trò tang thương dâu bể! Đến Ấm Thượng, đáp tàu từ mạn ngược về Hà Nội: đến ga Hàng Cỏ, một cảnh tượng thật khiếp sợ, cả chục đứa trẻ khoảng từ mười hai đến mười tám tuổi, chúng ùa lên tàu, cảnh níu kéo, đánh nhau thật là loạn, một cậu bé bị đánh gục ngã, máu ra lênh láng. Thu lắc nhẹ vai Hùng và nói khẽ:

- Hôm nay là ngày thường, giờ nầy là giờ học mà sao trẻ rong chơi ngoài phố nhiều thế.

- Trời ơi, tụi nhỏ nầy chắc gì được đi học, sao em tính với chúng nó giờ nầy là giờ học!

Thu nhìn Hùng và thở ra và nói: Tội nghiệp, chúng nó cũng là nạn nhân của chế độ thôi!

Đúng mười hai giờ trưa hai người đáp tàu Thống Nhất về Nam, dọc đường gió bụi, chứng kiến không biết bao nhiêu vết tích của chiến tranh còn lại. Khi tới khu vực cầu Hiền Lương tàu gần qua Nam, Thu nói: "Anh ơi đã qua bốn năm rồi sao chẳng thấy miền Bắc kiến thiết gì cả". Hùng đáp rất nhỏ: "Niềm đau chinh chiến còn lâu em ạ, vì lòng người còn bận trả thù và vơ vét, cái tâm lý, người ta hồi nào cực khổ hi sinh, bây giờ phải lo cho cái thân của mình chứ". Thu nhìn thẳng vào mặt Hùng, mỉm cười và nói: "Ừ đúng đó, như ba em, ông cũng chiếm một cái biệt thự thật to trong cư xá Chi Lăng, như vậy mình quyết đi xa cũng đúng anh nhỉ, ai mà không yêu quê hương của mình.... Mấy đứa bạn dạy cùng trường bảo em sao không dựa vào ba em cho đỡ. Chúng nó đâu biết em có tình yêu mà ông buộc em dứt bỏ, vả lại bà dì ghẻ từ Bắc vào cùng mấy đứa con riêng của ba em rất hẹp hòi, ích kỷ và ác, theo cái nhân sinh quan mà họ hấp thụ từ nhỏ, vì vậy nếu có dựa vào ba em chỉ là "hàng thần lơ láo phận mình lẻ loi thôi anh ạ!"

Con tàu càng về Nam càng chạy nhanh, khi đến ga Bình Triệu tàu ngừng hẳn tại đây. Cậu mợ Trung và mẹ Hùng chờ sẵn. Mợ Trung ghé tai Thu nói nhỏ: "Bạch nó đi thoát rồi, tin về cho biết nó đã lên tàu lớn, chắc còn một tháng nữa sẽ có tin thêm". Riêng Hùng lo thuật nội vụ thăm nuôi ba cho mẹ nghe. Mọi người tỏ vẻ vui mừng được biết ông Thanh bình yên và bằng lòng việc đi xa của Hùng và Thu.

Về đến Sài Gòn, cậu mợ Trung sắp xếp cho Hùng và Thu vào ẩn trong cư xá Thanh Đa, một đêm không trăng có người tới đưa vào Bình Quới, xuống một ghe máy, xuôi dòng sông Saigon ra Nhà Bè; nhưng chỉ tới khu vực Tân Thuận, bị tàu công an chận bắt, tất cả bị đưa vào đồn công an Tân Quý Đông, để tra xét và thanh lọc, người tài công, anh thợ máy và một ít người bị nghi trong nhóm tổ chức bị đưa về trại giam số 4 Phan đăng Lưu. Đây là trại giam khét tiếng, gây khiếp đảm cho dân chúng Saigon thuở đó. Nhiều sĩ quan trốn tập trung cải tạo phải bỏ mạng tay nay... Suốt một đêm trằn trọc không ngủ. Thu nhớ tới lời hăm dọa của ba nàng nên Thu rất lo cho Hùng. Trong dòng nghĩ miên man, Thu nhớ tới buổi đầu gặp nhau, trong dịp Hùng và các bạn đến trường nàng bán đặc san xuân của trường Trương Vĩnh Ký. Hùng rất hoạt bát và luôn có nụ cười trên môi. Như có duyên nợ cùng nhau, khi học lớp đệ nhất Thu đến thư viện học thường gặp Hùng đến đó, chàng là sinh viên năm thứ hai ban Văn chương của trường Đại Học Sư Phạm. Thu giỏi khoa học nhưng rất dốt môn triết, Hùng tận tình chỉ cho Thu học và làm bài triết. Nhờ vậy năm đó Thu đạt được điểm 12 môn triết và thi đỗ Tú tài. Đó là cái cầu đưa tình yêu đến hai tâm hồn trẻ và nhiều mộng đẹp cho mình và cho đời. Cả hai không ước vọng xa vời, chỉ ước thành hai nhà giáo tận tụy với tuổi thơ. Họ luôn luôn tin tưởng vào tình yêu trong sáng của họ và nghĩ rằng họ có hạnh phúc!

Nhưng từ ngày xích sắt của T.54 dày xéo trên đường phố Saigon, thì mộng đẹp nào cũng tan vỡ, bao nhiêu người cao chạy xa bay, Hùng và nàng cũng xa chạy, nhưng thất bại, nay sa vào chốn ngục tù. Trong bước đường cùng, nàng nghĩ "thôi ngộ biến phải tùng quyền" mới có thể cứu Hùng được!

Ngày hôm sau, khi công an thẩm vấn, Thu khai là con của trung tá công an Trần Dy, tên công an trố mắt nhìn Thu và gắt giọng:

- Chị nói chơi hay nói thiệt   ?

- Dạ tôi nói thiệt đó, không tin cán bộ cứ điện cho ba tôi để xác minh.

- Được rồi, nếu cô khai man thì cô chết với tôi.

Tiếp đó hắn đưa Thu trở về phòng. Thu trở nên bình tĩnh, nàng thầm nghĩ bây giờ phải có cách nào ứng xử nếu gặp ba nàng. Lúc nào Thu cũng nghĩ ông là một cáo già có nhiều thủ đoạn.

Qủa thật bốn giờ chiều hôm đó ông Trần Di tới, Ông là một cán bộ cao của ngành an ninh nội chính,nên đám cán bộ trại giam rất nể sợ, họ dẫn Thu lên gặp ông, và lánh ra để hai cha con ngồi riêng một phòng nói chuyện.

Vừa gặp Thu, ông mở lời ngay: "Sao con dại quá, nước mình đã độc lập tự do rồi, con còn đi đâu, con đừng nghe lời bọn phản động nữa".

Thu đáp lại: "Ba ơi đâu phải mới một sớm một chiều ba, đã bốn năm rồi.

Chắc ba thấy rõ đời sống của dân chúng ra sao. Ba có đi thăm thử các vùng kinh tế mới không, ba có nghe được tiếng khóc của những người được ba giải phóng không? Trong đó có con đây! Nếu ba cho thả con ra, con rất cám ơn, nhưng con cũng xin ba thả anh Hùng ra. Anh ấy là người vô tội và là người con yêu thương.

- Không được đâu con, theo báo cáo của các đồng chí thì nó ở trong ban tổ chức vượt biển và có mưu đồ chống phá cách mạng.

Thu khóc và nói: "Sao ba có thể tin hoặc bày ra câu chuyện chết người như vậy. Ba có biết không? Nếu giờ này ba tha cho con ra mà ảnh vẫn còn trong chốn ngục tù, cả hồn con cũng chìm đắm trong chín tầng địa ngục. Ba ơi cả đời ba say mê cách mạng chắc ba chẳng xúc động trước nỗi khổ của bao nhiêu con người yêu thương nhau mà phải xa cách nghìn trùng! Bây giờ con chỉ xin ba một điều là thả dùm anh Hùng ra. Con xin lấy mạng sống của con bảo đảm rằng ảnh không bao giờ chống phá cách mạng. Ba nhớ rằng ảnh chỉ là một nhà giáo hiền lành.

Ông Trần Duy ngắt lời Thu:

- Đấy chính nó là một nhà giáo, một trí thức mới đáng sợ, con đã bị nó mê hoặc! Thôi bây giờ ba nói các đồng chí làm giấy thả con, còn chuyện đó tính sau; ba có công tác gấp, ba phải đi, một chốc có một đồng chí nữ chở con về tận nhà. Sau mấy lời lạnh lùng đó ông đã bước vội lên xe...

Thu bước qua dãy hành lang để vào nhà, cả nhà đang ăn cơm, Lệ - em của Hùng chạy tới ôm chầm lấy Thu và khóc, cả nhà buông đũa vây lấy nàng. Cậu Trung hỏi vội: -Còn Hùng thì ra sao? Thu đáp:

- Trước khi con về, ba con đến trại giam gặp con, con hết lời van xin ông giúp cho Hùng được tha về, nhưng ông từ chối, chỉ nói việc đó tính sau! Thôi mình cầu nguyện Trời Phật cứu độ anh Hùng, sao con lo quá!

Mấy lần đến cư xá Chi Lăng, để gặp ba nàng, nhờ giúp xin một giấy phép đi thăm nuôi Hùng, nhưng không hề được gặp ông. Ngày nào Thu cũng đạp xe thất thểu đến khu chợ Bà Chiểu, ngang qua trại giam số 4 Phan Đăng Lưu nhìn vào mong thấy bóng dáng người thương. Nàng thầm nghĩ đây vào đó bao xa, không đầy trăm thước, sao ngăn cách nghìn trùng?

Ba tháng sau Hùng được thả về với tấm thân tiều tụy, lê từng bước, thường tiểu ra máu. Thu đưa vào bệnh viện, bác sĩ chẩn đoán và cho Thu biết Hùng bị chấn thương nặng ở thận! Sau hai tuần lễ nằm viện, trong một đêm mưa gió, Hùng chết trên tay Thu, mẹ Hùng đứng bên cạnh con khóc. Lúc đó gương mặt Thu hằn lên niềm đau khổ tột cùng, nhưng nàng không khóc, dường như nước mắt nàng đã chảy ngược vào tim!

Người ta đưa Hùng xuống nhà xác, chính tay nàng tắm rửa cho Hùng, nàng mướn người chạy về nhà cậu Trung báo tin. Cả nhà đi vào, đem bộ quần áo đẹp nhất mặc cho Hùng. Cậu Trung định đem Hùng về quê nhà. Nhưng Thu nói: "Con xin mẹ và cậu đừng đem về quê xa lắm. Con muốn anh Hùng lúc nào cũng gần con. Con và anh Hùng có thân với ni sư trưởng chùa Kim Sơn, bà ấy thương anh Hùng lắm, cạnh chùa có một nghĩa trang, con sẽ xin anh Hùng yên nghỉ nơi đó".

Mọi người đều chiều ý Thu, thời còn là sinh viên, ngày lễ Vu Lan, Thu thường rủ Hùng đến chùa Kim sơn lễ Phật. Đây là một ngôi chùa nhỏ rất đẹp trên ngọn đồi thấp, trồng nhiều hàng dương và bồ đề, lúc nào cây lá cũng rì rào, con rạch bao quanh nhấp nhô hoa lục bình màu tím. Nghĩa trang nay thêm một nấm mồ, ngôi chùa từ nay thêm một ni sư, chiều chiều cô lần chuỗi bồ đề, lê nhẹ bước chân trên lá vàng khô, vừa thắp hương cho một ngôi mộ, vừa đọc kinh cầu nguyện, vừa khóc cho một mối tình thiên thu!! ★Hàn Thiên Lương

Nỗi Đời

Sự đời hư thực còn chi
Bỏ sau thân thế bước đi phiêu bồng
Biết ai gửi chút nỗi lòng
Còn ai chia sẻ long đong kiếp người?

Nhớ xưa ôm giấc mộng đời
Nay như gió thoảng giữa trời lang thang
Làm sao níu gót thời gian
Chừng như mơ ước tiêu tan tháng ngày!

Kiếp người hạt bụi gió bay
Chốn xưa hiu quạnh cõi nầy dở dang
Nát lòng mấy cuộc ly tan
Đành hiu hắt mộng, đành vàng vọt mơ.

Thương ai chinh phụ đợi chờ
Ngày đêm vò võ lệ mờ mắt cay
Thời gian một chuỗi sầu dài
Dung nhan rồi cũng u hoài cỏ cây!

Nước non nay nỗi sầu đầy
Bao người thương phế ê chề nhân sinh
Cam lòng vất vưởng điêu linh
Dám đâu cất tiếng? Lặng thinh giữa đời!

Phù vân ôi kiếp nổi trôi
Ai gây tang hải khiến người đau thương
Giữa khuya thoảng khúc nhạc buồn
Phải chăng tiếng khóc đoạn trường thiên thu!

29-6-12
Hàn Thiên Lương

THỦY LÂM SYNH

- Thủy Lâm Synh là bút hiệu viết lách từ sau năm 75 - đó là kết nối của ba nhân vật có dính dáng mật thiết đến đời tư của tác giả.
- Sinh quán: Đức Hải, Mộ Đức, Quảng Ngãi.
- Trưởng thành tại Nha Trang, Khánh Hòa.
- Là nhân viên dân chính thuộc cơ quan Tùy Viên Quốc Phòng "DAO" (Defense Attached Office), tòng sự tại Nha Trang. Sau thỏa ước 27 tháng giêng 1973 chuyển ra Qui Nhơn làm trưởng phòng thu nhận quân dụng hư hỏng. Làm việc với Bộ Chỉ Huy 2 Tiếp Vận qua "Chương trình Một Đổi Một", cho đến ngày Quy Nhơn bỏ ngỏ.
- Vượt biển mùa đông năm 1977, định cư tại Chicago tháng năm 1978 ▪ Xong chương trình Cao Đẳng Kỹ Thuật. Làm Kỹ Thuật viên cho Eastman Kodak 20 năm ▪ Nghỉ việc, sáng lập và điều hành Bán Nguyệt San Chicago Việt Báo từ 2000 đến nay

■ Hiện sống và làm báo tại Chicago, Illinois Hoa kỳ ■

■ Thơ văn là thú tiêu khiển chính ■ Bắt đầu viết nhạc từ 2006 theo sự khuyến khích, nâng đỡ và hướng dẫn của vài người bạn nhạc sĩ ■ "Em Mang Về Hơi Ấm" là sáng tác đầu tay viết tặng Mai - người vợ yêu quý ■ "Trường Sa Hành Khúc" là bản nhạc ưng ý nhất trong giai đoạn lịch sử quê hương bị gặm nhấm bởi kẻ thù phương Bắc kế cận. Chiều hướng sáng tác dù thơ, văn hay âm nhạc đều mang nặng tình yêu quê hương, tình mẹ và dĩ nhiên... tình đời. Gần mười nhạc phẩm được Trung Tâm Gia Huy phát hành. Hai trong mười tám ca hoạt cảnh có trong DVD Vân Sơn 48 "Những Ngày Nắng Đẹp"■

■ Quan niệm văn, thơ, âm nhạc như những đoá hoa thơm, tinh khiết dâng hiến cho đời, cho người, cho những tâm hồn cùng chung hoài bão, đồng điệu... Ở một chừng mực nào đó; những truyện ngắn, những bài thơ, những tác phẩm đã thu âm do các nghệ sĩ nổi tiếng và được các trang nhà điện tử phổ biến cũng là phấn khích nho nhỏ cho tác giả và biết đâu chúng không là một đóng góp khiêm nhượng cho dòng văn hóa đa dạng của người Việt tha hương ■

Chị Đã Lầm
Đưa Em Sang Đây

truyện

Trong số mấy chị em con bà Điền, Nga có lẽ được coi là đứa con gái nết na nhất nhà. Ít ra đó cũng là lời nhận định của mẹ cô trong những khi ngồi lê với hàng xóm. Mà quả đúng như vậy, Nga là một đứa con gái thùy mị và đẹp vì rất giống bà Điền. Dù bây giờ tuổi bà đã quá sáu mươi, song khi nhìn; nét đài các vẫn đâu đó trên gương mặt của bà. Ngày xưa bà là nữ sinh đẹp của một trường trung học, không biết bao nhiêu chàng trai phải say sưa vì cái nhan sắc diễm kiều mà tạo hóa đã bỏ công uốn nắn. Và đó cũng có thể là lý do tại sao sau mấy năm thay đổi cơ chế chính trị, bà Điền đã không thể chấp nhận người chồng trở về với tấm thân tàn tạ vì, "anh trở về dang dở đời em".

Suy ra đó cũng là lẽ thường tình của nghiệp vay trả. Chồng bà là một sĩ quan cấp lớn, ngày còn trong binh chủng, những hoạnh tài thường xuyên được coi là mốt thời thượng của một số sĩ quan tham ô, họ ném tiền vào những phòng trà như ném giấy lộn, nhiều ông cặp với những cô tuổi chỉ đáng con mình. Bà Điền đã lồng lộn, khổ đau vì cái máu ham gái của chồng. Kết quả của biến cố năm bảy lăm chồng bà Điền đã bị liệng vào tù và bị ngược đãi cùng số phận với những người liêm chính, ngày đêm miệt mài bên lằn tên mũi đạn.

Ngày trở về mất vợ, mất con, ông Điền trở thành đăng trí, phải sống bằng cơm của giáo hữu tại xứ đạo Hòa Nghĩa nằm phía bắc của thị xã Cam Ranh. Đây là một xứ đạo đã cưu mang gia đình ông Điền trước khi ông chạy chọt về tòng sự tại bộ Tổng Tham Mưu. Ông

Điền có bổn phận kéo chuông vào mỗi buổi sáng, tiếng chuông không bao giờ đúng giờ của ông ngân nga mãi trong lòng họ đạo Hòa Nghĩa, nó đã hâm nóng được từ tâm của bao người, nó thắp sáng thêm niềm tin Thiên Chúa. Nhưng khổ thay, tiếng chuông ấy không đủ sức ngân xa tới tận Sài gòn để làm rung động trở lại con tim bà Điền sau mấy mươi năm chồng vợ. Lý do dễ hiểu hơn cả vì nhan sắc bà Điền vẫn còn ít nhiều quyến rũ những ông hàng xóm góa vợ có khi tuổi còn nhỏ hơn bà cả chục.

Nhờ hưởng cái di sản cố hữu đó mà Nga cũng đẹp như mẹ nàng. Khác với Nga, chị cô là Hằng giống ba với cái lỗ mũi tẹt nom ngu ngu làm sao ấy. Có người bạo mồm còn cho rằng Hằng chắc lại là một đứa con khác dòng, bởi vì nhiều khi ông đại tá Phùng Quang Điền cắm trại hơi lâu trên những khách sạn thuộc loại sang trọng trên Đà Lạt để ăn chả thì dưới Sài gòn bà Điền cũng chẳng tội gì nhịn nem. Mũi của trung sĩ Phan lái xe cho gia đình đại tá Điền cũng tẹt lắm.

Biết đâu đó chỉ là thứ dư luận ác ý vì ganh ghét với cuộc sống sung túc của gia đình bà Điền lúc bấy giờ cũng nên. Hằng thì không hề đắn đo chút nào, nàng vui sướng có đứa em xinh đẹp như Nga. Khi mới được bảo lãnh sang Mỹ, nước da Nga còn ngăm đen vì cái nắng khắc nghiệt của vùng nhiệt đới, nhưng mấy người sống chung quanh cứ tấm tắc khen Nga làm Hằng vui lắm. Nếu không là em ruột thì lời khen kia sẽ khiến cho Hằng nguýt còn nửa con mắt - đàn bà và trẻ con là cái rốn của vũ trụ, khen người khác tức là gián tiếp chê mình.

Rồi cái tin đồn Hằng có đứa em gái đẹp mới qua Mỹ truyền đi rất nhanh. Có người đã lớn tuổi, vợ con còn bỏ lại Việt Nam nhưng kẹt cứng vì đã trót khai độc thân bên trại tị nạn nên cũng ráng uốn, ép, sấy, gội, nhuộm cho mái tóc trở nên bồng bềnh, lê la tới nhà ra vẻ còn non dại để làm thân với Nga. Có cậu choai choai tuổi đáng em cũng cung kính mời Nga đi xem phim, đi nhảy nhót, karaoke cho nó có vẻ ta là người tiến bộ, bởi vì cậu ta nghe thiên hạ cứ bàn tán rằng mấy cô gái con "HO" ở Sài gòn mới qua tân thời lắm, không khéo người sinh ở Mỹ lạc hậu mất. Lại cũng có chàng hào phóng hơn, cứ mỗi lần ghé nhà Hằng thì ôm cả tá bông hồng, rồi chẳng lẽ cứ mua bông, chàng ta lại khuân cả thức ăn được order từ nhà hàng khiến đôi lúc nhà Hằng khỏi cần nấu nướng đến hai ba ngày.

"Nhưng lạ quá, đón đưa như thế mà cả năm trôi qua không nghe Nga nó nói gì về con người may mắn nào được lọt vào mắt xanh của nó". Hằng nghĩ như vậy, và không cần tinh ý lắm cũng thấy người nào rủ nó cũng đi chơi, mời ăn nó cũng nhiệt liệt hưởng ứng. Đôi khi Hằng hơi quan tâm cho cái dễ dãi của em mình, Hằng sợ một ngày nào đó vợ chồng nàng phải thành kính phân ưu vì Nga vớ phải thằng đá cá lăn dưa. Nga thì vẫn hồn nhiên, như không chút vướng bận vì chuyện gái trai. Khi Hằng úp mở hỏi những ưu tư vừa rồi thì Nga bĩu môi trả lời:
"Mấy tên đó dại gái lắm, em chấm không được tên nào cả. Ông Long thì già khú đế, hai má cáp sâu vào làm cho cái miệng nhọn thêm hơn, hai bên mép có hai chòm lông như đại diện cho mấy cha tuổi Mùi. Đi đâu ông Long cũng chải chuốt, chưng diện với hi vọng thiên hạ sẽ nghĩ thầm "nhìn y phục biết tư cách". Chàng ta đang làm giám đốc, kiêm phó giám đốc, kiêm thư ký và kiêm luôn nghề hút bụi, đổ rác trong văn phòng bán bảo hiểm, tương lai bồng bềnh như con thuyền tị nạn trên Vịnh Thái Lan thưở nào. Còn Tuấn thì cái mặt cứ y như còn dính bơ. Phục sức lúc nào cũng quá lố trông rất chi là ngờ nghệch. Chưa hết trung học Tuấn đã bỏ ngang, hắn đang giúp việc trong một Salvation Army. Tuấn cho người ta cái cảm tưởng hắn đang tận tâm sử dụng nguyên kho thời trang của bá tánh đem tới biếu, tương lai như bầu trời sắp đổ mưa. Nhưng bên cạnh những khuyết điểm, hai người đó đều có cùng một ưu điểm là rất thích chi tiền cho em mua sắm."

Hằng cười:

"Mầy văn minh thật, tao cứ tưởng ít nhất mầy cũng đã chấm được một đứa nào rồi chớ."

Nga phẩy tay nói:

"Chưa hết đâu; còn một người nầy nữa, ông Hòa "Ph. D" ấy mà."

Hằng cười ré lên:

"Tiến sĩ ở Chicago đếm trên đầu ngón tay, ông Hòa mà mầy cũng tin ổng đỗ tiến sĩ à."

"Ph. D là "phịa đại" đó chị à."

Hằng được trớn cười nghiêng ngửa.

"Mà tại sao mầy đặt cho ông ấy là Ph. D?"

"Đó là lời của mấy con bạn học em chớ đâu phải em đặt. Đầu đuôi như thế nầy: Hòa chẳng có nghề ngỗng gì cả, tà tà theo mấy anh chàng tổ chức show để được đón đưa ca sĩ cho ra vẻ ta đây sành cầm ca một tí. Lâu lâu hắn cũng tổ chức được vài show mời ca sĩ hạng ruồi trình diễn để tự phịa "ông bầu" cho oai vệ. Hắn cũng có nhiều tài, toàn là phịa đại để lấy le với mấy cô ca sĩ. Có lần về Chicago trình diễn, cô ca sĩ kia muốn đi thăm người anh ở thành phố Elgin nằm phía tây Chicago nên cô ta gọi nhờ Hòa chở đi. Được chở ca sĩ, dù là ca sĩ có giọng ca chưa kịp lên đã xuống, Hòa cũng coi như một vinh hạnh hiếm có. Khi tới nhà người anh, cô ta nhớ lời Hòa nên giới thiệu với anh nàng rằng Hòa cũng là sĩ quan pháo binh. Gặp chỉ huy pháo binh thứ thiệt, Hòa mới lòi đuôi ra, hắn chỉ là trợ thủ pháo binh. Từ đó cái danh từ phịa đại mới được nối theo tên Hòa thành Hòa Ph.D. đấy chớ. Chuyện phét thì thế gian nầy có khối đứa, hơi sức đâu mà bàn. Điều đáng nói nhất là hắn theo tán em không được rồi phịa đại với bạn bè là em và hắn đã từng lên giường khiến một hôm em dọa thưa cảnh sát hắn mới câm mồm."

Hằng hùa cùng em:

"Thứ đàn ông khốn nạn; gặp tao, tao đấm vỡ mặt cho biết."

Nga cười:

"Cha đó 'mát' nặng."

Hằng vừa soi gương nhổ lông mày vừa nói với Nga:

"Mầy cũng nên giảm đi chơi, để khỏi mang tiếng."

Nga cười nhẹ:

"Có đi chơi mới có cơ hội tìm hiểu. Đi một ngày đàng, học một sàng khôn mà chị."

Hằng trở lại giọng người chị:

"Ngoài ba đại nhân vật trên mầy đã chấm được ai chưa, nói để tao viết thư về báo cho mẹ biết, mỗi lần gọi về nhà, bà già cứ hỏi con Nga có chồng chưa hoài."

Nga nhún vai:

"Chưa! Em chưa chấm được ai cả, nhưng khi chấm được đứa nào em sẽ nhờ chị đứng chủ hôn coi như quyền tỉ thế mẫu."

Hằng mỉm cười tự nghĩ:

"Sau thời gian dài xa cách, đứa em gái nàng trở nên lanh lợi hơn xưa nhiều. Có lẽ nó đã được liệng vào một xã hội giành giựt hàng ngày bên cái sạp bán chạp phô đã làm nó già dặn với đời."

Thời gian trôi rất nhanh, mới đây mà gia đình Hằng định cư tại thành phố nầy mười lăm năm rồi. Nga cũng qua Mỹ đã ba năm. Không phải dễ dàng mà Nga được qua Mỹ, diện chị em đã bị Mỹ ngâm tôm từ khuya, hồ sơ từ Bangkok đã chuyển về New Hampshire mấy năm nay. Đầu thập niên 80, phong trào vượt biển nổi lên rầm rộ. Từ việc đi chính thức đến bán chính thức đã tạo nhiều hoạnh tài cho chính quyền địa phương và dĩ nhiên đôi bên đều có lợi. Bên cạnh đó, cũng có những gia đình hết sạch tài sản vì bị bắt năm lần bảy lượt. Đi bán chính thức có phần an toàn về điểm xuất phát, nhưng ghe quá tải nên chết chìm không phải là ít. Nghe đồn nhiều xác nạn nhân trôi tấp vào bờ khiến bà Điền không thể để Nga vượt biển dù dưới hình thức nào. Bây giờ thì những người vượt biển thành công được niềm nở đón tiếp trở về. Ai có thân nhân bảo lãnh cũng được ra đi nên bà Điền cứ biên thư thúc đẩy Hằng gắng tìm cách bảo lãnh Nga qua Mỹ. Bà nói rằng ở đây lều bều không làm nên tích sự gì, tương lai tăm tối lắm.

Không phải bà Điền biết gì nhiều về cái tương lai của dân tị nạn. Bà chỉ nghe đồn rằng ở bên Mỹ sướng lắm - Con cái cứ đẻ ra là chính phủ gởi tiền về nhà cho mà ăn, không ai bắt buộc mình đi làm nếu mình không muốn. Đồng bào nào muốn lãnh tiền trợ cấp an sinh, cứ việc khai không có việc làm, ai muốn lãnh tiền tàn tật thì khai mắc bệnh là được chấp thuận ngay. Chính phủ Mỹ ngu lắm, không thèm vạch lá tìm sâu cho mệt, họ bận bịu với công việc đưa phi thuyền thám hiểm Hỏa tinh, bận dùng vệ tinh chụp không ảnh những nơi chế tạo hoặc tàng trữ vật liệu chế bom nguyên tử để giữ an ninh cho thế giới.

Chưa hết đâu, bà Điền còn nghe Việt kiều về quê kể rằng nếu ai đi học thì vô cùng xuất sắc. Người Việt học nghề giỏi hơn dân địa phương nhiều, mà cũng chẳng cần học cho mệt vì thi bùa chẳng khó khăn gì. Còn trong hãng xưởng toàn dân Việt Nam làm chủ, mà cái đó thì "khúc ruột ngàn dặm" nầy nói đúng; các hãng Nail Supply, các "hãng" làm móng tay, móng chân, "hãng" bán thực phẩm Á Đông, "hãng" báo Việt Ngữ, "hãng" cắt cỏ... toàn người Việt làm chủ đấy mà. Bên nửa vòng quả đất, bà Điền đâu ngờ rằng: một con sâu làm rầu nồi canh, nhiều con sâu nó làm tan nát một cộng đồng. Ở không cứ xoi mói, rình mò – độc quyền yêu nước, ai làm khác ý thì cứ chụp cho cái mũ Cộng sản. Có những hội đoàn số hội viên lên tới ba người; chủ tịch, phó chủ tịch, thư ký chấm hết. Có những hội đoàn xin giấy phép cho oai mà không hề có phương thức hoạt động, cả chục năm cũng chưa làm nên trò trống gì. Ca sĩ hạng ruồi đi du lịch, ca vài bản nhạc vàng gỡ gạc tiền vé máy bay cũng bị những người mệnh danh là tranh đấu cho tự do lại bóp nghẹt tự do, hù dọa những ai muốn thở không khí dân chủ.

Bà Điền hiểu thế nào tùy bà ấy, bổn phận làm con, Hằng cố gắng đưa đứa em xinh xắn nhất nhà qua đây bằng cách cho Tuyên, chồng cô về Việt Nam làm đám cưới. Hằng phải đóng một vở bi kịch, chịu khổ nhục với những vết bầm trên gương mặt vốn đã không có gì khả ái. Hằng trả tiền cho luật sư và biếu xén hàng xóm vài cái chả giò để rủi ro chính quyền điều tra thì chung quanh lối xóm cũng từ tâm mà xác nhận có nghe thấy tiếng đánh đập của tên vũ phu. Màn tiếp theo là Hằng mua vé cho Tuyên về Việt Nam giả cưới cô em vợ, Tuyên rất hí hửng đi làm việc đại nghĩa đó. Bây giờ chàng mới nghiệm ra cái chân lý ngàn đời "Nước chảy hòn đá lăn cù, cô chị có xấu thì bù cô em". Tuyên không bỏ qua cơ hội một viên sỏi bắn hai con chim. Lúc ấy cái hào quang Việt kiều vẫn còn le lói như ngọn đèn dầu hôi giữa bầu trời không trăng sao. Hằng hy sinh năm bảy trăm đô làm cái đám cưới để che mặt thế gian, lấp miệng láng giềng bằng bữa tiệc cưới mà ai được mời khi về cũng phải làm thêm gói mì cho chắc dạ. Hằng véo ra vài trăm để lo thủ tục cưới hỏi cho hợp tình, hợp lý cũng không có gì quá đáng. Dĩ nhiên trước đó những giấy tờ li dị phải hoàn tất, Tuyên phải làm công hàm độc thân, giấy chứng nhận đã thử máu và theo pháp lý Nga mới là vợ chính thức của chồng Hằng.

II.

Qua đây ăn trắng mặc trơn, Nga trở nên lộng lẫy, Hằng thường bảo với chồng rằng sau nầy đứa nào có phước mới đụng được Nga.

Tuyên cười nói:

"Nga làm người tình thì hết xẩy, nhưng lấy làm vợ thì nguy hiểm."

Hằng lườm:

"Tại sao?"

"Đứa nào ngu mới lấy vợ đẹp, vì vợ mình đẹp ra đường có khối thằng muốn tán. Ở đây trai thừa gái thiếu, em không thấy Nga nó có đến chục thằng đeo đuổi đó sao? Anh chỉ sợ nó vồ trúng đứa không ra gì thì tội nghiệp cho kiếp hồng nhan."

Hằng chế nhạo:

"Bữa nay ông xã tôi sao mà cải lương thế."

"Thật đấy."

"Nhưng anh có đồng ý là nó đẹp nhất nhà em không nào, lại có học thức nên suy nghĩ cũng chín chắn. Hi vọng nó sẽ có được người chồng xứng đáng, chứ ...chứ không phải như chị nó."

Tuyên cười đùa:

"Bộ chị nó hối hận khi lấy anh sao?"

Hằng cười.

"Chứ còn gì nữa."

Tuyên chỉ ngón trỏ lên trán nịnh vợ:

"Vợ anh là nhất, em không đẹp sắc sảo, nhưng rất có duyên, suốt cuộc đời nầy anh chỉ yêu có mình em thôi."

Hằng nũng nịu:

"Ông Clinton cũng nói thế, nhưng bây giờ thì báo chí phanh phui có dính líu tùm lum bà. À vụ ấy ra sao rồi hở anh?"

Tuyên ra dáng hiểu biết:

"Người không có chí khí thường bị ba thứ cám dỗ; tiền tài, danh vọng và sắc đẹp. Ông Clinton ngoi lên đỉnh cao chót vót với nhiều thủ đoạn. Theo tin internet thì từ ngày ông ta làm thống đốc đến nay có đến trên bốn mươi ba người thân tín, hộ vệ, hoặc cố vấn đã "bị" tự tử hoặc "tình nguyện" mất tích hoặc do "tai nạn" mà qua đời. Danh vọng đã có trong tay, tiền tài thì danh nhân nầy xem chừng không rõ ràng cho lắm, mặc dù vụ White Water có khoảng mười mấy người dính líu, trong đó những người bạn thân của ông bà Clinton cũng lợi dụng tu chính thứ năm cứ ngậm miệng "trung quân" không chịu khai gì cả, cũng có người bị "ngã bệnh" từ trần trong tù."

Hằng đến tủ lạnh lấy đưa cho Tuyên ly nước, nàng giục:

"Nói tiếp đi anh."

Tuyên uống một hớp rồi tiếp:

"Còn cuộc đời tình ái khá lẩm cẩm của ông vua nầy không có giấy mực nào tả hết. Thêm vào đó đối tượng ăn chè của ông "cận đầu xâu đó" đến nỗi những nhà làm phim tại Hollywood khi được hỏi có dự định thực hiện cuốn phim nào về cuộc đời của đương kim tổng thống hay không. Họ lắc đầu cho biết: Ông ta không biết thưởng thức (he doesn't have a good taste) và họ cũng chẳng biết bắt đầu bằng người đàn bà nào trước để làm một cuốn phim cho người Mỹ xem chơi là bởi vì họ gặp khó khăn để tìm kiếm những nữ tài tử có nhan sắc lôi thôi như những người đi qua đời ông. Nhưng dù sao thì ông vua nầy cũng tội nghiệp, sinh bất phùng thời, làm thiên tử mà không có quyền được tam cung lục viện thì uổng quá.

Hằng đùa với chồng:

"Đàn ông các anh quá tay, bên nầy mà cho đa thê chắc ông nào cũng mấy bà chẳng chơi."

Tuyên trề môi.

"Anh đã bảo là không thèm. Anh có đạo và là loại người có lý trí mà.

Hằng chu mỏ:

"Lí tí thì có."

Tuyên ôm hôn Hằng như thầm xác nhận anh ta là người chồng lý tưởng, đáng tin cậy. Hai chiếc thân bỗng ngã trên sa lông ngay phòng khách...

Có tiếng chìa khóa tra vào ổ, Nga bước vào nhà thấy cảnh tượng thoáng ngỡ ngàng, nàng bước thụt lùi ra cửa vì thấy hai chiếc quần lót đang nằm chơi vơi bên cạnh đống quần áo giữa phòng khách. Vợ chồng Hằng đang loay hoay tìm vật sở hữu, kẻ gài nút áo người gài nút quần. Mặc dù là vợ chồng, chuyện ái ân là việc bình thường như ăn uống, nhưng khi lửa lòng đã cháy, họ quên bẵng đi còn đứa em đang có chìa khóa cửa. Khi bắt gặp, vợ chồng Hằng xấu hổ nên có những cử chỉ rất ư vụng về như vừa làm một việc mờ ám, hai gương mặt ngờ nghệch trông buồn cười. Nga bước lùi ra cửa, đầu óc nàng dày đặc những suy nghĩ, tưởng tượng về bối cảnh vừa xảy ra khiến cả người nàng nóng ran lên. Không phải Nga ngây thơ, trước khi qua Mỹ, số "người đi qua đời tôi" cũng dăm ba. Nhưng nàng quan niệm chuyện phòng the phải kín đáo hơn mới đúng. Nga ngồi phệt xuống bậc thang trước nhà, hai tay nàng khoanh trên đầu gối chờ cho tâm hồn lắng dịu. Còn Hằng chưa hết ngượng, nhưng nàng cũng mở cửa định đuổi theo Nga, làm như nàng có lỗi gì với em. Nghe tiếng mở cửa Nga nhìn ngoái lại, nàng đứng lên bước vào nhà mà không nhìn thẳng vào mặt chị. Hằng đứng tần ngần ngay bậc thang, bàn tay thừa thải chồm ngắt vội một chiếc lá rồi thả rơi trước khi trở vào nhà. Ngang phòng khách, Nga nhìn Tuyên chửi "khốn nạn" bằng đôi môi không lời. Tuyên đọc được nhưng anh ta chỉ cúi đầu, Nga đi thẳng vào phòng nàng. Nếu không có Hằng ở nhà thì có lẽ Tuyên đã đi theo Nga như thói quen.

Một lát sau, Hằng bớt thẹn, đến gõ cửa phòng Nga, nghiêng đầu dã lã hỏi trống?

"Đi chơi đâu về thế?"

Nga xẳng giọng:

"Đi với đàn ông, có sao không?"

Chưa bao giờ Hằng nghe em nói vô lễ như vậy, máu trong người sôi sùng sục, nàng nổi nóng la lớn:

"Con kia! Mầy nói chuyện với ai vậy?"

Nga không vừa:

"Tôi đi đâu kệ xác tôi, mắc gì bà phải hỏi, vắng tôi hai người càng tự do hơn, có thể trần truồng mà sinh hoạt."

Nghe câu nói xốc óc ấy Hằng muốn tông cửa vào tát đứa em mất dạy. Nàng không ngờ con khốn nạn nầy tự nhiên lại hỗn láo với mình như vậy, nhưng có mặt Tuyên nàng cố giằn cơn tức. Nàng không muốn Tuyên nghĩ xấu cho em và cũng muốn bảo vệ câu Hằng thường nói Nga là đứa em dễ thương nhất như mẹ nàng thường bảo. Nàng cố nuốt cho cơn giận tan dần nhưng coi bộ nó như ngọn lửa đang gặp gió. Nàng ái ân với chồng thì có tội gì với Nga chứ, nàng tự hỏi như vậy. Hằng bực mình về phòng nằm và cảm thấy uổng công bảo lãnh Nga qua đây. Cùng lúc ấy, Hằng cũng cảm thấy hơi quê vì tự hỏi tại sao vợ chồng không lôi nhau vào phòng như những lần trước. Nhưng đây là nhà nàng, Tuyên là chồng nàng đứa nào dám làm gì, bà vả cho rụng hết răng. Một ý nghĩ thoáng qua trong đầu: "hay là đuổi Nga ra khỏi nhà" vì có Nga, nàng thiếu hẳn tự do. Có những lúc nguồn khoái cảm dâng lên tột độ, Hằng muốn gào lên, nhưng Tuyên cứ đưa ngón tay đè lên môi nàng bởi không muốn Nga nằm phòng kế bên lắng nghe. Trong cơn tức Hằng còn đủ tỉnh trí nghĩ ra phải trả lời với mẹ nàng ra sao khi biết Nga dọn ra. "Nhưng sợ gì", lỗi tại nó cả.

Cơn giận chưa nguôi, Hằng trở lại phòng Nga, đứng ngoài cửa nói vọng vào:

"Tao thương nên tìm cách bảo lãnh mày qua đây, đi thì có kẻ đón người đưa, qua tới nơi mầy lại học đòi theo cuộc sống xa hoa, đi chơi suốt đêm không coi tao ra cái thứ gì cả. Mầy có biết đâu ngày tao đi vượt biển trên ghe cả chục người chết, tao nằm như con mắm trong khoang tàu, phần khát nước phần ói mửa, qua Mỹ phải lo đầu tắt mặt tối, còn nghĩ đến bố mẹ, nghĩ đến tụi bay đang sống cơ cực. Có đêm mày đi không về, anh Tuyên phải xách xe chạy vòng vòng kiếm không ra.

Nga vọt miệng:

"Bà biết tui đi đâu không?"

"Đi với trai chứ đâu."

"Tui đi với ch..."

Sau chữ ch... Nga kịp ngừng, Tuyên giật thót người, chàng chỉ sợ chữ "chồng bà" mà Nga dám phun ra để chọc cho Hằng tức thêm thì chết. Nga nói lí nhí:

"Bà đưa tôi qua đây chỉ vì bà muốn tôi làm đày tớ tưởng bà tử tế lắm sao.?"

Hằng sôi gan:

"Con kia, mầy làm với tao, tao vẫn chia bốn sáu như những người thợ chớ tao có bóc lột mầy."

"Ừ, tui bốn bà sáu, công bình quá há. Người dưng vẫn chia 5/5, hoặc chủ 4 thợ 6".

"Mầy ăn, ở trong nhà tao, tao có tính tiền mầy không? Tiền chi phí anh Tuyên về làm đám cưới với mầy tốn kém ra sao mầy có biết không? Tao không muốn truyền nghề cho người khác, tại sao mầy không nghĩ tới."

Nga vừa nói vừa khóc.

"Bà không kiếm thợ vì sợ sau khi quen biết, thợ móc nối khách rồi mở tiệm đối diện mà giựt hết khách của bà. Và một điều là bà muốn lãnh oeo phe nên mới li dị, lãnh hai ba đầu lương, chính phủ cấp thẻ khám bệnh, khỏi mua bảo hiểm chớ tử tế gì."

Hằng càng giận thêm, nàng nghĩ: cả làng đi làm neo, có ai chịu giã từ oeo phe đâu mà con nầy nói móc. Trong bỗng chốc nàng muốn tống cổ Nga về lại VN cho nó sống cuộc đời đói meo cho biết. Nga vẫn còn thút thít, Hằng nghĩ rằng Nga có thể đã biết lỗi nên nàng bồi thêm:

"Mầy biết không, tao dạy cho mầy từng li từng tí; từ việc đắp bột, cắt da cho đến dán móng giả. Mầy thi năm lần bảy lượt không đậu tao phải chạy chọt mua bằng cho mầy chỉ vì mầy là em tao, tại sao mầy ăn cháo đá bát như thế con kia?"

Nga nằm nghiêng, nàng lấy gối che lên mặt như không muốn nghe, Hằng quày quả bước về phòng riêng. Cơn giận chưa tan, trong thâm tâm nàng rất hối hận vì đã đưa Nga qua đây.

Một lát sau, nghe sóng lặng gió êm, Tuyên mò vô nhà đến ngồi bên mép giường vợ nói:

"Em nầy, Nga nó lớn rồi, nó đi chơi với kép mà em cứ hỏi đi đâu làm sao nó trả lời."

"Kép cũng phả có nơi, đụng đâu đi đó, ai rủ nó cũng đi như con đĩ vậy à."

Tuyên ôn tồn:

"Thì nó cũng phải đi chơi mới chọn người vừa ý chứ."

Hằng thở ra mệt mỏi, gieo mình xuống giường nàng dặn Tuyên:

"Từ nay em nhờ anh theo dõi nó cho kỹ, nó đi ăn với ai, ngủ với ai anh phải cho em biết."

Tuyên làm bộ ngây thơ.

"Nó lớn rồi, theo dõi rất khó, hơn nữa đi đâu, ngủ nhà ai là quyền của nó. Mà mình theo dõi để làm gì?"

Hằng ú ớ:

"Thì mình...ờ..."

Mà theo dõi để làm gì. Có bắt quả tang nó ngủ với ai mình cũng không có quyền nói. Ở cái xứ nầy cha mẹ còn không nói được con, huống chi Nga chỉ là đứa em, mà Nga cũng đã lớn tuổi đâu phải vị thành niên. Tuy vậy, những lời mắng trả, mắng treo, xúc phạm của Nga khiến Hằng không ngủ được. Hằng tức tối vô cùng. Hằng định cho Nga nghỉ việc và tống cổ ra khỏi nhà lập tức. Hôm sau cơ thể Hằng uể oải vì mất ngủ, lại thiếu đi một người thợ nên Hằng rất bận. Khi có người khách hỏi Nga thì Hằng mới sực nhớ gọi về nhà. Hằng định nói cho Nga biết là nên đi tìm nhà ở chớ nàng không muốn chứa nữa. Điện thoại gọi về reo nhiều lần nhưng không ai bắt. Tuyên thì thường xuyên vắng nhà không nói làm gì nhưng Nga cũng đi đâu mất, Hằng đoán là nó đi mướn nhà hoặc tìm chỗ khác mà làm. Khách đã giết Hằng cái thời gian suy nghĩ, nàng cắm đầu làm việc cho đến tối mới về.

Khi về đến nhà, trời nhá nhem tối, Hằng gõ cửa phòng Nga trước tiên, không thấy trả lời. Hằng mở cửa bước vào, các hộc tủ kéo ra trống trơn, Hằng kéo cánh cửa phòng treo quần áo thì không còn thấy áo quần Nga ở đó nữa. Một thoáng nghĩ trong đầu Hằng là Nga đã dọn ra ngoài ở với bồ rồi. "Mầy ở đâu thì ở không mắc mớ gì tới tao nữa, thứ em mất dạy". Hằng đi rửa mặt, chờ Tuyên về để ăn cơm tối, nàng uể oải gieo mình xuống giường, bao nhiêu ý nghĩ ngược xuôi trong đầu, nàng thiếp đi lúc nào không biết cho đến khi có tiếng điện thoại reo, Hằng chồm nhấc phone, bên kia đầu dây, tiếng Tuyên nói pha với tiếng xe hơi đang chạy nên nghe không rõ, Hằng vội vàng báo cáo với Tuyên:

"Con đĩ Nga dọn đi rồi, nó không để lại gì cả. A! mà anh đang ở đâu? sao không về ăn tối, khổ cho anh quá, li dị làm gì để anh cứ phải trốn tránh. Cũng do con đĩ Nga báo hại."

Hằng có ngờ đâu Tuyên và Nga đã lộng giả thành chân. Hai người đã hưởng cả "tháng" trăng mật khi lên xuống sở ngoại vụ ở Sài gòn làm giấy tờ xuất cảnh.

Tuyên cười khúc khích trả lời:

"Bây giờ Chicago đã 4 giờ sáng rồi mà ăn tối gì."

Hằng dụi mắt nhìn đồng hồ quả thật gần sáng, nàng mới hay mình đã ngủ một giấc khá dài. Nàng lặp lại:

"Anh làm gì mà giờ nầy chưa về, lại xuống tàu kéo máy nữa chớ gì?"

Đầu dây kia Tuyên trả lời:

"Anh sẽ không về nữa đâu. Anh và Nga gọi để chào tạm biệt em. À, anh đã mượn đỡ số tiền chúng ta một thời gian, khi có anh trả lại."

Hằng á khẩu, buông ống nghe, nàng nghiến răng trèo trẹo. Nàng nhào tới cái tủ sắt, loay hoay vặn qua vặn về ba con số đến chục lần mà cánh tủ không mở được. Khi định thần, nàng xoay từ từ mở được tủ, quả nhiên tiền bạc, vòng vàng không còn gì cả. Mười mấy năm dài tha phương cầu thực, tình chồng vợ đậm đà thế mà hôm nay con đĩ ngựa đã cướp chồng nàng rồi. Hằng đập tay thình thịch xuống giường, khóc nức nở như một đứa trẻ:

"Trời cao đất rộng ơi... đời tôi sao khổ thế này... nuôi ong tay áo, hu.. hu..."

Trong bóng đêm âm thầm nàng cầu mong Chúa quyền năng gây cho tên gian phu và con quỷ cái đó những tai nạn khủng khiếp nhất, như ngài đã từng giáng xuống cho những ai chối bỏ ngài, chúng sẽ bị nát thây từng mảnh vụn. Rồi nhờ sự tin tưởng mơ hồ ấy

mà lòng Hằng dễ chịu đôi chút, nàng chưa thể tin nổi là một người sùng đạo như nàng lại bị gạt gẫm một cách thê thảm như vậy. Một người mà mỗi sáng Chủ Nhật đều hối cả gia đình đi lễ như Tuyên lại tàn nhẫn đến như thế. Trong một thoáng rất nhanh Hằng còn tin rằng Tuyên sẽ trở về với đầy đủ số tiền do nàng làm ra và cùng Nga năn nĩ nàng tha lỗi. Nàng sẽ mắng cho một trận rồi dẫn hai người cùng đi xưng tất cả tội lỗi với bề trên. Chuyện đó nếu có xảy ra thì đều do Thiên Chúa sai khiến là bởi vì Hằng tin rằng tất cả việc làm trên thế gian nầy đều do Thiên Chúa sắp đặt. Hằng đâu biết rằng, khi xúi Tuyên về Việt Nam cưới em vợ là Chúa đã "thêm cánh cho hùm". Tuyên bề ngoài đạo mạo, nhưng bên trong là một tên đểu cáng. Từ những lần đưa Nga đi làm giấy tờ ở thành phố Sài gòn Tuyên đã không bỏ lỡ cơ hội ve vãn đứa em vợ trẻ, đẹp hơn chị của nó nhiều. Những lần đi bổ túc giấy tờ với Nga là những lần Tuyên thấy trong trí con vợ mình thô kệch, bủn xỉn, ăn nói thô lỗ, chưa hề có con mà ngực và mông mềm như cháo. Cái ý đồ phản bội vợ, lớn dần... lớn dần trong óc hắn. Riêng Nga thì trước đó không có ý định chống lại chị, nàng chỉ dễ dãi cho Tuyên chỉ vì muốn xuất ngoại. Hơn nữa, Tuyên đã có lần bắn tiếng cho Nga biết rằng cái chìa khóa vào ngưỡng cửa nước Mỹ đang nằm trong tay hắn. Rồi khi đến Mỹ Tuyên bám sát Nga như đỉa, hắn đã không cho Nga một cơ hội nào quen biết bạn trai. Dĩ nhiên hắn có ngàn thủ đoạn để giữ con mồi béo bở ấy cho riêng mình nhưng cũng lại đồng thời xúi giục những người chẳng ra chi nhào vô tán cô em vợ. Hắn ỡm ờ làm mai để thủ những quà cáp lặt vặt như ly cà phê, tô hủ tiếu v.v...
Tuyên ly gián Nga với Hằng bằng cách bịa rằng Hằng đã nói rằng Nga là đứa con gái làm biếng, vụng về, chẳng biết nấu ăn, ngủ dậy giường chiếu không gọn gàng. Thực tế những thứ ấy Hằng nói sai. Nga nấu mì gói và luộc trứng rất giỏi, còn chăn mền chiều dùng nữa mắc gì phải xếp. Điều làm Nga bực mình hơn cả là
    Hằng nói Nga không phải con cùng cha với Hằng, câu nói ấy hàm chứa một ý đồ nhục mạ, bêu riếu mẹ

nàng với Tuyên làm Nga càng lồng lộn. Vì lẽ đó nên Nga không còn kính nể chị mà còn tìm cách trả thù. Từ đó Nga quan niệm lên giường với Tuyên cũng là lối "phổng tay trên" cho đáng đời Hằng. Thêm một cơ hội cho Tuyên là Hằng đang lãnh oeo phe, sợ chính phủ theo dõi, nên Hằng xúi Tuyên đừng ở nhà thường xuyên. Hằng mê muội nên Tuyên đề nghị việc gì cũng đúng cả, nàng tin tưởng Tuyên tuyệt đối đến nỗi đi lễ nhà thờ Tuyên cũng ngồi sát Nga còn Hằng thì ngồi chơi vơi một mình. Việc nầy thì nên lắm, vì trong đám người đi lễ, đôi mắt cú vọ bà Thục, một người chỉ quyét dọn tại sở oeo phe chốc chốc liếc mắt nhìn chị em Hằng như đang theo dõi. Nhiều lần như thế Hằng khuyên Tuyên và Nga đi lễ nhà thờ Mỹ hoặc nằm nhà cho chắc ăn. Thậm chí người ta đồn rằng thấy Tuyên đi chơi thân mật với Nga thì Hằng lại mừng vì đó chính là những yếu tố an toàn cho cái check oeo phe hàng tháng. Chị em Hằng thay phiên nghỉ một ngày trong tuần cũng nằm trong kế hoạch của Tuyên. Tuyên sống với Nga phè phỡn như chính hắn là chồng thật của Nga.

Hằng nằm vất vưởng như cái xác không hồn sau khi mất cả chì lẫn chài, chỉ còn một điều sót lại đó là niềm tin mãnh liệt vào Thiên Chúa quyền năng. Tuy nhiên câu kinh "lạy cha cho chúng tôi hằng ngày dùng đủ và tha kẻ có nợ chúng tôi" không thích hợp trong hoàn cảnh nầy. Hằng đang tức cành hông, giận sôi gan, nàng không thể nào chấp nhận tha thứ một cách dễ dàng như vậy. Nàng muốn sửa lại câu kinh ấy bằng lạy cha đưa đẩy những kẻ có tội mang tiền trả lại cho con, rồi sau đó cha phải làm cho họ thân tàn ma dại.

Vừa ấm ức, nước mắt vừa tuôn ràn rụa. Chao ôi! Đời nàng sao lại có ngày hôm nay, Hằng nguyền rủa chửi bới đủ điều. Đã thế thỉnh thoảng, Tuyên vẫn gọi về trêu dăm ba câu rồi cúp máy. Hằng nghiến răng muốn vỡ cả hàm, nàng thề sẽ không bao giờ tha kẻ có nợ. Ta đã lầm đưa người sang đây.

Thủy Lâm Synh/Aug 1995

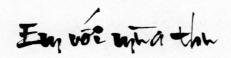

Em với mùa thu

Lá gọi gió lạnh đâu về trước ngõ
Hạ chưa tròn sợi nắng đã xanh xao
Con ve vẫn ngâm bài thơ bất tuyệt
Tìm mặt trời cút bắt những mưa ngâu

Nắng chợt đến, chợt đi về rất khẽ
Lối em qua dẫm nhẹ bóng mây nhòa
Mi đã ướt dẫu chưa lần được khóc
Thu bên đồi ve vẫn giọt mưa sa

Có ai đến, rồi đi về rất nhẹ
Hương còn thơm và sắc vẫn còn ngây
Môi ú mật trên nụ hồng bỡ ngỡ
Bờ vai ngoan khó cất tiếng chia tay

Tiếng gõ nhẹ trong buồng tim bẽn lẽn
Hồn lên gai rưng rứt điệu tơ chùng
Thu mới lớn, vẫn mơ chiều nước lặng
Lệch mặt trời sợi nắng rớt bên sông

Xưa em đến gót mềm trên phiến ngọc
Tóc mây soi in bóng quá Tây Thi
Và nụ cười không gian đầy Bao Tự
Quyệch vào ta một nỗi nhớ lạ kỳ

Rồi em đi khi mùa thu chửa đến
Lá chưa vàng và nắng ngủ trên cao
Bàn tay đó lạnh lùng đêm tái ngộ
Môi giận hờn xa xỉ mỗi chiêm bao

Mai thu đến ngồi chia từng mảnh vỡ
Lá ngậm ngùi nên gió cũng đi hoang
Nỗi gai góc mọc quanh hồn rêu phủ
Nghe rợn người chăn chiếu vấn khăn tang

Trong giấc ngủ nghe em về trở lại
Để mùa thu xóa hết nỗi bơ vơ
Vô tình quá bàn tay em vét sạch
Mớ ân tình đang đọng giữa trang thơ

Đừng hoài nghi hoặc thu về hay chẳng
Hồn khêu tim cho nến thắp mong ai
Trăng dẫu úa giữa hoang tàn vắng lặng
Để châu về hợp phố giấc liêu trai.

Thủy Lâm Synh
Sept. 10, 2009

TRÀM CÀ MAU

ஃ ஃ ஃ ஃ ஃ ஃ ஃ ஃஃ ஃ ஃ ஃ ஃ

Tràm Cà Mau là bút hiệu của một người kể chuyện, không dám nhận là nhà văn.
Các tập truyện ngắn đã xuất bản:
- Triết Lý Củ Khoai
- Rong Chơi Ngày tháng
- Hương Tóc Cố Nhân
- và "Vợ" ■

Đã về hưu, hiện sống tại miền Nam California.

Chiếc Xe Đạp Gãy Cổ

truyện

Vào đầu thập niên 1950, chiếc xe đạp cà tàng, cũng quý gần bằng chiếc xe hơi tốt bây giờ. Xe gắn máy hai bánh của tư nhân, dường như chỉ có hai chiếc trong thành phố nhỏ nầy, gọi là xe "bình bịch". Một chiếc của ông công an cấp lớn, chiếc kia của một thương gia giàu có. Dưới mắt bọn oắt con chúng tôi ngày đó, thì cưỡi chiếc xe "bình bịch" chạy phăng phăng trên đường phố cũng oai phong như Thánh Gióng cưỡi ngựa sắt bay trên mây.

Tại một góc đường phố chính, có tiệm sửa xe đạp, bên trong treo ngổn ngang phụ tùng cũ sét đen điu. Tiệm nầy có ba chiếc xe đạp con nít, đơn sơ cũ mèm, cho bọn nhóc thuê, giá tính theo giờ.

Thằng Tí mơ được cưỡi xe đạp chạy phom phom như người lớn, bèn nhịn quà vặt cả tháng, ký cóp để dành được mấy đồng, thuê xe đạp mà tập. Hắn và thằng cu Tèo khó khăn lắm mới đẩy chiếc xe ra đến được con đường vắng. Tí leo lên và cố đạp, Tèo nắm giữ yên, gắng sao cho xe khỏi nghiêng đổ. Mới mấy phút, té lên té xuống, đầu gối thằng Tí đã chảy máu ròng ròng. Bị té mãi, thằng Tí đổi chiến thuật, không đặt chân trên bàn đạp nữa, mà xòe ra hai bên để giữ thăng bằng, và khi xe nghiêng thì chống đỡ. Tèo đẩy cho xe chạy tới. Mới được một đoạn ngắn, thì xe vấp ổ gà giữa đường, thằng Tí té lăn quay. Chiếc xe nằm vật ra. Khi đứng dậy, mặt thằng Tí tái mét, tưởng loá mắt nhìn lầm, thấy cái bánh trước của chiếc xe đã lìa khỏi giàn. Thằng Tèo đứng cười ha hả. Tí sợ quá, nước mắt rưng rưng, ngẩn người chưa biết phải làm thế nào. Tí nói với Tèo qua giọng sũng nước mắt; "Ước chi đây là giấc mơ, không phải chuyện thật. Bố tao giết tao chết mất Tèo ơi!" Tèo cũng biết bố thằng Tí nóng như lửa, nhiều lần dợt con như đánh kẻ thù. Bây giờ thì Tèo không còn cười nữa, mà cùng khóc hu hu theo bạn. Hai thằng nhỏ đưa xe về, một đứa xách cái bánh xe đi trước, đứa kia vác cái giàn xe còn dính sợi dây thắng với cái bánh đã rời. Hai đứa vừa đi vừa khóc như đưa đám ma.

Thằng Tí hỏi ý kiến Tèo bây giờ làm phải sao. Tèo bàn rằng, đem xe về quăng trước tiệm, rồi hai đứa ù chạy trốn. Tí nói không làm thế được, họ đến nhà mách và bắt Bố của Tí đền. Tèo an ủi Tí rằng, thế nào cũng sẽ mượn được tiền mà bồi thường cho chủ xe. Đừng lo chi cả.

Ông chủ tiệm cho thuê xe đòi bồi thường một trăm bạc. Một trăm bạc vào thời đó lớn lắm. Ngoài sức tưởng tượng của Tí và Tèo. Có lẽ ông đưa giá cao, để nếu Tí kỳ kèo xin giảm, thì hạ xuống. Nhưng thằng Tí không biết ý mà mặc cả. Hắn xin chấp thuận với điều kiện là đừng để bố nó biết, và hẹn thời gian mười ngày, để đi xoay xở món tiền đó. Ông chủ tiệm nói rằng trong thời hạn đó, mà chưa trả, thì sẽ đến đòi thằng bố nó. Tí và Tèo cùng cám ơn lòng tốt của ông chủ tiệm.

Tí tin tưởng sẽ mượn được tiền bà con dễ dàng. Hắn đến nhà một ông chú, kể riêng chuyện cho bà thím nghe, và mượn tiền. Nghe nó mượn số tiền lớn đó, bà giật mình, và nhẹ nhàng từ chối khéo, rằng không có tiền dư. Hắn đến bà thím khác, bà nầy to tiếng mắng thẳng; "Ai có tiền mà cho mầy mượn. Mượn rồi biết đời nào mới trả được? Tao sẽ mách với bố mầy, đánh cho mầy một trận, rồi ông ấy đem tiền đi đền." Hắn hốt hoảng van xin khóc lóc: "Con lạy thím, thím không có tiền cho mượn thì thôi, đừng mách với bố con, ông giết con mất." Tí đến nhiều nhà bà con khác nữa, nhưng ai cũng lạnh lùng lắc đầu. Hắn không biết chẳng ma nào muốn cho thằng con nít mới nứt mắt như nó mượn tiền. Cho nó mượn rồi đòi ai? Nó không trả được thì cũng huề thôi. Chẳng thà nó mở miệng xin vài ba đồng, còn dễ hơn là mượn số tiền lớn như thế.

Tí lo lắng, ngẩn ngơ, mất ăn, mất ngủ. Đến trường ủ rũ như con gà dịch sắp chết, không chơi đùa, không nói năng. Tưởng như Trời sắp sập đến nơi.

Thằng Tèo đến báo cho tôi biết Tí sắp tự vẫn để trốn nợ. Con nít ngu và dại. Khi không giải quyết được việc khó khăn, thì muốn chết cho khỏe. Bọn trai gái lớn hơn cũng ngu dại không kém, khi tình duyên trắc trở cũng muốn chết cho xong cái đời. Tôi và Tèo tìm gặp Tí. Tôi nói vài lời ngây ngô can ngăn ý định tự tử của hắn. Tí nói rằng ông bố sẽ đánh chết nó, hoặc nếu có sống sót, thì cũng bị đuổi ra khỏi nhà, rồi cũng chết rấp đầu đường xó chợ mà thôi. Thằng Tèo nói rằng đừng có lo, nếu bị đuổi ra khỏi nhà, thì đi phiêu lưu bốn biển cho sướng thân, và Tèo hứa sẽ cùng lên đường lang thang cùng Tí. Bố mẹ Tèo thì thương yêu và cưng nó như trứng mỏng, thế mà hắn cứ mơ mộng giang hồ nơi chân trời góc biển, và mong bị gia đình từ bỏ, đuổi đi, để hắn có cớ mà lên đường.

Thằng Tí khóc rấm rout và than: "Mẹ ơi, nếu còn mẹ, thì con đâu có khổ thế nầy!" Nghe câu than thở của Tí mà tôi động lòng, mắt tôi cay xè, mũi phập phồng, và trái tim đau buốt, vì tôi cũng thiếu mẹ như nó. Cái câu "Con không cha ăn cơm với cá, con không mẹ liếm lá bên đường" vang vang trong đầu tôi. Nó hơn tôi có một bà mẹ ghẻ. Tôi vòng tay ra ôm Tí vào lòng, và nói liều: "Tí ơi, mầy đừng có lo, tao đã có kế hoạch cứu mầy. Chắc chắn. Mầy khoan chết, chờ đến ngày mai đã." Tôi xoa lưng nó, ngọt ngào an ủi thêm: "Cùng lắm, thì tao sẽ xin thằng Giỏi cho mầy đi theo làm 'lơ' phụ xe đò hành khách, nay đây mai đó, sướng lắm. Khỏi đi học."

Thằng Giỏi là thần tượng của tôi, cùng lứa tuổi, mẹ nó nuôi không nổi, gởi đi làm 'lơ' xe đò. Có lẽ phụ tài xế thu tiền xe và sai vặt. Không có chỗ ngồi, quanh năm hắn đánh đu sau đuôi xe. Tôi xem hắn như một tay giang hồ lão luyện, từng đi lại các thành phố xa xôi như cơm bữa. Một vài tuần, hắn mới được về nhà thăm mẹ một hôm. Mẹ hắn giúp việc cho gia đình chú tôi. Hắn nhìn sách vở của tôi với ánh mắt thèm thuồng, tôi thì ước mơ có được cuộc đời giang hồ phóng khoáng của hắn. Hắn mặc cảm thất học, chỉ dám thân thiện và chơi với tôi mà thôi. Trong cơn tuyệt vọng, thằng Tí níu vào tôi, như bám vào chiếc phao bằng bóng bóng.

Hôm sau, Tèo và tôi kêu bọn con nít trong khu phố nhỏ, và cả lũ nhóc con của hai đường kế cận họp lại bàn kế hoạch cứu thằng Tí. Tôi bắt chước câu nói của mấy ông giặc cỏ trong truyện Thủy Hử, để kêu gọi bạn bè: "Chúng ta không sinh cùng ngày, không cùng cha mẹ, nhưng đã là anh hùng, thì sống chết có nhau. Trước hoạn nạn, có chết cũng không bỏ được bạn bè." Bọn con nít được tôi phong là 'anh hùng' sướng quá, há miệng ra mà nghe. Tôi đề nghị chúng dốc hết tiền túi, và đập hết heo đất, để cho thằng Tí mượn. Tôi hùng hổ la lớn với lời hăm doạ: "Đứa nào không phải là anh hùng dong tay lên xem! Đứa nào không muốn cứu giúp bạn bè trong cơn hoạn nạn cũng dong tay lên! Và hãy ghi nhớ, đã không lý đến bạn bè, thì từ nay đừng mong chi còn bạn bè trong cái xóm nầy nữa!" Đa số bọn con nít cùng reo hò vang dội, có vài ba đứa tái mặt. Tôi liều mạng hứa ẩu thêm: "Thằng Tèo và tao sẽ bảo đảm cho tiền nợ. Nếu thằng Tí không trả được, thì chúng tao sẽ trả thay. Không thiếu một xu." Tèo mở miệng định nói gì đó, tôi sợ nó chối từ việc bảo đảm nợ, bèn bấm tay nó làm hiệu. Cả bọn nhóc vỗ tay rào rào. Tuy chưa biết sẽ làm sao để giữ lời hứa bảo đảm nợ, lòng tôi cũng lâng lâng hân hoan. Mặt thằng Tí rạng rỡ sung sướng như được vớt từ địa ngục lên.

Cả bọn chạy về nhà đập heo đất, đứa không có tiền thì nói dối xin mẹ tiền mua sách vở, bút mực. Có mấy con bé trong xóm, cũng đập heo đất mà đóng góp. Tôi không có một xu để dần túi, cũng chẳng có heo đất, mà cũng không dám nói dối bố xin tiền mua sách. Tôi năn nỉ đứa em gái, mượn con heo đất của nó. Nó không chịu, thuyết phục hoài không được, tôi hăm dọa từ nay sẽ không dạy dỗ gì nữa, bài vở có bí, cũng đừng hỏi, đừng nhờ vả. Nó cũng khăng khăng từ chối. Tức quá, tôi chỉ ngay mặt dọa từ nay sẽ dò bài kỹ mỗi đêm, phải thuộc lòng như cháo mới cho đi ngủ. Em gái tôi sợ, đẩy con heo đất cho tôi và rưng rưng nước mắt, lầm bầm nói trong miệng. Tôi thấy nhẫn tâm quá, trả con heo đất lại cho em, và nói rõ lý do tôi cần tiền, để cứu thằng Tí khỏi tự tử. Em tôi nghe xong, tìm cái búa đập bể con heo, và gom tiền lại, vui vẻ đưa hết cho tôi đi cứu bạn.

Gom hết tiền của cả đám nhóc tì trong xóm, toàn cả đồng xu và bặc cắc, được 42 đồng 34 xu. Với đám nhi nhô còn mũi nước nầy, đó là một số tiền rất lớn. Nhưng cũng chưa đủ. Chúng tôi phải tính đến kế sách điều đình, và thằng Nam là kẻ ăn nói dễ thương ngọt ngào nhất xóm, được cử đi thương lượng. Hắn cắn bút soạn sẵn một bài, đưa cho hội đồng chuột chúng tôi xem trước, rồi ồn ào náo loạn bàn tới bàn lui, sửa chữa nhiều lần. Sau đó hắn học thuộc lòng, để trổ tài thuyết phục ông chủ tiệm sửa xe, xin nợ lại số tiền thiếu, trả góp dần dần.

Chúng tôi phục lăn cái tài ăn nói của Nam, giọng ngọt như mía lùi, ông chủ tiệm sửa xe bằng lòng ngay, và dịu dàng bảo: "Đừng có lo, cứ từ từ mà trả cho xong. Không mất vào đâu mà sợ." Sau nầy, chúng tôi mới biết ông ấy thuê cái nhà của bố mẹ Nam làm tiệm, nên cũng có phần dễ dãi với thằng con.

Trong một thời gian dài sau đó, thằng Tí, Tèo và tôi như kẻ hà tiện kiết xác, không dám tiêu một xu. Bao nhiêu tiền lì xì, tiền quà, tiền xén của bố mẹ bằng cách mua sách cũ mà khai giá sách mới, tiền bán sách vở cũ, đều gom lại để trả nợ. Cái gánh nợ đè nặng oằn lưng ba thằng nhóc con còn ăn bám bố mẹ, chưa biết làm chi cho ra tiền.

Năm đó, một bà dì, vợ của ông 'lính thợ' lập nghiệp bên Pháp về thăm, tặng cho em tôi một con búp bê lớn, nhắm mắt, mở mắt, và có thể khóc oe oe nữa. Đó là món quà văn minh quý giá mà bao nhiêu đứa con gái trong xóm đều mơ ước nhưng không có được. Chúng xum xoe đến xem, sờ mó, đứa nào được ẩm búp-bê một vài phút là sướng ngất mà cười toe toét. Con búp-bê làm xôn xao cả bọn nhi nhô trong xóm nhỏ.

Thằng Tèo là con nhà buôn bán, nhìn thấy ngay được mối lợi, bàn với tôi đem bán đấu giá con búp-bê, có thể kiếm một số tiền lớn. Một phần cho em tôi, một phần đem trả nợ của thằng Tí. Em tôi lắc đầu quầy quậy. Thằng Tí đề nghị khoan hành động gấp, để em tôi chơi chán, rồi sẽ dụ nó bán rẻ, sau đó đem ra đấu giá cũng không muộn.

Mấy tháng sau, cái phấn khích ban đầu về con búp bê trong em tôi đã hạ giảm. Tôi cùng thằng Tí, Tèo xúm lại chê con em tôi, có cái cặp đi học đã cũ sờn, con gái mà mang cặp da cũ xì đã hư nát không biết xấu hổ. Con em tôi ngồi khóc ròng. Tôi thuyết phục nó bán con búp bê, rồi lấy tiền mua cặp mới, mua thêm đôi dép da, may bộ áo quần hoa, tiền còn lại có thể mua kẹo ăn mỗi ngày trong một vài tháng chưa hết. Em tôi nghe bùi tai, hỏi bán con búp bê được bao nhiêu. Thằng Tèo nói có thể bán được năm chục đồng. Nghe một số tiền lớn ngoài sức tưởng tượng đó, con em tôi cười toe, và hỏi bây giờ bán cho ai? Tụi tôi bảo nó để chúng tôi lo giúp, dễ như chơi.

Thằng Tí bàn rằng, không có một đứa nào đủ tiền mua con búp bê với giá quá cao đâu. Cũng chẳng đứa nào dám mở miệng đòi bố mẹ chi tiêu một món tiền lớn như thế. Chi bằng, đem con búp bê ra xổ số, bán mỗi vé một đồng thôi. Giá vé số tuy cao, nhưng đứa nào cũng mua được. Thằng Tí dùng khoai lang khắc bản in vé số, có chữ ký của bộ ba nhóc tì chúng tôi. Phát hành 300 vé tròn.

Tèo dụ mấy con bé trong xóm, đứa nào bán được mười vé số, thì được tặng một vé. Mấy con bé tranh nhau đi bán, vì hy vọng được làm chủ con búp bê văn minh kia mà khỏi tốn một xu. Chỉ trong một tuần, vé số bán hết, nhiều đứa khác muốn mua, mà không có, phải mua lại giá chợ đen một đồng rưỡi. Ngoài sức tưởng tượng của Tí và Tèo.

Thằng Tèo tổ chức buổi xổ số tại sân vận động thành phố. Có văn nghệ giúp vui, hợp ca, song ca, đơn ca, múa, do các con bé trong xóm phụ trách, hai vở kịch do thằng Tí và Tèo trình diễn. Buổi xổ số vui nhộn, có cả nhiều người lớn tò mò tham dự. Tiếng vỗ tay rào rào. Để chứng minh cuộc xổ số công bằng, thằng Tèo mời một bác khán giả lớn tuổi bốc thăm số trúng.

Vé độc đắc vào tay thằng cu Đơ. Hắn ôm con búp bê chạy vù ra về. Mấy con bé mất hy vọng trúng số, mặt ngơ ra vì tiếc. Có đứa rưng rưng nước mắt vì tiếc một đồng mua vé số.

Sau cuộc xổ số, những đứa có tham gia trong ban tổ

chức, văn nghệ, đều được khao một cây cà-rem, một khúc kẹo kéo và nửa chai nước ngọt. Riêng thằng Tí, Tèo, tôi và con em, chạy ù ra tiệm ăn, kêu mỗi đứa một tô bún bò lớn. Về nhà, còn ăn thêm chè gánh. Con em tôi bây giờ được xem như kẻ giàu có.

Thằng Tí hớn hở đem tiền còn thiếu đến trả cho ông chủ tiệm sửa xe đạp. Ông vò đầu nó khen biết trọng chữ tín, rồi đưa lại bốn mươi đồng, bảo rằng sửa xe chỉ tốn sáu mươi đồng thôi. Thằng Tí mừng quá, thét lên một tiếng, chụp tiền chạy mau vì sợ ông chủ tiệm đổi ý.

Khi thằng Tí chạy về, thở hồng hộc, báo tin ông chủ nợ cho lại, đưa bốn chục đồng ra khoe, chúng tôi mừng quá, ôm nhau nhảy nhót tưng tưng. Rồi chúng tôi đem sổ nợ ra làm tổng kết, đã trả cho ai bao nhiêu, còn nợ ai bao nhiêu. Thấy tiền còn lại dư quá nhiều. Tí đòi chia đồng đều cho ba đứa. Tèo đọc một câu trong sách: "Của phi nghĩa có giàu đâu. Ở cho ngay thật, giàu sau mới bền." Hắn đề nghị đem tiền dư ra đãi toàn thể bạn bè trong xóm, đãi cho hết. Tí không chịu. Tôi đề nghị làm việc "Ăn khế trả vàng". Nghĩa là trước đây, đứa nào đã hy sinh cho mượn một đồng, thì nay được trả lại hai đồng, để khuyến khích tinh thần tương trợ của chúng sau nầy. Bọn con nít sung sướng hể hả nhận cả vốn lẫn lời.

Phần tiền dư, Tèo đề nghị mua lại con búp bê của thằng trúng độc đắc, để đem trả cho em tôi. Tôi trợn mắt nói rằng em đã nhận được tiền bán búp bê, số tiền lớn ngoài sức tưởng của nó rồi. Việc chi mà mua búp bê trả lại? Thằng Tí nói rằng, dù sao nữa, thanh toán được hết nợ nần cũng nhờ con búp bê đó, em tôi cũng có công lớn.

Khi thằng Tèo trao con búp bê lại, thì em tôi vùng vằng và khóc, vì tưởng phải hoàn trả năm chục đồng tiền bán búp bê. Thằng Tèo và tôi phải giải thích mãi, nó mới chịu hiểu, và nhận con búp bê, nhưng trong ánh mắt nó, còn đầy cả ngờ vực.

Nhiều năm sau, bọn nhóc con trong xóm tôi lớn lên, mỗi đứa trôi giạt đi mỗi đường. Đa số lớn vào quân đội, hải, lục, không quân. Một số khác thành giáo sư, luật sư, viên chức hành chánh, kỹ sư, bác sĩ, dược sĩ. Cũng có kẻ nhảy núi đi theo bên kia, ảo tưởng xây dựng lại một xã hội tốt đẹp công bằng hơn. Qua cuộc chiến tàn khốc dài ngày, nhiều đứa đã về với lòng đất, một số thành tàn phế. Bọn con gái, đứa thành goá phụ, đứa gia đình tan rã, đứa ở góa không chồng vì bọn con trai chết quá nhiều trong khói lửa chiến chinh.

Năm 1975 miền Nam sụp đổ. Chỉ có Tí và vài đứa khác kịp đem vợ con chạy ra biển, qua Mỹ. Cả bọn nhóc con trai ngày xưa trong con phố cũ đó đều hưởng mùi vị tù tội. Trong tù, đói vàng mắt, gặp nhau nhắc chuyện thời thơ ấu mà cười vui. Đói trong tù đói đã đành, ngoài tù cũng đói không kém. Suốt thời gian ở tù, tôi và Tèo vẫn thường nhận được quà, thuốc tây tiếp tế của Tí từ Mỹ gởi về.

Mười mấy năm sau khi tan đàn sẩy nghé, Tí, Tèo và tôi cùng gặp lại nhau trên quê người. Ngậm ngùi nhắc lại chuyện ngày xưa thời ấu thơ trong khu phố cũ. Tí nói, ngay cả đến bây giờ, dù đời đã trải qua những biến cố quan trọng lớn nhỏ, thế mà cứ năm ba tháng, đêm ngủ vẫn còn nằm mơ, thấy làm gãy cổ chiếc xe đạp, trong lòng buồn khổ và đau đớn lắm lắm. Khi tỉnh dậy, biết là nằm mơ, mừng đến nghẹt thở và sung sướng vô cùng. Cũng có khi trong giấc mơ, cùng túng quá, nghĩ rằng phải đi thuê luật sư kiện lại ông chủ xe đòi bồi thường, vì cho thuê chiếc xe thiếu tiêu chuẩn an toàn, gây nên tai nạn.

Tí nói tiếp, cũng nhờ làm gãy cổ chiếc xe đạp ngày xưa, mà suốt đời không quên bài học tương trợ, lòng tốt của lũ bạn bè ngây thơ ngày cũ, để sống tử tế hơn, thương yêu và giúp đỡ người hoạn nạn tận tình hơn./

★ Tràm Cà Mau 6/2012

MIMOSA
PHƯƠNG VINH

Tác giả sinh trưởng ở Đalat. Trước năm 1975 là công chức, nhân viên Ngân Hàng ■ Sau năm 1975 là vợ người tù cải tạo, chịu nhiều nghịch cảnh qua cuộc tang thương của đất nước ■ Qua Mỹ theo diện H.O. đầu thập niên 90 ■ Hiện cư ngụ tại vùng Berryhill thuộc thành phố Cordova, tiểu bang Tennessee- USA.

Tác giả làm việc trong Artist Room của một công ty đồ cổ khá nổi tiếng trên nước Mỹ, xem viết lách như một đam mê không thể cưỡng lại được chứ không mơ ước thành một nhà văn hay một nhà thơ chuyên nghiệp.

■ Cộng tác với Cội Nguồn từ năm 2005, làm thơ ký tên Phương Vinh, viết văn với bút hiệu Mimosa, nhưng về sau thấy bút hiệu Mimosa trùng hợp với nhiều cây bút khác nên quyết định ghép tên mình vào thành Mimosa Phương Vinh để tránh những sự hiểu lầm, ngộ nhận.

■ Đã cộng tác với Hương Quê Magazine (Houston-Texas), Ức Trai vùng Tây Bắc (trường Đại Học CTCT Dalat), Việtnews Memphis, diễn đàn Cánh Thép (Không Quân) Hội Quán Phi Dũng (Không Quân), Vietlandnews, có viết cho diễn đàn Việtbáo, Ánh Dương, Taberd 75, Báo Tổ Quốc, Việt Luận (Úc Châu) ...

Thỉnh thoảng tác giả thấy bài mình xuất hiện trong những Web trong nước, sau khi đã bị gọt dũa, cắt xén theo ý của họ (mà không hề hỏi qua ý kiến của người viết). Đây là một sự đáng tiếc và đôi lúc làm phiền lòng tác giả rất nhiều!

Thiên Thần Đen

truyện

Buổi sáng ngồi trong phòng làm việc, tôi thấy hai người khách vào office. Một người đàn bà da trắng trẻo, mảnh mai với khuôn mặt tuyệt đẹp cùng một người đàn ông da thật đen gầy ốm, cao lêu nghêu. Cả hai đều ăn mặc thật lịch sự, thái độ có vẻ trang trọng. Cảm tưởng đầu tiên của tôi là họ không được cân xứng khi đi chung với nhau, người đàn bà trông quá sang trọng, trang nhã, còn người đàn ông thì toát ra một chút gì quê kệch, vụng về trong bộ quần áo sạch sẽ, mới toanh. Tôi luôn luôn không bằng lòng mình bởi những nhận xét chẳng được tốt lắm về một người hay một sự kiện gì đó, nên vội xua đuổi những ý tưởng chợt đến và chăm chú vào công việc của mình.

Một lát sau hai người khách được bà chủ hướng dẫn đi xem các nơi trong công ty, cuối cùng họ bước vào phòng chúng tôi đang làm việc. Đó là một căn phòng lộn xộn, bề bộn với đủ màu sắc, hình vẽ trên vách tường của những họa sĩ chuyên nghiệp hay tài tử đã đến và đi, mỗi người đều nghĩ mình có quyền trang trí cho góc phòng của mình mà không sợ phiền hà ai. Cho nên cuối cùng tôi - một trong những kẻ lâu đời nhất trong cái phòng vẽ bề bộn này - thỉnh thoảng vẫn nhìn lên vách mà hồi tưởng lại những khuôn mặt của gần hai mươi năm qua, không biết giờ này ở những nơi chốn nào? Tôi ở lại vì tôi chấp nhận mình không phải là một họa sĩ giỏi, dù những màu sắc, những cây cọ đã nuôi sống tôi một thời gian khá lâu khi lưu lạc xứ người. Tôi chỉ là một người sơn phết, tô điểm lại những gì mà các họa sĩ đã sáng tác hay khách hàng cần đến. Nói tóm lại họ cần nơi tôi sự khéo tay, chăm chỉ chứ không cần đến sự sáng tạo và tôi vẫn ra đi, trở về mỗi ngày trong những bộ quần áo lúc nào cũng dính đầy vết sơn đủ màu sắc. Tôi không lấy đó làm phiền vì trong một chừng mực nào đó tôi yêu công việc của mình, dù có thể đối với những người khác đó là một nghề chẳng có gì hấp dẫn hay quyến rũ lắm!

Bà chủ giới thiệu chúng tôi với hai người khách. Người đàn bà làm trong nhà thờ đem người đàn ông là một thanh niên tị nạn từ Phi Châu đến để xin việc làm, như vậy những nhận xét ban đầu của tôi hoàn toàn đúng. Người thanh niên có tên Kepi, anh ta đen và gầy hơn tôi nghĩ với hai hố mắt sâu ánh lên tia nhìn long lanh thật lạ lùng. Bà chủ nhận Kepi vào làm trong phòng vẽ vì tuy không phải là một họa sĩ chuyên nghiệp nhưng anh ta cho biết rằng đã từng cầm cọ trong thời gian qua. Phòng vẽ chúng tôi đã có rất người đến từ những quốc gia khác nhau như: Nhật Bản, Malaysia, Trung Hoa, Anh Quốc, Pháp, Phi Châu, Thái Lan và Việt Nam... Có người làm vài tuần, có người ở lại vài tháng, một năm rồi bỏ đi, hay thay đổi chỗ làm là bản tính của những người nghệ sĩ như con chuồn chuồn "Khi vui nó đậu, khi buồn nó bay".

Bà chủ kêu Annie một nữ họa sĩ lâu đời nhất trong công ty chuyên lo phần kỹ thuật, mẫu mã, màu sắc cho những sản phẩm và nói:

- Cô hãy trắc nghiệm xem Kepi có thể vẽ được những gì và xếp anh ta vào những vị trí thích hợp trong công ty nghe!

Annie vui vẻ nhận lời, cô chạy đi tìm sơn cọ cho Kepi thử tay nghề. Những người khác nháy nhó, mỉm cười với nhau, không ai ưa Annie vì họ hay thì thầm to nhỏ rằng: Annie muốn làm con Ong Chúa (Queen-Bee) thật ra cũng chẳng oan ức gì cho lắm đâu! Annie là một họa sĩ có tay nghề cao và không muốn ai hơn mình, riêng với tôi cô ta là một người đàn bà giỏi dang, khéo tay, ngăn nắp, nhanh nhẹn và tỉ mỉ quá mức độ bình thường (tôi ghét Annie vì điều này vì trong hội họa không cần sự cân xứng quá đáng). Jack thì nói không ưa cô vì cái tính lăng xăng, không đi mà chỉ chạy, một vài người khác như Rosie, Kim ghét Annie vì cô ta chưa bao giờ có chồng và chẳng bao giờ xem việc lấy chồng là quan trọng. Ai ghét mặc ai, Annie vẫn bình chân như vại, được chủ tin cậy, lương cao và chỉ huy mọi người trong công ty.

Kepi loay hoay với màu sắc, sơn cọ một hồi thật lâu, tôi hy vọng sẽ được nhìn thấy những điều mới lạ hay thú vị từ bàn tay khẳng khiu xương xẩu của người họa sĩ xuất thân từ Phi Châu xa xôi, ở đâu chẳng có người tài ba, xuất chúng. Bà chủ cũng nôn nóng đi lui, đi tới từ văn phòng xuống phòng vẽ nhiều lần để nhìn nhìn, ngắm ngắm Kepi biểu diễn tài nghệ. Thời gian trôi qua chậm chạp, tuy chăm chú làm việc nhưng mọi người hình như đều theo dõi công việc của Kepi, hai con mắt sáng và trong suốt của Annie không rời tấm bìa cứng mà Kepi đang tì tay lên để hoàn thành một tác phẩm nào đó. Tuy nhiên, sau đó tôi bỗng có cảm tưởng là lạ rằng Kepi không phải đang vẽ mà anh ta đang khổ sở, chật vật, tuyệt vọng với một việc làm khó khăn nào khác, mặt anh ta nhăn nhúm, cau có, tấm lưng dài cong vòng xuống bàn một cách tội nghiệp và bàn tay cầm cọ nữa trời ạ! Bàn tay nắm chặt cây cọ nhỏ xíu như một người thợ nề cầm chiếc bay hay tệ hơn nữa như một tiều phu đang cố gắng dùng chiếc rìu để chặt một thân cây. Thường thì khi đang vẽ cử chỉ người họa sĩ rất nhẹ nhàng, thoải mái hay có đôi lúc mạnh dạn, táo bạo trong đường nét hay màu sắc thì họ cũng không để lộ những cử chỉ vụng về, thô tháp gần như vô vọng mà Kepi đang có. Tôi bỗng khám phá ra rằng: Kepi chưa bao giờ biết vẽ, người đàn ông Phi Châu này chưa bao giờ biết điều khiển cây cọ hay biết pha màu. Tôi thấy mặt mình hơi nóng lên trong một thoáng sượng sần, tội nghiệp vu vơ, tôi liếc nhìn Annie mà nghĩ rằng với hai con mắt thông minh, sắc sảo của một họa sĩ chuyên nghiệp dễ gì cô ta không hiểu như tôi đã hiểu.

Bà chủ và Annie trao đổi nhau một cái nhìn có ý nghĩa, sau đó bà chủ thở ra và nói với Kepi:

- Thôi được rồi, cô Annie sẽ tìm cho anh một việc làm thích hợp ở đây. Tôi nghe người bên nhà thờ nói anh biết vẽ đôi chút mà!

Bà nhìn mọi người rồi nói:

- Thật ra ở đây chúng tôi không đòi hỏi những người vẽ giỏi nhưng cần sự khéo tay, chăm chỉ, trong nghề chúng ta sẽ học được nhiều thứ từ những người chung quanh.

Thấy tôi đang tò mò nhìn vào tác phẩm của Kepi bà hỏi:

- Này cô Nguyễn, tôi nói đúng chứ?

Tôi chỉ im lặng mỉm cười. Chứ nói gì bây giờ! Bà chủ đi rồi, Kepi nhìn mọi người xung quanh với vẻ ngượng ngùng, xấu hổ, một người nào đó hỏi Kepi có biết nói tiếng Pháp không, vậy là anh ta xổ một tràng dài tiếng Tây làm mọi người cười xòa và quên đi mọi chuyện.

Kepi ở trong phòng vẽ vài ba ngày, Annie hướng dẫn anh làm những việc lặt vặt như tô màu, kẻ chỉ, trang trí hình lập thể, đánh màu kim nhũ lên những đường viền, nói tóm lại đó là những việc đơn giản nhất trong Artist room, tuy nhiên phải công nhận rằng Kepi không có duyên với nghề hội họa. Sau vài hôm, Annie phải dẫn Kepi xuống warehouse, ở đó có những công việc khác như: sơn bàn ghế, đóng thùng, khiêng hàng hóa... Bà chủ đã hứa với những người bên nhà thờ là sẽ cố tìm cho Kepi một chỗ làm trong công ty. Kepi cho biết anh ta đã từng làm lao động bên Ai Cập trước khi được bảo trợ qua Mỹ, tôi không hiểu rõ lắm về những chương trình giúp người tị nạn từ Phi Châu mà chỉ biết rằng Kepi đến Mỹ quốc gần nửa năm, Anh ta nói tiếng Anh, tiếng Pháp rất khá.

Ở trong công ty được vài tuần tôi có nhận xét là Kepi rất vụng về trong mọi công việc. Sơn bàn ghế không phải là một việc khó khăn nhưng nó cũng cần sự khéo tay, lanh lẹ, đối với phần đông người Việt Nam đây là một chuyện dễ dàng nhất trong sở nhưng trái lại đối với Kepi thì đó là một việc làm nhiều khê ngoài khả năng của anh ta. Anh đánh đổ sơn tùm lùm, mặt mày, tóc tai lúc nào cũng lấm lem nhiều màu sắc làm cho những người trẻ tuổi (đa số là sinh viên hay học sinh làm part-time) chọc ghẹo, bông đùa cả ngày. Kepi trở thành niềm vui và đối tượng đùa cợt cho người khác.

Một người nào đó hỏi:

- Ê, Kepi! Sao ông không biết gì về hội họa mà dám nói mình đã từng là họa sĩ?

Kepi thật thà trả lời:

- Mấy người qua Mỹ trước dạy tôi là khi đi phỏng vấn cứ nói mình biết làm mọi thứ, sao cho được nhận vô sở rồi mình sẽ học hỏi sau!

Mọi người bò lăn ra cười. A! Tôi đã từng nghe điều đó từ những đồng bào của tôi, tuy nhiên điều đó chỉ đúng với những người sáng dạ, thông minh mà thôi, riêng đối với Kepi thì không thể áp dụng được. Kepi có thói quen xấu là hay ngủ gà, ngủ gật và ngủ quên trong giờ nghỉ giải lao, bà chủ hay leader đã bắt gặp, phàn nàn nhiều lần nhưng anh ta không sửa được khuyết điểm ấy vì một điều rất giản dị: Kepi quá thiếu ngủ.

Anh cho biết sáng nào cũng dậy khoảng 5 giờ sáng, đi bộ để đón hai chặng xe bus đến sở. Kepi trú ngụ ở một khu apartment nghèo và chưa bao giờ biết lái xe, làm ở công ty tám tiếng đồng hồ xong, anh lại đi bộ ra trạm xe bus để đón xe đến một cây xăng làm thêm năm giờ nữa. Xong việc ở cây xăng, Kepi không thể về nhà ngay vì không có chuyến bus nào lúc gần nửa đêm, anh phải ngồi đó chờ người bạn tan ca lúc 1 giờ sáng chở về nhà. Ngủ chưa đầy ba tiếng lại phải trở dậy để bắt đầu cho một ngày mới. Một thời khóa biểu quá ư kinh khủng!

Tôi ái ngại hỏi Kepi:

- Sao anh không ráng dành dụm tiền mua một chiếc xe tàm tạm để đi làm. Chiếc xe sẽ giúp anh giải quyết được nhiều khó khăn lắm.

Kepi lắc đầu:

- Tôi không thể làm điều ích kỷ đó vì tôi còn cha mẹ già và năm sáu anh em bên Phi Châu. Mọi người đều trông ngóng tiền bạc từ khi tôi qua được Mỹ Quốc. Tôi đã gởi về nhà được mấy ngàn đô trong sáu tháng nay, quê hương tôi nghèo lắm!

Tôi phản đối:

- Ai cũng thương yêu gia đình và quê hương cả, nhưng anh phải nghĩ đến mình một chút chứ! Đâu phải anh ích kỷ khi quyết định mua cho mình một chiếc xe, đó là phương tiện giúp anh kiếm tiền mà. Anh còn làm lâu dài trong tương lai, nếu mất ngủ nhiều anh đau ốm thì cha mẹ anh cũng chịu thiệt thòi thôi.

Thật ra tôi muốn nói như thế này:

- Tôi nghe bà chủ phàn nàn về anh nhiều lắm vì cái tật hay ngủ quên giờ làm, coi chừng bị đuổi việc thì cũng chẳng còn tiền gởi về Phi Châu nữa đâu!

Tôi đã nghe Annie nói:

- Bà chủ không bằng lòng về Kepi nhiều, bà chưa đuổi anh ta vì còn nể những người bên nhà thờ, nhưng nếu anh ta cứ ngủ gà, ngủ gật trong giờ làm việc thì bà cũng phải quyết định thôi.

Tôi nói với Annie:

- Kepi bị mất ngủ nhiều vì không có xe riêng Annie à! Anh ta phải gởi tiền về Phi Châu cho gia đình.

Annie gật đầu:

- Tôi cũng biết điều ấy, nhưng đó là vấn đề khó khăn riêng tư mà Kepi phải tự lo liệu chứ bà chủ đâu có trách nhiệm về gia đình anh ta ở Phi Châu.

Annie có lý, tôi chợt nghĩ đến những đồng bào của tôi: khi chân ướt, chân ráo đến Hoa Kỳ cũng phải làm việc cật lực để kiếm tiền lo cho gia đình ở Việt Nam, những sự hy sinh đó dễ gì những thân nhân biết được. Gởi tiền về quê nhà được xem như một bổn phận chứ không phải là lòng tốt và đôi lúc còn bị chê khen nhiều, ít. Thật ra nếu chỉ phải lo cho chính mình cùng gia đình trên nước Mỹ, tôi tin rằng mọi người đều có một cuộc sống sung túc, dư dả nếu không muốn nói là giàu có nhưng có mấy ai dứt bỏ được những vướng bận ruột rà, thân thuộc. Người ta nói bây giờ nước Mỹ khó khăn lắm rồi, ở Việt Nam còn sung sướng hơn nhiều lắm. Một đàng cho và một đàng nhận, dĩ nhiên nhận là phải sung sướng rồi và chúng ta cũng nên thôi đừng than vãn nữa bởi vì nước Mỹ chỉ có trách nhiệm với chúng ta chứ đừng bắt nước Mỹ phải có trách nhiệm với những liên hệ và đòi hỏi bất tận của những người thân chúng ta còn ở quê nhà.

Tôi biết một người qua đến Mỹ thì tuổi cũng quá nửa đời người, người mình hay nói đùa một cách rất cải lương là "Nửa đời hương phấn". Chị này rất chăm chỉ làm hai ca nên kiếm được rất nhiều tiền, tiền làm ra bằng nghề lao động tay chân thì dĩ nhiên phải mệt. Bao nhiêu tiền kiếm được chị ta chỉ tiêu dùng chút ít, số lớn còn lại gởi về Việt Nam cho cha mẹ, anh em xây nhà, buôn bán, mua đất làm vườn, đào hồ nuôi tôm, nuôi cá, nuôi heo... Chồng chị lo cho gia đình bên này, chị tuyên bố là không cần xây dựng trên nước Mỹ vì đó đâu phải là quê hương mình. Chị không cần thi vào quốc tịch Mỹ vì có ý định về Việt Nam khi đã có một số tiền lớn, khi làm việc nhiều quá bị căng thẳng thì chị rủa xả:

- Ai nói qua Mỹ sung sướng đâu, làm việc như trâu mà chẳng thấy dư.

- Ước gì tôi có được độ trăm ngàn về Việt Nam ở luôn cho khỏe.

Nghe chị than tôi chỉ thấy buồn cười thôi. Tại số chị muốn khổ thì cứ khổ, nếu bỏ đi một job, bớt gởi tiền về Việt Nam thì gia đình chị cũng dư dả như ai, đâu ai bắt chị phải làm con trâu đi cầy. Làm sao có được vài trăm ngàn khi làm được đồng nào thì chị vội vàng bỏ vào cái túi không đáy và sự đòi hỏi không bao giờ ngưng nghỉ của những người thân. Chúng ta không phải là những người ích kỷ chỉ biết nghĩ đến bản thân mình nhưng chúng ta cũng đừng nên bỏ quên chính mình và hạnh phúc của mình. Ai sẽ có trách nhiệm cho cái tôi, với một thân thể con người yếu đuối cần nghỉ ngơi sau những giờ làm việc, ai không muốn sống trong những điều kiện thoải mái vật chất, tinh thần. Sống trên một đất nước giàu mạnh mà sao chị ấy lại khổ sở như thế chứ? Cái gì cũng vừa phải thôi chứ, ngày xưa Thái Tử Tất Đạt Đa cũng đã chọn cho mình một con đường trung dung để thành Phật và đạt đến niết bàn.

Rồi tôi nhớ đến cuốn phim Phục Sinh (Resurrection) được thực hiện bởi một tác phẩm của nhà văn Nga Leo Tolstoy, mà tôi đã coi từ hồi còn trẻ. phim có đoạn người đàn ông quí tộc cho tiền những người nghèo, ông cho bao nhiêu cũng không thể nào đủ vì người xin thì nhiều vô hạn mà tiền túi ông thì chỉ có hạn, làm sao mà giải quyết được sự hữu hạn và vô hạn đó. Phải chăng chỉ có con đường ở giữa. Trong truyện cổ tích Phật Giáo cũng có chuyện vị Thái Tử phát tâm bố thí Ba La Mật, ngài cho tất cả những gì mình đang có vậy mà kẻ đi xin còn xin luôn cả vợ lẫn con của ngài. Thật là bất nhẫn, cuộc đời có những tình huống thật đau lòng luôn trói buộc con người không chút xót thương, trắc ẩn và chỉ những người có lòng phải chịu phần thiệt thòi mà thôi!

Một buổi sáng tôi thấy Annie loay hoay dẫn một chiếc xe đạp vào sở làm, cô ta kêu tôi lại nói:

- Tôi đem chiếc xe của ba tôi cho Kepi, may ra chiếc xe đạp này sẽ giúp anh ta đỡ chút.

Cha Annie mất được mấy tháng nay ở tuổi 93. Tôi vỗ tay reo lên:

- Hay quá, hay quá! Chúa sẽ chúc lành cho cô bởi vì tôi đã nói anh ta là Thiên Thần Đen mà. Anh ta được gởi đến thế gian để thử lòng người đấy.

Annie cười xòa:

- Thôi, cô đừng khùng điên nữa Nguyên ơi, tôI không tin anh ta là Dark angel đâu, tuy nhiên ba tôi mất rồi, chiếc xe này có ai dùng nữa đâu cho Kepi là hợp lý nhất.

- Tôi hoàn toàn đồng ý với cô Annie ạ!

Thiên Thần Đen vui mừng, hí hửng đem chiếc xe vào warehouse sau khi cảm ơn Annie rối rít.

Có lý do để tôi gọi Kepi là Dark Angel!

Tan sở Kepi leo lên chiếc xe đạp vun vút như một cua rơ thành thạo làm mọi người trong công ty chạy ra reo hò inh ỏi, ai cũng vui cho anh ta và trở nên có thiện cảm với Annie một chút. Nhưng ngày vui thì qua mau mà ngày buồn thì dài dằng dặc vì chỉ một vài ngày sau thì Dark Angel lại phải tiếp tục đi xe bus và dĩ nhiên là tiếp tục ngủ gục. Anh cho biết không thể đem chiếc xe đạp dềnh dàng lên hai chuyến xe bus và xe của người bạn mỗi ngày. Vì nhà quá xa, Kepi không thể đạp xe đi làm, thực tế chiếc xe đạp chỉ giúp anh một quãng đường duy nhất từ công ty đến cây xăng để làm job thứ nhì mà thôi, quãng đường này chỉ độ năm dặm. Kết luận chiếc xe Annie cho không giúp được gì cho chàng trai Phi Châu lạc lỏng đến một đất nước giàu mạnh với hệ thống xa lộ chằng chịt, rộng lớn, phức tạp, với giòng xe vun vút lao đi như cơn cuồng lưu không bao giờ ngừng chảy.

Công ty nằm trên một khu đất cuối cùng của con đường được chấm dứt bởi khu rừng nhỏ khá rậm rạp phía sau. Những chiều tan sở tôi hay gặp Kepi đi như đang bay bằng cặp giò cao lêu nghêu trên con đường dẫn ra đại lộ, anh ta đi vun vút nhanh không thể tưởng tượng nhưng dĩ nhiên là phải chậm hơn xe hơi rồi. Tôi hay dừng lại cho anh ta quá giang đến trạm xe bus rồi lái xe về nhà mình, tôi chỉ có thể giúp Kepi một chút xíu như thế thôi vì tôi còn phải về để lo cho gia đình. Trước kia tôi có thói quen đi làm trễ, về trễ (vì ngủ dậy trưa) nhưng phải nói thật rằng từ hồi biết những khó khăn trong việc di chuyển của Kepi, tôi cũng có thiện chí là đi sớm một chút để thỉnh thoảng có dịp cho anh ta đi ké một quãng đường ngắn ngủi. Trong mẩu đối thoại trên xe anh ta thường kể những sự đói khổ bên xứ sở Phi Châu, những nhọc nhằn khi đi làm bên Ai Cập, Kepi cũng hỏi về giá cả xe cộ, cách thi để lấy bằng lái xe và tỏ ra khâm phục tôi vì tôi là đàn bà mà biết lái xe giỏi (!)

Tôi phì cười:

- Giỏi gì, thì cũng đã từng đâm đầu vô thùng thơ, lọt xuống hố như ai may mà chưa chết.

Kepi le lưỡi:

- Trời ơi, ghê quá mà sao cô vẫn dám lái?

- Không lái làm sao đi làm được khi ở trên nước Mỹ này, từ nhà đến sở gần nhất cũng mười mấy cây số. Khó hay dễ cũng tuỳ người, đàn ông dạn gan hơn nên tập rất mau. Tôi nhát như thỏ đế mới lên xe đã run rồi, tôi chưa hề biết đi xe đạp khi còn ở Việt Nam vậy mà qua đây cũng phải lái xe. Kepi học mấy hồi, thôi ráng để dành tiền mà mua chiếc xe đi! Tôi thành thật khuyên như vậy.

- Nhưng tôi còn phải lo cho thằng em vừa mới bị té gãy chân hôm tuần trước, tháng này tôi phải gởi cho nó một ngàn cô Nguyễn ạ, dù gì nó cũng là em tôi, nó trở thành tàn phế làm sao lương tâm tôi yên ổn được!

Đại khái là thế. Thôi thì cứ cho là như vậy, tôi cũng chẳng muốn xía mãi vào đời sống của người khác, tôi tìm cho mình một cách để bớt áy náy trong lòng là cố gắng đi làm sớm hơn để cho Kepi quá giang buổi chiều mà không mất nhiều giờ làm việc của mình là tốt nhất. Tuy vậy có một việc lạ đã xảy ra làm tôi suy nghĩ cả tuần nay:

Buổi chiều tan sở lái xe trên con đường độc nhất đưa ra đại lộ tôi không còn gặp Kepi đi bộ nữa. Hai ba ngày đầu, tôi cũng không chú ý cho lắm vì tưởng mình bận suy nghĩ mung lung nên không thấy Kepi giữa đường nhưng những ngày sau sự thắc mắc cứ lớn dần trong đầu làm tôi càng tò mò muốn khám phá ra sự thật. Liên tiếp hai ba hôm ngồi trong phòng vừa thấy Kepi bấm thẻ ra về là tôi cũng vội vã thu dọn sơn cọ để chạy theo sau nhưng vừa ra đến bãi đậu xe là anh ta biến mất. Tôi cố gắng nhìn kỹ hai bên đường, đó là con đường độc nhất dẫn ra lộ vì công ty nằm ở cuối đường, mà cũng chẳng thấy Kepi đâu cả.

Ngày hôm sau tôi hỏi dò:

- Này Kepi, bạn anh hết làm ca đêm rồi sao?

- Nó vẫn làm ca đêm và vẫn chở tôi về mỗi tối ở cây xăng!

- Tôi tưởng buổi chiều người bạn đến đây đón anh chứ.

Kepi lắc đầu:

- Không phải như vậy đâu, tôi vẫn đón bus để đi làm như thường ngày.

Tôi không hỏi gì thêm nhưng sự thắc mắc vẫn đè nặng trong ý nghĩ làm tôi thấy khó chịu và sự tò mò càng làm cho tôi muốn khám phá ra bí mật của Kepi. Có nhiều lần tôi nhìn trộm anh ta và với cái đầu óc nhiều tưởng tượng của tôi, tôi thấy Kepi có cái vẻ gì là lạ, nhất là hai con mắt sâu thẳm tỏa ra một thứ ánh sáng lạ kỳ, bí ẩn. Bao nhiêu câu hỏi được đặt ra và bao nhiêu câu trả lời cứ lẩn quẩn trong ý tưởng của tôi. Kepi biến đâu mất mỗi chiều tan sở, không lẽ anh ta bay mà ai có thể bay được cơ chứ, chỉ có thiên thần là bay được, không lẽ anh ta là thiên thần mà thiên thần đến đây để làm gì chứ? Chắc để thử lòng con người, thử lòng tôi, Annie và nhiều người khác. Tôi phì cười một mình, cái thời buổi văn minh này mà còn tin chuyện thần tiên thì quả thật chỉ có mình tôi nhưng sự thật có một sự bí ẩn nào đó trong sự di chuyển của anh chàng Phi Châu này!

Một buổi chiều tôi nói với Annie câu chuyện này và kết luận nửa đùa, nửa thật:

- Kepi bay mỗi chiều, anh ta đến đây để thử lòng chúng ta đó.

Annie giễu cợt:

- Tại anh ta đen quá nên cô nhìn không thấy chứ gì?

Tôi phản đối:

- Dân Việt Nam tôi có câu "Tháng Năm chưa nằm đã sáng, tháng Mười chưa cười đã tối". Bây giờ tháng Năm, trời sáng trưng khi tan sở thì làm gì tôi không trông thấy Kepi đi bộ như trong mấy tuần trước. Anh ta là Dark Angel đó, anh ta biết bay, cô không tin thì thôi, tuy nhiên lòng tốt của cô trời sẽ ban thưởng cho.

Annie cười ngất:

- Thiên thần gì mà ngủ gục cả ngày, không khéo lại bị đuổi làm cho xem. Thôi cho tôi xin đi, Nguyễn ơi! Cô thật là một kẻ giàu tưởng tượng quá sức, tôi nghĩ cô nên tập làm nhà văn để viết chuyện thần tiên thì hay hơn là làm trong cái phòng vẽ này!

- Biết đâu đấy, có ngày cô sẽ đọc được truyện Dark Angel của tôi cho coi.

**

Chuyện phải đến rồi đã đến, bà chủ gởi trả Kepi lại cho nhà thờ sau khi đã cố gắng đưa anh ta làm ở khắp nơi trong công ty. Anh ta vụng về quá nên không thích hợp ở bất cứ nơi nào cả, mọi người cũng nhắc nhở anh vài ngày rồi thôi và chính bản thân tôi cũng không nhớ Kepi lâu hơn nữa, dù có một thời tôi đã nghĩ anh là một thiên thần, thiên thần đen đến từ Phi Châu.

Một buổi chiều nắng đẹp sau đó vài năm, trong giờ nghỉ giải lao tôi đi bách bộ phía sau công ty nhìn ra cánh rừng nhỏ đối diện thì trông thấy vài người thợ điện đang leo lên cây cột đèn bằng sắt nằm sâu phía trong những lùm cây rậm rạp để sửa chữa gì đó. Họ đến từ phía bên kia khu rừng vì tôi không thấy xe của họ trong bãi đậu của công ty, hình như phía bên kia có những con đường nên họ để xe ở đó rồi lội bộ qua đây. Tôi bỗng nhớ đến Kepi và chợt khám phá ra sự bí ẩn đã làm tôi phân vân trong nhiều năm trước đây.

Sự thật chẳng có gì là bí mật cả, Kepi đã dùng con đường tắt xuyên qua khu rừng nhỏ để ra trạm xe bus.

Rừng cây rậm rạp, hoang vu kia chắc chắn là nơi ẩn nấp của muôn loại côn trùng, rắn rít nên chẳng ai có can đảm đi vào, nhưng đối với người thanh niên Phi Châu như Kepi đã quá quen với những khu rừng hoang dã, mặt trời không xuyên thấu thì lùm cây dại sau công ty có nghĩa gì đâu. Bản năng của một con người sống trong những môi trường sơ khai, gần với thiên nhiên đã giúp Kepi nhìn thấy con đường tắt này. Con đường tắt đã giúp Kepi thâu ngắn quãng đường đi rất nhiều dù trên thực tế nó cũng chẳng ích lợi mấy đối với hệ thống giao thông được phát triển, hiện đại hóa vượt bậc trong một quốc gia giàu mạnh như Hoa Kỳ. Kepi không thể đi bộ mãi dù là xuyên qua rừng, qua núi, phía bên kia là những con đường xe cộ lao vun vút, tốc độ kinh hoàng, đời sống văn minh cuốn hút con người vào một guồng máy khổng lồ, chúng ta trở thành những con ốc nhỏ không thể buông rơi ra được.

Không có một thiên thần nào đã bay sau mỗi chiều tan sở, chỉ có Kepi người thanh niên tội nghiệp đến từ Phi châu, một thiên thần đen chưa bao giờ có cánh mà đôi vai lại nặng oằn một gánh gia đình với cha mẹ, anh em. Người thanh niên với thân hình ốm o, hai chân lêu nghêu lưu lạc đến một đất nước mà sự di chuyển bằng hai chân chỉ là một thứ thú tiêu khiển. Một con người đáng thương chưa bao giờ được ngủ cho đủ, không dám mua cho mình một chiếc xe vì mãi lo gởi tiền về cho những người thân mà những sự đòi hỏi về tiền bạc, vật chất như không bao giờ ngưng nghỉ.

Kepi đáng thương hay đáng trách, anh ta là một người dại hay một người tốt những câu trả lời thay đổi liên tục trong ý nghĩ của tôi. Không biết bây giờ anh trôi giạt nơi nào, đã mua cho mình được một chiếc xe chưa hay vẫn mải miết tìm kiếm những lối đi tắt qua những khu rừng để thâu ngắn bớt một đoạn đường nào đó, để đón những chuyến xe bus đến sở làm như ngày nào. Những lối đi tắt, những cánh rừng hoang vu trong thành phố thì ngày càng hiếm hoi với đà phát triển giao thông, kỹ thuật ngày càng càng cao vời vợi. Tôi tự hỏi sao Kepi không tìm cho mình một giải pháp thật giản dị, thay vì gởi hai ngàn về Phi Châu thì anh bớt đi một ngàn để mua một chiếc xe làm phương tiện đi lại, anh phải sống chính đời sống của mình, phải nuôi dưỡng thân xác còm cõi mình trước rồi mới cứu giúp người khác được chứ.

Kepi chưa bao giờ là một thiên thần, anh chưa bao giờ có cánh để bay, sự tưởng tượng quá đáng của tôi chỉ có giá trị như một chuyện khôi hài, buồn cười trong cái thế giới văn minh, khoa học này. Những ràng buộc bởi máu mủ, ruột rà, tình yêu tha nhân đã đầy đọa những con người giàu tình cảm, có một trái tim nhân ái. Họ cho đi mãi, cho đi mãi cho đến lúc sức tàn, thân kiệt và có những kẻ, rất nhiều kẻ đã lợi dụng lòng tốt của kẻ khác không chút nương tay. Kẻ lợi dụng biết kể lể, vuốt ve, tỉ tê, than thở và dĩ nhiên là biết xưng tụng, ngợi khen, Kepi có thể là một thiên thần trong ý nghĩ của những người thân nghèo khổ của anh ở Phi Châu, như anh đã từng là thiên thần đen có cánh bay đi trong ý nghĩ của một người giàu tưởng tượng là tôi trong một thời gian nào đó! Ôi, những điều đó có thể giúp được gì cho Kepi không?

Bây giờ con đường ẩn nấp bên kia khu rừng nhỏ với những người thợ điện đã làm tôi bừng tỉnh, Kepi là một thiên thần không có cánh, cần những giấc ngủ bình an như mọi người và nhất là cần một chiếc xe hơi để lái, để đi làm. Làm sao để tìm được con đường chính giữa để đi, điều đó thuộc về Kepi, người thanh niên Phi Châu tội nghiệp tôi đã gặp trong Artist room ngày nào. Người họa sĩ chưa bao giờ lưu lại một hình vẽ nào để làm kỷ niệm trong căn phòng bề bộn, tràn đầy màu sắc, dấu tích của những người nghệ sĩ đã đến và đi. Kepi chỉ là người thanh niên gầy gò với hai con mắt lạ lùng đến từ Phi Châu, người luôn muốn giữ sự bí mật về những con đường tắt xuyên qua cánh rừng nhỏ. Những cánh rừng ngày càng thu hẹp nhỏ hơn bởi đời sống văn minh và những nhu cầu lưu thông./

★ Mimosa Phương Vinh/ USA- 2012

NAM GIAO

ೞೲ ೞೲ ೞೲ ೞೲ ೞೲ ೞೲ ೞೲ ೞೲೞೲ ೞೲ ೞೲ ೞೲ ೞೲ

Bút hiệu khác: TÚ RÁCH.

Sĩ Quan Pháo Binh SĐ5BBB/QLVNCH.

Tù cải tạo 6 năm qua các trại Trảng Lớn (Tây Ninh), Bù Đăng, Bù Gia Mập (Sông Bé), Z30D/K2/Hàm Tân (Thuận Hải).

Định cư tại ARIZONA (Hoa Kỳ) diện HO 30.

Trước năm 1975 góp thơ và truyện qua các báo: Thời Nay, Con Ong, Văn Nghệ Tiền Phong, Phụ Nữ Diễn Đàn...

Tại hải ngoại trong BBT và cộng tác các báo: Ngày Nay, Cộng Đồng, Phượng Đỏ, Nguồn Sống, Phụng Sự, Bút TRe, Tuế Nguyệt, Việt Lifestyles (AZ), Văn Tuyển, Khởi Hành, Nguồn, Việt Điểu, Việt Tide, Việt Heral... (CA).

Thành viên Hội thơ TTVN/Hải ngoại từ năm 1996.

Đã in chung: ■ Cụm Hoa Tình Yêu (từ 1996 đến 2012) ■ Khoảng cách không màu (thi tuyển) ■ Ru nắng (thơ phổ nhạc) ■ Lưu Dân Thi Thoại – Bút Luận 25 Năm Thơ Hải Ngoại, Diên Nghị - Song Nhị Cội Nguồn 2003) ■ Một phần tư thế kỷ thi ca hải ngoại (thơ) ■ Ba mươi năm niềm đau còn đó (thi ca lưu vong) ■ Tác giả Việt Nam ■ Bước lạ tình quê (thi tuyển) ■ Nỗi lòng người đi (tuyển tập truyện ngắn)

Đã in: ■ Tuổi Rừng (thơ 1973) ■ Như bóng mây tan (thơ 1974), Nhớ đời Ba (thơ 1975) ■ Chuyện chúng mình (thơ 1975) ■ Tình mây (thơ 1996) ■ Vùng ký ức (thơ chung với Phạm Ngọc 1997)

Sẽ in: ■ Nỗi nhớ một giòng sông (thơ)
　　　　　 ■ Giấc sầu chưa nguôi (thơ)
　　　　　 ■ Thơ tình Nam Giao.
　　　　　 ■ Mùa Hạ vàng (thơ)
　　　　　 ■ Tuyển tập truyện ngắn.
　　　　　 ■ 80 Bài thơ CAY.

ĐÓA HỒNG ĐỎ TRONG ĐÊM

truyện

I.

Ngọc đứng lại bên nầy lề đường. Nàng chờ bà Sáu - mẹ nàng - đang ngồi trả giá một món hàng vừa ý mà chưa mua được. Cảnh chợ về chiều cũng khá đông người mua và kẻ bán. Chợ họp bán suốt ngày từ sáng sớm cho đến năm hay sáu giờ chiều là tan và mọi người phải quang gánh hay thồ hàng trở về nhà. Ngọc đứng thờ thẫn như thế cũng cảm thấy mỏi chân mà Bà Sáu vẫn còn ngồi xổm đối diện với quầy của người bán. Tiếng Bà Sáu như nài nỉ:

- Chị à, chị bán giảm bớt giá cho tui đi. Chiếc dù hoa nầy tui mua cho con gái tui đó. Nó thích lắm mà không dám mua vì ngại phải tốn tiền của cha mẹ. Chị thấy đó, mình sống vì con mà. Giảm thêm chút ít nữa nghe chị. Bán để làm quen và còn lần sau mình gặp nhau nữa mà. Tôi biết ơn chị nhiều lắm.."

Ngọc nhìn qua và thấy được nụ cười của bà bán hàng cười trả lại mẹ nàng. Vậy là món hàng ấy đã được bán xong và người vui nhất cũng chính là mẹ của Ngọc. Ngọc biết rõ tánh của mẹ nàng. Nói vừa dứt lời thì đôi môi của mẹ sẽ mở ra một nụ cười thật hiền. Chính nụ cười tươi và thật hiền đó đã làm cho lòng người đối diện cảm thấy được cả một tấm lòng chân chất thành thật không lộ vẻ gì gian xảo cả. Mà thật đấy. Cũng chính cái mỉm cười của mẹ đã làm cho lòng ông Sáu - ba của Ngọc - phải mềm nhũn ra và nói lời thương, lời nhớ, để sau cùng là cưới được mẹ nàng. Ngọc tự mình cũng mỉm cười với dòng suy nghĩ ấy trong lúc bà Sáu cầm món hàng đứng dậy và quầy quả bước qua đường đến với Ngọc. Bà Sáu nhanh miệng hỏi Ngọc:

- "Con cười cái gì vậy hở con? Hay là con cười mẹ đấy?".

Rồi bà đưa cây dù mới mua được cho Ngọc:

- "Nè, cầm lấy đi con. Ba của con thấy con rất thích nó, nên bảo mẹ mua cho con đó. Cầm đi, rồi đi về."

Ngọc đỡ lấy cây dù hoa từ tay mẹ:

- "Dạ, con cảm ơn Ba và mẹ nhiều nhiều."

- "Thôi, về đi con, kẽo không kịp mặt trời sắp lặn rồi".

Bà Sáu nhìn Ngọc và nói nho nhỏ. Ngọc "dạ" lí nhí trong miệng, rồi cùng mẹ song bước về nhà.

Con đường nhựa ngày xưa trải đá xanh, tráng nhựa đen, bây giờ chỉ còn lại lác đác dăm cục đá dính trên mặt đường, phần còn lại là đất thịt nhẵn thín, khô khốc. Hai bên đường là hàng cây bạch đàn đã khá cao với tán lá xanh um đang nghiêng nghiêng theo từng cơn gió chiều thổi nhè nhẹ. Nắng chiều chưa tắt hẳn và cái không khí nóng bưng bức của mùa hạ vàng vẫn còn hâm nóng da thịt mọi người. Xa kia bên tay trái của Ngọc, rải rác vài căn nhà đang thổi cơm chiều với những ụn khói màu lam nhạt, đang len lỏi qua những tán lá cây bay lên trong không gian tĩnh lặng, buồn buồn. Cuộc sống buổi chiều của người dân miền quê cũng rất là giản dị và đạm bạc. Cơm chiều với dưa muối hoặc dăm con cá lòng tong kho khô, rắc vài trái ớt chín đỏ cay sè. Hay với nồi canh rau hái sau nhà nấu với vài con cua đồng giã nhuyễn lấy nước. Bữa cơm đạm bạc vẫn là niềm hạnh phúc không có gì thay đổi trong cuộc sống của người dân quê thuở ấy. Bỗng Ngọc nghe tiếng mẹ thúc giục nàng:

- "Bước nhanh lên con. Về nhanh lên kẽo ba của con chờ quá lâu, ổng lấy xe chạy đi đón mẹ con mình thì tội nghiệp cho ổng lắm đó".

Ngọc vừa đi, vừa nhìn sang bà Sáu "dạ" thật lớn và cười thật to như hưởng ứng lời nói của mẹ mình. Nhưng trước mắt hai người không quá xa, ông Sáu đang dừng xe bên đường đang chờ đợi. Bà Sáu nheo mắt nhìn chiếc bóng phía trước cùng với cánh tay giơ ra:

- Nè con, có phải là Ba của con đang đứng đợi mẹ con mình ở phía trước phải không?

Ngọc cười với mẹ:

- Trời đất ơi, Ba lại đi đón mẹ con mình kìa, mẹ à.
Ba thương mẹ dữ ghê vậy. Bà Sáu cướp lời:

- Chớ không phải ổng thương đứa con gái ngoan
ngoãn nầy à?

Cả hai mẹ con cùng cười trong niềm vui hạnh phúc.
Tiếng cười của mẹ quá lớn, nên sau cái vung tay lên trời
như để hưởng không khí hạnh phúc, tay bà Sáu buông
xuống và chạm mạnh vào vai Ngọc. Ngọc la lên:

- Mẹ nè, mẹ đánh con đau quá, đau quá.

Ngọc bỗng giật mình tỉnh giấc. Nàng ngồi xổm dậy
trên giường ngủ và đưa mắt nhìn xung quanh. Đêm về
khuya trong khu apartment vẫn yên tĩnh. Qua khung
kính cửa sổ, những ngọn đèn vàng vọt đang tỏa sáng
trên lối đi lát gạch xi măng và sáng trên từng thảm cỏ
xanh non tươi mát. Ngọc thở dài. Thì ra đây chỉ là một
giấc chiêm bao của ngày xưa lẫn khuất đâu đây lại trở
về trong giấc ngủ của Ngọc.

Qua phòng khách, trên nệm ghế sofa, vang lên
tiếng thở đều đều của ông Sáu trong giấc ngủ bình yên.
Ngọc lẩm bẩm một mình trước khi nằm xuống dỗ cho
giấc ngủ: "Nhìn Ba ngủ mà thấy tội cho Ba quá. Con
thương Ba lắm, Ba có biết không Ba??"

2.

Sau 4 năm lãnh án phạt "tập trung cải tạo" với tội
danh: sĩ quan cảnh sát công lộ, và được thả về, ông Sáu
đành quay sang nghề đạp xích lô kiếm sống nơi thành
phố mà trước kia ông rất quen thuộc từng ngõ ngách
quanh co, từng con đường, từng ngôi chợ, từng con phố,
từng quán hàng. Ông thương bà Sáu với tấm thân yếu
ớt, như cánh cò lặn lội mưa nắng tìm mồi nuôi nấng con
Ngọc thay cho ông, lúc ông đi tù "cải tạo". Bà Sáu còn
lặn lội tìm đường thăm nuôi ông từ nam ra bắc. Lưng
nặng oằn vì gồng gánh, chân chai sạn, nứt nẻ bám đất,
bám bùn vì chồng, vì con. Mỗi khi nằm một mình nơi
góc phố chờ khách, ông thường nghĩ đến hình ảnh bà
Sáu và con Ngọc bận bịu vì ông trong sáu năm dài, mà

ông quặn lòng đau nhói. Cho nên mọi công việc nặng nhẹ, cực nhọc nào, thì ông cũng đứng ra gánh vác miễn sao được nhìn thấy bà Sáu có đôi chút thảnh thơi và con Ngọc được đi đến trường học hành như chúng bạn. Đó cũng là điều mơ ước rất tầm thường mà ông đang vươn tới trong một xã hội nhiều nhương đầy lao khổ. Ông thường đạp xe xích lô chở bà Sáu và con Ngọc chạy chầm chậm vòng quanh qua các ngả phố đầy ấp ánh đèn, vào những đêm thứ bảy hoặc chủ nhật để cho 2 mẹ con được đổi gió và hít thở không khí mát rượi của trời đêm. Hoặc là chở 2 mẹ con đi chùa lễ Phật vào những ngày lễ lớn. Ông thường nguyện cầu ơn trên giúp cho ông có được sức khỏe tốt để bươn chải kiếm tiền lo cho cuộc sống tương đối đầy đủ cho ba người trong gia đình. Chỉ ao ước có như thế, không cầu xin gì hơn nữa. Sáng ngày đạp xích lô chở bà Sáu ra chợ bán hàng rau cải và đạp xe về lo chở con Ngọc đến trường học. Sau đó ông Sáu mới đạp xe đi kiếm khách. Công việc đã thành nề nếp và như đã quen với ông hằng ngày, hằng tháng như vậy đó. Cho đến năm con Ngọc lên 12 tuổi thì gia đình ông Sáu - gồm 3 người - được định cư tại nước Mỹ theo diện H.O. Ông Sáu vẫn còng lưng đi làm, vẫn kiếm tiền qua nhiều công việc làm. Ông không từ chối bất cứ công việc nào, miễn là kiếm được tiền để lo cho vợ và con gái. Sau 4 năm định cư thì bà Sáu lại mất sức lao động qua một tai nạn bất ngờ. Một lần nữa, cái gánh nặng gia đình lại đè lên tấm lưng của ông Sáu. Nhưng ông không than van, không bất lực cùng công việc. Mà ông Sáu vẫn còn có thời gian để chở bà Sáu và con Ngọc đi thăm những thắng cảnh ở tiểu bang mình cư ngụ, đi thăm viếng và lễ Phật ở các đền chùa Việt Nam. Nhiều lúc ngồi ăn uống bên nhau trong tiệm Buffet, bà Sáu nhìn ông Sáu cười vui trong nước mắt. Bà không có chút ân hận nào từ khi lấy ông và sống bên ông cho đến bây giờ. Còn con Ngọc thì hết nhìn mẹ, rồi lại nhìn hình dáng ốm yếu của người cha đã hy sinh gần như trọn cuộc đời nầy cho vợ, cho con, rồi cũng mỉm cười trong những giọt nước mắt đong đầy kính thương vô bờ bến.

3.

Ông Sáu đang ngồi nghỉ trên ghế sofa với tách nước trà Sen trên tay. Ông nhìn mông lung qua ngoài trời. Nắng chiều vẫn còn điểm sáng trên những tàn lá thông xanh bên kia ngọn đồi thoai thoải dốc cuả sân đánh golf. Gió mùa nầy vẫn thổi liên tục làm cho những tán lá thông ngả nghiêng như đang nhảy múa trong một nhịp khúc quay cuồng. Ông Sáu đang nhớ về những ngày tháng cũ, những cuộc hành quân truy lùng giặc, những trận đánh sống chết với giặc mà người lính VNCH vẫn luôn tiến bước xung trận, xem cái chết vì Tổ Quốc nhẹ tựa lông hồng. Ông luôn nhớ về bạn bè, nhớ những nụ cười khi chia tay về đơn vị mới. Nhớ những nước mắt khóc bạn đã nằm xuống vĩnh viễn qua trận càn đánh chiếm lại từng con đường, từng thôn ấp, từng khu phố chợ vùng quê.

Những đêm dừng quân, căng chiếc võng nilong qua hai thân cây rừng, nằm nhìn lên vòm trời thưa thớt sao qua kẽ lá mà mơ ước về một đất nước bình yên. Một đất nước đã hết chiến tranh, không còn người chết bụi, chết bờ, chết nơi hố bom, chết trên những bãi mìn, trên giao thông hào, trên đồng ruộng... Và những hình ảnh đó như một cuộn phim đã được chiếu đi, chiếu lại thường xuyên trong tâm thức ông Sáu. Nó trở thành kỷ niệm. Kỷ niệm của thời binh nghiệp hào hùng không phai nhạt. Ông biết như thế. Và những người lính cầm súng như ông, họ cũng tự hào như thế. Ông Sáu nhắp môi hớp một ngụm nhỏ nước trà. Ông chớp chớp mắt mà lòng như còn trĩu nặng một gánh tang bồng chưa phỉ. Bà Sáu từ nhà sau đi lên và ngồi xuống bên chồng. Bà lấy tách rót ít nước trà và uống từng hớp nhỏ. Thật lâu, bà Sáu lên tiếng hỏi chồng:

- Ông à, Hôm nay là ngày mấy rồi hở ông?

Bất ngờ khi nghe bà Sáu hỏi, ông Sáu nhìn bà mà chưa trả lời vội. Ông để nhẹ tách trà xuống bàn, đưa mắt nhìn lên "lốc" lịch treo trên tường. Ông Sáu giật mình, nắm tay bà Sáu nói như hốt hoảng:

- Bà à, tôi quên nhắc cho bà và con Ngọc. Hôm nay là ngày thứ bảy, cũng là ngày lễ VU LAN. Bà và con Ngọc vào trong sửa soạn quần áo để tôi lái xe đưa đi Lễ Phật.

Ông Sáu "chặc chặc" lưỡi như là ông thầm trách tâm trí hay quên của ông. Bà Sáu đứng dậy, nhìn chồng trong niềm vui:

- Cũng rất may là ông còn nhớ ngày lễ nầy cho mẹ con tôi đi. Nếu không thì... Ông Sáu nói nhanh: "Thì.. thì bà buồn tôi chứ gì??".

- Cái ông nầy thiệt là... nói giỡn với mẹ con tôi. Hơi đâu mà buồn ông. Già rồi thì trí óc mình hay quên, hay lẩm cẩm chút chút vậy mà..

Bà Sáu vừa đi, vừa nói với lại:

- Ông nhớ ghé qua tiệm bán hoa để tôi mua một lẵng hoa tươi cúng Phật, nghe ông!.

-Ờ ..Ờ.. Tôi sẽ ghé ở đó trước khi đến chùa. Bà và con yên tâm đi..

Ông Sáu mỉm cười trả lời bà Sáu.

Từ ngày định cư tại đất Mỹ, không bao giờ ông Sáu lại quên chở bà Sáu và con Ngọc đi lễ Chùa. Ông lên lịch những ngày lễ ấy để dễ nhớ mà nhắc khéo vợ con. Ông muốn dành thật nhiều thời gian trong ngày nghỉ cuối tuần cho gia đình. Và lần nầy cũng vậy. Ông uống hết ngụm trà Sen trong tách, rồi đứng dậy vào phòng trong thay áo. Ông nghe như có tiếng con Ngọc đang hát nho nhỏ bài ca "bông hồng cài áo". Tiếng hát thanh thót, trong vắt như pha lê và trầm lắng, buồn buồn thấm sâu xuống như những giọt mưa khuya rơi tí tách trên ngàn lá. Tiếng hát như nhắc nhở đến những người con nên giữ tròn câu hiếu thảo đối với ông bà, cha mẹ của mình. Bất giác ông mỉm cười một mình. Ông biết năm nay, đứa con gái độc nhất trong nhà đang lớn dần lên ở lứa tuổi 16, thông minh, ngoan ngoãn vâng lời và biết kính thương cha mẹ.

4.

Ông Sáu lái xe chầm chậm trên đường đêm và đôi mắt căng ra, nhìn dọc, nhìn ngang liên tục để tìm khoảng trống trong parking. Ông thở dài và lẩm bẩm: "Đêm nay mọi người đi Lễ đông thật. Chà! Khó tìm được chỗ đậu xe đó nghe bà.". Bà Sáu nhón người lên, tay vịn thật chặt vào lưng ghế của ông Sáu:

- Nè ông, hay là ông đậu xe vào chỗ trống gần cổng chùa, về phía bên kia đi. Tôi nghĩ rằng ông sẽ đậu xe được đấy.

Ngọc tiếp lời mẹ:

- Nhưng mà đậu như vậy coi chừng bị kẹt xe ra vào đấy mẹ à. Hôm nay đi Lễ đông quá chừng chừng. Hay là..

Không đợi cho con Ngọc nói hết câu, Ông Sáu nói chen vào: "Được rồi mà, ba đậu xe xích qua bên cổng chút nữa, không có sao đâu. Con và Mẹ con đừng bận tâm". Vừa nói, ông Sáu vừa bẻ tay lái cho chiếc Toyota Camry đời 92, chạy từ từ đến chỗ đậu ưng ý nhất của gia đình. Bà Sáu và con Ngọc mở cửa vừa bước xuống xe, vừa nói:

- Nè ông, tôi và con Ngọc vào chùa nghe .Ông nằm ở trong xe, nếu thấy mỏi mệt thì ngã lưng vào nệm xe mà ngủ chờ mẹ con tôi Lễ xong rồi về..

- Ở ..ờ.., Bà và con Ngọc đi vui và nhớ cầu phúc, cầu đức cho gia đình mình nghe Bà. Bà nhớ là tôi đợi mẹ con bà ở đây nghe - Ông Sáu dặn dò Bà Sáu.

Vừa đi vào đến bên trong phòng ngồi nghe thuyết pháp, Bà Sáu quay qua nắm tay con Ngọc:

- Ngọc à, Sao hôm nay cái mí mắt phía tay mặt của Mẹ, nó cứ giựt giựt hoài. Mẹ nghi là có điềm xấu không được tốt xảy ra đó con..

- Ôi thôi đi mẹ à. Bây giờ là thời đại khoa học kỹ thuật tân tiến lắm rồi. Vậy mà mẹ cũng vẫn tin "dị đoan" như vậy à??.-

- Tại con không biết đâu. Mẹ có linh tính thường rất đúng với cái "dị đoan" mà mẹ mới vừa nói đó.

- Thôi, con và Mẹ vào tìm chỗ ngồi. Hôm nay người

đi dự lễ qúa đông. Lơ mơ con với mẹ không còn chỗ ngồi nữa đó.

Ngọc nắm bàn tay mẹ và giục mẹ nhanh chân bước vào chỗ ngồi phía trước gần bàn quý Sư ông đã ngồi. Rất may mắn cho Ngọc vì phía trái cánh cửa hậu ở vách tường ra vào còn đúng 2 chỗ để trống, chưa có người ngồi. Hương thơm của nhang trầm đang quyện dầy đặc vào khoảng không gian tương đối rộng rãi. Mùi hương đã làm cho lòng người Phật tử như dịu hẳn lại và trút bỏ đi những bợn nhơ, vướng mắc ra khỏi tâm hồn. Bà Sáu và Ngọc cũng đang chắp tay trước ngực và uống vào những lời kinh, câu kệ, và những lời thuyết pháp của Sư ông trụ trì chùa. Sau khi dứt bài thuyết pháp, và những hồi chuông vang vọng được đánh đi thì tất cả Phật tử đều đứng lên để nhận trên ngực áo trái của mình một đóa hoa hồng trắng, tượng trưng cho sự mất mát cha, mẹ hay đóa hoa hồng đỏ, tượng trưng cho sự vui sướng và hạnh phúc vì còn đủ mẹ cha. Con Ngọc được Sư Bà gắn lên ngực áo một đóa hoa hồng đỏ vì biết Ngọc vẫn còn đầy đủ Mẹ và Cha. Và Vị Sư Bà nắm tay Ngọc hỏi nhỏ: "Mô Phật. Thế thì... còn ba của con đâu rồi? Sao Bà chỉ thấy có mẹ con và con đến dự Lễ mà thôi??".

- Dạ, thưa Sư Bà, Ba của con đậu xe ngoài parking và ngồi chờ con và mẹ của con ở ngoài đó.

- Mô Phật. Bà thấy con là người con gái rất có hiếu thảo với mẹ cha. Vậy mà từ mấy năm nay đi Lễ chùa, hình như con đã quên đi ba của con rồi. Bây giờ con cầm lấy bông hồng nầy đem ra cài vào ngực áo ba của con đi..

- Dạ, Con Cảm ơn lời nhắc nhở đức hạnh của Sư Bà. Con sẽ nhận đóa hồng nầy và cài hoa lên ngực áo của Ba con. Con chắc rằng, Ba con sẽ vui lắm.

Bà Sáu ấp úng nói: "Con là vợ mà con cũng quên nhắc nhở đứa con mình làm việc ấy. Con có lỗi. Xin Sư Bà tha thứ cho con..

- Mô Phật, bây giờ nói ra cũng không muộn. Thí chủ cũng có tấm lòng nhân ái đấy. Tôi thường qua lại khu nhà ông bà để thăm bệnh cho người bà con bên nội. Nên đôi khi cũng hỏi thăm về hoàn cảnh gia đình bà qua người bà con ấy. Nguyện cầu Đức Phật gia hộ cho gia đình bà. Nam mô a di đà Phật.

Bà sáu cúi đầu: "Mô Phật..."

Ngọc hốt hoảng đứng như trời trồng, trong lúc ánh mắt nàng nhìn ngang, nhìn dọc để tìm chiếc xe của Ông Sáu. Cách xa lối cổng vào chùa, Ngọc thấy đèn xe cảnh sát và xe chữa cháy nhấp nháy ánh đèn xanh, đỏ với cả một đám đông người đứng vây xung quanh. Ngọc chạy nhanh về phía ấy. Nàng vạch đám đông người lách vào trong. Một cảnh tượng hãi hùng đập vào mắt nàng. Chiếc xe của Ông Sáu đã bị chiếc xe Truck to đùng, đụng vào cánh cửa xe nơi Ông Sáu ngồi. Cánh cửa xe móp vẹo lõm thụt vào trong. Ngọc thảng thốt kêu to lên: "Ba ơi! Ba đâu rồi? Ba của tôi đâu rồi? Ba ơi, Ba ơi..." Ngọc nghẹn ngào khóc thành tiếng trong lúc tai nàng nghe thật rõ từng lời nói của những người đứng vây quanh: "Ông tài xế đó đã được chở đi bệnh viện rồi, không biết sống chết ra sao? Tai nạn nặng quá. Cái ông tài xế xe Truck kia có uống rượu nên lạc tay lái đụng vào chiếc xe nhỏ nầy với tốc độ quá cao..."

Ngọc thấy như cả đất trời đang đổ sụp xuống chụp lên thân thể nàng. Nàng té quỵ xuống gần bên lằn vạch trắng của cảnh sát mà trên tay nàng vẫn còn nắm thật chặt đóa hoa hồng đỏ thắm chưa cài được lên ngực áo của Ba nàng.

Tiếng xì xầm, hốt hoảng của mọi người lại vang lên. Và trong khoảng không gian đầy ắp tiếng còi xe cứu thương, tiếng người nói qua lại, người người vẫn còn nghe được những tiếng chuông chùa chầm chậm, trầm ấm, ngân nga vang lên, vang xa.

Đêm ơi! Đêm ơi!!..

NAM GIAO/ (Arizona)

HẠ XƯA

Em nghiêng tóc
dáng Hạ xưa
cung mê lỗi nhịp
giấc trưa bồi hồi

Thác ghềnh
trăm chén giao bôi
cười tan nắng hạ
mắt khơi giếng sầu

Thời gian mòn gót
thiên lao
bài thơ ngày cũ
xanh xao giấc
vàng...

NỤ HỒNG

Thương em ngủ
nắng Hạ vàng
chim reo - phố núi
rỡ ràng thảm hoa

Ta từ đồng gió
bước ra
bâng khuâng hồn
mộng
mưa sa - cuối trời

Nhuộm vàng chi
nắng hạ ơi
áo em trong nắng
vàng phơi nụ hồng...

Nam Giao/Arizona

PHAN THÁI YÊN

꧁꧂ ꧁꧂ ꧁꧂ ꧁꧂ ꧁꧂ ꧁꧂ ꧁꧂ ꧁꧂꧁꧂ ꧁꧂ ꧁꧂ ꧁꧂ ꧁꧂

Học trò cũ Phan Châu Trinh, Đà Nẵng. Hiền thê cũng là bạn học cùng lớp. Thời nhỏ lớn lên ở hai nơi, Huế và Đà Nẵng. Vào lính sau khi (học đại) vài năm. Xuất thân từ trường Sĩ Quan Hải Quân Mỹ ở Rhodes Island. Sau bảy lăm bị lên rừng chém tre đẵn gỗ (ối a!) hết mấy năm. Vợ chồng vượt biên, lưu cư gần Song Thành (Twin Cities) xứ Vạn Hồ (Minnesota) từ 1981. Làm việc về IT ở trường Đại Học Minnesota từ 1986, hiện thì đang "cày" cho một công ty gần nhà. Vợ chồng có hai con đã trưởng thành. Con trai lớn dạy English Literature ở một trường đại học. Cô con gái làm việc cho Quốc hội Tiểu bang.

Tập tễnh viết lách từ mấy năm cuối trung học và những ngày lêu lổng "ngồi đồng" ở Hầm Gió nhiều hơn trong giảng đường. Tiền nhuận bút mỗi khi có bài họa hoằn được chọn đăng đều "cúng" vô cái hầm này.

Bỏ bút hơn hai mươi năm vì lính tráng hải hồ, tù đày, lưu xứ mưu sinh chìm nổi... Đang tập viết trở lại từ mười mấy năm nay.

Thục Nữ

truyện

Nữ tỉnh giấc chiêm bao. Tiếng chim xao xác bay về biển nghe cũng buồn như cơn mơ rớt lại còn thổn thức niềm hạnh phúc bơ vơ. Nữ biếng lười nằm nán lại với nàng, với người đàn bà trong mơ nằm chờ tình nhân trên đồi cát đẫm sương. Trong với víu cảm giác, góc xiên quen thuộc của tia nắng đầu ngày chiếu qua vách nhà mang đến cho nàng chút ấm áp trở về, nỗi vui được bao quanh bởi bao điều thân thuộc, kỷ niệm thiết tha. Cạnh đó, tất cả chỉ là cuộc sống trôi qua, bấp bênh phiền hà...

Nữ bỏ dạy về lại nhà. Nàng đã cố gắng không để ý tới sự bủn xỉn, nhỏ nhen, cân đo đong đếm của những con người phải thường trực mưu cầu trong một xã hội bao cấp chụp giựt. Chỉ tội nghiệp cho họ. Nhưng nàng không thể chịu đựng sự kiêu hãnh bán khai trâng tráo của nhóm người thiếu khả năng văn hóa lại có trách nhiệm dạy dỗ giáo dục thế hệ tương lai – những đứa bé đến trường với khăn vải đỏ quàng lên đôi vai gầy guộc thiếu ăn. Những buổi hội họp kiểm thảo trẻ nải chẳng liên quan chi tới việc dạy học. Nhóm giáo viên tụ quanh trên sân gạch trước nhà để tiết kiệm dầu thắp. Nữ thường ngồi lơ đãng nghe ý kiến, phê bình, thi đua, khẩu hiệu lả tả chìm trong tiếng kinh tụng trầm đều của bà quả phụ chủ nhà hay có khi nàng im lìm lay đùa với bóng mình trên sân vào những đêm trăng. Có lần Nữ bị kiểm điểm với lý do thiếu tinh thần tập thể vì ngồi họp trên chiếc đòn gỗ chứ không ngồi chò hỏ trên sân như các giáo viên khác. Nữ bật cười nhìn anh giáo viên quen duy nhất trong nhóm, cùng tốt nghiệp trường đào tạo giáo viên ở Hội An năm trước. Tuyên khổ sở nhấp nhổm trong dáng ngồi kiểu nước lụt, hai bắp vế ép sát bụng, cánh tay gác lên đầu gối đong đưa. Bóng người gãy đổ lên sân gạch như bầy khỉ ốm ngồi quanh. Nàng lấy câu chuyện đùa của một người bà con đem ra phát biểu ở buổi họp:

- Vào thời thực dân đế quốc, địa chủ bắt tá điền ngồi chò hỏ vào những bữa ăn để họ ăn ít mà mau no cho bớt tốn gạo. Ngày này đất nước đã thống nhất, chính sách cải cách ruộng đất của Cách Mạng đã diệt sạch hết bọn điền chủ bóc lột, bản thân tôi cảm thấy được giải phóng khi ngồi ghế, đồng thời sung sướng khi bao tử mình không bị chính hai cái bắp về kẹp lại.

Tổ giáo viên ngơ ngác nhìn nhau, chỉ có Tuyên mỉm cười nhìn nàng, lắc đầu chào thua.

Lần sau cùng, Nữ bị kiểm điểm đã đưa đến việc nàng xin nghỉ dạy sau một niên khóa ở Thăng Bình. Biết có xin cũng sẽ không được hiệu trưởng chấp thuận, Nữ đã nhờ Tuyên dạy thế rồi tự ý bỏ lớp một tuần theo bà bạn của mẹ vào Sài Gòn nhận quà chị Nhi gởi về từ Mỹ.

Chủ trì buổi họp là một cán bộ giáo dục trên huyện về. Anh ta nhìn Nữ chăm chú nhưng nàng tỏ vẻ như không hay biết anh ta là bạn học cũ của anh mình. Nàng ngẩng mặt nhìn lên phía trên tấm cờ đỏ loáng thoáng hàng chữ đề cao lao động học tập. Trên khoảng vách trần ố vàng loang lổ, con thằn lằn bám tường, dáng cong như chữ S ngần ngừ chưa biết tiến thoái về đâu. Tổ giáo viên ngồi đưa mắt nhìn nhau lúc người hiệu trưởng gay gắt phê bình Nữ và đọc đề nghị kỷ luật. Nữ bình thản ngồi nghe tiếng lời ganh tị, nhỏ nhen, phê bình, tố tụng mỗi giáo viên lần lượt vang lên như một dĩa hát cũ, mũi kim cùn đùi rời rạc xoay trên vòng rãnh mòn âm thanh ù lì bất biến. Mớ chữ "tàn dư Mỹ Ngụy, ôm chân đế quốc, trí thức tiểu tư sản, khắc phục, sửa sai..." lặp lại tới lui như một bài vè dở tệ. Bài hát quen của đám nhạc công tồi nín lại lúc Tuyên chợt đứng lên. Người thanh niên rụt rè thường ngày đã vắng mặt trong phòng họp hôm đó. Nữ cảm kích lắng nghe Tuyên phân trần cho nàng rồi xúc động nhận ra tấm lòng người thanh niên đang phơi trãi.

Người cán bộ chủ trì dài dòng lên tiếng. Bài hát cũ được lặp lại với cường điệu cao, nhưng lời đúc kết buổi họp đã khiến hầu như mọi người trong phòng họp không ít ngạc nhiên.

- Khả năng dạy tốt của đồng chí Nữ được đánh giá cao. Phòng giáo dục huyện sẽ đề nghị phân công trường lớp thích hợp cho đồng chí vào niên khóa tới. Trong thời gian hè, đồng chí Nữ sẽ được bố trí cơ hội phấn đấu trong các lớp bồi dưỡng đạo đức cách mạng ở Hội An.

Giáo viên lục tục bước ra khỏi phòng họp. Người cán bộ tươi cười ra hiệu cho Nữ ngồi lại.

- Cô Nữ có nhận ra tôi không?

Nữ gật đầu lúc người cán bộ kéo ghế ngồi gần.

- Mấy năm trước, lúc gần thi phổ thông tôi có theo Niên ra nhà cô ở Xuyên Thọ một lần. Chuyện lúc nãy cô không phải lo lắng gì. Tôi sẽ bố trí cô về trường sở gần Hội An, thích hợp với môn dạy của cô hơn.

Cô gái định mở lời nhưng rồi im lặng không nói.

- Anh Niên cô bây giờ đang ở đâu? Người cán bộ nháy mắt cười. Mỹ, Tây, hay Úc?

Nữ đắn đo hồi lâu rồi vắn tắt kể chuyện nhà, chuyện anh Niên vượt biên bị bắt mất liên lạc sau khi bị gởi đi lao động cho một đoàn thanh niên xung phong đâu đó trong rừng núi Nam Lào. Gia đình đang ra sức tìm kiếm nhưng vẫn chưa có kết quả.

Người thanh niên nhìn đăm đắm vào đôi mắt cô gái khiến nàng rụt rè lãng nhìn ra phía cửa lớp vương bụi nắng.

- À ra là vậy. Niên là người bạn vui tánh thời trung học. Anh ta thân mật vỗ vỗ lên tay Nữ. Tôi sẽ nhờ vài người bạn trên tỉnh đoàn tìm giúp. Khi nào có tin, tôi tìm cô ở đâu để cho biết đây?

Nữ vui mừng với hi vọng mới về anh Niên.

- Phố Hội chỉ ngang dọc vài đường như lòng bàn tay, ông cán bộ chỉ cần đi một vòng là tìm ra ngay. Nhất là nơi treo nhiều đèn lồng.

Những ngày sót lại của niên học rớt dần trên từng ngón tay. Nữ đến lớp lòng nao buồn về ngôi trường đầu tiên trong đời đi dạy. Nàng thương đám học trò nhỏ khi nghĩ tới khả năng của những giáo viên Nữ có dịp tiếp xúc và biết khá nhiều về họ. Tuyên lắng nghe, lắc đầu cười buồn.

- Tuyên chỉ mong làm hết khả năng bổn phận của mình để an lòng và được an thân. Có phải mình đã tham lam khi muốn cả hai? Giữ cho được đôi bàn tay sạch thiệt là quá khó giữa thời buổi này. Sống với thú biết làm sao đây?

Nữ khẽ đập lên vai bạn, nói đùa.

- Không sao! Thỉnh thoảng tay có vấy chút máu vì thọc huyết heo con bị bệnh để khỏi mất thịt lại có tiết canh đổi tiêu chuẩn đường của tổ giáo viên thì không sao.

Tuyên áy náy phân bua về lần đầu tiên trong đời anh cầm dao thọc huyết chú heo con anh hi vọng nuôi lớn để bán lấy tiền mua xe đạp.

- Tuyên vẫn băn khoăn mãi trong lòng từ hôm đó. Biết Nữ không vui lòng. Cả mình cũng vậy. Chẳng qua là mong được an thân với họ. Niên học tới không có Nữ ở đây, sinh hoạt chắc khó khăn hơn.

Cô gái nhìn theo Tuyên cúi đầu bước chậm qua sân gạch. Buổi chiều thả nghiêng bóng hàng cau gầy guộc lên mặt đất. Dáng Tuyên đứng rất buồn dưới chiếc cổng chào sơn đỏ vụng về hàng chữ tổ giáo viên quyết tâm dạy tốt theo gương bác Hồ.

Bên bờ giếng bà Giáo Thông ngồi rửa khoai lang để xắt phơi khô. Bầy gà con sau một hồi xúm quẩn quanh bà tìm không ra cái ăn thất vọng líu ríu bỏ đi theo tiếng kêu tục tục rất kham của gà mẹ. Bà Giáo ngày thường vốn ít nói nay càng đăm chiêu hơn. Bà đưa cho Nữ củ khoai Chợ Được vàng ửng vừa gọt sạch.

- Cô cắn thử một miếng đi. Ngọt ngay à. Khoai này xắt lát, phơi vài nắng, nhai trong miệng ngọt tươm như mật. Con Thăng-Bình tui hồi đó, mấy buổi tối trời lạnh, con bé ngồi học bài đâu không thấy mà chỉ một hồi là rổ khoai khô đã lưng một nửa.

Bà Giáo Thông ngưng tay, nhìn về phía nhà trên, chép miệng thở dài.

- Sang năm lại thêm một con Hà Nam Ninh khăn gói vô nữa chắc tui giao luôn cái nhà cho họ, bỏ đi khuất cho đỡ gai con mắt. Cô coi, cả cơ ngơi ông nhà tui vất vả suốt đời họ cũng cướp mất chỉ để lại cho cái chái bếp.

Nữ thoa thoa lên lưng gầy người mẹ. Hai người đàn bà ngồi bên nhau yên lặng.

- Giờ này bên đó là buổi sáng phải không cô giáo?

- Dạ, chắc năm sáu giờ sáng.

- Tui chờ giấy báo về đi lãnh quà con Bình gởi. Trông sao tụi nó gởi kèm thiệt nhiều hình về coi cho đỡ nhớ. Thiệt khó mà hình dung cái xứ sở đó. Lái xe năm sáu chục cây số mỗi sáng đi làm, chiều lái về. Còn dài đường hơn từ đây chạy ra Đà Nẵng. Chắc hai vợ chồng nó phải lui cui dậy từ hồi hai ba giờ sáng mới chuẩn bị cho kịp mà đi làm. Chợ búa nghe nói cũng phải đi cả giờ mới tới. Hai ba tuần đi chợ một lần thì lấy gì mà ăn trong nhà... Bà mẹ thương con cháu, giọt nước mắt lăn xuống buổi chiều rất chậm.

Những ngày đầu về lại nhà Nữ ra vào bâng khuâng nhớ ngôi trường nghèo, nhớ khoảng sân gạch đọng rêu mảnh mai bóng hàng cau, nhớ mùi nhang khói quyện trong tiếng kinh tụng trầm đều mỗi đầu đêm. Nữ đứng tựa cửa bếp nhìn bầy gà con bà Giáo Thông tặng nàng giờ đây thiếu mẹ chạy lẩn quẩn chiêm chiếp quanh lu nước. Nàng xúc động nhớ lại hình ảnh bà Giáo te te xách giỏ gà đi trước, Nữ phụ Tuyên cắm cúi đẩy chiếc xe đạp mượn thồ cái rương lớn của nàng theo sau. Bóng hai người đứng trên bến đò

Bình Triều xa dần theo từng tay vẫy.

Nữ trở về với cuộc sống quen, quanh cạnh người thân thuộc ở hợp tác xã làm đèn lồng và lớp dạy tiếng Anh cho học trò nhỏ trong phố. Chuyến đò dọc trở ra cửa biển vào mỗi cuối ngày. Nữ ngồi yên lặng giữa đám người tất tả, lắng nghe tóc mình váng vất bay trong gió. Nàng nhắm mắt mường tượng đoàn tàu của anh Dõng, anh Tuân chẻ sóng lao mình trên dòng sông nước cuộn. Mường tượng bước chân cơ khổ mẹ cha bơ phờ bờ dốc cát vàng loang nắng. Xem hoài không chán hình ảnh gia đình chị Nhi hạnh phúc tươi vui trong những tấm hình màu rực rỡ. Nữ thuộc nằm lòng những tờ thư anh chị gởi hết nhớ thương về em gái. Chị nhắn sẽ tiếp tục gởi nhiều quà về để nhờ cậu dì từ Quế Sơn xuống xây lăng mộ, trang trải việc tìm kiếm anh Niên và giúp cô em gái côi cút khỏi phải lo chuyện áo cơm.

Người cán bộ bạn học của Niên đã vài lần ghé hợp tác xã với đôi chút tin tức mơ hồ. Mới đây anh ta còn mở lời mời Nữ đi thăm chơi Đà Nẵng. Nữ đã khéo lời thoái thác, nàng có cảm tưởng anh ta chỉ lấy cớ để có dịp gần gủi chuyện trò lợi dụng. Ý nghĩ khiến Nữ lo lắng nhưng việc kiếm tìm tông tích của anh đã hơn hai năm biệt tăm quan trọng hơn nhiều. Nữ vẫn chưa tiết lộ với người cán bộ quyết định không trở lại trường vào niên khóa tới của mình. Sự tiếp xúc với người đàn ông này càng khiến nàng băn khoăn và thương nhớ Tuân hơn. Không biết giờ này anh đang ở đâu. Phải chi anh Niên thành công trong chuyến vượt biên hay vẫn bình an ở nhà thì có lẽ giờ này Tuân và nàng đang bên nhau, cho dù cùng nhau lận đận ở một nơi nào đó.

Một buổi chiều sau buổi làm ở hợp tác xã, Nữ đang đứng ở bến đò chờ ghe thì một thằng bé đến gần rụt rè trao cho nàng hộp giấy nhỏ.

- Của chú kia nhờ em đưa cho cô.

Cậu bé chỉ vấp vúng được câu nói ngắn rồi vùng chạy biến. Trong hộp là vài cassette nhạc cũ và trang thư ngắn. Nữ nhìn tên người viết, mắt ngời vui. Suốt chuyến đò dọc, nàng nâng niu chiếc hộp giấy trên tay như một bảo vật.

Cơm nước xong mà trời chỉ mới vừa sập tối. Người chi mà ác. Còn cả một đêm dài. Nữ chợt thẹn thùng rạo rực với ý nghĩ của mình lúc nhìn bầu trời mùa hè vào đêm thấp thoáng sao xa. Trong bóng tối của giàn mướp sai lá, Nữ cởi bỏ quần áo nhẹ nhàng rưới từng gáo nước lên thân trần. Cảm giác mát lạnh, chậm mà rạt rào trôi xuống chan hòa rồi tan thấm vào nỗi sung sướng không ngờ. Tiếng nhạc vọng nhẹ từ chiếc máy cassette đặt cạnh liếp cửa bếp xao xuyến mơ hồ. Những bài hát Nữ chưa hề nghe qua, ray rứt bồi hồi tiếng tình nhân thầm thì vương vấn từng bước chân tìm kiếm quay về... *Ta đi ngóng trông em, trong bóng đêm dài tan. Ngàn tơ vàng chìm lắng, mơ dáng ai về, trong ánh trăng vàng... Ta thiếp đi vì đêm tàn rồi. Bên khúc sông lạnh riêng mình ngồi. Ôm cánh hoa đọng ngát hương môi. Xa vắng cho lòng nhớ xa xôi...* (Đợi chờ - Phạm Đình Chương). Tiếng hát ma mị trổi cao mà khắc khoải theo tiếng tây ban cầm bứt rứt chập chùng. *Màn đêm mở huyệt sâu. Mộng đầu xin dài lâu. Một vì sao lạ rơi, nghe hồn tê tái trên dòng hương khói bay... Giấc mơ xưa khăn phủ vành sô. Có yêu nhau ngọt ngào tìm nhau. Chết bên nhau thật là hồn nhiên!...* (Dạ khúc cho tình nhân – Lê Uyên Phương).

Nữ thức ngủ chập chờn chờ đợi. Rồi đêm cũng cạn dần theo nửa khuya về sáng. Cô gái đi về phía rặng phi lao trên đỉnh dốc cát. Người đàn ông đã chờ ở đó từ lâu. Ngồi bên nhau trong bóng tối hoang vắng vây quanh, họ thầm thì kể chuyện vui buồn, thành công, thất bại đến với đời mình suốt một năm xa cách.

Đêm chở che và nỗi nhớ ngất trời nên ngôn từ rớt lặng không hay. Còn lại từng nụ hôn dài đến tận cùng hơi thở và vòng tay trườn quấn vào nhau cho nhục cảm lên khơi. Cô gái nằm rướn người trên cát, thân sóng dập dồn. Những vì sao nhấp nhô trên trần vai rắn chắc của Tuấn phủ lên khuôn mặt nàng rực hồng cơn hạnh phúc trào dâng. Anh thì thầm những lời làm mắt cô gái ríu lại. Tinh sương ngày chưa kịp lên đã vội buông màn đêm nguyệt tận. Đêm chật ních không gian, choàng kín đôi thân trai gái ghì xiết nhau trong chiếc kén đam mê chẳng một thoát âm. Đêm mơn man vạt cỏ bồng e ấp nguyên xuân, bãi bờ thân xác mơn man lồng lộng triều dâng. Bao mường tượng nhớ nhung của một thời thiếu nữ yêu người quẩy níu sâu ngập vào nhau, cuống quít tràn đầy. Môi căng trào âm thanh thuở hồng hoang. Mắt nhắm. Gió thì thào tiếng phi lao. Tiếng thời gian.

Sương tan... Người đàn bà trở mình trên ân cần trao thân. Bóng người đàn ông chèo đò qua đầm sông xa vời vợi. Đồi cát lan dần theo hoang liêu, quạnh quẽ bờ phi lao. Cơ hồ tiếng gọi từ một nơi rất xa nghe như tiếng gió mùa thổi lộng nỗi hoài mong. Như tiếng thời gian đi mất, chìm xa, băng lãng bóng con tàu trôi trên dòng sông vọng hao tiếng sóng.

Người đàn bà trở về nhà, thẹn thùng bước chân qua giấc mơ và nỗi hạnh phúc của sóng lang thang, xa xôi mà vẫn mãi rạt rào. Hạnh phúc rướn dài qua năm tháng đời người, qua từng bước mộng du ấm ướt vào những sớm mai. Niềm hạnh phúc mong manh như cảm giác khẽ khàng của cát trôi dài dưới lòng bàn chân đã lay nàng thức dậy. Gió nồng nàn hương muối. Tiếng chim bay lưng trời. Bầy ghe cá đêm khơi trở về. Tiếng người lao xao bến sông. Buổi sáng nở ra thật thà như thân cá bạc còn quẩy mình trong thúng.

Thục Nữ vịn tay lên mạn thuyền thô nhám nghĩ tới những con cá bị mắc câu vướng lưới ngoài khơi xa giữa đêm trắng lòng ngư phủ. Rồi nàng nghĩ về bầy cá nhỏ quanh quẩn đầm sông mà tội nghiệp cho hạnh phúc lang thang tưởng vọng của mình. ★ Phan Thái Yên

ĐỖ TIẾN ĐỨC

tạ ơn anh

Anh không còn đôi chân
Lướt trên sàn khiêu vũ
Anh không còn đôi tay
Kê đầu em giấc ngủ

Anh không còn là người
Cũng không thành con thú
Môi anh sao mỉm cười
Mắt như vì tinh tú

Anh ngày xưa ngày xưa
Là thiên thần mũ đỏ
 Chân anh mang giày saut
Tay lái dù trong gió

Hay anh là nghĩa quân
Giữ làng cho dân ngủ
Hay anh là mũ xanh
Tuyến đầu anh trấn thủ

Đất mẹ chưa ru anh
Cuộc chiến tàn cờ rủ
Tay chân làm phân xanh
Vài ba bông dại nở

Xưa lựu đạn dao găm
Nay chiếc lon nho nhỏ
Xưa đánh pháo diệt tăng
Nay cơm thừa nước đổ

Xưa đồng đội như rừng
Gót giày vang mặt phố
Nay xa cách muôn trùng
Một thân nơi xó chợ

Những người hai mươi năm
Thoảng như cơn mộng dở
Còn mỗi khúc thân tàn
Vinh danh ngày tháng cũ.

318

SONG NHỊ

෩ඏ ෩ඏ ෩ඏ ෩ඏ ෩ඏ ෩ඏ ෩ඏ ෩ඏ෩ඏ ෩ඏ ෩ඏ ෩ඏ

Bút hiệu khác: Hà Viết Tịnh. Lão Trượng
- Sinh quán tại Xã Phú Gia, Hương Khê, Hà Tĩnh.
- Tuổi Mậu Dần. Ngày sinh 9 tháng 10 (16-8 ÂL)
Trong giấy Thế vì khai sinh ghi ngày 1-4-1945
- Năm 1957 theo gia đình vượt biên sang Lào, sau
CCRĐ - Năm 1960 về Sài Gòn - Tú Tài II/Toán - Học
hai năm Luật Khoa Sài Gòn - Đại Học Vạn Hạnh
(1965-1968) Ban Cử nhân Giáo Khoa Văn Học Á Đông.
- Trước năm 1975 viết báo, dạy học, đi lính.
- Nguyên chủ Bút BNS Hướng Đi SV Vạn Hạnh
1965-68 - Chủ Bút Đặc San Máu Lửa 1968 - Biên Tập
Viên Nguyệt san Bộ Binh (Trường Võ Khoa Thủ Đức)
4/69 - Biên Tập Viên nhật báo Quật Cường 1971-75.
- Giáo Sư Trung Học Phan Sào Nam, Sài Gòn.
Trung Học Khiết Tâm Biên Hòa. Trung Học Bồ Đề
Thủ Đức. (1965-1975) - Giám Đốc Học Vụ Trung Tâm
Giáo Dục Trương Minh Giảng, SG 1967-1972
- Sĩ Quan Trừ Bị Khóa 4/69 - Biệt phái Nha Hành
Chánh Nhân Viên, Phủ Tổng Thống - Chánh Sự
Vụ/Chủ Sự Phòng Báo Chí -

■ Tù cải tạo: 1975 - 1983 qua các trại: Long Thành, Thủ Đức, Quảng Ninh, Thanh Hóa, Xuân Lộc (Z30A) ■ Đến Mỹ ngày 16-2-1993 HO 14 ■ Định cư tại tại San Jose, California.

TÁC PHẨM:

■ Một Đời Không Nguôi * thơ 1968 ■ Trường Ca Người Viết Sử * thơ 1972 ■ Tình Còn Trong Lãng Quên * thơ 1975 (In chung với tác giả Huỳnh Ngọc Điệp) ■ VỀ LỐI ĐI XƯA *thơ 1999 ■ Tiếng Hờn Chiến Mã, Cội Nguồn 1996 ■ tái bản 2002 ■ Tiếng Hót Loài Chim Di *Thơ, Cội Nguồn 2004 ■ Lưu Dân Thi Thoại - Bút Luận 25 Năm Thơ Hải Ngoại (Đồng biên soạn với Diên Nghị, Cội Nguồn 2003)

■ NỬA THẾ KỶ VIỆT NAM - Bút ký. Tự truyện, Cội Nguồn 01/2010) ■ Tái Bản 6/2010).

■ Khoảnh Vườn Văn ■ Lời Rao Giảng Của Thơ
■ CD 12 Tâm Khúc phổ Thơ Song Nhị, Cội Nguồn 2010
■ Đã có 42 bài thơ được phổ nhạc bởi các nhạc sĩ: Võ tá Hân, Vĩnh Điện, Đào Nguyên, Hiếu Anh, Lynh Phương, Trần Hưng Nguyên, Nguyên Nhu, Ngọc Loan, Lê Quốc Tấn, Anh Việt Thanh Paris, Minh Sơn Paris, Nguyễn Hữu Tân, Trọng Minh, Trần Thị Thu Thu, Hoàng Dung, Vũ Đức Nghiêm, Tô Dương Tử Sài Gòn...

SINH HOẠT VĂN HỌC:

■ Sáng lập, Trưởng Điều Hành Cơ Sở Thi Văn Cội Nguồn từ 1995 ■ Chủ Biên Trang Văn Học Nghệ Thuật Cội Nguồn, nhật báo Thời Báo San Jose từ năm 1998 ■ Chủ Nhiệm/Chủ Bút tạp chí Nguồn/California từ năm 2005 ■ Chủ trương nhà xuất bản Cội Nguồn ■ Chủ trương, biên tập, ấn hành 50 tác phẩm thơ/văn (từ 1995 -2012) ■Chánh Giám khảo giải Truyện ngắn Diễn đàn vietno (Việt-Na Uy) 2006. Bài dự vào tuyển tập "Bản Hợp Tấu", Coi Nguon XB 2007.

CÁC TÁC PHẨM CỘI NGUỒN
TRÊN LƯỚI TOÀN CẦU:

■ **Lưu Dân Thi Thoại**
http://www.bookfinder.com/dir/i/Luu_Dan_Thi_Thoai-
But_Luan_25_Nam_Tho_Hai_Ngoai/0971262667/?ref=bf_ih_8_12
■ **Nửa Thế Kỷ Viet Nam** http://lccn.loc.gov/2010680816
Call Number : DS556.93.S66 A3 2010 Viet
■ Song Nhị có tên trong Tác giả Việt Nam/ Vietnamese
Authors/ Lê BẢo Hoàng/ Sóng Văn Magazine 2005/
Nhân Ảnh Tái Bản, Canada 2006 ■
■ Góp mặt trong "Một Phần Tư Thế Kỷ Thi Ca Việt
Nam Hải Ngoại 1" – Võ Đức Trung, Paris 2002 ■ Thơ Tình
Việt Nam Và Thế Giới – Nguyễn Hùng Trương, NXB Thanh
Niên, Sài Gòn 1998.
■ **Cõi Thơ Tìm Gặp**, *Khảo Luận. Diên Nghị, Cội Nguồn
2008.
■ http://www.thewriterpost.net/twp_v5_double_issue.htm
■ http://www.thewriterpost.net/author_songnhi.htm
    ■ http://www.art2all.net/
    ■ www.docsu.blogspot.com
http://dactrung.net/tho/tacgiamautu.aspx?MauTu=5
    ■ http://songnhicoinguon-thienly.blogspot.com/
■ Các tác phẩm lưu trữ tại Thư Viện Quốc Hội Hoa Kỳ:
                http://catalog.loc.gov/
■ Tìm các tác phẩm của Cội Nguồn tại thư viện Đại Học
Cornell:
http://cornell.worldcat.org/search?q=song+nhi&qt=wc_org_cornell
&GO=GO
http://cornell.worldcat.org/wcidentities/lccn-nr98-43540

Muốn tìm tác phẩm Cội Nguồn dùng URL này; rồi nhấn
vào "Basic Search" và tìm đến (1) title hay tác giả (author);
hoặc điền vào "Quick search" phía trên. Searching method
rất dễ dùng: http://catalog.loc.gov/

DUYÊN NỢ TIỀN THÂN

truyện

Đặng Tâm là đứa con thứ sáu trong một gia đình có tám anh em. Tâm xuất gia từ năm lên tám tuổi với hòa Thượng Tuệ Giác, một vị cao tăng tại chùa Long Thọ. Năm hai mươi tám tuổi, nghĩa là hai mươi năm sau, kể từ ngày Đặng Tâm theo thầy học đạo, chàng nổi tiếng là một sa môn uyên bác về kinh điển nhà Phật và là người có đức độ khó ai bì kịp.

Từ ngày quy y, Đặng Tâm có pháp danh là Pháp Không. Sư Pháp Không có dáng người thon cao, vẻ mặt quắc thước, mà phúc hậu. Đôi mắt của nhà sư như ẩn chứa một cái gì vừa ấm áp, vừa mênh mông huyền diệu. Giọng nói trầm trầm, truyền cảm làm cho người đối diện phải đem lòng mến mộ.

Một lần, sau buổi thuyết pháp đề tài về "luật nhân quả", thầy về tới tăng phòng thì gặp một người con gái đứng chờ trước cửa. Người thiếu nữ ấy khoảng hai mươi tuổi, ăn mặc theo lối Âu, gương mặt đẹp, sắc sảo, quý phái. Vừa thấy thầy, thiếu nữ chắp tay, cúi đầu:

- Bạch thầy, xin thầy hoan hỉ cho con được vấn đạo.

- Mô Phật, nếu câu hỏi của tín nữ thuộc lãnh vực hiểu biết của bần tăng, bần tăng xin sẵn lòng.

Thiếu nữ cung kính cúi đầu:

- Bạch thầy, theo như bài luật nhân quả mà thầy vừa thuyết giảng, con thấy không phù hợp với những gì đang diễn ra trong xã hội hôm nay. Như kẻ hiền lành thì lại bị đói khổ, bị áp bức. Kẻ độc ác, gian manh thì lại được giàu có, uy quyền. Người lương thiện thì chết yếu, kẻ hung tàn lại sống lâu. Nếu có luật nhân quả sao lại còn những trái ngược đó?

Sư Pháp Không chậm rãi trả lời:

- Nhân quả là gọi tắt của Nhân Duyên Quả Báo. Nhân Duyên có hòa hợp mới sinh ra Quả. Ví như hạt lúa là Nhân mà hợp với đất, nước, phân bón là Duyên mà sinh ra cây lúa. Về phương diện nhân sinh, người có Nhân từ kiếp trước, hiện tại mới gặp Duyên mà sinh ra Quả. Có người kiếp trước đã gieo Nhân mà mãi đến đời sau, đời sau nữa mới gặp Duyên để thành ra Quả. Bởi lẽ ấy nên có người đời này tu nhân tích đức nhưng lại bị tai họa. Người khác, đời này ác độc, hung tàn mà lại được hưởng giàu sang, quyền quý.

Người tín nữ vẫn tỏ vẻ chưa hài lòng với lời giải thích của sư Pháp Không. Nàng nhỏ nhẹ:

- Bạch Thầy, như vậy là luật nhân quả cũng có kẽ hở?

Sư Pháp Không vẫn ôn tồn:

- Bởi vì người đời không rõ lẽ ác báo và phúc báo. Nhân Ác trồng ở kiếp này chưa đủ thời gian để thành Quả Ác. Nhân Lành gieo ở kiếp trước chưa đủ thời gian để thành Quả Phước cho đời hiện tại. Tất cả đều là do vòng chuyển hóa của luân hồi định nghiệp. Không có kẽ hở như luật pháp của thế gian. Bánh xe quay nhanh hay chậm thì chỗ ráp nối đến chậm hay nhanh, tùy thuộc vào vòng quay, vào nội tại của người đạp xe. Bánh xe pháp luân tùy thuộc vào Nhân Duyên. Người thanh thản đạp xe chậm rãi, kẻ âu lo đạp xe vội vàng. Người thiện nhiều, nghiệp báo chậm, kẻ ác hung nghiệp báo nhanh. Chậm hay nhanh là do Nhân Duyên. Lành dữ cũng do Nhân Duyên. Nghiệp báo cũng thế. Tựu trung không sớm thì muộn: Nhân nào Quả ấy.

Thiếu nữ lại chắp tay hỏi tiếp:

- Bạch thầy, thế nào là lòng từ bi?

- Từ bi là tình thương. Bất cứ là thứ tình thương

nào mà người thương biết quên mình, không đòi hỏi một tình thương được trả lại. Từ bi là một thứ vị tha nhân, không vị kỷ, là một thứ cho mà không nhận.

- Bạch thầy, thế nào là cho? Thế nào là nhận?

- Cho là "xả", nhận là "thọ". Cho là "vô", nhận là "hữu". Cho là vì người, nhận là vì ta.

- Như vậy một người nữ yêu một người nam là "cho" hay là "nhận".

- Đó là nhận.

- Tại sao?

- Yêu người muốn được người yêu lại, đó là vì yêu mình chứ không phải yêu người.

- Vậy thế nào mới được gọi là "yêu người"?

- Hy sinh, quên mình.

- Khó quá.

- Khó, dễ tại tâm sanh. Không khó, không dễ thì tâm diệt.

- Tâm diệt thì được gì?

- Tịnh lạc.

- Bạch thầy, muốn "lạc" mà không muốn "tịnh" được không?

- Muốn có gì mát mà không muốn cành lá lay động, đó là ảo tưởng.

- Bạch thầy, tình yêu có tịnh lạc không?

- Có và không?

- Xin thầy cho thí dụ.

- Nước biển mặn là do chất muối. Muối thành do nước biển. Tình yêu là "dụng", tịnh lạc là "thể". Bản chất của "dụng" là động. Bản chất của "thể" là tịnh. Đã động thì bất tịnh. Động thì không có tịnh lạc.

- Nói như vậy chẳng khác nào khuyên người ta đừng yêu nhau. Nòi giống loài người làm sao tồn tại và phát triển để phụng sự Phật pháp.

- Không phải con người phụng sự Phật pháp, vì Phật pháp vốn là không có. Nói Phật pháp như một thể "hữu" để cho con người dễ hiểu. Đúng ra, Phật pháp phụng sự con người. Phật pháp là phương tiện đưa con người đến sự giải thoát. Khi cứu cánh ấy đã đạt đến thì phương tiện kia không còn.

Người thiếu nữ quỳ xuống, tự xưng tên là Hoàng Bích Vân, nhìn nhà sư rồi nói thật nhỏ:

- Dù sao thì... "em" vẫn muốn cái "tịnh lạc" kia chính là "tình yêu" mà em đang mơ ước kiếm tìm.

Sư Pháp Không chắp tay:

- Mô Phật, điều đó ngoài sự hiểu biết của bần tăng. Xin từ biệt.

Nhà sư quay lưng bước về phòng. Bích Vân gọi với theo:

- Thầy..! Thầy!..

Nhưng cánh cửa sau lưng nhà sư đã đóng lại.

Hòa thượng Tuệ Giác nhìn môn đệ của mình là sa môn Pháp Không rồi nói:

- Thầy muốn con hoàn tục.

Sư Pháp Không giật mình, kinh sợ:

- Bạch sư phụ xin minh xét cho đệ tử.

Hòa thượng Tuệ Giác vẫn giọng ôn tồn:

- Sư Pháp Không nước mắt đã ràn rụa, nhạt nhòa, quỳ xuống lạy thầy:

- Xin sư phụ hỉ xả. Đừng đuổi con. Con đã nguyện trọn đời nương thân chốn thiền môn.

- Thầy đã nói hết lời rồi. Đó là nghiệp quả của con. Kiếp trước con đã hẹn hò với người ta nên đời nay con phải trả, phải làm tròn lời hẹn ước.

Sư Pháp Không năn nỉ:

- Bạch sư phụ, tất cả không phải vì con. Xin sư phụ cho con được nương thân dưới bóng từ bi của sư phụ, của Phật pháp.

- Đừng, con đừng nói thêm nữa. Khi nào con dứt căn duyên, làm xong lời thề ước với người ta, con hãy trở về đây. Còn bây giờ... con về phòng thu xếp. Đừng lại từ giã thầy. Con đi đi. Đóng cửa phòng lại cho thầy.

Nói xong, Hòa thượng kiết già, mắt nhắm nghiền, người cứng như pho tượng. Biết không còn có thể thưa gửi được gì thêm, sư Pháp Không lạy thầy rồi bước ra ngoài, vừa đi vừa khóc.

Thấm thoắt đã hai năm, thời gian đi qua nhanh quá. Đặng Tâm ở một mình trong một am nhỏ trên mảnh đất của tổ phụ. Chàng vẫn ăn chay, giữ giới, mặc dù giờ đây chàng đã mặc áo đời. Nhiều người trước đây quen biết gia đình chàng, thấy Đặng Tâm hoàn tục, có ý muốn gả con gái cho chàng. Nhưng chàng đều từ chối. Những lúc ngồi một mình Đặng Tâm buồn vời vợi. Bạn bè khuyên nên lập gia đình, chàng cự tuyệt. Đặng Tâm muốn tâm hồn được thanh thản, nhưng bị những cô gái quanh vùng đến quấy rầy. Có cô đến nghe thầy giảng kinh. Có người đến xin thầy học đàn Tây Ban Cầm. Lại có cô xin được đến nấu cơm, giặt giũ săn sóc... Đặng Tâm khổ tâm và lung túng.

Rồi một buổi sáng, Đặng Tâm thay y phục, định đến thăm một người bạn thì Bích Vân, cô gái "vấn đạo" cách đây hai năm đột ngột xuất hiện. Vừa nhìn thấy thầy, cô chợt òa lên khóc. Đặng Tâm lo lắng cất tiếng hỏi:

- Cô có gì buồn lắm phải không?

Bích Vân càng khóc lớn hơn, Đặng Tâm nói tiếp:

- Ở đây cô không nên làm thế. Nếu người ta hiểu lầm thì thật là tai hại cho tôi.

Bích Vân nức nở:

- Em đã tìm thầy suốt mấy năm hôm nay mới gặp. Bây giờ thầy đã hoàn tục, còn sợ gì người ta hiểu lầm nữa.

- Cô tìm tôi? Nhưng để làm gì?

Bích Vân lau nước mắt. Đôi mắt đẹp và buồn ngước nhìn Đặng Tâm:

- Em... em... không thể sống xa thầy.

Đặng Tâm cố nén cơn giận dữ vừa òa đến:

- Cô có biết vì cô mà tôi bị xuất tự không?

Bích Vân thổn thức:

- Dạ em biết.

- Đã biết mà cô còn tới tìm tôi?

- Em tìm... anh để nói cho anh hay là...

Đặng Tâm xoa tay:

- Cô đừng nói gì nữa cả. Điều mà cô sắp nói không ý nghĩa gì với tôi, không lợi ích gì cho cô và cho tôi. Cũng vì điều cô sắp nói và cô đã làm mà thầy tôi bắt tôi phải hoàn tục. Hai mươi năm tu hành, phút chốc vì cô mà phải uổng phí.

- Giờ đây anh đã về nhà. Cuộc sống của anh đã khác, không lẽ cứ như thế này mãi. Gia đình em giàu có. Nếu chúng ta kết hôn, anh sẽ không còn vất vả nữa.

Đặng Tâm thở dài:

- Cô vẫn giữ mãi ý định kỳ lạ đó? Tôi chưa bao giờ nghĩ đến tình ái ở cuộc đời này. Tôi tha thiết xin cô hãy bình tâm, nếu có thể chúng ta sẽ làm bạn, chứ không thể là vợ chồng.

Bích Vân gắng gượng hỏi:

- Có ai cấm anh lập gia đình đâu.

- Tâm ý của tôi không cho phép cô ạ.

Không lay chuyển được lòng dạ sắt đá của Đặng Tâm, Bích Vân vô cùng tuyệt vọng, nàng đứng lên quay gót, bước đi như một kẻ không hồn.

Biết không thể ở đây được, Đặng Tâm đóng cửa am, đi tìm một nơi nào đó để được an thân, bình tâm mà tu hành. Trên đường đi, một hôm chàng ghé vào chùa Bửu Tự vấn an sư thúc là Hòa thượng Pháp Nhãn. Sau khi kể sự việc phải hoàn tục của mình, Đặng Tâm thỉnh cầu sư thúc xin với sư phụ của chàng để trở về chùa cũ. Hòa Thượng ngồi tịnh một giờ lâu rồi mở mắt nhìn Đặng Tâm:

- Oan nghiệt! Đó là oan nghiệt, là tiền căn.

Đặng Tâm xin sư thúc chỉ rõ. Hòa thượng Pháp Nhãn chậm rãi nói:

- Ngươi đã có ấn chứng, sao không dùng mà soi lại tiền căn của mình.

Đặng Tâm như sực tỉnh, nhưng vẫn thưa:

- Nhưng còn cô gái Bích Vân..., thưa sư thúc.

- Cứ ngồi định tâm, thầy sẽ giúp cho.

Đặng Tâm ngồi vào nệm cỏ, buông xả hết mọi ưu tư, tạp tưởng. Một lúc, Đặng Tâm cảm nhận một luồng thanh điển đưa chàng đến một nơi xa lạ. Đặng Tâm thấy mình là một thầy tu, đem lòng yêu thương một thiếu nữ con nhà giàu có. Chàng trốn chùa về ở với người con gái đó. Được vài năm, hạnh phúc đang tràn đầy thì người con gái đó chết. Chàng quá thương tiếc, thề suốt đời ở vậy, không tục huyền. Người đó là Bích Vân kiếp này.

Khi biết rõ tiền căn duyên nợ, chàng thở dài, mở mắt. Vị sư thúc của chàng an ủi:

- Bây giờ, một là con lấy nàng, hai là con phải ở vậy cho tới suốt đời. Nếu lấy nàng, trả hết nợ tiền căn con mới được quy tụ, tiếp tục tu hành. Nếu không, con phải sống một cuộc đời nửa tăng nửa tục. Kiếp sau nữa con vẫn phải tái sanh mà kết duyên tơ tóc với nàng. Sẽ cứ như vậy mãi. Con đường giải thoát của con còn bất tận.

Từ đó thỉnh thoảng người ta thấy chàng thanh niên tuấn tú ấy xuất hiện, nay tới chùa này, mai tới chùa khác để "soi căn" cho những bá tánh thỉnh cầu. Trong lời "soi căn", chàng dùng những ẩn ngữ sâu xa, diễn tả bằng thể văn vần song thất lục bát. Lời ngâm đều, chậm, mang những dư âm buồn man mác xa xôi.

Cũng vì căn duyên tiền định, Bích Vân vẫn lâu lâu tìm gặp Đặng Tâm một lần, dù chỉ để nhìn nhau một thoáng, nói vài câu van xin và nghe mấy lời cự tuyệt. Nhưng hình ảnh cô gái diễm kiều này đã dần dần len vào tâm tưởng Đặng Tâm. Lần gặp lại Bích Vân mới đây Đặng Tâm có những lời lẽ thân tình gần gũi hơn. Khoảng cách biệt đã dần dần được thu hẹp để xích lại lần ranh kết nối của cuộc hẹn hò duyên nợ tiền thân.■

Thức Giấc

Lửa đã cháy rừng thiêng kia đã dậy
Con phố đông người đã bỏ ra đi
Tôi nửa đời hoài bão tới đam mê
Khi thức giấc tiếng hờn căm réo gọi
Tóc đã úa theo từng năm lửa khói
Lòng đã mềm trước những nỗi tan hoang
Tôi thơ ngây viễn vọng một thiên đàng
Chất trong óc trong tim đầy lý tưởng

Tôi hồn nhiên với trăm nghìn ước vọng
Lòng dễ tin như đứa trẻ lên mười
Nhìn tương lai toàn hoa gấm tuyệt vời
Yêu dào dạt như thuở vừa chớm lớn
Trăm lời nói chứa trăm niềm hy vọng
Tôi đến với người bằng cả tin yêu
Niềm sắt son nguyên vẹn thuở ban đầu
Và em nữa - tiếng đàn xưa thánh thót

Tôi giữ trong tim ngàn lời dịu ngọt
Mà nhân tình mặn nhạt tiếng đầu môi
Tôi giữ trong tôi nhân dáng con người
Trong mỗi khổ đau trong từng hạnh phúc

Tôi già nua thêm nửa đời chân thực
Rồi ngỡ ngàng sám hối với hư vô
Thuở đôi mươi nếu gặp lại tình cờ
Vẫn tha thiết như một thời lãng mạn

Khi ngả nón quay lưng rời súng đạn
Mắt trót nhìn bao cảnh huống oan thâm
Mất nửa đời không gọi nổi từ tâm
Tôi thức giấc đứng trông chờ ân sủng
Sông núi chập chùng biển xanh vô tận
Lời chim kêu lạc lõng giữa non ngàn
Đóa hồng hoa vùi ngủ dưới mù sương
Hương sắc cũ cũng phai tàn tự đó.

(Trích Tiếng Hờn Chiến Mã, Cội Nguồn 1996)

Chuyện Những
Mười Năm

1.
Nhớ xưa ta làm thơ trên núi
Hát dậy rừng hoang gọi tới trời
Khản cổ kêu từng tên vô lại
Duỗi chân dập bóng lũ ma trơi

Ta thi gan sức cùng đe búa
Xẻ đá viết đầy chuyện thế gian
Mẩu sắn đi vào trang sử tích
Bo bo rõ mặt buổi hung tàn

Ta tìm thấy chữ Nhân treo ngược
Trên túi Ức Trai ở vệ đường
Nghe tiếng oan cừu xưa vọng lại
Oan hồn điểm mặt bọn vô lương

Mười năm ta trả xong tiền kiếp
Xuống núi rao truyền những ngụ ngôn
Chép bản tình ca vào tấu khúc
Phổ vào nhân loại tấm lòng nhơn

2.

Nhớ xưa em trầm cung khuê các
Dõi bóng bên trời vọng cố nhân
Em thắp tình yêu lên đỉnh tháp
Soi lòng nhau hẹn một mùa xuân

Mười năm dòng chảy đầy oan nghiệt
Mà bản tình ca vẫn rộn ràng
Em nén u hoài trong ngấn lệ
Những mùa đông tận những thu sang

Mười năm em lớn lên theo núi
Sừng sững trên cao những tượng đài
Những bức tranh thêu nàng tố nữ
Vẽ đầy ước vọng của tương lai

Mười năm ta đến đây. Nơi hẹn
Tiếp cuộc nhân duyên đủ ngọt bùi
Ta bước lên thềm thiên kỉ mới
Nhịp đời rộn rã tiếng reo vui.

(Trích Tiếng Hót Loài Chim Di 2002)

Nếu anh còn trẻ   Thơ
HOÀNG CẦM

Nếu anh còn trẻ như năm ấy,
Quyết đón em về sống với anh
Những khoảng chiều buồn phơ phất lại
Anh đàn em hát núi xuân xanh

Nhưng thuyền em buộc sai duyên phận
Anh lụy đời quên bến khói sương
Năm tháng năm cung mờ cách biệt
Bao giờ em hết nợ Tầm Dương

Nếu có ngày mai anh trở gót
Quay về lãng đãng bến sông xa
Thì em còn đấy...
        ...hay đâu mất
Cuối xóm buồn teo một tiếng gà
                    1941

Thân yêu tặng như văn,
thi sĩ SONG NHỊ về phu nhân
một nét niềm thế sự của tôi,
thả thơ trẻ - nhớ lớp con gái
KIỀU LOAN của tôi về thăm quê hương
                        KINH BẮC
                        Hoàng Cầm

Hưu
Cali tô 2002
24/4/2002

Nếu Đừng Lỡ Bước

Tùng họa "Nếu Anh còn Trẻ", Đáp tạ thi sĩ Hoàng Cầm

Chàng theo tiếng gọi mùa Thu ấy
Lý tưởng ngời reo trong mắt Anh
Nhiệt huyết tưng bừng sôi chí lớn
Buổi về tan tác mộng ngày xanh

Bởi lỡ bước đời hay số phận
Bên Kia Sông Đuống * trời mù sương
Rưng rưng hào khí chiều chia biệt
Hiu hắt thu tàn nhạt ánh dương

Rời cuộc tình đầu vương vấn gót
Quay về tóc bạc níu trời xa
Hiếu trung đâu nệ ... câu còn mất
Đêm đã hừng đông rộn tiếng gà.

   = SONG NHỊ/2002

----

* Tên bài thơ nổi tiếng của Hoàng Cầm

KẺ XA...

Họa "Nếu Anh Còn Trẻ"
đáp tạ thịnh tình thi sĩ Hoàng Cầm từ Kinh Bắc

Bỗng dưng gợi tưởng thời xưa ấy
Chung lối đi về gọi em anh
Hương ngọt rủ rê con bướm lại
Cho hoa hồng nụ lá tươi xanh
Tạo vật tùy duyên người duy phận
Trùng vây thế sự mịt mù sương
Nỗi nhà ly cách niềm chia biệt
Phó mặc sinh phần sóng viễn dương
Mười năm ai đó còn lui gót
Mang hộ tâm tình kẻ ở xa
Lưu lạc xứ người thương được mất
Tàn khuya thèm quá tiếng canh gà...

     = Diên Nghị/2002

Dễ Đâu Quên Được

Tùng họa "Nếu Anh Còn trẻ"

Dễ đâu quên được mùa xuân ấy
Nhất quyết rằng em đã của anh
Chung hưởng một mùa xuân bất tận
Hoa vàng bướm trắng mộng ngày xanh
Duyên nợ đành buông theo số phận
Lam kiều chưa vọng tiếng chày sương
Em đi, con nước trôi biền biệt
Tăm cá tìm đâu giữa đại dương
Nhớ nơi kỳ ngộ chân lần đến
Chốn cũ, người xưa đã cách xa
Mặt ngọc tỏ mờ theo bóng nguyệt
Xa xa buồn vọng tiếng canh gà.

     = Cung Diễm/San Jose, 8-2009

TRẦN KHẢI THANH THỦY

▪ Sinh ngày 26-11-1960 tại Hà Nội. Tốt nghiệp đại học Sư Phạm I Hà Nội. ▪ Viết báo từ khi còn ngồi trên ghế trường đại học ▪ Năm 1989 bắt đầu in sách ▪ Năm 1993 phóng viên báo Cựu chiến binh.

▪ Năm 1994, bị treo bút 6 tháng ▪ Sau khi bị kỷ luật ở báo Cựu chiến binh, tiếp tục làm hợp đồng cho các báo "Người cao tuổi", "Văn hoá văn nghệ công an", "Lao động thủ đô" v.v... Cuối cùng bỏ thẻ phóng viên.

▪ Năm 1989 tác phẩm đầu tiên ra đời, lần lượt các đầu sách khác được xuất bản.

▪ Năm 2000 cộng tác với các báo Hải ngoại

▪ 2003 là phóng viên hưởng lương tháng của Đàn Chim Việt và Viet tide.

▪ Từ đầu năm 2005 sáng tác về đề tài Hồ Chí Minh, và dân oan Việt Nam với các bút danh Nguyễn Thái Hoàng, Võ Quế Dương, Nguyễn Nại Dương, Nguyễn Thái Bình, Nguyễn thị Hiền, Nguyễn Ái Dân, Nguyễn Quý Dân, Trần thị Thanh Hằng, Mai Xuân Thưởng, Phạm Xuân Mai v.v..

■ Tháng 9-2006 bị công an bắt giam, bị khám nhà, tịch thu máy computer, điện thoại di động, máy ghi âm, và hàng nghìn đầu tài liệu là hồ sơ dân oan.

■ Năm 2006 tham gia giải truyện ngắn do diễn đàn liên mạng vietno (Việt Na-Uy) tổ chức

■ Năm 2007 tuyển tập văn Viết Từ Hang Đá – Nhỏ Lệ cùng Dân được CSTV Cội Nguồn xuất bản tại hải ngoại.

■ Đêm 11-10-2006, bị đấu tố, bị ném gạch, đá, đánh đập vì tội phản động. ■ Ngày 21/4/2007 bị bắt lần đầu. Nhờ dư luận quốc tế, và Cộng đồng Việt Nam hải ngoại, được thả sau 9 tháng 10 ngày bị giam. ■ Sau khi ra tù, chính thức trở thành đảng viên đảng Việt Tân (ngày 5-2-2008) ■ tháng 10/1009 bị công an thuê côn đồ áp đảo tại tư gia và dựng vụ để bắt, bị kết án 3 năm rưỡi tù về tội "cố ý đánh người gây thương tích"

■ Sau 21 tháng thụ án tại trại tạm giam của quận Đống Đa, Hỏa Lò và trại giam số 5 (Yên Định Thanh Hóa), nhờ sự can thiệp của Hội Văn Bút Quốc Tế, Mạng Lưới Nhân Quyền Việt Nam, Tổ chức Ký Giả Không Biên Giới, đặc biệt là 19 vị dân biểu Mỹ và sự can thiệp mạnh mẽ của bộ trưởng bộ ngoại giao Hillary Clinton, ngày 23/6/2011, được đưa thẳng từ trại tù sang định cư tại Mỹ.

Giải Đặc Biệt QUỐC HẬN 2006 (lần 1& 2) của Phong Trào Hiến Chương 2000. với bút danh NGUYỄN THÁI HOÀNG. Giải Ba Đồng Hạng GIẢI QUỐC HẬN 2006 của Phong Trào Hiến Chương 2000. với bút danh Trần thị Thanh Hằng. Giải "THƠ VĂN - LÝ LUẬN & HÀNH ĐỘNG CÁCH MẠNG" của PHONG Trào Hiến Chương 2000.

Giải Nhất Đồng Hạng Giải "HIỆU ỨNG CÁNH BƯỚM & CÁCH MẠNG VIỆT NAM" (XUÂN ĐINH HỢI 2007) của Phong Trào Hiến Chương 2000. Giải thưởng danh dự Hellman/Hammett năm 2007 cho các nhà văn bị hành hạ (Winner of the 2007 prestigious Hellman/Hammett prize for persecuted writers) - Giải nhân quyền Việt Nam 2009 - Giải nhân quyền Hellman/Hammett năm 2010 cho các nhà văn bị cầm tù.

Kiếp Sau ...

truyện ngắn

Đẩy mạnh hai cánh cửa vào nhà, anh băn khoăn tự hỏi: "Không biết giờ này còn buôn dưa lê tận đâu mà chưa chịu về, rõ thật..."

Đập mắt vào tờ giấy trên bàn, dưới đáy lọ hoa, chỗ trang trọng và cũng dễ nhận thấy nhất trong nhà, anh đọc: *"Em đem hai con về bà ngoại, để anh rộng cẳng thực hiện ước mơ của mình ở ngay kiếp này. Ba mẹ con em không muốn trở thành lực cản để làm chậm ước mơ của anh suốt nửa quãng đời còn lại.*

Thân:

Phương Lan"

Lại chuyện đàn bà, thật là trò cổ xưa như trái đất, anh tự nhủ, lại cười khẩy, sau khi đã vo viên lá thư ném vào sọt rác.

Sải những bước dài tới chiếc tủ sang trọng nơi để hầu hết mọi vật dụng quý giá đắt tiền của cả nhà, anh ngạc nhiên... mọi thứ vẫn còn nguyên, áo quần nguyên nếp gấp, tiền bạc không suy suyển. Mọi khi lần nào giận dỗi chồng, chị cũng đem theo ít nhất là 1 triệu. Khi anh chưa có dấu hiện làm lành, cần chi tiêu, chị còn tự động dùng chìa khóa riêng mở tủ lấy tiền, bao giờ cũng để lại lời nhắn: "Em rút ra một triệu để đóng tiền học cho con" ... Hay "bà ốm, em cần chi thêm tiền bệnh viện".

Đi chán, dăm bữa, nửa tháng, bà ngoại không chứa được, hoặc các con đòi về, lại lóc cóc kéo nhau về, nụ cười ngượng ngịu trên môi:

- Anh thư giãn đã chán chưa? mẹ con em về để anh có người than dữ đây.

Anh cười, như đi guốc trong bụng chị: "Dứt cây ai

nỡ dứt chồi. Tình chồng, nghĩa vợ giận rồi lại thương".
Người yếu đuối như chị, từ bé có giận nổi ai quá ba, bẩy
hai mốt ngày đâu, huống hồ là đạo vợ chồng, trao
xương, gửi thịt.

Như những đứa trẻ đi xa lâu ngày về, bọn trẻ lại
háo hức với đủ trò quen thuộc tinh nghịch, chị lặng lẽ
ra chợ mua thức ăn, nào hoa thiên lý nấu canh thịt nạc,
dứa xào lòng gà, nấm xào thịt bò, cá hấp bia v.v..
những món ăn ít thịt nhiều rau mà dạ dày của một
giám đốc công ty như anh rất ưa vì ngon miệng, không
ngấy, không dư thừa tích tụ năng lượng trong người.
Tối đến, xong mọi việc, chị nằm dài nhàn tản như con
mèo lười nằm sưởi nắng chờ anh bước từ phòng làm
việc sang... Anh xoài tay ôm chầm lấy chị, thế là hòa,
bao sự giận hờn, mầm phân rã bị xóa sạch trong vũ
điệu của gối chăn... Nếu không, anh thầm nghĩ: - Chắc
tỉ lệ ly dị cao tới mức báo động, không phải 1/5, 1/10
như hiện tại mà là một nửa, thậm chí 2/3... nghĩa là cứ
ba đám cưới nhau có ít nhất một đám ra tòa ly hôn...
thật loạn.

Sáng ra, như ông chúa đất bước những bước tự tin
hùng dũng trên lãnh địa của mình, tuy gia trưởng chút
ít nhưng tự hào với vị trí trưởng gia, còn chị cũng dần
thu hẹp không gian sống để toàn tâm toàn ý vào việc
nội trợ trong nhà. Sáng đưa con đến mẫu giáo Việt
triều, tiện rẽ qua chợ mua bán thức ăn hoa quả, dọn
dẹp nhà cửa giặt giũ quần áo, lau nhà, giũ đệm, giặt
chăn, xem vô tuyến, nghỉ trưa, chiều lại quanh quẩn
việc nhà, 4 giờ đón con... nấu nướng, bày sẵn mâm bát
chờ anh và cậu cả về, cả nhà ngồi vào bữa, ăn xong lại
rửa bát quét dọn, rồi xua đứa lớn học, bảo đứa bé tập
vần, sau đó dán mắt vào vô tuyến... hết việc, muộn giờ
lại vào phòng ngủ chờ anh sau khi bắt hai đứa lên
giường... Ngày nào cũng giống ngày nào, như một toa
tàu chở từng ấy khách, đi từng ấy chặng, từ bến đầu
đến bến cuối rồi lại quay lại bến đầu, nhàn nhã vô lo,

trong khi đầu óc anh luôn căng thẳng vì bao bài toán con tính phải giải trong việc cạnh tranh với thương trường... quên khuấy cả ngày sinh của chị, ngày cưới của hai người, ngày giỗ ông ngoại, chị phàn nàn, anh tức giận:

- Lại chuyện đàn bà, lắm chuyện, suốt ngày ăn sung mặc sướng, ra ngắm vào vuốt, buôn đủ chuyện trên trời dưới biển, trong nhà ngòai chợ, thế mà còn đòi hỏi... rách chuyện. Kiếp sau nếu được làm người, tôi chỉ xin được thành đàn bà mặc váy, đeo yếm ngồi nhà giữ con cho sướng.

Thế là sinh sự, sự sinh, chị dấm dứt khóc, còn anh giữ vững thói quen quan điểm lập trường của mình: "Lòng ta ta đã chắc rồi, dù ai khóc đứng, khóc ngồi, mặc ai"... Cả đêm, anh quay mặt vào tường, gối đầu lên tiếng khóc, tiếng than của vợ, ngủ một giấc ngon lành. Sáng ra không thấy chị dậy sớm làm bữa điểm tâm, anh buông lời mát mẻ:

- Đúng là sinh ra làm kiếp đàn bà sướng thật, chỉ biết ăn no, ngủ kỹ mặc chồng muốn xoay xỏa, vật lộn thế nào cũng được, miễn không chết đói là được.

... Bây giờ là kết quả nhỡn tiền.

Mở tủ lạnh lấy mấy món đồ nguội anh ăn ngon lành, còn tranh thủ chợp mắt được tiếng đồng hồ, tâm trạng hoàn toàn thư thái, tối anh về, sau khi đãi đối tác bữa cơm nhà hàng, lòng thầm xót ruột với số tiền một triệu bạc đã bỏ ra ... Nhớ bài thơ ứng tác của bạn, anh tự cười một mình:

Hôm qua còn đưa anh,
Đi ra hàng đãi rượu
Hôm nay đã cạn tiền
Xót sao mà xót vậy
Thết anh không tươi mát
Mà lòng đau như cắt
Gọi bia chửa trả tiền
Mà hàm răng nghiến chặt ...

Quả là vào nhà hàng, mười phần mất bảy, còn ba... còn vào tay chị thì mười phần đầy đặn cả mười, lại được cả tiếng "sang" cho anh nữa.

Thở dài vô căn cớ, anh bật ti vi xem rồi lặng lẽ đi ngủ, chợt nghĩ lại câu đùa của chị mỗi khi anh trót quên bổn phận làm chồng: "Giường rộng thì ghé lưng vào, nghìn năm ai có tơ hào đến ai"? Bây giờ thì cứ việc lăn ra mà ngủ cho lại sức, chẳng cần giải thích.

Một tuần, hai tuần rồi cả tháng, anh bỗng thấy trống vắng, không hiểu nhà mình có còn là tổ ấm gia đình nữa không hay là nơi huyệt mộ? Mọi thứ trong tủ lạnh mốc xanh mốc đỏ, nhà dày lên một lớp bụi, và ngán ngẩm nhất là không gian trống vắng lạnh lẽo đến ghê người. Giữa mùa hè đỏ lửa, tiếng ve ran ran và những chùm phượng nở ngoài hiên như quạt cái nắng nóng vào nhà, điều hòa không hề bật vẫn thấy lạnh, thấy chán... Cơm bữa đực, bữa cái, lúc chật căng dạ dày vì phải tiếp bạn hàng, đối tác, lúc lại lõng bõng bia lạnh hoặc nước ngọt vô vị.

Nhấc máy, quay điện thoại về nhà bà ngoại định lên giọng gia trưởng quát nạt, cưỡng chế bắt ba mẹ con phải đầu hàng vô điều kiện, từ đầu dây tiếng thằng con oang oang:

- Bố đấy à, mẹ không có nhà,

- Lại "buôn dưa lê" ngoài chợ phải không?

Sững sờ, thằng con gắt:

- Bố chẳng hiểu gì cả, mẹ đi làm ở công ty Prudensal gần nửa tháng nay rồi.

- Cái gì? anh đớ người... và hiểu ra mình đã nhầm biết bao khi không biết đánh giá đúng phẩm chất năng lực trong chị. Năm 1989, anh và chị cùng tốt nghiệp đại học Bách khoa, đồng lương không đủ sống, trong khi bão động đầy trời, mọi tư tưởng trong anh cũng rung rinh chao đảo theo, anh quyết định thành lập công ty riêng... Những ngày đầu thật đầy gian truân, lo lắng. Nguồn tiền vốn huy động từ hai gia đình nội ngoại, việc ngập tận mặt, trong khi chị lại có thai, anh năn nỉ chị nghỉ việc, giúp anh, chị chỉ cười trừ, không nói, tuy đêm hôm vẫn hì hụi tính toán, anh phải làm bộ khùng lên:

- Em hay nhỉ, vợ chồng là sự mãn nguyện về nhau, chả lẽ em không tin anh nuôi nổi gia đình mình sao? Cứ thích ôm rơm dặm bụng... trong khi bận ngập đầu thế này.

Sinh con xong chị làm đơn xin nghỉ, thành một người tề gia nội trợ, anh yên tâm với tổ ấm gia đình mình, đi làm về mọi thứ đã gọn ghẽ tinh

tươm, nhà cửa đệm giường sạch như lau như li, nhà lúc nào cũng có hoa tươi, sáng ra cà phê sữa nóng, trưa về cơm ngon canh ngọt, lại nước mát, bia tươi trong tủ tráng miệng, con cái khỏe mạnh ngoan ngoãn, chỉ thấy chị già đi từng ngày và hay kêu ca hơn:

- Sao bỗng dưng em lại thèm đi làm, hay là chúng mình thuê ô sin.

- Vớ vẩn anh gắt, có người lạ trong nhà có khác gì... gửi trứng cho ác, lương em làm chỉ đủ trả tiền ô sin, anh xin trả gấp 5, gấp 10 lần như thế, được chưa?

Quen với sự hưởng thụ, anh đâu biết cái mầm phân rã mỗi lúc một lớn trong lòng chị, bao lần về nhà trong trạng thái căng thẳng vì bạn hàng chặt đẹp... hay nhân viên dưới quyền vượt mặt... chị nhìn anh bằng ánh mắt không vui. Cơm nước xong, anh trầm ngâm hút thuốc, rồi lấy cớ mệt, buồn vào giường ngủ sớm, thay vì làm như lời mẹ dặn: "Đêm khuya lặng gió thanh trời, Chàng ơi bớt ngủ nghe lời em than", anh ậm ừ cho qua chuyện:

- Em chỉ lắm chuyện, ở nhà cả ngày vui vẻ với chồng, con mà lại bảo: "Bận và mệt hơn cả đến cơ quan... Cả ngày ngần ấy việc, công to chuyện lớn gì mà bảo chết đuối trong ngôi nhà này...?

- Ôi, chị chán ngán kêu lên:

- Anh thật chẳng hiểu tâm lý vợ con gì cả, đi nửa ngày về không thèm mở miệng động viên lấy một lời gọi là.

Mặc kệ, không cần mở miệng động viên làm gì, anh quay vào tường há miệng ngủ ngon lành, những sợi tơ bọt tứa ra hai bên mép... Cái xảy nảy thành cái ung, lần này chị đi làm, hẳn chiến tranh lạnh sẽ xảy ra rồi, chị đừng hòng nhượng bộ.

Cuống quýt anh ôm vội ống nói, nhưng đầu dây cậu cả đã bỏ máy.

***

Cả tháng trời, những thói quen không gọi chị trở lại mà ngày càng gợi nhớ trong anh sự thiếu hụt một nửa trong gia đình mình, anh chủ động, mua bó hoa rõ to đến nhà bà ngoại làm lành với vợ... Năm lần bảy lượt, lần thì chị đi làm chưa về, lần chị tranh thủ đưa các con đi siêu thị, lần lại phải làm cả chủ nhật theo yêu cầu của bạn hàng từ Anh sang... đi đi lại lại, nhắn nhắn hẹn hẹn, khổ hơn cả thời đang yêu.

Miễn cưỡng tiếp anh như tiếp một bạn hàng không mấy đáng giá, giọng chị bình thản:

- Anh cứ tiếp tục thực hiện ý định của mình đi, em bắt đầu quen với công việc mới rồi, các con nhờ bà và cậu mợ cũng ổn định dần, anh không phải vướng bận gì cả.

- Thôi mà, anh năn nỉ, em cố chấp làm gì, đánh kẻ chạy đi, ai lại đánh kẻ chạy lại bao giờ?

Chị kiên quyết:

- Em đã đánh mất mình một lần rồi, giờ không thể đánh mất mình lần nữa.

Ngắm nhìn gương mặt có phần mệt mỏi, hốc hác của chị, anh đau khổ thắt ruột, chỉ muốn ôm chầm lấy chị mà hôn.

- Đừng hành hạ mình và các con nữa, hãy trở về với anh đi, anh đã quen có sự hiện diện của ba mẹ con rồi, giờ vắng em và các con, anh không chịu nổi.

Chị cười tiếng cười như kính vỡ:

- Anh nhầm rồi, em chỉ hành mình trong công việc chứ không hạ mình trước ai cả. Các con biết em tuy vất vả nhưng là người được trọng dụng, lương bổng không đến nỗi nào... Chúng mình đổi vai trò, vị trí cho nhau vậy.

Anh há miệng ngơ ngác:

- Em... em nói thế là thế nào?

- Là anh sẽ thực hiện ước mơ của mình ngay từ kiếp này, lúc này, còn em lại thích được thành đàn ông. Xưa nay bao nhiêu thơ viết về đàn bà: Đau đớn thay phận đàn bà, kiếp sinh ra thế biết là tại đâu? Đau đớn thay phận đàn bà, lời rằng bạc mệnh cũng là lời chung, hóa ra là viết láo cả, anh hãy chứng minh điều ngược lại.

- Thôi mà anh cuống quýt: Anh sẽ giết chết mọi thói quen trong anh, không ỉ lại em, không lảng tránh những ước muốn, đề nghị của em, chúng mình sinh ra là để có nhau, anh không muốn thiếu em, càng không thể mặc lại cái áo đã thấm mồ hôi người khác.

Đẩy anh ra khỏi vòng ôm cuồng nhiệt, giọng chị lạnh lùng:

- Anh về đi mà, bây giờ em buộc phải làm đàn ông, tay không bắt giặc rồi, không có thời gian tranh luận tán gẫu với anh đâu. Hãy về dọn dẹp lại nhà cửa, vệ sinh lau chùi đồ đạc trong nhà, em tin ước mơ của anh sắp thành hiện thực đấy, anh sẽ được thỏa nguyền sung sướng ngay trong kiếp này.

- Ôi trời, anh ngửa cổ kêu trời:

Mới một tháng xa anh, sao em đã bảo thủ cố chấp như vậy.

- Thì em đã hóa thành đàn ông mà lại, nhường cho ước muốn của anh sớm được thực hiện.

Anh chỉ còn nước quỳ xuống:

- Anh biết, anh sai rồi, kiếp sau nếu được làm

người, thì anh ao ước được thành đàn ông, được có em và hai con, được chưa?

Hai đứa trẻ nấp sau khe cửa chạy ùa ra:

- A, bố đầu hàng mẹ rồi, mẹ ơi, mẹ con mình chuyển về nhà đi, ở bên bà cả tháng liền con cũng thấy lâu quá rồi:

Nhìn con, chị mỉm cười tuyên bố:

- Được, nhưng anh nên nhớ mỗi ngày em chỉ làm "ô sin già" cho ba bố con anh đúng hai tiếng đồng hồ thôi đấy. Nửa tiếng buổi sáng, nửa tiếng buổi trưa và một tiếng buổi tối, em không thể bỏ việc được.

Như người chết đuối vớ được cọc, anh nhào tới, bấu vào chút hy vọng le lói cuối đường hầm:

- Được, em chấp nhận thế là ba bố con anh mừng rồi, giờ để không bị mang tiếng là "coi trời bằng vung, không am hiểu tâm lý phụ nữ" anh và hai con sẽ về trước, bắt tay vào dọn dẹp nhà cửa, nấu ăn. Tối nay anh sẽ đến chỗ làm mới, đón em về ăn cơm, được không?

Chị cười, nhắc lại:

- Anh nhớ thực hiện lời hứa của mình: Vợ chồng là sự thỏa nguyền về nhau, chứ không chỉ tự thỏa nguyền về mình./

PHAN BÁ KỲ

- Học sinh Trung học, Ban Văn Chương trường Khải Định/Huế. ■ Thời còn là học sinh Trung học đã viết truyện ngắn, tạp ghi đăng trên một vài tờ nhật báo và tuần báo.

■ Tốt nghiệp Khóa 4Bis năm 1945 Liên Trường Võ Khoa Thủ Đức ■ Từng có truyện ngắn đăng trên các báo Thủ đức, Chỉ Đạo, Tinh Thần.

■ Qua Mỹ năm 1975 theo học Đại học ngành Xã Hội và Tâm Lý. Làm Cán sự, Chuyên viên và Giám sự với Bộ Xã Hội Orange County và Bộ Thanh Niên Los Angeles County, California.

Tác Phẩm:

■ Giảm Thiểu Nỗi Đau, * Tâm lý trị liệu ■ Một Lần Đã Đến, * Hồi Ký Tiểu thuyết ■ Từ Bỏ Chiến Y, * Tiểu thuyết ■ Abandonment of a Military Uniform, * Tiểu thuyết ■ Lực Lượng Đặc Biệt Việt Nam, * Quân sử ■ Biệt Kích Dù Xâm Nhập Bắc Việt, * Khảo luận

Cộng tác với tạp chí Nguồn

Hiện sống với vợ và hai con ở Irvine, Orange County, California.

Người Tù Và Con Sáo

truyện

Tất cả tù được lệnh xuống ga Yên Báy. Một nửa ở lại để chờ phân tán đi các trại tù khác, còn một nửa bị giải đi đường bộ đến phà Ô Lâu rồi được chở đến nhà tù Sơn La - một nhà tù nổi tiếng trong thời Pháp thuộc, phía tây là Điện Biên Phủ, phía đông bắc là rặng Hoàng Liên Sơn.

Bọn Cộng sản hãnh diện cho biết các "đồng chí" Trường Chinh, Lê Duẩn, Phạm văn Đồng đã từng bị Pháp giam giữ nhiều năm ở nhà tù này. Tù nhân Phụng và tù nhân Vững bây giờ không thua kém gì các "đồng chí cách mạng" cộng sản, lại còn được vui mừng gặp các cấp chỉ huy cũ đã được đưa đến giam giữ ở đây từ lâu.

Ở trại tù này, tù nhân vẫn tiếp tục ăn sắn và bo bo. Mọi người lại bắt đầu "lao động vinh quang" cực nhọc và khó khăn hơn. Mọi kế hoạch phải được thực hiện đúng theo tiêu chuẩn. Phụng và Vững bị xếp vào đội chặt cây rừng trên các ngọn núi cao. Mỗi ngày, hai người phải đốn về trại ba cây gỗ dài ba thước rưới, đường kính ít nhất là 25cm.

Một hôm Vững đi rừng đốn cây, một cây gỗ lớn ngã xuống vào người, Vững không tránh kịp, một cành cây lớn đập vào lưng khiến anh bị chấn thương cột sống. Phụng và mấy bạn tù bò tới phụ nhau kéo Vững. Vững kêu la đau đớn, chưa thể đứng dậy được, cứ nằm dài chịu đựng, chờ cơn đau bớt dần.

Dù đang đau, Vững cũng nghe mấy tiếng kêu nho nhỏ của một con chim gì đó bên cạnh. Vững cố rướn người đưa mắt tìm kiếm. Một con chim non mình đỏ, vừa mọc lông măng đang nằm trên mặt đất. Vững đưa tay bắt con chim nhét vào túi áo.

Có tiếng dao, rìu chặt những cành cây đang đè nặng trên thân thể Vững. Vững cố nghiêng mình để tìm cách lách ra nhưng không thể nào nhúc nhích được. Vững lẩm bẩm với con chim: "Con nằm im. Ta đốn ngã cây làm con bị nạn. Ta cũng bị tai nạn, nhưng ta sẽ cứu con".

Vững cảm thấy nhiều cánh tay đang kéo thân mình Vững và bồng Vững đứng dậy nhưng rồi Vững phải nằm xuống, không đi được. Hai anh bạn tù quàng tay dìu Vững xuống núi.

Tối đến Vững được đặt nằm lên giường và được Phụng mang bo bo và nước uống tới. Không một cán bộ y tế nào đến săn sóc hoặc cho thuốc men. Được cho nằm nhà khỏi phải đi đốn gỗ là một ân huệ rồi. Vững đem con chim ra quan sát và thấy nó là một con chim sáo còn non nhưng đã mọc lông đen lấm tấm, mỏ và hai chân màu vàng. Vững biết đây là con sáo Đen còn được gọi là con sáo Trâu vì ở ngoài đồng ruộng nó hay đậu trên lưng trâu để bắt ăn những con ruồi nhặng. Nó cũng ăn mọi thứ côn trùng, sâu bọ, châu chấu trên những đám lúa, đám cỏ.

Vững cho nó ăn chút cơm và bo bo nhai nhuyễn và cho nó chút nước uống. Nó ăn tất cả thứ gì mớm cho và nó sống mạnh tỉnh táo.

Vững cho nó nằm trong cái bao gối trên đầu nằm và coi nó như một người bạn trong khi Phụng tiếp tục lên rừng đốn gỗ.

Đến tối, vừa lên giường nằm cạnh Vững, Phụng la lên:

"Ê, ông để con gì trên đầu nằm ông vậy. Nó ỉa cứt đái ra hôi hám và mấy thằng quản giáo biết được thì khốn nạn".

"Con sáo con, hôm cây ngả, nó rớt xuống cạnh tôi, tôi bắt nó về. Tội nghiệp nó. Nó cũng như cái thân tôi".

"Thôi, ông ơi, ông đem nó đi chỗ khác, cho tôi ngủ, yên thân".

Vững bắt con sáo cho vào một cái túi vải nhỏ, làm quai treo thòng bên ngoài cửa sổ. Con sáo nằm yên ngủ, không nhúc nhích kêu ca gì.

Nó ăn bất cứ thức ăn gì Vững cho và thỉnh thoảng kêu chim chíp như muốn nói chuyện với Vững hoặc cảm ơn Vững đã chăm sóc nó.

Sáng nào, trại tù cũng gõ kẻng báo thức tập họp tù đi ra đồng lao động khổ sai. Viên quản giáo đi một vòng trong lán và khi đến chỗ Vững nằm, y quát tháo, hạch hỏi tại sao Vững không đi làm? Có phép của cán bộ y tế cho nghỉ lao động không? Đau lành chưa? Bao giờ hết bệnh v.v...

Đến bữa ăn, Vững cố lết ra thềm nhận phần ăn gồm mấy củ sắn luộc với một nhúm rau luộc nấu với nước muối. Dù vậy, Vững vẫn dành ra chút thức ăn đem về cho con sáo. Nhiều buổi tối vì quá đau nhức không thể bước ra khỏi phòng giam nhận phần ăn, Vững nằm ngủ quên mê mệt, lúc tỉnh dậy thấy Phụng nằm ngủ quên bên cạnh, bên dưới gối Vững có một gói lá gói mấy cục cơm cháy. Vững chảy nước miếng, ngồi nhai cơm cháy nhè nhẹ không gây tiếng động sợ làm mất giấc ngủ của Phụng.

Con sáo hình như cũng sợ sệt nằm im trong túi vải không lên tiếng, chờ cho đến sáng được Vững nhét vào miệng mấy chút cơm cháy nhai sẵn.

Sau gần một tháng nghỉ bệnh, Vững được "biên chế" vào đội rau xanh, gánh phân người pha loãng tưới lên các luống rau muống, rau cải, nhổ cỏ và "thu hoạch" rau đem về cho đội nhà bếp. Vững giấu con sáo trong túi vải đem theo ra đồng ruộng, vừa hái rau vừa bắt cào cào châu chấu cho con sáo. Lông sáo đã mọc dài, màu đen, chân và mỏ đã đượm màu vàng, đã trổ sắc. Vững phải luôn luôn làm vệ sinh túi vải cho sáo như những bà mẹ làm vệ sinh cho con dại. Vững nghĩ đến vợ mình, thương những người đàn bà vất vả nuôi con. Không biết giờ này những bà vợ, những người thân vẫn mỏi mòn trông ngóng tin người chồng, người cha còn biệt vô âm tín, gia đình tù nhân chưa biết chồng, con mình bị giam giữ, đày ải ở góc biển chân trời nào.

Những con dế đất, trứng kiến, cào cào là những thứ mà trước đây mỗi lần bắt được Vững cho vào cái loong "gô" và tìm cách nướng chín cho vào miệng nhai để thêm chút dinh dưỡng và giảm bớt cơn đói cồn cào. Nay những thứ đó Vững phải dành cho con sáo, nhờ vậy mà nó lớn nhanh và khỏe mạnh. Thường ngày, trong lúc làm việc, Vững mở túi vải thả con sáo ra trên mặt đất để nó tự kiếm lấy thức ăn. Thỉnh thoảng đi qua những thửa ruộng Vững vờ đưa tay nhổ cỏ nhưng là để móc vài củ sắn hay mấy củ đậu phộng cho vào túi áo. Hạt đậu phộng nhai rất thơm ngon, người cũng như sáo rất khoái khẩu, nuốt vào cảm thấy như thêm sinh lực.

Thời gian trôi qua mau, con sáo ở với Vững đã gần ba tháng. Bây giờ nó đã "đủ lông đủ cánh", dù được thả ra bay bổng tự do, con sáo vẫn loanh quanh gần Vững, nghe tiếng gọi là nó lại gần để được bắt bỏ vào túi trước khi về trại. Túi vải vẫn để hở miệng khi treo ngoài cửa sổ trên đầu nằm. Con sáo không những không làm phiền hà những người bạn tù cùng phòng giam mà còn đem lại niềm vui chung cho mọi người.

Thỉnh thoảng con sáo bay ra xa quanh mái lán, một lát lâu lại bay trở về đậu trên khung cửa sổ. Nó bắt đầu hót nhại tiếng kêu của những con chim khác, hót líu lo một mình đủ thứ tiếng khác nhau.

Sáng sớm mỗi ngày, Vững phải theo đội đi lao động theo đúng giờ giấc lịch trình, nào đi lãnh dụng cụ, nào sắp hàng điểm danh trước khi lính "bảo vệ" và quản giáo dẫn ra hiện trường lao động. Với hai bàn tay đen khô, da bọc xương, Vững phải lội xuống hầm phân múc đổ vào thùng gánh ra đồng quậy thêm nước tưới rau muống, rau lang. Đấy là công việc thường ngày của một Trung tá QL/VNCH - một tù nhân chính trị, một tù binh chiến tranh. Vững chịu đựng, tin tưởng và hướng về tương lai để khỏi suy sụp tinh thần.

Rau cải, rau muống, đậu, sắn... các thứ thu hoạch về nộp cho đội nhà bếp cơ quan cho cán bộ trại, tù sản xuất ra nhưng tù phải mua lại để trừ vào tiền nuôi tù của Bộ Nội Vụ.

Thỉnh thoảng Phụng mang lén lút về phòng cho Vững một lon canh rau hay vài miếng cơm cháy nhét vào dưới đầu nằm. Vững luôn chia bớt phần ăn cho con sáo. Nó vẫn lảng vảng bên ngoài cửa sổ. Bây giờ con sáo đã thực sự trưởng thành, đã tự bay xa kiếm thức ăn suốt ngày, cuối chiều mới bay về đậu ngoài cửa sổ. Buổi sáng nó theo Vững ra đồng làm việc, nó bay đi tìm thức ăn, có lúc từ đâu nó bay lại đậu trên vai Vững, như để thăm hỏi và xin ăn, rồi lại bay đi.

Thỉnh thoảng bắt được mấy con châu chấu, cào cào, Vững lại để dành đem về cho con sáo. Khi nó bay về bên cửa sổ, cho nó ăn xong, Vững bắt nó đậu trên thanh gỗ sát dưới mái tranh bên trên cửa sổ và hình như nó hiểu ý muốn của Vững nên đêm đêm nó bay về và ngủ yên ở chỗ đó.

Những buổi sáng cuối tuần nếu không đi "lao động XHCN" – một thứ chiêu bài bóc lột sức lao động người dân ngoài xã hội, đem vào áp dụng với tù nhân - khi quản giáo vào trại kêu gào dọn dẹp vệ sinh phòng ốc, mọi tù nhân đều nhẫn nại, cần cù, thầm lặng, buồn rầu cho thân phận tù đày. Con sáo đậu trên khung cửa sổ hót nhại theo tiếng gà gáy, tiếng quạ kêu, và líu lo đủ giọng. Nhiều lúc người nghe cũng cảm thấy đỡ buồn.

Để thưởng cho con sáo, Vững thường nhai hột đậu phọng lẫn với cơm cháy cho nó ăn và hình như nó không bao giờ thấy chán!

Một buổi tối Vững bị cảm, nằm ngủ không được, thỉnh thoảng ho vài tiếng, quấy rầy Phụng nằm cạnh, làm Phụng phát cáu phải than phiền. Trong lúc lăn qua lăn lại để kềm hãm tiếng ho, Vững đụng phải con sáo đang nằm sát bên đầu. Vững lo sợ giật mình ngồi dậy bồng nhẹ con sáo cho nó đậu trên thanh ngang song sắt. Con sáo kêu lên mấy tiếng nghe tựa như tiếng ho của Vững. Bây giờ không phải là tiếng Phụng phàn nàn mà là tiếng Vững lo sợ bảo con sáo im đi. Nhưng con sáo im lặng ngủ trên song cửa sổ.

Mấy lâu sau, sau giờ học tập buổi tối, mọi người đều về giường ngủ, viên công an trực trại đi kiểm tra an ninh, lúc đi ngang qua chỗ Vững và Phụng nằm, con sáo bên ngoài cửa sổ ho lên mấy tiếng làm Vững giựt mình. Viên công an quát lớn:

"Anh nào giờ này mà ho ho như vậy, làm sao cho anh em khác ngủ được. Sao không lên ban y tế xin thuốc".

Không ai trả lời. Im lặng trở lại gian nhà. Viên công an trực bỏ đi.

Một lát sau con sáo lại ho lên mấy tiếng. Vững lo lắng vươn mình tới cửa sổ bảo con sáo "im đi!". Con sáo lặng yên ngủ. Vững cũng nằm xuống cố ngủ, mà cứ lo không biết con sáo có lặp lại tiếng "im đi" không. Nhưng hình như con sáo hiểu ý Vững, nó không có phản ứng gì.

Ngày hôm sau trên cánh đồng con sáo lại xuất hiện, nó đến gần Vững như có ý thăm dò ông chủ có điều gì buồn phiền không. Vững bắt một con châu chấu đưa lên cho nó bay tới chớp lấy, rồi nó cứ luẩn quẩn đi dạo trên cỏ tự tìm mồi.

Vững vừa gánh thùng nước tưới rau muống, vừa lẩm bẩm nhớ lại câu ca dao thuộc lòng từ nhỏ, rồi cố sửa lại cho thành bài thơ hợp tình hợp cảnh:

"Sáo ơi ta bảo sáo này
Sáo ra ngoài ruộng sáo "cày" với ta
Tù đày vốn nghiệp oan gia
Ta đây sáo đấy ai mà oán chi
Ngày mai đường rộng ta đi
Sáo về rừng núi bạn bè sáo vui".

Con sáo dạo này đã lớn hẳn. Lông đen láng mướt, bên dưới hai bên cánh có hai khoang lông trắng, đuôi dài thêm và cũng thêm lông trắng. Nó hót vang cánh đồng. Những lúc con sáo im lặng, Vững lại nghĩ đến vợ con ở Sài Gòn. Liệu vợ Vững có thể chống chọi, đương đầu nổi với đám viên chức cộng sản địa phương để tiếp tục sinh sống ở thành phố hay bị đày ải đi vùng Kinh tế mới.

Đất trời đang bình yên, bỗng đâu một tối trời trở gió. Từng đám mây đen kéo tới cùng với những tiếng sấm sét vang rền. Buổi học tập giải tán. Mọi người được đám cán bộ cho về lán. Từng cơn mưa ào ạt đổ xuống, rồi một trận gió lốc mạnh kinh hoàng thổi tróc những mái nhà, làm sập những bức tường bằng tre đắp đất nhồi rơm. Những mái tranh bị gió thổi bay đến các bờ rào. Mọi người thu xếp áo quần mền chiếu chạy đi tìm những góc vách an toàn của những căn nhà đám cán bộ để ẩn trốn.

Sợ tù làm loạn và trốn trại, toàn thể cán bộ công an lớn nhỏ đội mưa ùa ra chia nhau canh gác các ngõ ngách và tìm gom tù nhân lại một chỗ đứng giữa trời mưa gió. Mọi người đều ướt lạnh, co ro run lẩy bẩy. Sau khi điểm danh đã gom đủ mới cho vào nơi trú ẩn có lính canh gác. Đến gần sáng tất cả trại tù chỉ còn lại những mái tranh nằm xẹp trên những cây tre, cọc gỗ chông chênh. Mọi người, kể cả đám cán bộ trại đều tủa ra thu xếp những vật dụng cá nhân dồn về những nơi khô ráo rồi ngồi chờ.

Đến trưa một đoàn xe Molotova từ đâu tới và mọi người được lệnh di chuyển đi một trại mới, không ai biết ở nơi nào, xa hay gần. Vững mang bao áo quần và đồ dùng cá nhân lên xe, nhìn lại dãy lán tan hoang trên mặt đất mà nghĩ tới lẽ vô thường, suy thịnh... Vững cố ý tìm xem có còn con sáo quanh quẩn đâu đây với hy vọng nó trông thấy Vững và đoàn xe di chuyển để bay theo.

Trời đất mịt mùng bao la. Không có dấu vết tăm hơi gì của con sáo. Không biết số phận nó ra sao, còn sống hay đã chết trong cơn bão tố phũ phàng.

Đoàn xe chuyển bánh. Vững không thắc mắc, âu lo gì về số phận long đong của kiếp tù đày mà chỉ dõi mắt nhìn lại nơi dãy lán xiêu vẹo hy vọng trông thấy con sáo đang bay tìm hướng đi của mình.

Xe càng chạy, Vững càng tuyệt vọng. Vững nói thầm như nhắn với con sáo: Từ nay ta không còn trông thấy sáo nữa. Nếu còn sống, sáo cũng không thể nào biết ta ở nơi đâu.

Vĩnh biệt sáo!

VŨ THỊ THIÊN THƯ

Tên thật Võ Thị Xuân Đào

Sinh quán: Cần Thơ Việt Nam

Sinh hoạt Thanh Niên: Phong Trào Du Ca Việt Nam ■ Trung học: Trường Trung Học Tổng Hợp Chưởng Binh Lễ An Giang ■ Đại học: Văn Khoa, Vạn Hạnh Saigon.

Hiện cư trú Ngũ Đại Hồ, Hoa Kỳ

Cộng tác: ■ Cơ sở thi văn Cội Nguồn ■ Tạp chí liên mạng Giao Mùa ■ Web site: www.khoidiem.org ■ www.phunuviet.org

Tác phẩm in chung:
■ Tuyển Tập Thơ Giao Mùa
■ Tuyển tập Văn Học Thời Nay
■ Tuyển Tập Phụ Nữ Việt

Liên lạc: vuthithienthu@gmail.com

Bỏ Lại Quê Hương
truyện

- Xin mời hành khách Nguyễn Tâm trở lại quầy gởi hành lý.

Ngạc nhiên khi nghe tên gọi trong hệ thống phóng thanh, giác quan thứ sáu cho tôi biết chuyện gì xảy ra, tôi quay sang nhìn anh:

- Em biết tại sao rồi.

Thư thả bước trở về quầy vé, nhìn vào người nhân viên của Hàng Không Việt Nam, tôi hỏi cô:

- Tôi là người hành khách vừa được gọi tên. Xin cho tôi biết lý do.

Cô ta nhìn tôi lạnh lùng, ra lệnh:

- Bà vào phòng an ninh cuối quầy vé mà hỏi.

Căn phòng nhỏ màu xám trắng trơ trụi, không một chiếc ghế cho khách ngồi, cô nhân viên an ninh ngồi chong mắt trước màn hình X-ray, tôi nhìn vào chiếc thang cuốn dùng chuyên chở hành lý, nhận ra chiếc rương quen thuộc cuả mình đang nằm trơ trọi. Không buồn nhìn lên tôi, cô ta hất hàm buông lệnh vào khoảng trống không:

- Mở hòm ra.

Tôi đứng im lặng giả vờ như không hề nghe lệnh cô nói. Cô ta lập lại khẩu lệnh, lần nầy ngước mặt lên. Tôi nhìn thẳng vào mặt cô hỏi lại:

- Cô bảo tôi?

Tôi cảm thấy chán ghét thái độ bất lịch sự, hống hách của cô ta, giả vờ như không thấy chỉ có hai chúng tôi là hành khách đang đứng trong phòng.

- Hòm đó của bà, hãy mở ra cho chúng tôi khám.

- Đúng là của tôi. Cô muốn khám cứ tự nhiên.

Tôi nhìn cô trả lời, Anh biết tôi ghét thái độ trịch thượng của cô ta, nên nhíu mày nhìn tôi, không muốn nhùng nhằng mất thời gian thêm nữa, càng đứng lâu càng chán cái khuôn mặt lạnh căm kia, tôi mở dây kéo, lật tung nắp rương rồi nhìn cô.

- Lọ gì thế, lấy ra.

- Tương bần Hải Dương, quà biếu của quê nhà.

- Thứ nầy không mang lên máy bay được.

- Tôi không thấy bảng liệt kê các thức không mang theo được, lọ nầy đã đóng khăn lại, niêm rất chặt và có bao bì cẩn thận vẫn không gởi theo hành lý lên máy bay được ư?

- Không mang lên máy bay được. Bảo người nhà mang về đi.

Tôi im lặng móc hai lọ tương Bần ra, đặt lên bàn.

- Người nhà không theo tiễn chúng tôi, nên không thể gởi trở về. Chúng tôi biếu cô vậy, chào cô.

Xếp lại các vật dụng trong rương cho ngay ngắn, chậm rãi thắt lại mối dây, đóng nắp rương. Những ngón tay đặt trên sợi dây kéo như trăm cân nặng, tôi khóa lại nỗi niềm nghẹn ngào. Tôi không tiếc hai lọ tương, không đáng là bao, chỉ thương cháu công trình cháu dầm sương sớm, dậy từ lúc trăng non còn trên đỉnh, lặn lội vượt qua con đường dài, sang tận Hải Dương, rồi lại qua mấy chục cây số, mang hai lọ tương ra tận Hà Nội, tần ngần dúi vào tay, ngày tôi từ giã gia đình trở vào Nam.

- Cháu biếu mợ, chút quà nhà quê.

Tôi nghẹn ngào, chỉ vì một câu nói tình cờ của Cậu, mà cháu tận đáy lòng ghi nhớ, và đi tìm mua cho bằng được thứ tương Bần nổi tiếng của quê nhà.

- Mợ con kén ăn cực kỳ, không cần thịt cá, mợ chỉ thích ăn rau và đậu phụ thôi, có đĩa rau luộc chấm tương là mợ hạnh phúc rồi.

- Thế mợ ăn được tương Bần à ?

Tôi mỉm cười:

- Có phải tương bần Hải Dương không con? Mợ chỉ nghe nói, đọc trong truyện thôi, nhưng chưa được ăn thử bao giờ, chắc là ngon lắm hở?

- Tưởng mợ muốn sơn hào hải vị, tương Bần thì chán vạn mợ à

- Cậu con chỉ kể xấu thôi, mợ ăn kiêng chứ không phải ăn kén. Đừng lo lắng thức ăn cho mợ, làm phiền mọi người chuyện ăn uống, thật không muốn tí nào trong nhà nhà có rau đậu là đủ lắm rồi.

- Mợ có ăn được mắm tôm vắt chanh không?

- Mợ không ăn được mắm tôm, vì kiêng thức ăn mặn.

- Cậu bảo mợ thích rau muống, chị để giành cho mợ cả ao kia, rau non lắm, chiều nay bảo bọn trẻ hái cho mợ một ôm.

- Rau nhà ta trồng lấy thì ngon nhất rồi chị.

Nhìn qua lũy tre xanh, ngôi đình làng khiêm nhượng ẩn dưới tàng lá lưa thưa. Con đường nhỏ dẫn vào làng trải đầy rơm rạ mới cắt, chợt nhớ ra đang là mùa gặt hái. Hít một hơi dài đầy hai buồng phổi đói, đã từ lâu lắm rồi không được thở không khí thơm ngát mùi rơm rạ mới cắt của quê nhà.

Ký ức trùng trùng, như cuộn phim liên tục, Cuối tháng chạp thuở thiếu thời, những ngày cận Tết, được nghỉ học xin theo Dì vào ngủ trong ruộng Ngoại, cánh đồng thênh thang lập lòe ánh sáng từ những chiếc đèn bão lung linh. Chén cháo nửa đêm dưới bầu trời sao lấp lánh, ấm mùa gió bấc tận đáy lòng.

Trước mắt, nhìn màu vàng óng ánh của các thửa ruộng nhỏ như manh đệm, nhớ lại khu dinh điền thẳng cánh cò bay, những cánh đồng bát ngát bên dòng sông Hậu mà thương vô cùng.

Mỗi gia đình chỉ có dăm ba sào ruộng được chia theo nhân khẩu, đất vừa gặt xong vụ mùa, chưa kịp hồi sinh, đã phải gồng mình nuôi thêm hoa màu phụ, đây giồng khoai sắn, kia luống rau xanh, như các loại ký sinh trùng bám hút đến tận cùng, vắt cho khô cạn kiệt, từng giòng máu sinh, từng tia mạch sống. Nhìn xuống đôi bàn tay, những ngón chai cứng, cùn mằn cuả Hà, để hiểu và cảm thông nỗi khó khăn của một đời người nông dân bám vào con trâu và mảnh ruộng.

- Vụ mùa nầy, sau khi con gặt hái xong bán thóc ra được chừng bao nhiêu tiền?

- Năm này giá cao đó mợ, gần ba trăm ngàn một tạ thóc cơ

- Thế ư? Làm ruộng có thu được lợi nhuận đủ để chi dùng hàng năm không con?

- Cũng tuỳ theo thu hoạch hàng năm mợ à, năm nào thất mùa thì không có mà ăn nói gì đến bán.

- Cơ khổ, cả một vụ mùa mà không đủ lúa thóc để ăn nữa, vậy thì lấy gì mà sống đây con?

- Đắp đổi thôi mợ ạ! Cháu là nông dân, nên sống bám vào đất đai, cùng với mấy sào ruộng, nhiều người đã bỏ làng ra đi tìm phương sinh sống khác, nhưng dù cháu có đi đâu cũng biết làm gì mà sống, cả đời chỉ biết cấy cày, và chăn nuôi gia súc thôi.

- Tại sao con không chuyển sang học một nghề nghiệp gì khác, hay buôn bán nho nhỏ cho đời sống bớt cực khổ, mai kia sức yếu, làm sao có thể dãi nắng dầm sương, ngâm mình dưới ruộng nước mà cấy luá cả ngày?

- Cháu không có tiền làm vốn liếng, học thức chẳng bao nhiêu thì lấy gì làm phương tiện?

Nhìn xuống hai bàn chân khô, đôi gót chân nứt nẻ, nước ruộng phèn thấm vào làn da dầy như mo cau, qua bao nhiêu mùa, tiếp mùa, càng dầy thêm, như lớp da trâu bò, phản ứng của cơ thể cố sức chống chỏi lại sự tàn phá cuả nắng mưa, càng thêm tuổi đời càng khô cằn thêm vì dạn dày sương gió.

Con đường về thủ đô, Nghìn Năm Văn Hiến, qua dòng sông Hồng, cầu Long Biên ngợi ca trong chiến sử, nước sông mùa khô bày ra hai bên bãi lạn. Dân số càng đông, bỏ ruộng vườn bám vào thành phố, cho đến mảnh đất phù sa bên ngoài con đê cũng được tận dụng tối đa. Từ bao giờ, niềm kiêu hãnh cha ông lưu truyền chỉ bằng lời lẽ trống không, cơm gạo sản xuất vơ vét bán ra bên ngoài nhưng không đủ nuôi cho trẻ con no bụng trong nước, bài hát ngợi ca người phụ nữ, không giúp được đôi bàn tay lấm lem kia, cùng với thân xác hao gầy vì hai sương một nắng. Tôi đi như người mộng du, đi nhớ trong lòng câu than thở nhỏ nhẹ:

- Cháu cũng muốn ở lại thăm cậu mợ ít lâu, nhưng phải về lo chăm sóc việc nhà mợ à.

- Cận Tết, mùa màng xong, còn làm gì nữa vậy con?

- Cháu về lo vét mương bắt cá, đã sang mùa bấc rồi, rét lắm mợ ạ.

- Rét vẫn phải dầm mình, vét mương sao con?

- Vẫn phải làm mợ à.

- Còn bố của các cháu đi đâu mà không phụ?

- Anh ấy không phụ giúp việc của đàn bà.

Câu nói như tiếng than u trầm, như tiếng vọng lại từ ngàn xưa. Tôi ngẩn người, có tiếng chuông nào gióng lên trong tiềm thức. Những hình ảnh quá khứ nối tiếp nhau, bài học từ sách vở chỉ trích người đàn ông dài lưng tốn vải, người đàn ông không thò đôi tay cầm bút học thói thánh hiền vào công việc nhỏ nhặt trong nhà, người đàn ông quên mất chuyện vợ chồng phải chia sẻ nhau, như chồng là cái đăng thì vợ là cái đó, chồng chài vợ lưới, trong có thiếp ngoài có chàng.

Thân phận người phụ nữ sinh ra là đã gánh gồng vượt biển mồ côi, còn cưu mang thêm số phận hẩm hiu, thân cò lặn lội bờ sông, gánh gạo nuôi chồng...

- Bác cho chúng tôi về Khách sạn Hồ Gươm, phố Hàng Trống.

- Hai bác không đi phố à? Có chợ đêm cho đến hôm rằm đó.

- Chợ đêm ở khu phố nào vậy bác?

- Cứ dọc theo bờ hồ, rẽ vào Phố cổ, sang phố hàng Đào, chợ Đồng xuân, chợ đêm mở cho đến hôm Trung Thu.

Chiếc tắc xi chạy trên con đường dọc theo bờ hồ Hoàn Kiếm đầy những bộ hành tất tả, tôi không tìm thấy hình ảnh những nam thanh nữ tú thong thả dạo chơi trong các mẩu truyện đọc từ thuở còn mài ghế nhà trường. Mặt hồ như tấm gương phản chiếu những năm tháng dài, những nhọc nhằn của một đời tận tuỵ, trong ánh mắt cuả những người thấy quá nhiều đổi thay. Như người đi lạc, tôi hỏi bác tài xế về những địa danh trong sách vở, về dấu tích cuả một thời vàng son, Bác bật cười.

- Bà không tìm được đâu, may mắn gặp được người Hà Nội khi xưa thì họ có thể nhắc lại tên cũ, chứ còn người mới nhập cư thì họ cũng không biết gì như bà thôi.

Tôi tưởng chừng như trong lòng có một khoảng trống nào không thể lấp được. Cũng như, tôi đang đi tìm bóng ma giữa ban ngày, những hình ảnh trong ký ức tuyệt vời thuở còn cắp sách, cành bàng trong đoản văn, màu lá bàng cuối thu, vẽ vời trong trí tưởng tượng, hoa Gạo em tôi ao ước nhìn thấy, bờ đê Yên Phụ của chàng Dũng... Em ơi! Tôi cũng như người mộng du, đang đi tìm hư ảnh, những trao gởi dặn dò, tôi đã không có quá khứ ở nơi nầy, làm sao có thể đi tìm lại linh hồn ma cũ cho em?

Vũ Thị Thiên Thư

Vai Gầy Gánh Nặng

Gánh thơ xuống phố điêu linh
Gót son vai nhỏ nặng tình nước non
Dây tơ cột mối đa đoan
Vấn vương sợi nhớ nối tròn vòng thương

Gánh mây về núi mờ sương
Nghiêng vai rơi xuống đời thường lạc nhau
Miệt mài câu hát chiêm bao
Phất phơ cánh bướm cõi nào tái sinh

Gánh dương hồng trải bình minh
Ươm mơ nụ biếc tựa mình tùng xanh
Đêm qua trong giấc an lành
Ái yêu ti trúc tơ mành song song

Gánh vào biển cả trăm dòng
Nở từ tim giọt máu hồng luân lưu./

Vũ Thị Thiên Thư

Nhóm Lửa Hồng Chung

Rẽ lại đường ngôi một thời thơ dại
Bước nhỏ ngập ngừng sóng biếc trùng vây
Sợi khói mong manh vết hằn mi nặng
Ngã xuống bên đời chới với bàn tay

Một bước là xa một cơn mộng dữ
Bão giạt xô đời roi dấu làn da
Nào giấc Nam Kha đâu con đò cũ
Bến liễu ơ hờ mòn mỏi câu ca

Chiếc áo màu xanh một trời hy vọng
Nhốt tận đáy lòng cất bước phù vân
Tình chung thơ vẫn trêu ngươi hụt hẫng
Dựa bến phong sương ướt đẫm bao lần

Lặng lẽ soi gương đếm từng sợi bạc
Tóc cũng thưa dần lệ chát bờ môi
Không cứ cuồng phong lá bay tan tác
Thu lạnh bao giờ thấm buốt hồn côi

Mấy khi nâng chén hỡi người tri kỷ
Một góc trời xa một ánh trăng tà
Rót giữa thinh không ấm nồng cơn bỉ
Ngọt đắng cho dù hãy uống cùng ta

Thí dụ mai kia có lần ngồi lại
Thắp sáng bên trời ngọn lửa hồng chung
Câu hát trùng hoan nợ đời trang trải
Nối lại vòng tay ngày ấy vô cùng.

Vũ Thị Thiên Thư

VI KHUÊ

Vi Khuê là bút danh của Trần Trinh Thuận. Sinh quán tại Thừa Thiên. Trước năm 1975 là Biên tập viên và Xướng ngôn viên Đài Phát thanh Huế. Sau đó là Biên tập viên và xướng ngôn viên đài Phát thanh Đà Lạt ▪ Tốt nghiệp Cử nhân Văn chương Việt Hán ▪ Hiệu trưởng Trung Học Văn Khoa, Đà Lạt ▪ Năm 1975 di tản tỵ nạn tại Hoa Kỳ, định cư tại Virginia.

Tại Hải ngoại: cộng tác thường xuyên với các tạp chí: ▪ Văn, ▪ Làng Văn ▪ Văn Học ▪ Đất Mới ▪ Nhân Văn ▪ Thế Kỷ 21 ▪ Nguồn ▪ Thời Luận ▪ Thời Báo ▪ Chiêu Dương (Australia) ▪ Chủ bút tạp chí Tin Điển (West Germany) ▪ Thành Viên CSTV Cội Nguồn.

Tác phẩm: ▪ Giọt Lệ *thơ 1971 ▪ Cát Vàng *thơ 1985 ▪ Tặng Phẩm Tình Yêu *thơ 1991 ▪ Hoa Bướm Vườn Thơ Tôi *thơ 1994 ▪ Băng Thơ Vi Khuê (1985-1997) ▪ Hoang Vu (CD Nhạc, Eastern Music Singgapore) 1998 **Văn:** ▪ Ngựa Hồng Trên Đồi Cỏ 1986 ▪ Những Ngày Ở Virginia 1991 ▪ Vẫn Chờ Xe Thổ Mộ 1993 ▪ Thơ Trong Mưa Và Hoa/ Poems In Rain & Flowers (tập thơ song ngữ Việt-Anh) 2001.

▪ Các bút danh khác: Đoàn Văn, Đào Thị Khánh, Nguyễn Thị Bình Thường, phụ trách nhiều tiết mục trên báo Phụ Nữ Diễn Đàn từ 1982 đến 1996. ▪ Tác giả còn có bài trong 15 tuyển tập thơ văn khác.

Mai Mốt tôi Về

Thì như ai đó, ngoài phương Bắc
Đỉnh nhọn Trường sơn
                    ứ máu chân
"Móc trái tim đau" mà khóc lóc
Nỗi niềm gian khổ bốn mươi năm

Thì như ai đó ở phương Nam
Nằm mong đêm qua,
                    đêm chẳng tàn
Đêm cứ đêm hoài cầm bóng nến
Lệ người hay lệ nến chan chan

Mai mốt tôi về tóc đã bạc
Đứng trên cầu cũ, nhìn sông xưa
Sông êm như thuở còn tươi mát
Mười tám xuân
                    nghiêng nón đợi chờ

Thì như ai buổi đầu lưu lạc
Trâu ngựa quê người tủi tấm thân
"Ngày phóng xe làm phu hốt rác
Đêm về nằm nước mắt chứa chan"

Ồ không! thuở ấy mùa ly loạn
Chỉ có phà ngang ở bến đò
Cô gái qua sông mười tám tuổi
Trên đầu đã chít chiếc khăn sô

Thì như ai đó nữa, bây giờ
Đứng dựa cột đèn, ngó ngẩn ngơ
Dâu bể tan hoang thành phố cũ
Thẩn thờ đi những bóng bơ vơ

**

Mai mốt tôi về, tóc đã bạc
Đứng trên cầu cũ, nhìn sông xưa
Sông ơi! đá cũng còn cau mặt
Mà nước sông sao cứ lững lờ?

Thì thế thì thôi, thì lận đận
Thì long đong, thì đã lênh đênh
Thì như ai đó ngoài mưa lạnh
Chìm nổi theo cơn sóng bập bềnh

1984

Nhớ Nguyễn Du

Trên Đường Qua Quỷ Môn Quan*

Ngồi đây đọc sách ngàn trang cũ
Ngoài đó lao xao vẫn chiến trường
Tuyết bão vào song, mưa cứ đổ
Tưởng người xưa dưới Quỷ Môn Quan

Đường qua cửa quỷ, mây vần vũ
Ngàn dặm về Nam, nhớ bóng ai
Gió xác cây xao cuồng vó ngựa
Đầu non trăng rụng, vượn than dài

Ngán ngẩm mặt người không muốn ngó
Ấm lòng đã có rượu vài chung
Tuổi chưa già, cớ sao lười lĩnh
Chỉ ngắm nhà kia ngủ gác non

Tương quan bè bạn là không có
Thì bận lòng chi chuyện đón đưa
Thôi, cảm ơn đời thêm chút nữa
Cho ta quán trọ dưới trời mưa.

1988

*Nguyễn Du, qua bài "Quỷ Môn Trung Đạo"

Biệt Ca

Ta tưởng Người đi về phương Đông
Ta rót cho Người chén rượu hồng
Rượu sẽ mềm môi Người sẽ khóc
Ta cười, Người có biết gì không?

Ta tưởng Người đi về phương Tây
Ta rót cho Người chén rượu đầy
Rượu sẽ làm cay đôi mắt ướt
Ta nhìn. Lệ rớt giữa lòng tay

Ta tưởng Người đi về phương Nam
Ta rót cho Người chén rượu tràn
Rượu sẽ làm hoen thân áo bạc
Người về. Khật khưỡng dưới trăng tan

Ta tưởng Người đi về phương Bắc
Ta rót cho Người chén rượu ngọc
Rượu sẽ vì ta nói với Người:
Vĩnh biệt! Đừng quay nhìn ngõ trúc.

Ta tiễn Người. Ồ, ta tiễn Người
Rừng phong không gió trời không mây
Hoa đâu, để ngát thơm vườn ngự
Ta tiễn Người mà. Ta tiễn Người!
1991

Mà Thương đến Cả Vệ Đường Hoa

Trái đất có lẽ sẽ phải nổ
Lúc ấy rồi ta cũng tiếc thôi

Tiếc sao những buổi rong chơi phố
Những buổi nhìn mây, buổi ngó trời

Xuân này ở Mỹ sao mà lạ
Bỗng rộn ràng lên chuyện tiếc thương
Và nhớ, và yêu Đà Lạt quá
Yêu, ồ yêu nhỉ! Nhớ, sao không?

Nhớ đồi Cù mướt xanh trong gió
Biệt thự hồ bên đứng ngắm xa
Ngựa trắng, tóc hoe vàng, trước ngõ
Nàng công chúa Thượng áo hoa cà...

Lên đồi. Lên đồi. Lên đồi cao
Những cô con gái má hồng au
Những chàng trai gắn Alpha đỏ
Đà Lạt mù sương một sớm nao!

Ai tặng cô em một nhánh đào
Một nụ hồng lá thắm xôn xao
Và ai âu yếm cài lên tóc
Để đến nay cô nhớ ngọt ngào?

Bùi Thị Xuân còn thơm giấc mơ
Thì người cứ dệt gấm thêu thơ
Còn ai thiếu phụ chiều nay mộng
Hãy nhớ sân trường Đại học xưa

Và rừng. Và thác. Và thung lũng
Và gió từng cơn buốt thịt da
Đà Lạt. Trời ơi! Giờ ấm lạnh?
Mà thương đến cả vệ Đường Hoa!

1994

CUNG DIỄM/TÚ LẮC

❧ ❧ ❧ ❧ ❧ ❧ ❧ ❧ ❧ ❧ ❧ ❧

■ Tú Lắc, Nghịch Nhĩ, Lộng Giả là bút hiệu ký dưới thơ trào phúng & Cung Diễm là bút danh của Hoàng Kim Dũng ■ Quê ở Quảng Nam.

■ Trước năm 1975 là biên tập viên của báo Trường Sơn (Quảng Nam Đà Nẵng) ■ Phục vụ trong ngành Cảnh Sát Quốc Gia.

Tác Phẩm:

■ Thơ Trào Phúng, Thằng Mõ nam California xb 2000

■ Túi Vẫn Còn Thơ *thơ Cung Diễm & Tú Lắc, Cội Nguồn xb 2012

■ Từng cộng tác/ biên tập viên của các nhật báo, tạp chí ở Sài Gòn như: Phụ Nữ Diễn Đàn, Thời Nay, Tin Vịt; Dân Luận, Hòa Bình...

■ Cộng tác mục thơ "Chém Treo Ngành" trên nhật báo Hòa Bình dưới bút danh Nghịch Nhĩ. ■ Phụ trách mục "Thơ Ngông" trên tờ Dân Luận ■ Trên tờ Tin Vịt với bút danh Lộng Giả trong mục "Thơ Vịt Tiềm" ■ trên tờ nguyệt san Thời Nay dưới tiêu đề "Thơ Lên Ruột" với những bài châm biếm thời sự.

■ Một trong những sáng lập viên CSTV Cội Nguồn. Thành viên Ban Biên tập tạp chí Nguồn, Phụ trách mục thơ "Ngược Nguồn".

■ Cung Diễm cùng có quan điểm chung với mọi người: Văn Thơ là phương tiện hữu hiệu nhất để truyền bá đến đại chúng những tư tưởng mới, những điều hay lẽ phải, để con người theo đó mà tu thân, xử thế... Với thơ trào phúng, Tú Lắc, hay Nghịch Nhĩ, hay Lộng Giả đều tỏ ra là một cây bút cử khôi, như mũi tên bắn thẳng vào những hành vi trái tai gai mắt, thiếu đạo đức, phi nghĩa; chọc thẳng vào những kẻ tham nhũng, lộng hành, đục khoét công quỹ, dù ở vào bất cứ thời đại nào.

Đau Niềm Cố Lý

Rượu cạn rồi ư? Hãy chuốc thêm
Uống cho kỳ đến lúc say mềm
Cho mây chếnh choáng mười phương gió
Cho nguyệt lao đao rụng xuống thềm
Cho bướm quên đường hoa lối cũ
Cho người xưa nhạt dáng y xiêm
Cách xa, chỉ cách trời hai hướng
Mà đếm đau thương đến vạn niềm
Chén rượu thấm đau niềm cố lý
Men nồng nghe máu réo trong tim
Quê hương tuy thoát vòng tao loạn
Đất nước còn trong cảnh nổi chìm!
Kỳ ký không còn dai sức ngựa
Hộc Hồng cũng đã mỏi đường chim
Ôi thôi, nghĩ hổ danh tùng bách
Đất lạ đành cam phận sắn bìm!
Đâu thuở voi thiêng gầm phá Tống
Nào khi dậy đất trống bình Chiêm!
Máu xương oanh liệt ngời trang sử
Suy thịnh, ôi buồn chuyện cổ kim!!

Nặng Tình
Ai Chắc Cũng Như Ai

Thoắt chốc mà nay bảy chục rồi
Thời gian như nước hững hờ trôi
Mắt tuy choáng ngợp nền tân học
Lòng vẫn thương vương nếp cựu thời
Kỳ Ký vó từng muôn dặm ruổi
Hộc Hồng cánh đã vạn trùng khơi
Bão dông dễ chuyển thân tùng bách
Sừng sững đầu non ngạo nghễ cười.

Cười để xua đi nỗi đắng cay
Lòng riêng thẹn với núi sông này
Gươm không vung để an bờ Bắc
Súng chẳng rền cho tĩnh cõi Tây
Nỗi nước, vườn khuya quyên thổn thức
Tình thơ, gác sớm chén vơi đầy
Quê hương ta ở phương trời đó
Thầm hỏi sao mình lại ở đây!

Ở đây chiều nhẹ phớt sương lam
Đối cảnh lòng ơi, chợt nát tan!
Đất khách những mong cơn gió trở
Trời quê còn đợi bóng đêm tàn

Bầu tiên muốn rót vào quên lãng
Lòng tục chừng vương nỗi oán hờn
Sông suối dù tuôn ra biển cả
Mưa nguồn lại mát đất phương Nam.

Trời Nam thi phú đẹp giai chương
Vần điệu noi theo lối Tống Đường
Chếnh choáng còn say men Lý Bạch
Gật gù những thích bút Vương Xương*
Hưng vong âu cũng trò tang hải
Đắc thất cầm như cuộc hí trường
Còn rượu, còn thơ, còn xướng họa
Thân bằng tình lại đậm đà thương.

Thương kẻ bao năm kiếp ngục tù
Heo may lòng đã dịu hơi Thu
Câu thơ mong kết niềm thân ái
Ngọn bút đừng mang nỗi hận thù
Thương Lãng sông kia trong với đục
Tâm tư lòng nọ sạch cùng nhơ
Ai ơi xin hãy cùng suy nghiệm
Đừng mãi chìm trong cõi mịt mù

Mịt mù xua sạch, hãy lên đường
Rầm rập như đang giữa chiến trường
Ngạo nghễ mãi tung cờ Nguyễn Huệ
Oai hùng còn vọng trống Trưng Vương
Mong dân tộc thoát vòng tao loạn
Cầu xóm làng xa cảnh nhiễu thương
Ba nhánh non sông chung một cội
Muôn lời hô lớn tiếng: Quê hương!

Quê hương vời vợi dõi mây trời
Đinh, Lý, Trần, Lê... trải mấy đời
Giữ nước chẳng gờm quân giặc dữ
Gìn nhà chi ngại lũ ma trơi
Sông xanh, núi biếc cùng tô điểm
Xóm dưới làng trên há lẻ loi
Vẫn đứng bên đình xinh dáng trúc
Võng trưa ngọt lim tiếng ru hời.

Ru hời theo gió thoảng mông lung
Âm điệu chao ôi! Nói chẳng cùng
Kéo gỗ, câu hò vang vách núi
Mái nhì, giọng hát quyện ven sông
Chiều rơi, say ngắm màn sương nhạt
Đêm xuống vui khơi bếp lửa hồng
Năm tháng tiêu dao cùng cảnh vật
Sự lòng ai có giống ai không?

Cùng ai chia xẻ thú thanh cao
Cái nghiệp văn chương đáng tự hào
Duyên bút ai không gieo lá thắm
Tình thơ ta mãi đợi âm hao
Niềm riêng đành gửi làn mây lượn
Tâm sự buông cho ngọn sóng trào
Phải buổi nhập nhằng thanh với trọc
Xin đừng lẫn lộn giữa vàng thau

Vàng thau cứ đánh lận con đen
Đời lắm điêu ngoa lắm lụy phiền

Cái bã hư danh luôn quyến rũ
Miếng mồi chung đỉnh cố bon chen

Trèo non tránh bước chân người dại
Lội nước đừng theo gót kẻ điên
Mặc kệ ai hơn, mình chịu thiệt
Ung dung thơ thánh với bầu tiên

Bầu tiên vui thú cảnh non bồng
Suối hát chim ca dưới nắng hồng
Trí nhẹ nhàng mây, mây thắm thiết
Lòng trong veo nước, nước xanh trong
Thiền tâm, tỉnh ngộ câu không sắc
Phật tánh thấm nhuần chữ sắc không
Đời có là chi mà bận mắt
Kho trời trăng gió mãi thong dong

Thong dong mong đất nước an vui
Phố thị thôn trang rộn tiếng cười
Nương sớm, vồng khoai con sáo nhảy
Đêm thanh cối gạo nhịp chày rơi
Hương quê hoa ngát mùi nhân ái
Cố lý lòng vương mối cảm hoài
Núi biếc, sông xanh, sông núi ấy
Nặng tình ai chắc cũng như ai.

San Jose, Mạnh Đông 2006

Vương Linh: Vương Xương Linh

Cơm Nhà

Tiền thì đã có tiền già
Cơm thì cứ việc cơm nhà mà xơi
Cơm nhà quen miệng quá rồi
Cá khô kho với một nồi canh chua
Thu đông tám tiết bốn mùa
Cá kho với lại canh chua đều đều
Ăn hoài kể cũng chán phèo
Nên chỉ thèm những bún riêu phở bò
Cơm nhà ăn cốt để no
Phở kia muốn xực để cho lạ mồm
Vợ về quê, vắng mấy hôm
Ung dung gà vọc niêu tôm tha hồ
Mặc tình phở nạm phở bò
Mỗi ngày mỗi cứ ăn cho sướng mồm
Thế nhưng chỉ được mấy hôm
Tự nhiên cảm thấy thèm cơm ở nhà
Tần ngần mới ngẫm nghĩ ra
Phở kia ta chỉ ăn qua ngoài đường
Đâu bằng rau muống chấm tương
Cá khô kho bỏ tí đường làm duyên
Cơm nhà no bụng lại hiền
Dù ăn chi cũng khó quên cơm nhà
Đúng không quí vị liền bà?

TÚ LẮC

PHAN THỊ NGÔN NGỮ

Sinh năm 1955 tại Diên Khánh, Khánh Hòa Học sinh trường Nữ Trung Học Nha Trang
■ Hiện cư ngụ tại Virginia, Hoa Kỳ
■ Thành viên CSTV Cội Nguồn ■ Cộng tác viên thường xuyên tạp chí Nguồn.

Tác phẩm đã xuất bản:
■ Vọng Khúc *Thơ. Khởi Hành XB 2003
■ Tạ Tình Khúc *Thơ. Cội Nguồn 2005
■ Dùng Dằng *Thơ. Cội Nguồn 2010
■ Lỗi Một Vần Gieo *Thơ. Cội Nguồn 2010
Có tên trong các tuyển tập:
■ Khung Trời Hướng Vọng [Khảo Luận Thơ] Nguyễn Thùy. Cội Nguồn thực hiện, NXB Nắng Mới, Paris. ■ Cõi Thơ Tìm Gặp [Bút Luận Thơ] Diên Nghị. Cội Nguồn 2008.

Một góc thơ và tôi

Có những lúc buồn - tôi trốn vào thơ
Như đứa trẻ con tìm về võng mẹ
Bởi thơ cho tôi chỗ ngồi lặng lẽ
Đi lại từ đầu và mãi về sau.

Góc thơ – tôi ngồi mơ chuyện trầu cau
Thủa mẹ theo cha dựng gian nhà cỏ
Góc thơ – tôi về chân trần lối nhỏ
Đuổi chuồn chuồn - bắt bướm – hái hoa
Dòng mương xanh – bãi mía – đám ruộng gò
Con diều biếc băng đồng – trơ gốc rạ

Góc thơ tôi ngọt ngào câu hò lã
Bản bài chòi đập lúa những đêm xưa
Trống làng reo vui mừng buổi được mùa
Ngôi đình cổ - bập bùng đêm hát bội

Góc thơ tôi – nón cời dang nắng dọi
Mót lúa trên đồng - đốn củi rừng xa
Chiều đổ giông – líu ríu góc sân nhà
Bầy gà con rộn ràng quanh cánh mẹ
Con trâu nghé vào chuồng chân dậm khẽ
Tiếc đám cỏ non bỏ lại ven rừng
Bác nông dân về - tấm áo vá lưng
Mồ hôi đọng - tiếng gầu khua lòng giếng

Góc thơ – tôi bỏ làng xuôi miệt biển
Đường tản cư nước mắt chảy lưng tròng
Nhớ luống cải vàng vừa chớm đơm bông
Đêm phố chợ - nghe chừng chim cuốc gọi

Tu hú kêu - ổi vườn đang chín tới
Sao nhớ vô cùng – thương quá đỗi thương
Phố thị - làng quê ... chỉ mấy dặm đường
Như xa quá - tựa đôi bờ Bến Hải.

Góc thơ – tôi về giữa mùa con gái
Tuổi học trò nhịp guốc khua vang
Cát trắng - biển xanh – sóng bạc – mây vàng
Trang sách mỏng gối đầu ru cõi mộng
Chân bỡ ngỡ giữa đường đời ngợp bóng
Ghế giảng đường – mơ chuyển đá vàng thau.

Góc thơ – tôi về nhốt cuộc tình đau
Chôn ước vọng của một thời trẻ dại
Ngày tháng tư – mưa dầm hay nắng trải
Gói lịm hồn mình mấy giải khăn tang
Nước mắt chảy quanh - nước mắt chia hàng
Tay chia tay - từng mảnh đời chia xứ.

Góc thơ tôi - một kiếp sầu lữ thứ
Những con người căm lặng bỏ quê đi
Mang trên lưng từng ước vọng xanh rì
Rồi gãy vụn theo cuộc đời cơm áo
Gãy những khát khao - vỡ tàn mộng ảo
Đời tha hương lơ láo một câu chào
Giọng của người lạ hoắc - chẳng âm hao
Câu mẹ để thì thào trên môi lạnh

Lòng căm nín và mắt nhìn ráo hoảnh
Đi giữa quê người ... hoài vọng quê hương
Góc thơ tôi – hay tiếng nấc đoạn trường!

tuổi thơ con là chỗ ngoại nằm

Từ khi rời quê ra phố chợ
Có đôi lần con trở về thăm
Tuổi thơ con là chỗ ngoại nằm
Chiếc chõng tre kê đầu hiên vắng

Chiếc võng gai mấy mùa mưa nắng
Mỗi trưa ngồi – con nhổ tóc sâu
Trong tiếng gù gù của lũ chim câu
Ngoại dắt con qua từng trang Kiều lẩy.

Câu Lục Vân Tiên như mái dầm mái đẩy
Giọng ngoại chèo lúc nhặt lúc khoan
Để hồn con là cánh vụ quay tròn,
Rồi ngủ rụng trên vai còm của ngoại.

Bên bộ ván đã bao đời chìm nổi
Những lọ sơn – những thỏi mực tàu
Những tờ giấy điều, giấy bổi vàng thau
Cũng úa ố theo tuổi già của ngoại

Vết mực loang đọng trong lòng nghiên tối,
Ngọn bút tà nên cũng chẳng buồn chăm
Tuổi thơ con là chỗ ngoại nằm
Có thời Xuân Thu đi về qua trang sách

Có thuở Thịnh Đường vang vang trên vách
Dốc bầu thơ Lý Bạch ngửa nghiêng sầu
Trong con – ngoại là ngõ trúc ngọn cau
Là bóng hạc trên mái đình rêu phủ
Là chiếc nôi êm ru hồn con ngủ
Giữa vòng tay quê không bến không bờ. /

trong Cha
Còn Đó Nỗi Buồn

Nhớ bữa cha về thay áo trận
Đôi hàng nước mắt chớm rưng rưng
Tay run lần cởi rời bao súng
Cay đắng làm sao - chẳng đặng đừng.

Nón sắt – giày sô... đã một thời
Theo cha từ lúc tuổi đôi mươi
Bốn vùng chiến thuật chưa chùn bước
Gang tấc cũng đành tan rã thôi

Lòng cố mừng vui hết chiến tranh
Hòa bình - sao nước mắt vòng quanh
Ai chôn đất nước ngày tang hải
Cha lịm hồn cha dưới bóng mình.

Tay cuốc tay cày đám ruộng thưa
Chân gầy đạp đất - đội đầu mưa
Vườn hoang vỡ mảnh – tàn mơ cũ
Đắp lại bờ mương - lệ chảy ròng.

Nay đứng mai ngồi với núi sông
Đêm đêm chim quốc giục bên đồng
Giả sơn xẻ ngọn - đau lòng nước
Thủy tụ khơi dòng - xót dạ non.

Qua bao giông bão đời oan nghiệt
Cha đã hao mòn với tháng năm
Chôn xuống - đào lên manh áo trận
Chiều chiều bên giậu đứng nhìn câm.

Nghe nặng tình quê mấy nỗi buồn
Những đồng đội cũ - giạt muôn phương
Quê hương vá mãi chưa lành sẹo
Cha xót lòng ... đau một vết thương !

Sài Gòn Xưa

Sài Gòn xưa - dẫu giờ xa vĩnh viễn
lòng vẫn hoài gần trong tấc gang
nhớ ngọn sao im sững hai hàng
bầy se sẻ mỗi chiều về ngủ đậu
đèn xanh đỏ - ngả năm cười ngả sáu
xe buýt ngược đường Cây Gõ – An Đông
chợ Bến Thành chân cứ lần khân
tô bún mộc cầm lòng đi không đặng.

Ly đậu đỏ môi ai còn ngậm nắng
góc giảng đường Vạn Hạnh – Văn Khoa
đôi mắt nâu thăm thẳm nhạt nhòa
chiều Hoàng Gia phin cafê gợi nhớ
kem Bạch Đằng buổi hẹn nhiều bỡ ngỡ
bối rối làm sao cái thuở đợi chờ
chân ngập ngừng và hồn cứ ngu ngơ
như Mán lạc rừng đi giữa phố.

Tàng lá me Nguyễn Du ngày lá đổ
lấm tấm áo ai nhuộm kín hoa vàng
giọng cười dòn hòa nhịp guốc khua vang
vai dẫn mùa thu đi vào lớp học
hương ngọc lan ngọt ngào trong búi tóc
khói tương tư lãng đãng những đêm dài

Sài Gòn xưa - giờ còn ai vắng ai ?
nay xa lạ từng tên đường tên phố
ba mươi năm giữa chia lìa – hạnh ngộ
vẫn không sao vá được vết thương đời !

Nhớ Mẹ

Nhà bên vàng hoa mướp
Chạnh lòng sao nhớ quê
Tháng mấy rồi mẹ nhỉ
Bao năm con chưa về.

Thương mẹ chừ bạc tóc
Da mồi mắt hom hem
Đêm đêm lần chuỗi hạt
Héo úa miếng trầu têm.

Nhớ ngày khoai sắn độn
Bát canh rau đắng lòng
Cơm chan dầm nước mắt
Nuôi một bầy con đông.

Mỗi năm từng đứa lớn
Mẹ gả con lấy chồng
Đứa lên rừng xuống biển
Đứa đầu sông - cuối sông.

Một mình mẹ ở lại
Xiêu vẹo túp lều tranh
Chiều chiều ra quét lá
Gió thổi bóng vòng quanh./

Nghe Mẹ Hỏi

Có chút gì đau nhói cả tim
Khi tờ lịch cuối năm dần hết
Bên ấy bắt đầu trời sắp tết
Đang xôn xao từng cánh én về

Nắng hanh vàng trên những lối quê
Lúa tháng chạp gặt về phơi vội
Ngõ trước vườn sau rơm rạ mới
Khói nhà ai từng sợi lưng trời

Áo bạc màu đem trước giậu phơi
Mẹ vẫn đợi ngày con trở lại
Như bươm bướm mong vàng bông cải
Như tháng giêng níu lại trăng rằm

Mẹ đợi con - lòng cứ lặng căm
Mình một bóng âm thầm cửa bếp
Nia lá chuối - tiêu hành - sàng nếp
Chong đèn đêm mẹ gói bánh chưng

Nồi thịt kho - rim chảo mứt gừng
Lửa tí tách soi mái đầu trắng bạc

Con nhớ ngày xưa câu mẹ hát:
Chồng gần không lấy - lấy chồng xa
Để mai kia cha yếu mẹ già
Chén cơm ai xới - tách trà ai dâng*

Trời bắt đầu bên ấy sắp xuân
Mẹ lận túi những tờ bạc mới
Để dành mồng một con mừng tuổi
Tung tăng lượm pháo đốt giao thừa

Mấy bữa... tết rồi... con sắp về chưa?
Nghe mẹ hỏi lòng con khó nói
Giọt nước mắt nào đang rớt vội
Trên đường giây quá đỗi ngậm ngùi!
----
* Ca dao

Dặn Lòng

Dặn lòng - thôi chứ đò đưa
Đã khan tiếng khóc - đã thừa tiếng than
Áo xưa đứt nút giữa đàng
Đành lòng – lỡ chuyến đò sang nữa rồi !

Dặn lòng – nước chảy mây trôi
Đừng về bên ấy – đừng thôi bên này
Dùng dằng chi giọt rượu cay
Để trăng lảo đảo khi đầy khi vơi
Để ta bặt tiếng bặt lời
Gói vuông khăn cũ thả trôi dòng sầu

Ư ! thì mình ngại mưa mau
Cũng đưa nhau đến bên cầu nước xuôi
Sông này chảy một giòng thôi
Mây đầu sông thẫm tóc người cuối sông
"Nhớ xưa em chửa theo chồng"... * (thơ PTT)

Đọc câu thơ nọ – nghe lòng quặn đau
Dặn lòng bước xuống sông sâu
Là thôi! chôn giấc mộng đầu từ đây
Nhớ người! chia nửa vòng tay
Xa người! chia cội mai gầy hắt hiu.

Quê Người

Ngỡ ngàng từng ngón tay xuôi
Xé tờ lịch cuối ngậm ngùi lòng đau
Chiều nay dừng lại bên cầu
Hỏi dòng xe chảy về đâu bụi đường.

Quê người cõi tạm tha hương
Đời người lãng đãng khói sương ngập ngừng
Tình người mấy nỗi đau chung
Mắt người chia nửa nhớ nhung cuối trời.

Giọng người sóng vỗ trùng khơi
Tay người góp nhặt mảnh đời hợp tan
Đất người gió núi mây ngàn
Cõi người cũng mảng nắng vàng lắt lay
Lòng ta ôm mối sầu đầy
Quê người cố nối vòng tay quê nhà./

Một nhịp tim sai đi về tiền kiếp
Tan cùng ngọn triều thuở biển uyên nguyên

Lỗi Một Vần Gieo

Sợi tóc chẻ đôi trói lòng hoài nhớ
Vạt sóng nguyên sơ chợt xuống giữa chiều
Khi bài thơ bỗng lỗi một vần gieo
Là lúc trái tim đập sai một nhịp

Cành liên hoa vụt nở cội não phiền
Bờ sinh tử gom cát mười phương đếm
Người định huệ trên môi cười lơ đễnh
Uống cạn giòng vô lượng giữa chiêm bao
Vắt ngang cơn hồng thủy mặt lụa đào
Tia chớp nhẹ bờ nhân gian bước khẽ

Nghìn năm trước - nghìn sau về thỏ thẻ
Miền vô ngôn trăng điểm nhuận sắc màu
Một nhịp tim sai, biết sẽ về đâu
Sau hóa thân chỉ còn là hạt bụi
Hạt bụi vô ưu không nơi dung rũi
Nên bài thơ đã lỗi một vần gieo!

Dùng Dằng

Dùng dằng như chuyến tàu ngang
Muốn quên ga cũ lại mang mang lòng
Dùng dằng như nắng nhớ sông
Như triều nhớ biển như đồng nhớ mưa

Dùng dằng như buổi tiễn đưa
Không vơi lòng nhớ chưa vừa dạ thương
Dùng dằng như sợi tơ vương
Mối buông sợ đứt mối nương sợ chùng

Dùng dằng như kẻ tình chung
Nửa lao ngọn sóng nửa cùng đáy sâu
Thương nhau đã bạc mái đầu
Âm âm lửa trấu nát nhàu than tro

Dùng dằng một chỗ nằm co
Khi trăn trở chiếu lúc vò chăn đơn
Dùng dằng muốn tỏ nguồn cơn
Bỗng dưng thinh lặng tủi hờn phận côi

Dùng dằng nửa đứng nửa ngồi
Lên non nhớ phố xuống đồi nhớ trăng
Dùng dằng con mắt lá răm
Theo mưa ra biển lại băng về rừng

Dùng dằng lệ nhỏ rưng rưng
Cúi trông bóng ngã bỗng dưng lại cười
Khua chân bước giữa chợ đời
Tưởng đâu nghìn tuổi tự thời nguyên sơ

Tưởng đâu trẻ dại nào ngờ
Hai vai trĩu nặng đôi bờ tử sinh
Dùng dằng món nợ ân tình
Nửa vay nửa trả một mình buồn tênh

Dùng dằng chợt nhớ chợt quên
Chút sương chút khói lênh đênh giữa đời
Dùng dằng muốn bỏ cuộc chơi
Hay đâu tay đã níu lời díu dan./

❖ Phan Thị Ngôn Ngữ/10-2006

386 ❖ KỶ YẾU 20 NĂM VĂN HỌC CỘI NGUỒN

TUỆ NGA

TUỆ NGA là bút hiệu của: Trần Thị Nga ▪ Sinh năm 1936 tại Phủ Từ Sơn, Bắc Ninh ▪ Phật tử Gia Đình Minh Tâm, Chùa Quán Sứ, Hà Nội ▪ Làm thơ từ năm 17 tuổi ▪
▪ Hội viên Thi Đàn Quỳnh Dao, Sài gòn ▪ Thành viên CSTV Cội Nguồn, Hải Ngoại ▪ Hiện sống cùng gia đình tại thành phố Beaverton, tiểu bang Oregon, vùng Tây Bắc Hoa Kỳ ▪

Tác Phẩm Đã Xuất Bản:
▪ Suối (Giải Văn Học Nghệ Thuật 1974) ▪ Suối Trầm Tư (1982) ▪ Mây Hương (Thơ Đạo 1987) ▪ Chiều Phố Mây (1991) ▪ Hoa Sương (1994) ▪ Hoa Đài Dâng Hương (Thơ Đạo 1995) ▪ Nửa Viền Trăng (1997) ▪ Lan Hoa Thi Tập (Tuệ Nga Phương Hồ 1998) ▪

■ Suối Hoa (1999) ■ Từ Giòng Sông Trăng (2005) ■ Về Bên Suối Tịnh (2007)

■ Tuệ Nga có trên 50 bài thơ phổ nhạc do các Nhạc Sĩ Từ Công Phụng, Ngô Mạnh Thu, Mạnh Bích, Mộng Lan, Trọng Nghĩa, Trực Tâm, Tô Mai Lễ, Nguyên Nhu, Nguyễn Tuấn, Quý Luân, Y Vũ, Uy Thi Ca, Giác An, Vĩnh Điện...

Cộng tác với các báo:
Quê Mẹ, Đất Mới, Hồn Việt, Văn, Làng Văn, Thế Giới Ngày Nay, Thời Tập, Hoa Mơ, Nguồn Sống, Pháp Duyên, Hoa Sen, Pháp Âm, Viên Giác, Dân Ý, Lạc Việt, Văn Đàn, Tạp chí Nguồn...

Có bài trong các tuyển tập:
■ Trăng Đất Khách NXB Làng Văn 1985
■ Tác giả Việt Nam/Vietnamese Authors/Lê Bảo Hoàng/Sóng Văn Magazine 2005/ Nhân Ảnh Tái Bản, Canada 2006
■ Tuyển tập "Thơ Tình Việt Nam và Thế Giới Chọn Lọc", Nguyễn Hùng Trương, NXB Thanh Niên, Sài Gòn 1998 – tr. 902.
■ Nữ Sĩ Việt Nam – Tiểu Sử Giai Thoại. Cổ-Cận-Hiện Đại, Như Hiên Nguyễn Ngọc Hiền. NXB Văn Học 2006
■ Những Bài Thơ Việt Nam Hay Lạ Xưa Nay, Long Biên Trương Quang Nguyên. NXB Văn Nghệ 2009
■ Lưu Dân Thi Thoại - Bút Luận 25 Năm Thơ Hải Ngoại, Diên Nghị - Song Nhị. Cội Nguồn 2003
■ Khung Trời Hướng Vọng, Nguyễn Thùy, Cội Nguồn thực hiện.NXB Nắng Mới Paris 2004
■ Cõi Thơ Tìm Gặp, Diên Nghị, NXB Cội Nguồn 2008

(*) Chân dung Tuệ Nga, tác phẩm của Họa sĩ Thanh Trí

Võng Đời Phù Vân

Làm thơ lại nhớ Nguyễn Du
Trăm năm cõi tạm thiên thu bụi hồng
Thương con Én giữa trời đông
Thương ta lưu lạc giữa dòng phù sinh

Thơ nào trải hết tâm tình
Thơ nào thả gió lênh đênh cõi người
Dòng đầy lại tiếp dòng vơi
Khói sương bảng lảng võng đời phù vân

Đồi hoa nhớ bước chân trần
Tìm trong dư ảnh gọi thầm quê hương
Quê hương là những vấn vương
Quê hương nguồn cội yêu thương nghĩa tình

Chia ly không một trường đình
Lại nghe gió nổi cuối ghềnh lá bay
Gởi vào trời biển niềm tây
Nghe hương hoài niệm đong đầy chén thơ
Bâng khuâng ai nhớ Nguyễn Du...

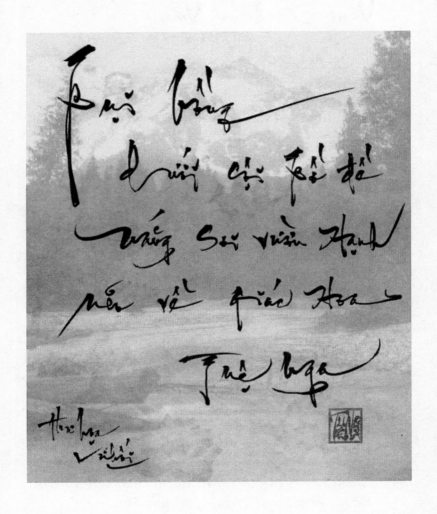

Tiếng Trùng Dương

Khuya đêm thoảng tiếng ru hời
Ru tôi, ơi tiếng trùng khơi nhạt nhòa
Ru tôi võng Mẹ chiều xa
Ru tôi Mẹ kể sơn hà núi non

Ru tôi trăng chiếu dặm mòn
Ru tôi dâu bể mất còn huyền vi
Ru tôi bàng bạc sao khuya
Ngọc Lan hương thoảng bốn bề tịnh thanh

Ru tôi tiếng hát lênh đênh
Tiếng trùng dương tiếng mông mênh
phận người
Ru tôi tiếng gió bồi hồi
Ru tôi tiềm thức tuyệt vời Mẹ ru ...

Cổ Mộ
Ai Chờ Đá Nở Hoa

Một cõi trời riêng ta với ta
Hoa tiên vừa thảo mực chưa nhòa
Em ơi chớm gió mùa thu đấy
Có gợn trong lòng chút xót xa

Ta với ta riêng một mảnh trời
Vần thơ ướt lệ ... tuyết sương rơi
Bốn mươi năm tưởng như vừa mới
Nhặt cánh hoa niên mộng nửa vời

Một cõi trời riêng mình với mình
Non sông dời đổi lắm điêu linh
Ngược dòng tâm tưởng gom hoa nắng
Chị viết bài thơ chuyện của mình

Duyên khởi trùng trùng thoáng sát na
Ai đi tìm lại bóng ngày qua
Để nghe tiếng hát ngàn xưa vọng
Cổ Mộ ai chờ đá nở hoa

Gió thoảng bồng bềnh Hương Tịnh Đế
Nắng vàng tươi ngát Cội Đa La
Bánh xe chuyển pháp thơm xuân mới
Một cõi trời riêng Bút Nở Hoa ...

Dư Ảnh

Bức hoạt kê đời ai vẽ khung
Bài thơ hoài cảm ý không cùng
Biển xanh vẫn mãi mầu băng giá
Trời rộng sao đầy nét ảo lung
Mắt vọng quê xa bờ hải lý
Bụi nhòa phố lạ nhạc trầm cung
Sầu dâng thao thức hồn ly khách
Dư ảnh chập chờn cánh phượng rung./

Cánh Sắc Không

Gửi áng mây trời nỗi nhớ nhung
Cố hương lòng vẫn hẹn tao phùng
Hỏi đời dâu biển bao hưng phế
Hỏi bước thời gian mấy ngại ngùng
Hỏi đá ngủ say rừng tĩnh mặc
Hỏi trời cười mỉm ý bao dung
Mênh mang tâm sự chiều xuân muộn
Xao xuyến hoa đời Cánh Sắc Không./

Nẻo Về Như Lai

Tôi tìm gì, giữa thinh không
Tìm mây buổi sớm, áo hồng đào xa
Thời, Không, qua mấy giáp hoa
Tìm trăng đầu núi, thiên nga đỉnh trời
Tìm, trong đáy thẳm hồn tôi
Cái tâm thao thức... bồi hồi biển dâu
Non cao ai dựng thành sầu
Cho thơ hoài cảm Bút đau phận người
Thinh không thoáng cánh sao rơi
Bâng khuâng chợt hiểu kiếp đời mong manh
Nhủ thầm tôi tự nhủ mình
Thơ say mấy đoạn trên ghềnh phù du
Hình như trời chớm vào thu
Mõ chuông tiềm thức, gió mùa tịnh trai

Nhân gian một chuỗi ai hoài
Chiều ra biển... gió hát lời hư không
Thơ theo khói sóng bềnh bồng
Lòng theo mây trắng mênh mông... đất trời
Sớm mai chim hót hiên ngoài
Thời Kinh Bát Nhã, ý đời Vô Vi

Đường về xanh Nắng Từ Bi
Qua cây cổ thụ rù rì tiếng Kinh
Tàng cây lớn, lá cây xanh
Tìm quanh chẳng một bóng hình vẫn nghe
Nhiệm huyền ... Kinh vọng tứ bề
Đường hoa nắng trải, Nẻo Về Như Lai.

Tuệ Nga

TRẦN THIỆN HIỆP

Ảnh chụp tại sân nhà Cội Nguồn

■ Tên khai sinh: Trần Thiện Hiệp ■ Sinh tại Biên Hòa năm 1935 ■ Quê nội Thừa Thiên, Quê ngoại Quảng Nam ■ Ấu thời sống với song thân ở Di Linh, Đồng Nai Thượng ■ Năm 1946 đến 1956 sống với mẫu thân ở Phan Thiết, tỉnh Bình Thuận ■ Năm 1957 đến 1960 học ở Saigon, Dalat ■ Năm 1961 nhập ngũ tòng quân, với thăng trầm vận nước đến 30-4-1975.

■ **Năm 1975** lưu vong đến Huê Kỳ, làm việc cho chương trình định cư tỵ nạn tiểu bang Washington đến tháng 9 năm 2000 ■ Đầu năm 2001 về nghỉ hưu trên quê hương.

Thi phẩm đã xuất bản tại Huê Kỳ:

■ Cây Lá Phận Người 1987 ■ Mặt Trời Lưu Vong 1991, tái bản 1993 ■ Đỉnh Mây Qua 1997, tái bản 1998 ■ Đá Mọc Rêu Xanh 2000 ■

Thi phẩm đã xuất bản tại Việt Nam:

■ Tuyển tập thơ Trần Thiện Hiệp 2001 (tuyệt bản)
■ Tiếng Đất Gọi Người 2005 (tuyệt bản)
■ Thơ Phá Thể 2010
■ Lăng Thơ Lục Bát 2012

Những Trích Tiên Văn Nghệ

I.

Tôi đã gặp
Giữa Saigon bát nháo
Những con người văn nghệ trước "bo bo"
Họ vẫn sống những ngày còn với nắng
Với mưa mùa, nhà dột, với âu lo

Chạy cơm-áo
Gạo-tiền từng tuổi thọ
Mà vẫn thơ, vẫn nét họa của lòng
Chợ văn chương họ không còn chỗ bán
Tác phẩm mình giấu kín để cho không

Vài ba tuần
Hẹn hò nhau gặp mặt
Cà phê "vườn" tản mạn chuyện thi ca
Ai trúng mánh, bày tiệc nhà đãi bạn
Mồi đơn sơ, vài xị đế khề khà

Họ vui gượng
Nhưng lòng đầy đau xót
Chữ nghĩa mòn, lý tưởng hóa hèm chua
Chuyện đất nước đành đóng vai vô thức
Chán quân cờ, mặc ai được ai thua

Giao du với
Những trích tiên văn nghệ
Gặp niềm vui từ đạm bạc, gieo neo
Từ chữ nghĩa sót còn sao thật quí
Họ, trong thơ ngạo nghễ với cảnh nghèo!
    = Saigon, 4.04

II.
Cà phê "vườn" tám ngàn/ly
Mươi ông văn nghệ ngồi lì đấu ngông
Người viết bạo Nguyễn Thuỵ Long
Tiểu đường bịnh nặng ốm tòng ốm teo
Hồ Nam còn khoẻ như beo
Sách bài một túi đeo theo lòng thòng
Nhà văn thích tếu Thế Phong
Dẫu già bộ nhớ thần đồng khỏi chê
Tôn Nhan râu cọp tóc thề
Trung văn dịch thuật đam mê ra tiền
Trần Tuấn Kiệt giống bợm ghiền
Dép quai lết bết ngả nghiêng thơ vần
Hoàng Vũ Đông Sơn ân cần
Ma chay, tế lễ xa gần tham gia
Vương Đàm tóc ngắn sương pha
Lai rai viết lách sử ta sử người
Phạm Cung hoạ sĩ bảy mươi
Vẫn còn ham vẽ nét tươi đàn bà
Cùng nhau tản mạn thi ca
Tạm quên những nỗi xót xa trong lòng
Điểm danh bằng hữu ngoài trong
Văn thơ báo chí khắp vòng Đông, Tây
Tấm tình văn nghệ luôn đầy
Vẫn mong còn gặp lại ngày không xa.

    = Saigon, Mùa mưa 06

Ngày Mưa
Say Rượu Nằm Mơ

Saigon tháng Tám mưa giông
Phố phường ngập nước như sông vỡ bờ
Ngồi nhà uống rượu làm thơ
Ngà ngà đưa võng, ngủ mơ lên chùa
Gặp sư xin được lá bùa
Về nhà dán cửa để xua đuổi tà
Vì đây lắm quỷ nhiều ma
Đêm ngày quấy nhiễu, dân ta khốn cùng
Mặc cho trừ diệt lung tung
Tà ma quỷ quái ung dung chia phần
Cộng trừ, đong đếm cân phân
Ăn từ dưới thấp chi dần lên trên
Ma vương, triều chính mươi tên
Hô phong hoán vũ công kênh phe mình
Chung quanh bịt mắt làm thinh
Dân đen thấp cổ gồng mình khổ đau

Dán bùa chưa biết ra sao
Bỗng đâu vợ gọi, chiêm bao tỉnh liền.

Trần Thiện Hiệp
Saigon 8.08

NGUYÊN HOÀNG BẢO VIỆT

෨෦ ෨෦ ෨෦ ෨෦ ෨෦ ෨෦ ෨෦ ෨෦෨෦ ෨෦ ෨෦ ෨෦ ෨෦

Sinh ngày 6.6.1934 tại Kiên Giang, nguyên quán Vĩnh Long ▪ Cựu tù nhân cải tạo.

▪ Vượt biên ngày 16.4.1979 đến trại tỵ nạn Djakarta ▪ Định cư tại Thụy sĩ 2.12.1979

Tác phẩm: ▪ Hy Vọng nxb Ban Mai, Saigon 1961. Giải thưởng văn chương toàn quốc (Thơ) 1960-1961 ▪ Những Dòng Nước Trong nxb Văn Nghệ, Saigon 1962 ▪ Quê Hương Như Một Thánh Tích nxb Văn Uyển, Saigon 1969 ▪ Dấu Tích Phượng Hoàng, Bạn Văn XB 2008.

Cộng tác tạp chí NGUỒN, California USA

▪ Hội viên Trung tâm Văn Bút Việt Nam Lưu Vong, Trung tâm Âu châu Văn bút VNHN và trung tâm Thụy Sĩ Pháp thoại. Văn Bút Quốc Tế.

Soi Gương

Dòng nước không vẩn đục
Mang tâm hồn đại dương
Con người không hung dữ
Soi mình trước bao dung

Ai cần tới độc ác
Để biến đổi cuộc đời
Tôi mong được trung thực
Với niềm đau chưa nguôi

Lắp mũi tên hy vọng
Tôi bắn vào thân đêm
Mối sầu gom tàn lực
Vây tôi ngày chặt thêm

Trước sau tôi là một
Yêu người như yêu tôi
Bàn tay áp lên ngực
Vững lòng tin tương lai.

Vientiane

Em Có Nhớ Sài Gòn

Đoàn xe địch chuyển quân rầm rộ
Em nằm im theo dõi bên đường
Búp tóc non kết bông cỏ dại
Em muốn làm lính giữ quê hương

Ôi tuổi học trò không cắp sách
Trường em thành chỗ đóng quân thù
Thầy em tuẫn tiết trong ngục tối
Bạn em bỏ làng vô chiến khu

Mồ côi cha em sống với mẹ
Giặc cưỡng hôn mẹ em đành hy sinh
"Mai sau con lớn đi cứu nước
Nhớ mẹ khi nhìn thác Cửu Long"

Em nhỏ Lào ơi đừng chạy trốn
Đời em buồn tôi có gì vui
Xích lại gần chúng ta là bạn
Tôi làm thơ. Hãy tin cậy tôi

Tôi hiểu vì sao niềm phẫn nộ
Đang âm thầm nhóm lửa trong em
Giặc truy sát ném bom pháo kích
Đồng bào em thịt nát xương tan

Đồi nương giăng mắc mây hóa chất
Voi bỏ rừng, chim lánh biển xa
Tôi khóc - dù không còn nước mắt
Bên xác chết ruồi bu trẻ thơ

Trên chiếc võng trái tim bà mẹ
Trước sân chùa hoang vắng tha ma
Có phải tiếng khèn người đã khuất
Vừa gọi em "dũng sĩ lên đường"!

Em nhỏ Lào ơi, hãy dung thứ
Việt Nam tôi vốn không bạo tàn
"Giặc cờ đỏ" làm tôi xấu hổ
Dân tộc tôi cũng quá đau thương

Tôi mừng gặp em kể sao hết
Chia nhau củ khoai ta mới lùi
Bụi than hồng ấm lên da mặt
Bàn tay em trong bàn tay tôi

Tiễn nhau xuống núi tình đôi ngả
Quê ta ở hai bên Trường sơn
Nghe tiếng dân reo hò khởi nghĩa
Vientiane em có nhớ Sài Gòn?

1983

Đêm Vượt Biển

Mặt trời vừa lặn trên biển Đông
Ta quay nhìn lại phút sau cùng
Việt Nam một chút dung nhan ấy
Dẫu xa ngàn năm còn đứng trông

Ta đành rời bỏ để ra đi
Tiễn đưa không biết nói năng gì
Hồn ta nửa mảnh trời mây nước
Nửa mảnh lồng gương hình bóng quê

Mỗi dặm đường ra mặt biển xa
Nhìn sao mà nhớ người ở nhà
Lối về mưa có dồn chân bước
Giây phút này người ngủ được chưa?

Những phố phường bỗng hóa quạnh hiu
Sài Gòn đau khổ nín câm nhiều
Cờ sao như máu tuôn trên mặt
Và hận thù chà đạp thương yêu

Những trại tù theo kiểu Liên Xô
Bao nhiêu bụi cỏ bấy nhiêu mồ
Bốn năm hay bốn ngàn năm chết
Rủ xuống từng mái nhà khăn sô

Con mất cha vợ lại mất chồng
Hòa bình hay bóng ảo hư không
Phía sua cuộc chiến thêm tàn khốc
Rừng xương suối lệ mồ biển Đông

Em vẫn chờ anh, bạn đợi ta
Nuôi trong lòng nỗi nhớ vô bờ
Niềm tin địa chấn nào lay chuyển
Đối diện tay trần với chiến xa

Giặc cướp được đâu chiếm được đâu
Ta mang theo đi khắp tinh cầu
Quê hương tình cảm trung trinh ấy
Xa nhau để tìm thấy gần nhau

Vượt biển đêm này biết gian truân
Chờ ta số phận những thuyền nhân
Ôm lấy tự do làm bánh lái
Phẩm giá con người là hải đăng

Xa lắm rồi Hà Tiên Phú Quốc
Đêm càng khuya càng nhớ hơn thôi
Những đóm lửa trên miền địa ngục
Đã yếu dần từ phía Hòn Khoai

Người ơi! Lời hứa không hề quên
Bến xưa chung thủy một con thuyền
Sẽ giương đôi cánh buồm hy vọng
Trở về ru cho đời ngủ yên

Ai hát mơ hồ đây tiếng sóng
Vỗ từng nhịp đẩy thuyền trôi mau
Mình trời nghiêng theo triều gió lộng
Bầy chim bay tới vùng biển sao.

16.4.1979

HOA VĂN

ᏉᎡ ᏉᎡ ᏉᎡ ᏉᎡ ᏉᎡ ᏉᎡ ᏉᎡ ᏉᎡᏉᎡ ᏉᎡ ᏉᎡ ᏉᎡ ᏉᎡ

- Hoa Văn là bút hiệu của Ngô Văn Hòa
- Trước năm 1975 lấy Bút hiệu: Anh Hoa
- Sinh tại tỉnh Phú Thọ miền Bắc Việt Nam. Sau về sinh sống tại Hànội, và ra đi từ Hànội năm 1954 để theo học khoá 4 phụ Sĩ Quan Trừ Bị tại trường Võ Bị Liên Quân Đà Lạt.
- Cựu Hội viên Hội Văn Nghệ Sĩ QLVNCH
- Cựu Tù nhân chính trị sau 30/4/1975
- Định cư tại Boston Hoa Kỳ từ năm 1993 theo danh sách H.O

Có thơ in trong các tuyển tập thơ văn như sau:

- Tuyển tập NHỮNG NHÀ VĂN HÔM NAY của Giáo sư Nguyễn Đình Tuyến 1969
- Tuyển tập QUÊ HƯƠNG của QLVNCH
- Tuyển tập GÓP GIÓ của QLVNCH
- Tuyển tập MỘT PHẦN TƯ THẾ KỶ THI CA của nhóm Văn hoá Việt Pháp tại Paris.

■ Tuyển tập LƯU DÂN THI THOẠI, bút luận 25 năm thơ Hải ngoại của Diên Nghị và Song Nhị ■

■ Tuyển tập CÕI THƠ TÌM GẶP của Diên Nghị

■ Tuyển tập QUÊ HƯƠNG QUA THI CA VIỆT NAM, thơ dịch của Nguyễn Hữu Lý

■ Tuyển tập MIỀN NAM TRONG THỜI CHIẾN của Trần Hoài Thư và Phạm Văn Nhàn

■ Tuyển tập MỘT THỜI LỤC BÁT MIỀN NAM của Trần Hoài Thư và Phạm Văn Nhàn

Thơ đã in tại Việt Nam Cộng Hòa

■ ĐƯỜNG EM HOA NỞ 1964 ■ THƠ ANH HOA 1965

■ THƠ LỤC BÁT 1966 ■ NHỮNG BÀI ÂU CA 1968

Thơ đã in tại Hoa Kỳ

THƠ VÀ THỜI GIAN 2002 ■ TẠ ƠN ĐỜI 2005 ■ CHE ĐỜI MƯA BAY 2008 ■ NHƯ ÁNG MÂY HỒNG 2010 ■ VẠT NẮNG BÊN ĐỜI 2012

Mây Khói

Bây giờ cũng chẳng còn gì
Hồn xưa đã lạc duyên thơ lá vàng
Ngày nghe đất thở trời than
Đêm nghe từ những điêu tàn trăm năm
Sầu đi vương sợi tơ tằm
Sầu về lá xác xơ nằm hư vô
Mai về gom lại ưu tư
Ngổn ngang trong giấc mộng từ cõi hoa
Lời xa chớ nhạt đừng nhoà
Xế chiều đã trắng bóng tà dương rơi
Buồn nào cũng hắt hiu thôi
Tình nào còn lại chút ngùi ngậm xưa
Hương bay ngào ngọt mấy mùa
Nghe vu vơ rụng vỡ mù không gian
Có chi nay úa mai tàn
Đời như mây, khói, sương ngàn, gió bay.

Cưới Nèo

Mai đây biết có cùng người
Ôm thơ đi giữa cõi đời hát rong
Nhìn trời ngó đất mênh mông
Hát rằng nhân thế đục trong đủ đầy
Chẳng say mình cũng phải say
Nay điên mai tỉnh sáng ngây chiều khờ
Có gì hơn được Nàng Thơ
Cái cơm cái áo giữa mù mờ đau

Nghĩ chi thua được - bạc đầu
Phận nào cũng phận tình nhau nỗi niềm
Chia tay giã biệt ưu phiền
Khổ đau nào cũng chẳng mềm lòng son
Lối đi vương sợi tơ buồn
Ưu tư còn đọng trong vườn chiêm bao
Cuộc đời trải mấy hư hao
Cuộc vui hò hẹn nghẹn ngào hư không
Bước đi cũng nhẹ vô cùng
Đắn đo từng giọt máu hồng lưu sinh
Vuốt ve thắm đượm lời tình
Bướm hoa cuối nẻo một mình - cô đơn.

Đưa Tay
Thắp Sáng Mùa Xuân Cho Đời

Chào xuân vừa đến ân cần
Xuân phơi phới nụ hồng trần vân vi
Bấm tay duyên nghiệp còn gì
Lời đi lời ở cũng vì nước non
Cuộc đời gió kép mưa đơn
Bàn bè vẫn một chút còn rượu thơ
Đường này lối nọ thân sơ
Nắng le lói xuống sương mờ còn vây
Ưu phiền chưa hết trên tay
Qua vùng cỏ úa lòng đầy phân vân
Tình xa rồi lại tình gần
Trăm năm tay vẫy mấy lần tiễn đưa
Sông mê kẻ đợi người chờ
Đường qua bến giác đôi bờ chiêm bao

Suy ra tình cũng ngọt ngào
Trắng tay mấy độ mai đào cơn say
Tháng ngày thao thức cuồng quay
Nắng mưa cát bụi chau mày thế nhân
Ngả về bao nỗi buồn câm
Đưa tay thắp sáng mùa xuân cho đời. /

Hư Không

Tuổi thời gian độ chín nhừ
Mong chi trở gió phất cờ mai sau
Mỗi ngày mỗi đến thật mau
Tiếng cười giờ cũng nhạt màu tử sinh
Còn bao lâu nữa hành trình
Vắn vuông trăm nỗi buồn tênh bồi hồi
Tiếc gì vàng lá thu rơi
Tiếc gì mưa rụng tuyết vùi đêm đông
Tiếc chi xuân ấm tuổi hồng
Tiếc chi hè đến thơm nồng nắng rung
Trăm năm cũng đến tuyệt cùng
Hồn tương lai cũng mịt mùng khói mây
Tạ ơn chỉ một câu này
Nụ thơm vẫn giữ những ngày lên hoa
Bôn chôn ngày tháng nhạt nhoà
Cho dù lạc vận vẫn là trăng sao
Gần xa còn mất lời chào
Đắn đo nào cũng lao đao nụ cười
Mai này ngày rụng tháng rời
Cái thương cái hận cuộc đời hư không.

Nhân Gian

Tiếng chuông còn lặng trong kinh
Gió vô tình cũng vô tình âm rơi
Trăm năm mấy thuở bồi hồi
Giữa hư không vẳng tiếng đời lao xao
Vui người một thoáng bờ cao
Vui ta một thoáng chiêm bao ngập ngừng
Cũng đau một tiếng đau chung
Cũng thương một tiếng muôn trùng xót xa

Có sao sống vậy âm hoà
Chẳng đi cũng đến chẳng ca cũng tàn
Đêm hồng để nhạt mùi lan
Dấu chân tiền kiếp đôi hàng bụi bay
Ta, thơ mấy thuở buồn đầy
Bút đau mực xót hồn gầy giấy thơm
Đường đời mòn mỏi cô đơn
Chẳng phai nhạt được nét son cuối cùng
Cũng cần nay thủy mai chung
Niềm vui nào đọng giữa lòng bể dâu
Ngó quanh tám hướng cơ cầu
Nhìn lên Thượng Đế quên sầu nhân gian.

Nỗi Sầu Lưu Xứ

Ngồi đây một chén rượu cay
Nhâm nhi cho hết những ngày phù du
Rượu còn nên vẫn còn thơ
Thương mùa lá rụng xót mùa hoa rơi
Nước non chợt khóc chợt cười
Sông chia núi cách những lời xót xa
Tìm hồng còn kết thơ hoa
Máu hồng còn chuyện sơn hà sớm hôm
Xa xôi vẫn nhớ về nguồn
Quê hương nay dẫu chẳng còn quê hương
Quên sao được những con đường
Cây ngơ ngẩn đứng chiều sương cúi đầu
Cõi lòng xưa gửi về đâu
Thuở nào mất nước thuở nào ly tan
Núi sông còn lắm điêu tàn
Tâm còn buộc cả trăm ngàn sợi đau
Thời gian xa xứ bạc đầu
Sao chưa hết được nỗi sầu lưu vong!!.

Còn Nhau
Xin Hãy Thương Nhau

Còn nhau xin hãy thương nhau
Để tình không mất không đau không buồn
Đừng vì nước đổ nguồn tuôn
Đừng vì nắng lửa mưa cuồng ngoài kia
Đừng vì bụi nóng đêm hè
Giọt sương giá buốt não nề ngày đông
Còn nhau xin hãy thương cùng
Lầm kia lỗi nọ bao dung hiền hoà
Mai đời rồi cũng đi qua
Cái tình cái nghiã ta bà ầu ơ
Cuộc đời là một giấc mơ
Danh này lợi nọ cũng bờ tử sinh
Giàu nghèo nay quẩn mai quanh
Khó kia chẳng ngại áo manh chẳng sầu
Còn nhau xin hãy thương nhau
Kẻo mai kẻ trước người sau - nỗi buồn.

Tôi Yêu Tôi Một Kiếp Người

Bận chi cái được cái thua
Cái danh cái lợi nghìn thu cũng rồi
Tôi yêu tôi một kiếp người
Tôi vui với cái mà đời đã cho
Cái danh nghĩ cũng mơ hồ
Và trong cái lợi hững hờ dửng dưng
Ước mong vẫn ước mong hồng
Tôi yêu cái có với lòng thản nhiên
Một đời với những hão huyền
Tôi nghe tôi tránh những phiền lụy tâm
Tôi nhìn muôn cái phù vân
Cái trong tôi ước: Ân cần tình nhau
Cái buồn cũng chẳng mai sau
Cái vui rồi cũng qua cầu sương pha
Khói mây hay cát bụi nhoà
Nắng mưa cũng một lần qua chốn này
Thu nào còn đọng trên tay
Xuân nào hò hẹn tỉnh say cuộc người
Lối nào cũng tới mà thôi
Cứ thanh thản bước giữa đời hoa bay.

Thơ Vẫn Che Đời Mưa Bay

Chốn nhân gian lắm ưu phiền
Những đau thương những nỗi niềm đầy tay
Xuống đêm rồi lại xuống ngày
Bước trầm luân giữa tỉnh say cuộc người
Thôi thì giữ lấy nụ cười
Biết sao cho đủ phận ngôi vuông tình
Bên trời lời kệ tiếng kinh
Xa xôi mấy thuở bồng bềnh một mai
Bình minh chưa vẹn hình hài
Mà hoàng hôn đã buông dài lá sương
Nghe đêm mộng tưởng cùng đường
Cõi riêng thơ đã vô thường thế thân
Khuya trầm tiếng vọng khuya âm
Rải nhung nhớ xuống nghìn năm mộng chờ
Nỗi buồn trong tiếng xa đưa
Nhìn quanh quẩn chỉ chuỗi mơ nồng nàn
Mai kia còn đó hoàng lan
Bóng xưa tà áo hai hàng hoa rơi
Chưa đi muốn bể dâu rồi
Thì Thơ Nay Vẫn Che Đời Mưa Bay.

Cõi Thơ Ta Ở Một Đời

Cõi thơ ta ở một đời
Cõi ta là một cõi người muôn năm
Đời chi lạ lắm mà trầm
Năm mười hai tháng cứ chầm chậm qua
Lên non chịu gió sương nhoà
Về sông gặp biển mặn mà mắt môi
Cửa đời đời khép đời vui
Đêm ưu tư lại bùi ngùi ưu tư
Em về với Chúa Nhân Từ
Ta về với Phật Chân Như cõi lòng
Cõi lòng Phật cõi bao dung
Trái tim Bồ Tát vô cùng vị tha
Bước theo ánh sáng Di Đà
Mà hồn tự tại cà sa môn thiền
Và em từ tốn căn nguyên
Tóc tơ mấy thuở ngoan hiền tóc tơ
Đoá vô ưu vạn chăng chờ
Chút hương phấn cũ hồn thơ bây giờ
Riêng em ngã chấp lòng tu
Là trong cõi nhớ nghìn thu cội nguồn.

Hoa Văn

CHẶNG DỪNG

Thơ SONG NHỊ
Nhạc ĐÀO NGUYÊN

VĂN NGUYÊN DƯỠNG
& VĨNH ĐỊNH NVD

Bút Danh Của NGUYỄN VĂN DƯỠNG
TRUNG TÁ NGÀNH QUÂN BÁO QLVNCH

VĂN NGUYÊN DƯỠNG hay VĨNH ĐỊNH NGUYỄN VĂN DƯỠNG sinh tháng 1, năm 1934, Thị xã Càmau, Tỉnh Bạc Liêu, Nam Việt.

■ Động viên Khóa 5 SQTB tháng 5, năm 1954. ■ Tốt nghiệp Thiếu Uý Khóa 5 Vì Dân, Thủ Đức ngày 1 tháng 2, năm 1955.

Tác Phẩm *War Studies:

■ The Tragedy of the Vietnam War (McFarland 2008) ■ Lessons of the Vietnam War (S.A.C.E.I. Forum # 6, 2009) ■ The Death of Historian Pham van Son (S.A.C.E.I. Forum # 7, 2010) ■ General Le Van Hung & The Battle of An Loc

Thi Ca:

■ Tập thơ "VÙNG ĐÊM SƯƠNG MÙ" làm từ năm 1965 và được Nhà XB Mai Lĩnh xuất bản năm 1966 ở

Saigòn. ■ Tập thơ "TRƯỜNG CA TRÊN BÃI CHIẾN" và nhiều bài thơ ngắn khác làm trong 13 năm ở các Trại Tù CSVN.

■ Sang Hoa Kỳ, sau khi tốt nghiệp Cao học, chuyển Luận án thành sách - "The Tragedy of the Vietnam War". Cung Trầm Tưởng viết bài góp ý và giới thiệu. Nhà XB McFarland North Carolina 9/ 2008.

■ Văn Nguyên Dưỡng viết cho vài tạp chí văn học ở Hoa Kỳ và Canada.

*BINH NGHIỆP:

■ Trung đội trưởng & Đại đội Trưởng, TĐ 1/43, Sư Đoàn 15 Khinh Chiến, 1955-1957 ■ Huấn luyện viên Trường Quân Báo & CTTL/QLVNCH, 1958-1963 ■ Sĩ Quan Tham Mưu, Phòng II/BTTM/QLVNCH, 1964-1966 ■ Chỉ huy phó & Q.Chỉ huy trưởng TTQB, 1966-1968 ■ Trưởng Phòng 2, BTL/SĐ 22BB, 1969-1970 ■ Trưởng Phòng 2, BTL/SĐ5BB, 1971-1974. Tham dự Trận chiến An Lộc mùa Hè1972. ■ Sĩ quan Tham Mưu, Phòng II/BTTM/QLVNCH, 1974-30/4/1975 ■ HUẤN LUYỆN QUÂN SỰ: Tốt nghiệp - Khóa ANQĐ, Trường Quân Báo QLVNCH, Saigon, 1958. - Khóa Tình Báo Lãnh thổ, Bộ Tư lệnh Lực lượng Hoàng gia Anh ở Viễn Đông, Singapore, 1961. - Khóa An ninh & Phản tình báo, 1962 và

- Khóa Tình báo Chiến trường (Field Operations Intelligence), 1965 Trường Tình báo Lục Quân Hoa Kỳ ở Thái Bình Dương, Okinawa.

- Khóa Tình báo Cao cấp, Trường Tình báo Lục quân Hoa Kỳ, Maryland, 1968.

* HỌC VẤN:

- Cao học Chính Trị Học về "Ngoại giao & Giao tế Quốc tế", Hoa Kỳ.

* TÙ CHÍNH TRỊ: Sau ngày 30, tháng 4, 1975, bị tập trung cải tạo – [ở tù CSVN] từ Nam ra Bắc - Ra tù năm 1988. Định cư ở Hoa Kỳ tháng 9, năm 1991.

TIỂU SỬ

1.

Tôi biết tiểu sử tôi từ năm tôi mười tuổi,
Mười tuổi tròn tôi bắt đầu học sử nước tôi.
Thầy tôi thường bảo:
- "Con hay yêu cánh cò trắng, con trâu đen
trong đồng nội.
Yêu mẹ, yêu cha, yêu hàng xóm,
Yêu người già, yêu cả bé trong nôi.
Tiền nhân ta xưa lập nước ta dưới ánh
sáng mặt trời.
Bây giờ nó lặn rồi... Mặt trời lặn rồi... sao lặn
ở phương Đông!"
Bấy giờ tôi đã hiểu và bắt đầu cảm động
Buổi sáng khi nhìn mặt trời chiếu sáng
trên cánh đồng.
Ở đó, có những hình nộm nghìn năm mặc
áo làm người
                    đuổi chim, giữ lúa;
Ở đó, con trâu đen còn mang cày ví, thá
Người dân đen còn cấy mạ bằng tay.
Ở đó, có một nghìn năm nô lệ giặc Tàu,
tám mươi năm nô lệ giặc Tây...*
Mà luống cày chưa thay đổi !..

Đó, tiểu sử tôi vào năm tôi mười tuổi,
Mười tuổi tròn trong bóng tối tám mươi năm.

2.
Tôi biết rõ tiểu sử tôi vào năm tôi mười
hai tuổi.

Mười hai tuổi tròn tôi bắt đầu nhớ tiếng
trống trường,
Mắt tôi đã nhìn thấy tang thương
Khi gia đình tôi tản cư ra vùng biển,
Bỏ lại căn nhà hoang.
Khi người dân vùng lên kháng chiến,
Bỏ lại những cánh đồng cỏ lúa mọc hoang.
Ở đó, những hình nộm đã tả tơi áo thưa
vải tám,
        thân bắt đầu rời rã cỏ rơm.
Ở đó, người dân lành đã biến thành
những người nộm.
Sáng tinh sương bật dậy trông chừng
tiếng súng,
Tối sẩm trời mò mẫm vào vùng ngõ vắng,
hang cùng...
Chúng tôi chạy trốn
        những người lính san-đá
        bắt đầu trở lại Việt Nam.

Vì chúng tôi đã nhìn tận mắt
Những thây người hôi thúi trôi giạt trên
dòng sông
        diều bu, quạ rỉa...
Đó tiểu sử tôi từ năm tôi mười hai tuổi,
Mười hai tuổi tròn trong máu lửa man man.

3.
Rồi cuộc sống trở dòng cuộc đời thay đổi,
Tiểu sử tôi buồn như mười bốn tuổi tôi.
Trên khắp nẻo đường nhiều gia đình đàn
đám hồi cư,
Tôi trở về làng cũ.
Nhà tôi xưa ba gian mái đỏ

Cuối nẻo làng nhìn rõ giữa lũy tre.
Nay bốn bề hoang phế,
   tứ phía quạnh hiu...
Lửa chiến tranh đã đốt cháy cột kèo
    trơ vạt đất tiêu điều cây cỏ,
Gai hoang rào khắp ngõ...
Cây vườn xưa hoa đỏ, trái xanh,
Nay cụt ngọn, gãy cành,
  trải mưa nắng không người chăm bón.

Mảnh đất đó ngày xưa sao rộng lớn,
Mà bấy giờ khô cằn nhỏ bé trong tôi.
Sau hai năm di tản ở nhiều nơi
Tôi đã nhìn thấy đất nước tôi rợp trời lửa đỏ.

Đó, tiểu sử tôi vào năm tôi mười bốn,
Mười bốn tuổi tròn, tôi đã lớn hơn tôi...

4.
Năm hai mươi tuổi tôi đi vào cuộc chiến,
Chiến cuộc giết mòn lứa tuổi của tôi.
Bỏ sách đèn áo trận mặc vào người,
Tay cầm súng mà mắt xoe tròn kinh ngạc...

Đời học trò sao đã vùi trong chiến cuộc !
Chiến cuộc tương tàn không cần đến tim tôi.
Tôi sẽ cầm súng bắn người
Hay để người sẽ ghìm súng bắn tôi...
Hỡi những người cùng màu da, cùng tiếng nói!

Rồi từ đó
Tôi sống đời du mục
Gót giày saut đã xuôi ngược nhiều nơi.
Từ Gio Linh, Cam Lộ,
Từ Darlac, Kontum,

Từ đô thị, phố phường,
Từ làng quê, xóm nhỏ,
Đâu cũng buồn, đâu cũng có chiến tranh
Khổ ở đâu cũng khổ lớp dân lành
Tiếng súng ở đâu mà đồng vọng đêm đêm!.

Rồi Điện Biên nát lửa,
Rồi hiệp ước Genève,
Rồi cắt đôi Bến Hải;
Rồi một triệu người trốn chạy,

Hai mươi lăm triệu người
      nhìn máu chảy, lòng đau...
Đó, tiểu sử tôi từ năm tôi hai mươi tuổi
Hai mươi tuổi tròn đất nước chia đôi...

5.
Năm ba mươi tuổi tôi bắt đầu làm thơ
Kể lại tiểu sử tôi,
Tiểu sử của những người
Mỏi mòn trong chiến cuộc.
Thơ tôi làm
Khóc thay dân miền Bắc
      bị tước đoạt linh hồn,
        bóp câm tiếng nói
Mười hai năm trời trong hỏa ngục tối tăm.
Thơ tôi làm
Khóc thay dân miền Nam
      qua một lần nghe dân chủ
        qua một lần làm cách mạng
Mà nhân tâm còn ly tán,
Đảng phái còn lôi kéo xuống đường...
Thơ tôi làm
Như tiếng nói bi thương

Cho hậu thế,
Cho những người nối tiếp
Hiểu thơ tôi, hiểu thế hệ chúng tôi.

Thế hệ của những người
Đã từng chịu đựng,
Đã từng đứng lên và ngã xuống
Giữ cho tròn nước mẹ.
Nước mẹ hai mươi năm trời
        máu, lệ, chảy không thôi...
Đó, tiểu sử tôi, từ năm tôi ba mươi tuổi
Ba mươi tuổi tròn tôi nhận rõ đích danh tôi.

VND-VĐNVD

[Trích "VÙNG ĐÊM SƯƠNG MÙ" 1966]

    Đây là bài thơ đầu tay của VND. VND làm bài thơ Tiểu Sử trong năm 1965, ở một ngày... khi lái chiếc Jeep chở DU TỬ LÊ từ La Pagode về nơi làm việc là Trung Tâm Quân Báo ở Phú Thọ gần Cư xá Lữ Gia Saigon.
    Hai câu thơ nầy của bài thơ Tiểu Sử ghi rõ trong tập thơ VĐSM do Nhà Xuất Bản Mai Lĩnh in ấn năm 1966.
    Tác giả đã dịch bài thơ sang Anh ngữ và in vào quyển "The Tragedy of the Vietnam War", Nhà McFarland ở North Carolina xuất bản năm 2008.

Bài Thơ
Sau Ngưng Bắn 1973*

1.

Tôi biết
Trên con đường này không còn ai đi lại nữa,
Trên bến nước này không có kẻ đợi sang sông.
Thây trôi, máu chảy, thịt rữa, xương phơi,
Man man lửa ngất lưng trời...
Chưa qua một kiếp, mà mấy chục năm dài
Cuộc chiến này đã dày xéo nơi nơi !..

Thuở tôi đi
Cánh đồng nầy cỏ hoang nước đọng,
Lũy tre nầy vắng tiếng chày
                        giã gạo đêm trăng.
Từ dạo giặc về
Tiếng chày không còn nữa,
                        mà súng nổ vang vang...
Kẻ đi bỏ xóm, bỏ làng,
Tôi đi, bỏ cả nắng vàng, trăng thanh,
bỏ câu hò tình tứ, bỏ cả tuổi hoa niên,
Đi, đi, cuối biển đầu ghềnh
Vai mang chinh chiến
                        bồng bềnh nơi nơi...

2.

Tôi biết
Trên con đường này mẹ già tôi vẫn đợi,

Mái tóc bạc màu,
          chiều,
                    lộng gió nghiêng nghiêng.
Trong hiên lụm cụm, sớm tối ra vào,
Da chùng, gối mỏi,
Mắt mờ trông con...
Những khi gió cuốn cuối đường
Tưởng chừng con trẻ trở về viếng thăm.
Năm, năm, rồi lại năm, năm,
Con đi chinh chiến nhiều năm chưa về...

3.

Tôi biết
Khi tôi về người yêu tôi sẽ khóc
Thương cho em, mà thương cả cho tôi.
Tôi nửa đời lận đận
          mấy nẻo sông hồ,
                    lương khô, gạo sấy,
Mòn gót chân, mà mỏi cả suy tư.
Bạn chết nhiều, mà bắn địch biết bao nhiêu...
Nên lắm lần cũng khóc, lắm khi cũng cười,
Miên man bước tháp chân trời
Hồn trong vẫn nhớ nụ cười của em.

4.

Rồi một sớm
Tôi về
Sau những ngày ngưng bắn.
Bên dòng xưa có mấy kẻ đợi đò ngang,
Khách đã sang, rồi khách lại sang.
Ông lái đò chợt nhớ:
-"Thì ra anh đã về,
    Nhà anh không còn nữa,
Đã cháy rồi ngày ngưng bắn gần đây
    Khi giặc vào đốt phá.
    Mẹ già anh đã chết,
    Người anh yêu, lấy chồng...
    Anh đã về rồi,
    Thôi, hãy cứ sang sông!..."

Tôi đã về rồi
Tôi phải sang sông.
Trong lũy tre nầy, một lần tôi sẽ khóc
Bên nấm mồ hoang của mẹ
        chết mỏi mòn
            trên ngưỡng cửa chờ mong...
Như lần cuối cùng, tôi sẽ hát
Tiễn người tôi yêu
        qua ngưỡng cửa nhà chồng
            không một lời giã biệt...

5.

Tôi biết
Cuộc chiến nầy rồi sẽ còn tiếp diễn
Trên cuộc đời nầy, tôi là kẻ chẳng ai
thương.
Nên trên con đường nầy
              tôi sẽ không về một lần nữa,
Trên bến nước nầy
                   còn ai đợi nữa mà mong...
Mây trôi, nước chảy, bèo giạt, trăng vơi,
Em qua chéo áo qua rồi
Bỏ thuyền, bỏ bến,
                        dòng trôi hững hờ...

Tôi về góp gió làm thơ
Góp sao làm nến để thờ Mẹ tôi.

VND-VĐNVD

Ngày thương đau tủi hận.
[Mùa Thu sau ngưng bắn 1973]

----

*Bài thơ nầy được nhà báo LÊ KIM ĐÍNH phỏng dịch Anh
ngữ và đăng trong The New York Times ngày Thứ Tư, 26
tháng 12, năm 1973, kèm với bài viết về tác giả của phóng
viên James F. Clarity.*

NGÀY 30-4-1975

TÔI !

Tôi đi hoang giữa hàng súng gục đầu
Cúi mặt xuống,
Nghe chân mình nhẹ bổng
Đôi giày Saut bét gót tự bao giờ?
Chiếc áo trận xác xơ ngoài pháo lũy,
Cờ quân hiệu tả tơi trên chiến địa...

Ngẩng đầu lên
Bốn cõi thật hoang vu !

EM !

Ngẩng mặt lên cho anh nhìn một lần nữa
Nét đài trang sao biến mất tự đâu rồi.
Em! Hỡi Em!
Trời! Lăng kính của hồn tôi...
Đôi mắt sáng bỗng sao thành giếng lệ,
Đôi môi hồng sao giá lạnh xanh xao!
Tôi đã đi giữa hàng súng gục đầu
Em cúi mặt ngùi thương thân áo trắng.

Phận mỏng
Bây giờ
Chờ
Gió cuốn, mưa tuôn...

VND-VĐNVD

BÓNG LẠC

Ví dù em bước bóng tan
Xin cho một chút nắng tàn ngoài hiên,
Cho hương một óng tóc huyền,
Cho thương một nụ cười duyên thuở nào.
Ví dù chẳng biết vì sao
Người ra biển lớn người vào rừng sâu...
Trắng đen phù thế cơ cầu
Giấc xưa mộng ảo chốc sầu còn vương,
Em ra áo rũ tà dương
Anh về bóng lạc đêm trường biển dâu...

HƯƠNG XƯA

Thăm thẳm chiến trường xa chợt biến,
Nghìn trùng nhớ mãi mở vô chung...
Mắt biếc em cười trong khói súng,
Dừng chân buông một tiếng thơ thương.

Uống mãi dòng trăng sao chẳng cạn,
Vốc từng đêm mộng vẫn chưa vơi...
Chiến quốc người xưa quên chẳng hỏi
Sa trường ai có nhớ cố nhân?..

Em trắng, em trong, em dáng ngọc,
Não nùng em khóc biệt quan san.
Ta nghe chất ngất trường thiên hận
Đánh đĩ tang bồng cái súng gươm.

Tóc trắng buông chùng đau gối lạnh
Não nề đêm tẻ thoáng hương xưa.
Hình như sông núi đang mê ngủ,
Trường thành trống điểm có hay không?!.

GIỌT THỦY NGÂN

Anh là lính thương em từ buổi đó
Tóc mây huyền từng sợi nhỏ vương vương,
Dáng em qua hè phố bỗng thương thương,
Anh đứng lặng để em đi vào mắt...

Nhắm mắt lại vẫn thấy em màu trắng,
Màu học trò chớm rạng nét thanh tân.
Sáng long lanh như giọt thủy ngân trong
Đốt tim anh từng tia cháy rực hồng.

Anh là lính, thương em nên nín lặng
Những lần buồn ôm súng trận nghêu ngao...
Hát cho ai nghe mà tiếng hát lên cao,
Gió bay mất câu nào không nhớ nữa....

Khúc Nam Ai, Nam Bình, câu Lý Ngựa
Có lời nào xứng được với em đâu!
Định làm thơ, anh nắn nót từng câu
Bôi xóa mãi, thơ nát nhàu trong túi.

Em vẫn thế, vẫn sáng chiều hai buổi
Đến trường quen trên hè phố dửng dưng.
Đèn xanh qua, đèn đỏ đứng ngập ngừng,
Thương em quá mà ngại ngùng, không nói...

Rồi một sớm anh phải rời thành phố,
Giã từ em amh lại đến sân trường.
Từ bên ngoài anh đứng ngóng vào trong
Đôi chiếc lá bẽ bàng rơi trên cỏ...

Anh là lính thương em từ dạo đó...
Có bao giờ quên được dáng em đâu.
Biết bao lần vào trận giữa rừng sâu,
Gối đầu súng, em lại vào trong mắt...

Anh vẫn biết em sinh viên trường Dược
Đong giọt cay, giọt đắng, vẫn thương thương.
Anh vẫn biết anh là lính trận,
Biết nói gì cho đủ để em thương!..

VND-VĐNVD

MÀU TRẮNG PHA LÊ

Anh là lính thương em từ dạo đó
Mười lăm năm trăn trở giấc chiêm bao...
Tiếng súng ngày xưa im ắng hôm nào
Tay buông súng... em lại vào trong mắt.

Nhắm mắt lại vẫn thấy em màu trắng
Ở phút sau cùng của cuộc biển dâu.
Trên môi em anh uống cạn giọt sầu,
Giọt nước mắt trắng màu pha lê ấy...

Dòng mật ngọt của ngày xưa con gái,
Buổi ra trường em giấu mãi trong tim.
Ở xa xôi, nhớ quá, nên anh tìm,
Thơ anh viết từ chiến trường, em đọc.

Thơ buổi ấy đã kết thành tơ tóc,
Câu Lý Ngựa Ô anh hát, em nghe...
Trải năm năm con gió lộng không về
Nên chẳng có câu nào bay theo gió.

Anh là lính yêu em từ dạo đó,
Nhịp trường canh tưởng gõ được trăm năm
Và tay súng vẫn bền trong chiến trận,
Nào hay đâu cơn bão lớn vùi qua...

Vùng đất sụp con đường phân hai ngã:
Anh đi vào bóng tối đã mười năm,
Em cuốn theo con sóng biển bập bềnh...
Phương trời lạ có mơ về cố lý !..

Trong tù ngục nhớ về thành phố ấy,
Có bao giờ quên được dáng em đâu...
Biết bao lần thao thức giữa đêm sâu
Cơn mê, tỉnh, em lại vào trong mắt.

Anh vẫn biết em xa lìa tổ quốc,
Xa cuộc tình trong vận nước đảo điên.
Anh vẫn biết đó là định mệnh
Hợp tan rồi nghìn thuở vẫn thương thương...

VND-VĐNVD

Trại tù Z30D, cuối năm 1984.

EM ĐẾN ĐÂY

Em đến đây là em đến đâu...
Hình như em đến tự đêm sâu
Hình như có kẻ qua vùng ấy,
Để lại cho đời mấy tiếng thơ.

Em đến đây ta đã về chưa?
Về nơi những chốn chẳng ai chờ,
Mịt mờ hư ảo vô bờ bến...
Em đến đây mà ta ở đâu !..

Ta đến đây từ những tiếng "oa",
Vào đời từ chốn lạ lùng xa.
Hình như nơi ấy không ai biết
Có dáng nghê thường múa lửa ma...

Nắng chiều vờn trên rặng núi xưa
Mặt trời sang thức ở bên kia,
Bên nầy bóng tối đêm trường đó...
Chiếc bóng dày phủ chuyện được thua.

Em đến đây và em đến đâu?..
Trăm năm khuất lấp chuyện ban đầu,
Chuyện người trinh nữ thay màu yếm
Buông lửng lơ vào xa lắc xa...

Ta về vẫn nhớ buổi trời mưa
Bọt nước bòng bong trên lối xưa,
Em đi áo mượt muôn màu trắng
Trắng đến mơ hồ như giấc mơ.

Ai đã đi và đã đến đâu...
Còn ai còn nhớ mối tình sâu,
Một lần đã lỡ dù yêu lắm
Hoá đá mà nhìn chuyện biển dâu!

VND-VĐNVD

QUAN TÁI VŨ

Áo mưa sắc tím chiều em trắng
Anh ở nhà đơn đếm giọt buồn,
Mưa rớt lanh chanh trên phố nhỏ
Như chiều nào chiều chẳng buồn tênh.
Dường như mưa nhớ vào thiên cổ
Hay khoảng thưa nào không có tên,
Nơi ấy một lần em đã đến
Cho một đời đẳng đắng nhớ thương.

Mưa đan gió loạn chiều quan tái,
Xóm nhỏ biên thùy mưa phủ vây.
Buồn như nước đổ từ vô tận
Lạnh bước người theo cuộc viễn trình...*

Nguyên tác bài thơ QUAN TÁI VŨ của VĨNH ĐỊNH NVD

Quan tái phong cuồng đan vũ ti,
Cô thôn vãn lộ mãn thê thê.
Thủy như bất tận hư vô đạo
Tri thiểu hà nhân viễn lộ hành!

VND-VĐNVD

TÀN CUỘC THU NÀY

Để kỷ niệm ngày mất của Nhà thơ Quang Dũng.
Ông đi kháng chiến mùa Thu năm 1945 và mất tại
Hà Nội mùa Thu 1988. Bị CSVN trù dập vì thuộc
nhóm Nhân văn & Giai phẩm.

Tàn cuộc thu này lá vẫn bay
Tôi về xứ Lạng gió mưa dày...
Hình như biên giới mơ hồ lắm,
Quan ải bây giờ đất cũng thay!

Ai đến đây rồi ai sẽ đi
Ai lên sông Đáy xuống Ba Vì,
Ai qua Bương Cấn, Sài Sơn ấy
Nhớ mắt ai mà lệ ướt mi.

Đi mãi, ơ kìa đã đến chưa...
Đông thay, Xuân đổi, biết bao mùa,
Con đường Tây Tiến bao giờ tới!
Hưng phế là mấy cuộc đẩy đưa.

Tiếng vọng nghe chừng vẫn độc hành
Trường Sơn mây dựng, cốt xây thành...
Sương mờ phủ lấp nhiều hương khói,
Đất cũng thưa, rừng cũng bớt xanh.

Anh cũng một lần đã đến chơi
Đêm ra bến mộng ngủ quên đời,
Kê vàng một giấc mờ nhân ảnh...
Khói thuốc nhòa trong đáy cốc vơi.

Dù chỉ một lần, đã mất đâu,
Tiếng thơ anh như tiếng kinh cầu
Mang theo tiếng vọng nhiều u ẩn
Trên đất nghìn năm đã bạc màu...

Cho đến một lần đã đổi thay
Tôi qua bên ấy nhớ bên này,
Nhớ anh, anh đã thành thiên cổ
Nắng đỏ lên từng mỗi lá cây!

Tôi đến đây rồi anh ở đâu
Mưa rơi từng lớp lớp mưa đầu,
Từng cơn sóng cuộn sông Hồng đổ
Đất đã trôi từng mảng mảng đau.

VND-VĐNVD

THANH GIANG*
NGỘ CỐ NHÂN

Bến vắng dòng sương sao điểm ngọc
Chẳng lẽ không là men của trăng...
Ai xuôi sóng nước đêm thanh ấy
Cung bậc thăng trầm chuốc đến say.

Nết na em khép xiêm y lại,
Tóc cuộn hương trầm không tỏa xa.
Hương giang úp ngược bao đền các,
Một đóa hoa Quỳnh nở giữa khuya.

Nhớ mãi triều xưa lăng tẩm cũ,
Trăng ngà nhạc lắng đêm miên man...
Em bảo ta say vì chuốc rượu,
Trăng bảo ta là ý của thơ.

Một bầu lênh láng nghiêng trời đất,
Thơ mãi cùng ta vẫn thỉ chung.
Cổ thành hận xếp chinh y lại
Kinh Bắc cùng ta gối thảo sương.

Ba mươi năm lẻ bao nhiêu hận
Lớp đổi càn khôn đến tỉnh say...
Lữ thứ bước chân còn chếnh choáng,
Dòng Xanh ta gặp lại đêm nay*

Hương Quỳnh nhớ mãi đêm xuân ấy,
Trăng vẫn là men của cố nhân.
Ngày xưa xanh tóc nay đầu bạc,
Xin nhận cho nhau nỗi đoạn trường!..

VND-VĐNVD

* Nguyên tác bài thơ QUAN TÁI VŨ của
VĨNH ĐỊNH NVD

Thưởng Thanh Giang ngả bạc bách kiều.
Dạ đáo tà huy ngộ cố nhân. Kỷ độ Hương giang
sương nguyệt mãn. Tửu hứng Quỳnh hoa bán dạ
khai. Thương nữ bế y, sử thanh địch. Chinh nhân
phùng tửu, xuất túc thi. Mỹ nhân khích bỉ nhân
túy lúy. Nguyệt hản tri mãn ý thi trung. Thi
chung thỉ, sa trường, thư trạch. Ngã cổ thành
hận thoái chinh y. Kinh Bắc bất ly sương thảo
dạ. Bất tri hà xứ thương nữ lưu. Tam thập niên
tang điền thương hải. Hoán chuyển càn khôn bất
khả tri. Lăng tẩm tiền triều lưu thủy tại. Bỉ nhân
viễn xứ hữu năng di. Nhất đáoTây kỳ thân bất
dụng. Cố nhân! Cố nhân hề, cố nhân! Bạch phát
hốt ngộ Thanh Giang thượng. Tưởng thụ Quỳnh
hương bán dạ khai.

----

*THANH GIANG: Dòng Sông Danube ở Âu châu
thường gọi là "Le Beau Danube Bleu", hay Dòng Sông
Xanh, chảy qua Đức, Áo, Hung, Tiệp Khắc, biên thùy giữa
Lỗ Ma Ni và Bảo Gia Lợi, đổ ra Hắc Hải.

MÙA THU LÁ RƠI

Tôi, tháng bảy
Che mặt trời bằng tay trái,
Nhìn thu phong đang nhuộm úa quan hà.
Nắng trên rừng ran rát đã dan xa
Nới lỏng lá cho phất phơ cành gió...
Gió không lớn mà lá rơi lả tả,
Vàng, vàng buông
Thu đẹp lắm em ơi!
Em rủ anh đi
Hóng gió, hóng trời,
Hay hóng nắng, má em hồng vỏ lựu.
Thu chợt ngủ, thu say, thu dã dượi
Nên em buồn, em ôm chặt tay anh
Đôi nhũ hoa như thoáng gợn... rộn ràng
Anh nhớ mãi nửa mùa thu diễm tuyệt.

Đèo M'Drak một chiều buồn nắng chết,
Đứng đầu non
Trông rừng núi tuyệt mù...
Hình như trời đang trở gió sang thu
Nên lặng lẽ chiếc lá rơi bên cạnh.
Đoàn lính chiến nhìn nhau như đợi lệnh,
Chờ vượt rừng vào bãi chiến trong đêm...

Chiều không dài, chiều không đến thật nhanh
Lá không rơi vì rừng lạnh se mình.
Thu đã chuyển nên nhớ em thật nhớ,
Nhớ nửa mùa để... lá ngủ trên vai.

Tôi, tháng bảy
Che mặt trời bằng tay trái,
Nhìn thu phong đang nhuộm úa quan hà...
Rừng Yên Thái ngày thu nào chẳng lạnh,
Lá trên rừng như ngủ giấc trăm năm.
Những đoàn tù mang chứng bệnh ưu trầm,
Đi dưới nắng, ngủ dưới hầm ẩm mục,
Về trong đêm, có bóng tối, không đèn
Khuya chờ nghe lá rào rạt miên man.
Biết thu đến mà thu không lên tiếng,
Tù đêm trường, không đợi gió, đợi trăng...
Anh vẫn đợi mùa thu xưa, nắng cũ,
Về bên em nghe lá rủ rê nhau...

Anh về rồi, sao em bỏ em đi.
Anh về rồi, em đã bỏ đi đâu!..
Tôi, tháng bảy
Che mặt trời bằng tay trái
Nhìn thu phong đang nhuộm úa quan hà.

VĨNH ĐỊNH NGUYÊN VĂN DƯỠNG

L.T. ĐÔNG PHƯƠNG

Quê quán: Diên Sanh, Hải Lăng, Quảng Trị
Định cư tại San Jose, California, Hoa kỳ.

Đã góp mặt:
- Tuyển tập 50 năm thơ 50 người thơ
- Tuyển tập Hoa Vàng
- Hội Nghệ sĩ Việt Nam Tự Do
- Hội Tác giả Hải Ngoại
- Cơ sở Thi Văn Cội Nguồn, Tạp chí Nguồn
Và các báo: Lý Tưởng, Sống Việt, Thạch Hãn,
Sống Mới, Nguồn,
Phụ Nữ Cali, Việt Nam cuối tuần, Niềm Tin Việt
Nam....

THƠ VÀ HẠNH NGỘ

Lúc cuối đời mới chợt nhận ra nhau
Nên tôi vẫn không tin là có thật
Sau những tháng ngày đua chen được mất
Sau những đêm lòng tựa bếp tàn tro
Tôi tìm em trong những điệu ru hờ
Hồn thấm đẫm vần ca dao thuở trước
Tôi đã qua biết bao miền sóng nước
Gọi em về trên những cánh buồm xa
Đợi chờ em như một kẻ không nhà
Mơ ánh lửa đêm đông đầy giá rét
Tìm tới em nơi miền quê thân thiết
Lúa đòng đòng óng mượt cánh đồng xưa
Trăng sáng đầy, đêm của những đêm thơ
Rừng lá biếc chim muông về tình tự
Em đã đến trong một mùa hạnh ngộ
Như gió nồm mát rượi thổi qua đây
Chén rượu đầy chưa uống đã ngất say
Thơ trăm vận muốn bày trong một lúc
Lòng chất chứa từng đài hoa hạnh phúc
Đón em về choáng ngợp những cơn mơ
Giữa nhân gian không có đủ ngôn từ
Tôi đã sống như chưa từng được sống

Tôi phải hàm ơn đất trời cao rộng
Khi cuối đời mới biết nhận ra nhau./

L.T. Đông Phương

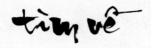

Chờ một mùa Xuân mới
Tan mưa gió não nề
Nắng Xuân tràn muôn nẻo
Dắt díu nhau tìm về

Tìm về nơi nguồn cội
Tắm mát dòng sông quê
Cá theo đàn bơi lội
Gió ngừng than lũy tre

Trăng soi đường hạnh ngộ
Liễu hát ru bên hồ
Hương tràm bay bát ngát
Rừng sim chín tương tư

Bờ đê bươm bướm lượn
Ruộng lúa trổ đòng đòng
Nhịp cầu tre thương tưởng
Bước chân người qua sông

Nhà tranh xưa đứng đợi
Đụn rơm khô đầu hè
Cây khế chờ bên ngõ
Hoa bay tím lối về

Nhà tranh xưa rét mướt
Bếp lửa ấm soi mờ
Có đóa quỳnh nở muộn
Thổn thức đêm giao mùa

Bên trời chim gọi bạn
Giật mình cơn tỉnh mê
Dừng bước chân lưu lạc
Dắt díu nhau tìm về.

TẶNG THƠ

Như người đang ngậm ngãi
Mong trầm cuối chân mây
Như tìm về thánh địa
Đường xa em tới đây

Đường xa em bỡ ngỡ
Tìm anh chiều mưa bay
Dưới hàng hiên rét mướt
Bài thơ giấu trong tay

Bài thơ này em mượn
Ánh sáng đêm trăng đầy
Màu xanh tươi của lá
Tiếng gió buồn heo may

Bài thơ em gởi gắm
Biết bao tiếng thở dài
Những sáng chiều trăn trở
Vùi chôn nỗi đắm say

Lời thơ em vụng dại
Một kiếp chỉ một bài
Chỉ một mình anh đọc
Đâu cần chi dở hay!

Nhưng bên đèn sáng tỏ
Em thấy anh ngồi đây
Tiếng nhạc đưa dìu dặt
Vui bên bàn tiệc đầy

Nhưng bên đèn sáng tỏ
Em thấy anh ngất ngây
Bao nhiêu là tình tứ
 Giai nhân kề tựa vai

Nhớ lời từng hẹn ước
Chờ nhau bên sông dài
Dưới khung trời mây trắng
Tóc bạc phất phơ bay!

Đau lòng cơn muối xát
Rét mướt dưới hiên ngoài
Thẫn thờ em lui bước
Bài thơ nát trong tay...

ജര

Ngày Gặp Lại

Cách biệt bao năm giờ gặp lại
Nhìn nhau trong mắt thấy trời mưa
Thời gian trót nhuộm phai màu tóc
Năm tháng trôi qua chẳng đợi chờ

Gặp anh như gặp thời yêu dấu
Áo trắng bay vờn trong gió thu
Mưa bụi sắt se lòng thiếu nữ
Đêm về hồn mộng cứ xây mơ

Gặp anh như gặp quê hương cũ
Thôn xóm Xuân sang mở hội làng
Xao xuyến tiếng hò theo giấc ngủ
Hương thơm đồng lúa những đêm trăng

Anh ở đầu thôn em cuối xóm
Sắn khoai xanh lá mướt vườn anh
Rủ nhau đàn bướm đi tìm mật
Bầu bí nhà em nụ trổ cành

Xa nhau chỉ một con đường ngắn
E ngại như nghìn trăm núi sông
Làm lỡ đời nhau tròn một kiếp
Nói sao hết chuyện nát tan lòng!

Em vẫn thương giàn bầu bí cũ
Anh hiền như sắn, ngọt như khoai
Cách chia đôi đứa đời đôi ngã
Đường ngắn ngày xưa đã quá dài

Gặp nhau mừng chỉ trong giây phút
Thương nhớ mai nầy chắc chẳng nguôi
Như nhánh rong trôi dòng sóng nước
Buồn về theo tận cuối đời thôi !

Hôm nay nhìn lại con đường cũ
Hận thuở thiếu thời không bước qua
Lời hẹn đời sau chừng nát ruột
Nhìn nhau trong mắt thấy trời mưa...

Mẹ Ơi

Ngày xưa nơi quê nhà
Mẹ tôi còn trẻ lắm
Áo nâu trong chiều tà
Đường quê đất bụi lấm

Đôi thúng tre mẹ gánh
Một đầu chất sắn khoai
Đầu kia con ngồi cười
Đâu biết vai mẹ nặng

Tháng năm mùa lúa chín
Mẹ kĩu kịt gánh về
Mồ hôi tuôn ướt áo
Chân bám mặt đường đê

Trước sân nhà đứng đợi
Vui mừng con vỗ tay
Mai này may áo mới
Đâu biết mẹ nặng vai

Mùa Xuân về thôn xóm
Hoa cúc nở đầu hè
Mẹ lên trằm gánh cát
Rải trắng mặt đường quê

Con tung tăng chơi đùa
Trên những con đường trắng
Thêm tuổi mới con mừng
Đâu biết vai mẹ nặng

Hôm nay nơi quê người
Con theo đời trôi nổi
Mẹ già nua quê nhà
Lưng còng thêm gối mỏi

Chắc hẳn ngày xưa ấy
Để cho con nụ cười
Mẹ tuôn mồ hôi đổ
Gánh nặng trên đường đời

Đau lòng con biết mấy
Thương nhớ làm sao nguôi
Thầm gọi mẹ hiền ơi
Tuôn trào dòng lệ chảy !

ഇരു

Không Đề

Sao người không như một dòng sông
Nước lớn mênh mông tưới ruộng đồng
Nơi chốn quê nhà xa xôi ấy
Thấm mát trong tôi đến tận cùng.

Sao chẳng là cây cổ thụ kia
Cho tôi ngồi dựa giữa trưa hè
Êm đềm nghe gió hiu hiu thổi
Ngỡ ngọn gió nồm nơi xứ quê

Sao chẳng như cây cầu gỗ ấy
Bắc ngang dòng thác giữa trời sương
Cho tôi nhìn thấy bên bờ vực
Có một loài hoa quá dị thường !

Tôi ước người như dòng thác đổ
Một dòng chảy mãi đến thiên thu
Tôi ra đứng ngóng bên bờ suối
Ngửa mặt chờ trông bọt sóng hờ

Đừng ví mình như một cánh chim
Chim bay tôi biết nẻo đâu tìm
Gánh sầu tôi chạy quanh trời đất
Chỉ một mình tôi với bóng đêm ...

༺༻

Hạ Buồn

Nhà ta ở cạnh đường quê vắng
Mùa hạ oi nồng ngọn gió nam
Có sợi tơ trời trong nắng sớm
Bay vờn theo áo trắng đi ngang

Người đi bước nhẹ trưa trời nắng
Cỏ cháy đường làng muốn nở hoa
Ta ước hóa thân thành nón lá
Che người bóng mát chặng đường xa

Ta ước được như lòai bướm lạ
Chập chờn đậu xuống bờ vai xinh
Có con chim nhỏ tàng cây phượng
Mừng đón người qua hát một mình

Người cứ đi qua ,ta đứng lại
Lòng ôm nặng quá khối tình si
Thơ ngây đôi má mồ hôi đổ
Người vẫn vô tình, vẫn bước đi

Mùa hạ tàn theo hoa đỏ rụng
Đồng khô gốc rạ, cạn hồ ao
Đêm đêm con dế mồ côi khóc
Người bỏ ta đi đến chốn nào !

Người cứ đi xa, ta ở lại
Người theo ngọn sóng cõi phù sinh
Đời ta trơ bến sông mùa hạ
Gởi hết hồn theo những dấu chân !

Xưa thấy người đi trong nắng hạ
Biết tình muôn kiếp vẫn còn vương
Đành lên núi thẳm tìm cây thuốc
Về dựa lều tranh xoa vết thương...

Dòng Sông Cạn

Quê nghèo em sống đời thôn nữ
Anh ở bên sông cách nhịp cầu
Mưa nắng biết bao lần gặp gỡ
Đêm về vơ vẩn chuyện trầu cau

Một hôm trên bến dòng sông cạn
Hẹn ước cùng em bạc mái đầu
Nước đục lòng anh trong trắng lắm
Cạn dòng thương mến vẫn dài lâu

Từ đó tình anh em ấp ủ
Bao lần gương lược thấy em tươi
Trên nương dưới rẫy em thầm nguyện
Muối mặn gừng cay chỉ một lời

Thương nhau quên tính điều khôn dại
Đêm ấy trăng soi má thẹn thùa

Lũ dế dậy tình kêu náo nức
Trao thân trao cả tấm tình thua!

Anh kiếm tương lai miền đất lạ
Bỏ dòng sông nhỏ biệt làng thôn
Quê nhà em ở vui khoai sắn
Quạt ráo mồ hôi ngọn gió nồm

Người đi biền biệt bao năm tháng
Ngày bỗng dài hơn, đêm tối hơn
Xuân đến cây đòi thay áo mới
Đời em ôm một mối duyên buồn

Đời em ôm một mối duyên buồn !
Gương lược chi thêm chỉ tủi hờn
Xơ xác tóc xanh ngày nắng hạn
Vàng phai má thắm lạnh tàn đông

Anh chừ chắc hẳn vui êm ấm
Chuyện cũ năm xưa chỉ cợt đùa
Vò võ sớm chiều em ngóng đợi
Ai ngờ câu muối lạt gừng chua !

Người về chiều ấy bên sông cạn
Làng xóm xôn xao kẻ đón mừng
Áo gấm xênh xang thừa phú quý
Thấy em như thấy một người dưng

Thấy em như thấy một người dưng
Chín đợi mười chờ đã uổng công
Người khoe êm ấm bày dư dật
Em áo tơi nghèo che gió đông !

Chân bước qua dòng sông cạn nước
Nhớ lời thề thốt ruột bầm đau
Bờ sông con nhái đừng kêu nữa
Ta trĩu trên vai một gánh sầu...

ĐỌC THƠ

Thơ anh bay lướt giữa trùng khơi
Gởi tới tay tôi tiếng gọi mời
Đã thấy mùa sim về rất muộn
Chờ em hoa tím phủ lưng đồi

Đọc thơ như thấy trời quê ngoại
Bờ giếng nương tre thửở thiếu thời
Rét lạnh giêng hai nhờ bếp lửa
Đói lòng cơm đỏ trộn môn khoai

Đọc thơ nghe nhớ trời quê nội
Cha đổ mồ hôi những luống cày
Rừng thẳm thương người lưng áo vá
Gió nồm phảng phất thổi qua đây

Không dưng thèm mặc áo bà ba
Nón lá che nghiêng trưa nắng xa
Cùng với người thương đi khắp nẻo
Về thăm quê mẹ ,viếng quê cha

Người hẹn cùng tôi phơi tóc bạc
Dệt thơ khi trăng sáng lưng đồi
Chờ hoa nở muộn đêm khuya vắng
Đọc lại thơ ai thấy tiếc đời...

Chờ Người

Đợi chờ người, ướp thơm tà áo lụa
Bằng trầm hương tôi ngậm ngãi đi tìm
Bằng mê đắm khi tay lần mở cửa
Thấy mặt trời chợt sáng chói trong đêm

Người có về băng qua dòng sông vắng
Gió xôn xao hát mãi nhạc khúc mừng
Người sẽ thấy muôn ánh hồng lấp lánh
Bởi hoa đèn tôi kết thả trên sông

Đợi chờ người bằng câu thơ lạc vận
Một hồn quê dan díu gió trăng xa
Thư phòng tôi thơ treo đầy trên vách
Biết mấy thu đông chỉ bóng nguyệt tà

Người có về trong một mùa giá lạnh
Ngõ nhà tôi tuyết trắng trải ân cần
Tương tư thảo đã vàng phai mấy độ
Bước chân người in dấu đến trăm năm!

Đợi người về đốt dùm que diêm cuối
Có tôi ngồi im vắng suốt đêm thâu
Người nhớ khẽ lay tôi bằng tiếng gọi
Biết đâu chừng tôi hoá đá từ lâu....

Chia Xa

Tôi mượn vầng trăng đêm tuyệt vọng
Đưa người theo tiếng gió than van
Người đi muôn dặm đường khuya khoắt
Có thấy hồn tôi vương bước chân

Tưởng tượng tôi ngồi trên bến vắng
Bên sông người đứng đợi đò đầy
Cho tôi thấy được thêm lần nữa
Ánh mắt ai cười trong nắng say

Tưởng tượng người đi như sách cổ
Chiến bào lay gió kiếm kề lưng
Tôi so giây phím giờ đưa tiễn
Biệt khúc tử ly quá não nùng

Tưởng tượng người đi về hướng biển
Bốn bể sóng nước dội niềm đau
Bóng người lồng lộng từng mây biếc
Tôi ngóng trông theo, ngấn lệ trào

Sao không cất bước đường quan tái
Gió núi phất phơ vạt áo hờ
Tôi ước được như người thuở trước
Chờ người níu áo để đề thơ

Đưa người không một bàn tay vẫy
Quay quắt khôn nguôi tiếng gọi gần
Ngơ ngác mình tôi tìm lối cũ
Nghe buồn thấm đẫm khắp châu thân

Tôi về trong một căn phòng vắng
Mưa gió muôn phương kéo lạnh về
Có cả một vầng trăng góa bụa
Theo tìm trong suốt những cơn mê./

TRIỀU NGHI

Tên thật: Vũ Triều Nghi
- Định cư tại Mỹ từ năm 1967
- Phó Chủ nhiệm tuần báo Trống Đồng từ 1985-1991

Sách đã xuất bản: ▪ Trái Cốm Hồng (nguyên là "Tình Yêu LInh Mục" bị sang đoạt)
▪ Nghề nghiệp: Công ty Bảo hiểm ▪ Đã nghỉ hưu ▪ Hiện sống tại Las Vegas, Arizona
▪ Thành viên CSTV Cội Nguồn ▪ Cộng tác thường xuyên tạp chí Nguồn.

Có bài trong:
▪ Lưu Dân Thi Thoại - Bút Luận 25 Năm Thơ Hải Ngoại, Diên Nghị-Song Nhị. Cội Nguồn 2003
▪ Khung Trời Hướng Vọng, Nguyễn Thùy, Cội Nguồn thực hiện, NXB Nắng Mới Paris 2004.
▪ Cõi Thơ Tìm Gặp, Diên Nghị, Cội Nguồn 2008

Lạc Cánh Hải Âu

Hai mươi tuổi tròn lìa xa xứ mẹ
Đời hải âu say gió lạ ngàn phương
Em vẫn hẹn rằng... sẽ về thăm nhé
Ai đâu ngờ vĩnh viễn mất quê hương

Nửa đời trai anh miệt mài chiến trận
Màu chinh y đẹp tựa lá cây rừng
Ôi, một ngày quê hương bừng lửa hận
Anh nghẹn ngào trong khóe mắt rưng rưng

Đời lênh đênh trên con tàu nhỏ bé
Gối sóng trùng dương trôi giạt vô bờ
Màu chinh y giờ màu tang quê mẹ
Kiếp lưu đày dân Do Thái bơ vơ

Hai mươi tuổi tròn lìa xa xứ mẹ
Còn gì cho em, năm tháng hao gầy
Còn gì cho anh nửa đời hoang phế
Ngày mình gặp nhau tay trắng đôi tay

Hai mươi tuổi tròn làm thân biệt xứ
Ngút nẻo mây ngàn lạc cánh hải âu
Anh kể em nghe niềm đau hận sử
Giọt nước mắt này ta khóc cho nhau./

Chuốc Rượu

Chuốc cho tôi chén rượu đào
để cơn say ấy lạc vào lãng quên
Cho tôi ru giấc muộn phiền
bằng lời ly hận một đêm tạ từ

Đường tình
cuối nẻo phù du
người đi thoắt đã mịt mù dặm khơi
Là thôi
vật đổi sao dời
là thôi
nước chảy hoa trôi giữa dòng

Chuốc cho tôi chén rượu nồng
để trong hờn tủi còn mong người về
giọt buồn vơi cạn đèn khuya
nghìn năm vẫn chuyện cách chia đôi đời
Người đi để nhớ một người
rượu hồng pha lệ ngậm ngùi đêm nay

Chuốc cho tôi chén rượu cay
trong cô đơn
tưởng vòng tay người tình.

NÀNG

Nàng của mùa xuân kiêu hãnh
Tay thon dạo phím ân tình
Nàng. Cả mùa xuân bất hạnh
Nghe lời sỏi đá điêu linh

Nàng với niềm đau chớm Hạ
Tóc mềm trải nắng hoàng hôn
Điệu Chopin sầu nghiêng ngả
Phiêu linh một nửa linh hồn

Nàng ôm hình hài tượng đá
Nghe tình chết một thư xưa
Mai đời bơ vơ bến lạ
Thương mình một kiếp gió mưa

Mùa Đông về trong giấc ngủ
Bạch lạp soi dòng lệ đêm
Tâm sự ngang trời viễn xứ
"Một chuyện tình không có tên" (*)

(*) một tác phẩm của Trần thị Bông Giấy.

Hoa Vàng
Thung Lũng Vàng Chưa

Mình về ăn Tết tháng Hai
Hẹn rằng Tết muộn đợi ai cũng về
Tháng Hai trăng sáng vườn chè
Nắng qua vườn ổi buồn nghe độc hành

Mình về hương cốm hương chanh
Lòng sao khát vọng trời xanh cõi người
Xuân này đôi đứa đôi nơi
Thương con sóng vỗ thương lời biển ca

Hỏi thăm Diên Khánh, Khánh Hòa
Vàng cây cải có phôi pha sắc cờ
Phù sa con nước đỏ lờ
Hồn tôi cải úa màu cờ vàng xưa

Hoa vàng thung lũng vàng chưa?
Còn ai ngóng đợi sắc xưa mầu cờ
Mình về như một giấc mơ
Mùa xuân đơn lẻ bên bờ quê hương.

Hỡi Đời Du Mục

Tặng các chiến sĩ .H.O.

Đêm dài thao thức
Nghe đâu đây vang vọng tiếng buồn xưa
Đời sẽ về đâu hỡi đời du mục
Mà sầu trong ta như lá rụng mấy mùa

Đêm nay
Mình ta bên ly rượu nồng
Giọt nào nồng cay dĩ vãng
Giọt nào mặn đắng tương lai
Lòng ta là quán vắng
Mất còn bè bạn những ai!

Ta bỗng hoang vu giữa trời sa mạc
Nửa kiếp long đong nửa kiếp lạc loài
Ta đau Hoàng Liên Sơn
Ta giận tràn Vĩnh Phú
Rợn người Lam Sơn - Thanh Cẩm
Oán hờn một thuở Lào Kay

Từ ta lưu lạc dấu giày
Lời thơ phẫn nộ vẫn say sắc thù
Thương ai ngưỡng cửa ngục tù
Xác thân nghiệt ngã, đời hư ảo đời
Rượu hồng chơi vơi
Cho u uẩn tình ta
Bàng hoàng chìm tan đáy cốc
Ta uống cho người ngàn nỗi chia xa

Ta uống cho ta hời đời du mục
Đóm lửa tàn đêm...
Lữ khách không nhà.

1990

Cội Nguồn

* Gởi Song Nhị

Ta mải mê giữa dòng đời tất bật
Bởi quê người ta nhận lấy quê ta
Ta khoác cho ta áo màu phiêu bạt
Cội Nguồn ơi! Ta biết đâu là nhà?

Tựa chiếc thuyền con trôi dòng thác lũ
Hồn đảo chao theo từng trận cuồng phong
Trên hai vai ta nặng sầu lữ thứ
Cội nguồn ơ,i ta mãi chẳng xuôi dòng

Như mênh mông giữa rừng chiều hoang lộ
Ai dắt dìu ta qua khỏi bến mê
Đời khoác lên ta áo mầu sương gió
Cội nguồn ơi, ta mãi lạc lối về

Và cứ thế trên dòng đời tất bật
Ta duỗi rong như vó ngựa bôn đào
Rồi kiệt sức giữa muôn trùng xa khuất
Cội Nguồn ơi! Ta biết sẽ về đâu?

Buồn Tôi... Với Người

Nước mắt đã đong đầy suối lệ
Anh xa rồi, em khóc với ai?
Từ biệt ly nhau nghìn dâu bể
Vết chém hư vô, rướm máu hoài.
**

Buồn nào theo gió đi hoang
Buồn tôi lạc nẻo địa đàng qua đây
Buồn nào tan tác mây bay
Buồn tôi mòn mỏi tháng ngày gầy hao
Buồn nào lạnh giấc chiêm bao
Buồn tôi thoát mộng bay vào càn khôn
Buồn ai héo hắt tủi hờn
Buồn tôi quán trọ chiều hôm vắng người
Buồn ai nắng đổ lưng đời
Buồn tôi mưa lũ giữa trời phong ba
Buồn nào tình chợt vút xa
Buồn tôi sỏi đá... thế mà còn đau
Hăm lăm năm, một biển sầu
Lối xưa Từ Thức biết đâu mà tìm
Buồn người... máu đọng bầm tim
Buồn tôi, ảo vọng đã chìm biển khơi
Hăm lăm năm quá muộn rồi
Cõi người hoang phế, cõi tôi đoạn trường
Đã không lành một vết thương
Thì xin một đóa vô thường cho nhau
Mai rồi... đời vẫn bể dâu
Tình xưa vẫn nhạt, áo mầu vẫn phai
Buồn này tôi gởi riêng ai
Buồn chung một thuở... buồn tôi với người. /

Samạc/hè 2012

Ngày Rời California

Vườn tôi nở một cành mai
Hỏi rằng mai mốt biết ai ra vào
Vườn tôi nở một cành đào
Là thôi nhé biết ai vào ai ra
Buồn nào hơn tiết tháng Ba
Tôi thân lữ thứ biết nhà nơi đâu
Ngùi trông hoa cỏ rầu rầu
Hình như sỏi đá cũng đau chia lìa
Điệu nhạc buồn giữa đêm khuya
Bánh xe lăn tiễn tôi về chốn xa
Las Vegas. Nevada
Là duyên hay nợ cho ta với mình
Lại miệt mài kiếp phù sinh
Cho thân rũ liệt cho tình phôi pha
Nỗi gì đau tiết tháng Ba
Chào Cali nhé, thôi ta bỏ mình
Mê lộ nào chẳng điêu linh
Thời gian nào chẳng xóa hình bóng xưa
Hạnh phúc nào chẳng đong đưa
Phù du thế đó được thua phận người./

Cali 3/2010

Một Lời Tiễn Đưa

(đáp bài "Ngày Rời Cali" của Triều Nghi)

Vườn xuân mai vẫn còn mai
Hỏi chi mai mốt biết ai ra vào
Vườn em dẫu một cành đào
Vẫn còn người cũ bước vào viếng thăm
Mùa xuân nở độ trăng rằm
Tháng ba hoa bướm vờn quanh mai đào
Buồn chi em nắng mãi vào
Thì thân lữ thứ mang sầu làm chi
Cỏ cây vẫn thắm xuân thì
Tha phương (tôi cũng) sá gì tha phương
Chia tay giọt lệ rơi cùng
Xe khuất bóng cũ ngập ngừng nhìn theo
Cali mưa nắng mang theo
Navada cũng sáng chiều có nhau
Nửa khuya sa mạc bạc màu
Đường em đi đến phía sau tôi nhìn
Đắm chìm trong cõi phù sinh
Nhưng thời gian chẳng xóa hình bóng xưa
Một mai nói mấy cho vừa
Người muôn năm cũ vẫn chửa cho nhau./

Nguyên Phương (tháng 3/2010)

Phùng Cung
thương tặng Triều Nghi

Khi xưa em ở trang đài
Ai gây chinh chiến cho người lưu ly
Vàng phai quốc luật Triều Nghi
Gót thơm chinh chiến kinh kỳ lệ sa./

Phùng Cung

Bóng Hồng Dương Thế

tặng Triều Nghi

Có người thiếu nữ mắt bồ câu
Lưu lạc tha hương từ thuở xuân thì
Đất Mỹ, trời âu xa lắm
Nơi rừng sâu người cha rầu rầu
Thường đem ảnh con mình ra ngắm
Đêm tù âm khí âm u
Những chàng trai mắt trũng chân phù
Cầm nàng trong tay
Cầm cả mùa xuân hạnh phúc
Bóng hồng dương thế xa bay!

Nguyễn Chí Thiện
Trại tù Phong Quang

Với Vũ Triều Nghi

Ta về
Em bước lai rai
Cỏ chiêm bao nhẹ dấu hài đêm qua
Trăng khuya
Pha nửa chén trà
Môi hôn bát nhã
Lòng ta bà
Thiền

Hải Phương

TRƯƠNG XUÂN MẪN

ഇൻ ഇൻ ഇൻ ഇൻ ഇൻ ഇൻ ഇൻ ഇൻഇൻ ഇൻ ഇൻ ഇൻ ഇൻ

- Trương Xuân Mẫn tên thật và cũng là bút hiệu
- Quê quán: Đà Nẵng
- Nguyên Giáo sư Âm nhạc các trường Trung Học ở thành phố Đà Nẵng.
- Định cư tại Hoa Kỳ từ năm 1996
- Hành nghề chuyên viên điện tử, làm báo, nhiếp ảnh. Làm Thơ. Viết Nhạc
- Hiện cư ngụ tại thành phố Milpitas, Bắc California.
- Địa chỉ E-mail: truongxuanman@yahoo.com
  Tel: (408) 206 3953

tặng hoa

Đã có lần ôm hoa tặng ông giám đốc
Thân tôi nghiêng và đầu cúi xuống
Miệng lảm nhảm câu thừa, sáo rỗng...
Mặt đất thấp như thân phận người.

Đã có lần tôi chạy lên sân khấu
Ôm bó hoa tặng cô Hoa Hậu
Có phải nhan sắc kia là điểm sáng
Cho hành động hào phóng của hư danh?

Đã có lần tặng hoa cô ca sĩ
Để tôn vinh tác phẩm của mình.
Cũng có lần tặng hoa cho người tình
Cứ ngỡ tình yêu là vĩnh cửu...

Bao nhiêu hoa và đã bao lần
Thế mà tôi chưa một lần tặng
Cho dù một cành hoa
Đến khi mẹ qua đời...

Chỉ một điều tưởng như là giản dị
Vô tình (chẳng thể tha thứ) hóa quên
Đóa hoa kia làm sao mang nghĩa, lý...
Cho ngàn điều cũng vô nghĩa, không tên

Chiều nay ôm hoa ngồi bên mộ
Hoa nhìn tôi cúi đầu héo úa
Tôi nhìn hoa bỗng dưng xấu hổ
Trong lòng ràn rụa những cơn mưa...
= Vu Lan 2007

Apshara*

Apshara ơi Apshara!
Ngọn lửa bập bùng... bài ca dân dã...
Đôi tay em múa, hóa thành hoa.
Vòng tay uốn, thân em hóa cành
Cành hoa tươm lệ sầu trăm nhánh.

Apsara, vũ điệu Apsara!
Điệu múa em vươn dài qua thế kỷ
Những ngón tay đan từng vòng quá khứ,
Đã vun lên thành ngôn ngữ múa thần kỳ.
Ngôn ngữ em dễ gì ai hiểu được...

Điệu múa em có hình cong đất nước
Em rung người sao nhức nhối thân anh?
Em bước đi sao chân anh run rẩy,
Mắt em vời vợi - giòng lệ anh tuôn,

Thân em đánh vòng ước mong anh chuyển động,
Ngực em phập phồng sao hồi hộp tim anh?...
Hay ta hóa thân kẻ cùng chung phận
Hai trái tim một nhịp đập, hòa tan.

Anh muốn khóc như chưa bao giờ được khóc
Như đứa trẻ lên năm lang bạt không nhà
Mồ côi mẹ, cha, thêm mồ côi đất nước...
Anh đánh đổi gì để lấy kiếp tha hương?

Apshara! rượu đây em cứ uống,
Vai anh đây em cứ giả dại mà ôm

Rồi cho anh bù tạm những nụ hôn
Để vành môi thôi cay nồng uất hận.

Em càng uống càng lăn vòng điệu múa,
Mồ hôi rơi hay nước mắt em rơi
Bóng quê nhòe nhạt chân trời xa khuất
Sàn diễn em đau như sân khấu cuộc đời.

Ngọn đèn trên em có thể tắt - đêm thâu,
Hay em muốn lửa chùng đi ánh sáng,
Dẫu có giấu nỗi đau không sắc màu
Cũng không buồn bằng đường tắt nắng
anh đang.

Tới phiên, Apshara! cho anh rượu.
Anh uống vào mặc cả với thời gian
Cuộc đối thoại chưa phân hồi kết đoạn...
Chẳng níu được em, anh thua thiệt
trăm đàng.

Môi em nở một mùa xuân buồn bã,
Anh muốn hôn ngại phạm vòng tử sinh
Bởi cha ông xưa quên một lần tạ lỗi,
Nên đất nước anh nghiệt ngã kiếp luân hồi.

Anh đã thấy trong ngày tàn đêm tận
Có bóng em vươn thóat cõi tục trần.
Ta chia tay, giã từ đêm thần thoại,
Còn anh về lủi thủi lạnh trong mưa.
Những hạt mưa bay hình cong điệu múa,
Những hạt mưa mang hình cong đất nước,
Vỗ rát mặt anh như giòng triều ngược sóng
Apshara ơi! anh uống hết vào lòng...

*Tên một nữ thần của dân tộc Chàm

Tôi Đi Tìm Tôi

Tôi đi tìm tôi năm mươi năm trước,
Đứa bé lên năm đạp nắng phù chân,
Đầu đội gió sương, thân ngâm nước độc
Tâm hồn quê quặt tuổi mồ côi.

Tôi đi tìm tôi bốn mươi năm trước
Tuổi bơ vơ đi tuổi trẻ buồn về
Tương lai mù chân trời u ám
Tìm đâu ra được bóng chân quê.

Tôi đi tìm tôi ba mươi năm trước
Đã tự quên mình trong tiếng ầu ơ
Mà sao nhọc nhằn cơn mộng ước
Tiếng hát mẹ mang từ thủa ấu thơ

Tôi đi tìm tôi hai mươi năm trước
Cây bút thư sinh cong đi mất rồi
Tôi viết những gì có ai hiểu được
Như người thất sủng giữa cuộc chơi.

Tôi đi tìm tôi mười năm trước
Tuổi gần năm mươi làm lại từ đầu
Bôn ba, cọ đời nơi xứ lạ
Vết thương bầm chẳng nhận tôi ra

Bây giờ tôi lại... đi tìm tôi.
Ô, năm mươi năm! có khác gì xưa?
Đứa bé ngu ngơ còn nguyên mộng mị
Có chăng chỉ khác giòng suy nghĩ

Và chút tóc sương chút nhăn nheo buồn
Hương xưa phảng phất cơn mưa bụi
Về trong tiếng hát không còn nữa,
Tôi mất tôi rồi - tôi đã mất tôi....

trên đồi

Gặp em trên đồi ngày đang tắt nắng
Hương tóc bay theo gió hớp hồn anh
Chim muông, cây rừng trong cơn hốt hoảng
Bỏ mặc anh điếng lặng giữa chiều tàn.
08-01-12

Con Chuồn Chuồn

Con chuồn chuồn ngoắt gió tự tình riêng
Hương bay chạm má ai hồng bẻn lẽn
Chuồn rùng mình ngỡ mộng lành đang đến
Tung cánh bay tìm hoa mắc cỡ xe duyên.

Ánh trăng

Bên bờ vực thẳm tìm đâu ra ánh sáng
Chợt thấy vầng trăng cứ ngỡ cổng thiên đàng
Đang toan tính bươn khỏi mấy tầng bóng tối
Bước trồi, bước sụt... thôi rồi... ánh trăng tan.

Bài hát bỏ quên

Có lần ta lỡ quên trong ngăn tủ
Bản tình ca đã tươm ố mất rồi
Bàn tay mẫm mò trên giòng kẻ, chữ
Văng vẳng đâu đây nhạc khúc một thời
Bài hát chơi vơi mộng đời ấp ủ
Có nghe ta đàn thốn nhức ngón tay?
Những nốt nhạc nhảy bay ngày xưa cũ
Tái hiện cuộc tình ngỡ đã tàn phai.

NGỌC BÍCH

- Ngọc Bích là bút hiệu của Nguyễn thị Ngọc Bích

- Sinh quán tại Sơn Tây

- Gái Quê là bút danh dùng từ những năm 1977 cho đến nay ký dưới những bài Thơ Chua hoặc những Chuyện Phiếm thường viết trên các báo Việt ngữ ở hải ngoại như: Lửa Việt, Trắng Đen, Xây Dựng, Tự Do, Con Ong, Đẹp, Khởi Hành, Thời Luận, Hồn Việt, Tiếng Vang và các Đặc San của Trưng Vương, Gia Long, v.v.

- Di cư vào Sàigòn 1953 - Cựu nữ sinh Trưng Vương 1952-1957 - Cựu nữ sinh Quốc gia Sư Phạm Cấp Tốc Sai Gòn và Qui Nhơn - Làm thơ từ năm mười bốn, mười lăm tuổi và có bài đăng các báo, bích báo, văn nghệ học đường cùng với chuyện ngắn và tùy bút từ những năm đầu đời tại Saigòn

■ Cùng với phu quân rời Việt Nam từ 1971-2002 sang Nhật, Hoa Kỳ và nhiều quốc gia khác bên châu Âu làm các công tác từ thiện trong Ban Xã Hội của Không Quân Hoa Kỳ.

■ Hiện là cư dân lưu xứ tại Bích Thiền Viện San Jose, là thành viên của Thi Văn Đoàn Bốn Phương, Cơ Sở Thi Văm Cội Nguồn, Phụ Nữ Cali và viết thường xuyên tự do theo sở thích trên trang Quesontay blogspot.com với thơ và hình ảnh yêu thích.

■ Sống gần với các con đã trưởng thành. Mộng ước bình thường là được sống an vui thanh thản bên con cháu và bè bạn thân thương xa gần khắp mọi nơi.

Niềm vui: Đọc sách, làm thơ, chụp ảnh, yêu âm nhạc, và tất cả các loại hoa. Yêu và sống hòa mình với tha nhân.

Nén Hương Dành Cho Nghệ Sĩ

> Thôi em đừng luyến tiếc
> Màu biếc hè qua rồi
> Cuộc đời thật ngắn ngủi
> Như một giờ ra chơi.
>   Văn Cao

Chúng tôi xin trích một đoạn thơ ngắn và mới nhất của Văn Cao, người nhạc sĩ, kiêm thi sĩ, họa sĩ cùng với di ảnh của ông trong dịp viếng thăm được coi như như lần gặp gỡ cuối cùng giữa ông và tác giả.

Hà nội ngày 14-12-1995, ngày giỗ đầu của nhạc sĩ Văn Cao, ngày mà có lẽ chúng ta cùng có chung một cảm nghĩ như nhau là chúng ta đã mất Văn Cao, một mất mát lớn bởi vì những tên tuổi như Văn Cao, Phạm Đình Chương, Phùng Quán, Đinh Hùng, Vũ Hoàng Chương, Đoàn Phú Tứ, Nguyễn Tuân, Nhất Linh, Tạ Ty, Hữu Loan, Hoàng Cầm và gần đây nhất là Hà Thượng Nhân, Cao Tiêu, Hà Bỉnh Trung đã không còn hiện diện trên cõi đời này nữa. Sau khi những vị ấy mất đi đã không còn là của những khuynh hướng chính trị, đoàn thể, phe nhóm. Giá trị tinh thần của những tài danh này đã để lại nơi văn, thơ, nhạc, của họ sớm muộn gì cũng cũng sẽ được ghi chung vào trong gia sản của văn học Việt Nam.

Riêng đối với giới nghệ sĩ, khi mất Văn Cao chúng ta còn cảm nhận rằng đó là một mất mát to lớn của nền âm nhạc Việt Nam. Nói thế không có gì quá đáng, vì rằng trong chúng ta, ít nhất, những người ở vào cái tuổi 5, 6 "bó" trở lên cho đến những người 18, 20 khi lìa xa quê mẹ, những người yêu âm nhạc và biết hoặc thích nhạc tiền chiến đều ít nhiều đã thuộc, nhớ hoặc biết về người nhạc sĩ tài hoa mà kém may mắn này qua những bản nhạc ông đã để lại cho Việt Nam mai sau như: Suối mơ, Buồn tàn thu, Bên cầu biên giới, Trương Chi, Thiên Thai, Bắc Sơn v.v. Có những sự mất mát mà chúng ta cảm thấy như mãi mãi vẫn còn. Nhạc sĩ Văn Cao vẫn còn sống muôn đời trong âm nhạc Việt Nam và trong lòng những người yêu nhạc. Văn nô lưỡi dài Tố Hữu đã chết từ lâu đối với những người Việt Nam yêu nước và yêu văn thơ rồi, kể cả khi còn sống Tố Hữu cũng đã không được nhắc tới.

Nhạc sĩ Văn Cao mất đi, một số lớn báo chí trong nước và hải ngoại thời đó cũng có nhắc tới với những bài viết nói lên sự thương tiếc, lòng cảm mến kính quý mà tất cả đã dành cho Văn Cao.

Điều rất tiếc đối với tác giả là đã không ngờ được rằng đó là lần cuối cùng gặp lại. Sở dĩ nói vậy là vì khi về thăm lại Sơn Tây quê nhà thì địa chỉ của nhạc sĩ Văn Cao đã được ghi chú vào hàng đầu chỉ sau cuộc thăm viếng mộ phần của thân phụ và từ đường họ Bùi, nghĩa trang quân đội và căn nhà đã bị chiếm mất chủ quyền ngay tại số .... đường Nguyễn Kim, Sài gòn, gần sân banh Cộng Hòa ngày trước.

Tác giả đi chung với một số anh chị em cùng cộng tác với đài truyền hình CNBC nên đã nhân cơ hội tách rời ra được và đến căn nhà cũ của nhạc sĩ Văn Cao ở số 6 phố Yết Kiêu tìm thăm ông. Thời gian này ông Văn Cao gần như là đã "bế quan tỏa cảng" nên ông không tiếp khách lạ tới thăm viếng nữa. Phái đoàn chúng tôi có 4 người gồm Ngọc Bích, một người quay phim và một phó nhòm cùng với một nam đồng nghiệp là anh Lê Đô cùng rất hâm mộ và yêu thích những nhạc phẩm của NS Văn Cao. Sau khi đã phải leo lên căn gác bằng một chiếc thang gỗ ọp ẹp được bắc từ dưới đất lên trên gác từ ngay trước nhà, đứng gõ cửa mãi mới được bà Văn Cao ra mở cửa, và bà cũng cho biết là nhạc sĩ Văn Cao mệt nên xin miễn tiếp. Thực ra thì đã từ lâu, NS Văn Cao thu hẹp sự giao tế vào trong giới hạn tình cảm và điều kiện sức khỏe mà thôi. Vì chúng tôi từ xa về thăm nên hơi thất vọng, nhưng riêng với cuộc gặp lại của Ngọc Bích một người em nhỏ của Sơn Tây qua những ngày tháng xa xưa thì cả hai ông bà Văn Cao đều rất hoan hỷ. Thế rồi qua những hàn huyên về kỷ niệm của ngày qua đã khiến ông vô cùng vui vẻ, xúc động. Nhất là khi nhắc về một kỷ niệm khó quên trong quá khứ Ngọc Bích đã kể lại với ông bà về tình quen biết từ thuở thiếu thời như sau:

"Hẳn anh chị còn nhớ rằng em chính là cái cô bé đã từng mượn kim chỉ để khâu lại cái túi đựng đàn rách của anh, để anh có thể đựng gạo được khi anh đi trình diễn văn nghệ tại làng Phúc Xuyên, phủ Quảng Oai Sơn Tây. Ngày ấy cái túi đàn của anh bị rách nên gạo dân làng cho, bỏ vào đó cứ bị chảy ra giống như Mỵ Châu rắc lông ngỗng trên đường thì làm sao mà còn gạo để nấu cơm nữa?". Tản cư về thôn quê, dân quê miền Bắc rất thực tế, họ ủng hộ anh em văn nghệ sĩ bằng gạo, xong rồi lại cho mượn nồi để nấu cơm ăn ngay tại sân đình, sân chùa nơi trình diễn văn nghệ mỗi đêm. Khi được anh em đến hát giúp vui văn nghệ, hoặc khuyến học như những lớp "Bình dân học vụ" đến mỗi làng họ thường tiếp tế gạo, củi, rơm rạ coi như "thù lao văn nghệ" mà thôi chứ nào có tiền bạc, cát sê gì như ngày nay đâu anh nhỉ".

Có khi họ còn cho anh em ngủ nhờ qua đêm trước khi đi qua làng khác ca hát nữa. NS Văn Cao nhớ ra ngay cô bé ngày xưa 8, 9 tuổi ấy. Sau đó chính NS Văn Cao đã chống gậy đứng lên hoan hỷ vỗ tay cảm ơn Ngọc Bích đã cho ông sống lại kỷ niệm của 45 năm về trước.

Văn Cao vốn là một người độ lượng, giàu tình cảm, khiêm nhường. Xin đơn cử qua cuộc gặp gỡ lần cuối cùng để chia xẻ với độc giả mà Ngọc Bích là một trong số những người yêu kính Văn Cao cũng phải bật cười khi nghe tự ông kể lại sự mến mộ của lớp người nhỏ tuổi chỉ nghe danh Văn Cao qua những bài hát mà thực ra chưa hề biết mặt. Vì thế, lời Văn Cao thuật lại: trong một chiều ông ngồi trú mưa dưới mái hiên một quán nước nhỏ nơi cuối phố Yết Kiêu gần về tới nhà ông, trước mặt ông là một đám thanh thiếu niên chừng bảy, tám người đã kháo nhau rằng:

"Uống hết sức vậy, giá mà thời này ông Văn Cao còn viết nhạc nữa thì mới đúng là mình được nghe nhạc vàng. Nghe đâu ông ấy nhiều tài lắm, cưỡi ngựa chạy như bay, bắn súng cũng giỏi, bách phát bách trúng, lại còn uống rượu không biết say..."

Như còn cảm thấy ca tụng và nói cho nhau nghe về những điều mà chính mình biết rõ về Văn Cao như thế còn chưa đủ, một chàng trai trẻ khác còn thòng thêm câu:

"Ngoài ra Văn Cao còn là một tay thợ đóng cối xay giỏi, hạng cừ nhất trong xóm nữa kìa".

Đến đây thì không tránh khỏi phì cười, một Văn Cao nghệ sĩ đã phải thốt lên:

"Qua những lời khen tặng của những người mến mộ, mình hoan hỷ mà đón nhận chứ. Chỉ riêng cái tài đóng cối xay giỏi nhất trong xóm thì xin được miễn cho. Vì rằng có bao giờ tôi mó tới cái cối xay đâu chứ đừng nói gì đến việc đóng cối, lại còn đóng cối giỏi nhất trong xóm nữa thì thực là quá tầm rồi đó. Tuy nhiên ở vào cái tuổi về chiều này mà còn nghe được sự ưu ái, mến mộ từ mọi giới tán tặng thì quả là một niềm vui hiếm hoi cho người nghệ sĩ. Nhất là vì quá thương mến mình mà họ nói ra những điều ca ngợi có hơi xa.... sự thật chỉ nhằm mục đích nâng cao giá trị mình theo trí họ, và tỏ ra là họ biết rõ, biết nhiều về mình, thôi cũng chả đáng trách nhỉ ?"

Nói rồi, một Văn Cao tiên phong đạo cốt tự chuốc cho mình một chén ...tài hoa trong niềm vui hội ngộ sau gần nửa thế kỷ xa cách.

Cho đến giờ đây đã qua bao nhiêu lần giỗ của Văn Cao nên những lời hàn huyên trò chuyện ngày nào đã trở thành "Chuyện ngày xưa". Hẳn rằng giờ phút này Văn Cao đang lãng đãng nơi cõi Thiên Thai, đã xa chốn bụi hồng, xa loài thú dại nhưng chúng ta vẫn còn nghe vang vọng đâu đây dòng nhạc trữ tình của ông....

"Ai tha hương nghe ríu rít oanh ca... cánh nhạn vào mây thiết tha... lưu luyến tình vừa qua...

Xin thắp một nén hương dành để dâng lên người nghệ sĩ tài hoa của đất nước mình.

Ngọc Bích

Văn Cao và Ngọc Bích tại Sơn Tây 2009

Chiều mưa nghe nhạc Văn Cao

Chiều mưa nghe nhạc Văn Cao
Hồn người xưa quyện lẫn vào phím tơ
Chìm theo dòng nhạc trong mơ
Về thời xa vắng bên bờ đại dương

Sóng lòng bao kẻ ly hương
Nương theo cánh nhạc sầu tuôn dạt dào
Tơ chùng cung nhạc bay cao
Giờ đây anh đã nhập vào "Thiên thai"

"Bến xuân" giấc mộng đầu đời
"Cung đàn xưa" đã một thời yêu đương
"Suối mơ" hồn lạc thiên đường
Trên sông khói sóng cuốn hồn "Trương Chi"

"Đàn chim Việt" thuở chia ly
Tha hương, biệt xứ bay đi khắp trời
"Quê em" nơi ấy trăng soi?
"Bắc Sơn" và nỗi ngậm ngùi còn đây

"Buồn tàn thu" gió heo may
"Làng tôi" đượm lúa hương say "Ngày mùa"
Giọng hò vang "Tiếng sông Lô"
Hồn ai tan tác xa mờ quê hương

"Mùa xuân đầu tiên" nhớ thương
Đưa hồn ai lại phố phường ngày xưa:
Trăng còn soi chấn song thưa?
Lòng ai sống lại tuổi thơ đêm rằm

Tơ đàn vương với tháng năm
Dư âm vang vọng... con tằm nơi nao?
Nương dâu vàng lá thu nào
Tằm thôi còn nhả tơ vào nương xưa

Thu xưa, một sớm thu mưa
Văn Cao đùa nhận: mùa thu của mình
Mùa thu của những người tình
Nạm vàng trong trái tim hình Thúy Băng./

Ngọc Bích

(*) Những chữ trong ngoặc kép ("...") Là tên
các tác phẩm của Văn Cao

Nét vẽ của Văn Cao, 1994

Không Có Hai Mùa Xuân

Không Có Hai Mùa Xuân
Trong một đời người
Dù những cây đời thay lá
Một mùa xuân trong như chuỗi ngọc
Sầu những tháng năm
Những ước mơ khát vọng
Những niềm tin
Không bao giờ thay đổi
Sự vĩnh cửu của con người
Chỉ khao khát tình yêu
Giữa anh và em
Không gian nhỏ lại
Thời gian khép lại
Một mùa xuân
Không có hai lần

Văn Cao, 10-11-94

Thân tặng chị Nguyễn Ngọc Bích

Văn Cao, 13-12-94

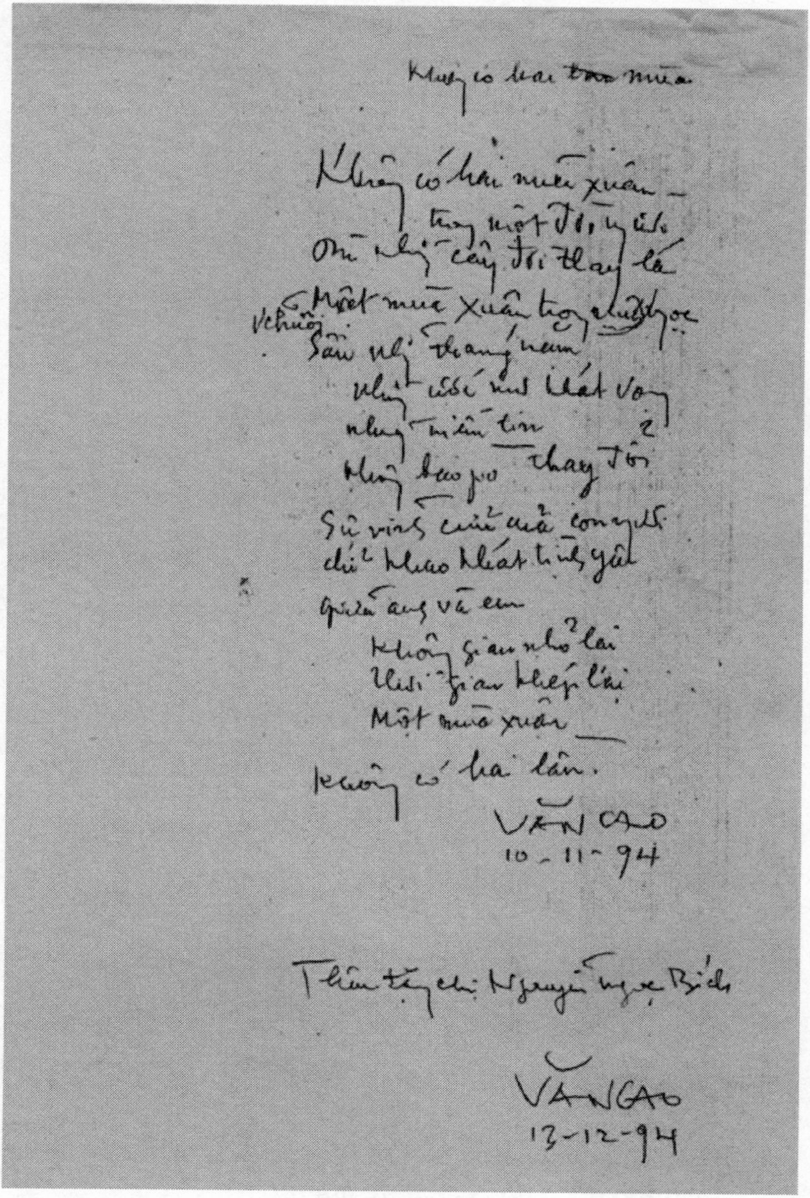

[handwritten manuscript]

Không có hai mùa xuân –
    trong một đời người
Ôi những cây đổi thay lá
    Một mùa xuân trong cuộc đời
    Sau những tháng năm
    những đổi mới mất còn
    nhưng niềm tin
    những bao giờ thay đổi
    Sự vàng cuối mùa con người
    chữ nhiều nhất tình yêu
    giữa anh và em
    không gian nhỏ lại
    thời gian khép lại
    Một mùa xuân —
không có hai lần.

                VĂN CAO
                10 - 11 - 94

    Thân tặng chị Nguyễn Ngọc Bích

                VĂN CAO
                13 - 12 - 94

Chỉ Là Để Quên

Mấy ngày nghỉ đón xuân sang
Nhớ em và thuở lang thang quê nhà
Nơi đây cõi tạm thôi mà
Đôi khi cố tưởng như là Việt Nam

Cho nên qua những đoạn đường
Nghe lòng chợt nhớ, chợt thương chợt buồn
Trái sầu rơi ngập khu vườn
Đôi khi cứ hỏi sầu vương vấn gì?

Ngập ngừng ngắt đóa tường vi
Nghe mùa xuân đến là khi ta buồn
Cánh hoa còn ngát mùi hương
Đôi khi cố tưởng trên đường... về quê

Nắng vàng, vàng rực bờ đê
Mùa xuân những cánh hoa lê trắng ngần
Hoa đào hồng thắm ngoài sân
Đôi khi cố tưởng rất gần... mà xa

Đến bây giờ... mới biết ra
Những gì cố nhớ chỉ là để quên./

PHẠM CÂY TRÂM

PHẠM CÂY TRÂM là Bút hiệu của PHẠM TỬ THIÊN ▪ Sinh năm 1932 tại Diêm Phố, Tam Kỳ, Quảng Nam.

Trước năm 1975: ▪ Dạy học ▪ Thành viên trong ban lãnh đạo Việt Nam Quốc Dân Đảng tỉnh Quảng Tín.

Sau năm 1975: ▪ Hơn 12 năm "cải tạo" tại Tiên Lãnh, Quảng Nam ▪ Hiện cư trú tại Arlington, Texas ▪

Tác Phẩm:

Thi phẩm đã in: ▪ Tam Kỳ Cố Quận ▪ Vùng Đất Hãm

Lần lượt sẽ in: ▪ Hương Ngày Cũ (Đường thi lưu vong) ▪ Quê Xưa Em Đã Đi Rồi ▪ Mai Về Cùng Mây ▪ Điệp Khúc Buồn ▪ Đã Ác Thi

Cộng tác với các báo:

▪ Tạp chí Nguồn ▪ Tạp chí Làng Văn ▪ Thế Kỷ 21 ▪ Khởi Hành ▪ Văn Hóa Việt Nam ▪ Báo Trẻ Bút Việt News ▪ Người Việt Dallas ▪

Vô Ngôn

Năm tàn ngồi uống rượu
Trời lạnh mang xuân về
Chữ nghĩa ngày vô nghĩa
Thương nhớ nghẹn tình quê

Tha phương đời gỗ mục
Thơ rượu ngày xót xa
Nhục vinh xuân ươm lộc
Ngàn năm bóng mây qua

Thấy xuân thấy tóc bạc
Trắng kiếp mây phiêu bồng
Thấy xuân thấy bất hạnh
Phương trời mãi lưu vong

Sắp sửa thêm lên tuổi
Bỗng dưng quanh im lời
Bài thơ như dấu lặng
Tờ lịch hững hờ rơi./

Trên Đỉnh Hồn Vô Vọng

Có lẽ không còn sức để giữ
Trong xanh thẳm thời gian
Trong mông mênh không gian
Tiếng dế trẻ thơ quanh hè, xó bếp
Người đi, về bốn mùa nối kết
Có bóng mẹ, dáng cha, áo trắng người tình
Tiếng chim reo tấu khúc bình minh
Thuở học trò nôn nao giấy trắng
Phút giây quê đẹp thời tĩnh lặng
Những điệu ru thiên cổ bay về
Hiển dạng trong tiềm thức đam mê
Một thời nào thơm hương hạnh phúc

Có lẽ lâu lắm rồi bất hạnh
Trí tuệ ta vô vọng bôi đen
Tiếng sói tru như tiếng người nghe quen
Đeo đẳng đến lạnh mình... mất vía
Đời khổ đau cứ từng ngày thấm thía
Như cố tình dòng nước lũ cuốn theo
Rác rưởi, cỏ cây, tất cả bọt bèo
Còn gì đây? Nỗi đắng cay đuối tuyệt
Rồi đổ vỡ cho một lần hóa kiếp
Biển thành dâu thay đổi trùng trùng
Hoa nở thơm từ đất lạ màu hung
Một cõi hôn mê giữa đau thương vạn thuở

Có lẽ sống đây rồi về đất
Khi ác ma đã quyết định phận người
Và quanh ta hổ sói sống như rươi
Bốn bể năm châu, cùng trời cuối đất

Trăm phần trăm - đó là sự thật
Buồn sáng dậy mặt trời lên
Vẫn hành vi độc ác không quên
Mặt dạn mày dày trơ trơ nhật nguyệt

Đẩy đời ta mãi vào vận nghiệt
Hồn xác hỗn mang, tạm bợ nơi đâu
Đất trời đây chính đạo phương nào?
Mà bất hạnh đời ta hôn mê sáng tối

Có lẽ gặp nhau ngẩn ngơ nhìn sảng
Tôi, ông lưu lạc nay đã quá già
Soi đời nhìn lại chẳng nhận ra ta
Kẻ mất nước lênh đênh đời thất thế
Người lưu vong dật dờ thân bốn bể
Đâu nơi về thân thế cảnh ngày xưa
Lạc hồn nay nơi sáng tối gió mưa
Có phải thời gian đã qua đây đập phá
Và không gian núi sông tơi tả
Ôi! Tang thương xiêu lạc mã mồ
Ngọc nát, vàng tan giờ trụ nơi mô
Mà đốt nén hương cầu hồn thiêng Tổ quốc

Có lẽ không còn nay để nói
Công lý, nhân quyền những kẻ điếc câm
Và tự do nơi bụng dạ lưu manh
Hãy nghe tiếng ai than trong đêm tối
Ghé nhìn vào những đau thương đổ vỡ
Mà thời gian khắc nghiệt đã qua đây
Và hổ sói, ác ma lẩn quẩn nơi này
Đeo đẳng mãi những oan tình năm tháng

Máu xương phơi biển rừng... oan hồn lảng vảng
Biết bao giờ ta an hưởng thái bình

Và dân Việt vui hết kiếp nhân sinh
Giải khổ nạn sống ra Người trong cõi thế
Có lẽ nay không còn hy vọng
Đất kiệt khô, trời chẳng chiều người

Trùng trùng khốn khổ, động tĩnh tả tơi
Con chim trời bỗng nhiên thân cá chậu
Gió bạc phờ thổi mùa thu cố thổ
Ôi! Bể dâu - Ôi! Mây vĩnh hằng
Đời tụ tán, ta từng thấy đã quen
Từ vô thường, từ trầm luân xương máu

Gia tán biệt ly, đổi đời tận khổ
Nhớ ai giờ khí uất xung thiên
Lòng đinh ninh trở lại ba miền
Nơi hư thực trên đỉnh hồn vô vọng.

Arlington, tháng 8 - 2008

Rượu Về Đêm

Tặng những bằng hữu đã
cùng ta uống rượu nơi xứ người

Ôi, bữa rượu nào bữa gặp nhau
Trải lòng tâm sự đoạn trường đau
Đau già lưu lạc, đau vô vọng
Cốc rượu chìm trong mộng tháng ngày

Ôi, bữa rượu nào bữa tiễn đưa
Chiều thu se lạnh nhớ thu xưa

Nắng vàng trải lụa bay trong gió
Ly biệt nhìn nhau mãi thẩn thờ

Ôi, bữa rượu nào khốn khổ ta
Quẩn quanh viễn xứ đến nay già
Xa dân, nước mất buồn thê thảm
Hy vọng theo hoài năm tháng qua

Ôi, bữa rượu nào bữa ước mơ
Non sông cẩm tú thuở nào xưa
Như xuân mưa nắng xuân dân tộc
Tổ quốc vinh quang rợp bóng cờ

Ôi, bữa rượu nào đau đớn nhớ
Trưa hè dìu dặt mẹ ru con
Ầu ơ tiếng hát hồn sông núi
Mát rượi bao đời qua nước non

Ba lăm năm rượu trong sự thế
Tỉnh rồi mê, bi hận tỉnh mê
Người thành rừng, ta sầu hóa biển
Nay về đâu? đâu chốn ta về?

Mà về đâu đất trời vô ngã
Mộng bình thiên hạ - trượng phu ta
Đau ơi, đất khách thân tàn tạ
"Vận khứ anh hùng ẩm hận đa"

Thân nến cháy mỏi mòn tâm thức
Rượu đêm về nhớ mãi Việt Nam./

Phạm Cây Trâm/ Tháng 11-2010

Mặt Trời

Tặng hiền thê Ngọc Hạnh

Em là mặt trời trên quả đất
Là Mạnh Quan thời Hán thuở xưa
Quần áo sô, tóc gai cài không chải
Thăm nuôi hoài bất kể nắng mưa

Mười hai năm, một mình gánh vác
Nuôi chồng tù, khoai muối nuôi con
Trọn chữ hiếu thờ cha phụng mẹ
Hai bên nội ngoại phận lo tròn

Chẳng ngại cách xa, muôn khổ ải
Trước như sau tình sáng trăng sao
Nhạt mặn đời, vào ra sinh tử
Như đá lăn, mưa nắng thuở nào

Gió bão vẫn tay chèo, tay chống
Vẫn trơ trơ núi đứng giữa trời
Vẫn muôn năm mặt trời tỏ rạng
Tình nghĩa em muôn thuở sáng ngời.

Xuân 1986

Khóc Một Phương

Nhật mộ hương quan hà xứ thị
Yên ba gian thượng sử nhân sầu

Sợi khói chiều bay trên sông nước
Nước về đâu khi khói tan dần
Ông Thôi Hiệu xưa buồn vô cớ
Nhìn nước sông thấy khói bâng khuâng

Bỗng ngó trời hỏi lòng quê cũ
Trời mênh mông đất cũng mênh mông
Câu hỏi trống như lời tự thú
Nhà đâu đây sao đời trống không

Buồn vô cớ có chi là lạ
Chứ như ta quê cách trùng trùng

Thăm thẳm xa, quê còn khốn đốn
Khói chiều bay ta khổ vô cùng

Khói bay theo gió rồi tan mất
Nước chảy không về ôi! đau thương
Sao một lần đi là vĩnh biệt?
Ta ở phương trời, khóc một phương./

Bài Thơ Xuân
Gởi Anh Võ Trạng

Này anh Trạng, này tình đồng chí
tôi làm sao ở Mỹ quên anh
một thời Việt Quốc vang danh
một lòng vị quốc dấn thân kiên cường

Vì quốc gia máu xương chống Cộng
vì tự do quyết sống đấu tranh
sao cho dân chủ hình thành
nước yên gió thuận, quê xanh mưa hòa

Viễn xứ nay không hoa xuân tới
đời lưu vong tháng đợi năm chờ
phương trời lưu lạc ước mơ
xứ người mong cập bến bờ Việt Nam

Ôi! khốn nhục giang san một dãi
khổ dân ta cộng mãi tham tàn
còn đây chính khách tràn lan
mặt dày, mày dạn nghĩ toàn lợi danh

Nhớ thuở trước tôi anh vào Đảng
một niềm tin sáng lạn quốc gia
diệt thù, cứu nước xây nhà
tinh thần Yên Bái vạn hoa trường tồn

Lập trường đó sắt son sau trước
bỗng dưng đâu đảo ngược thế cờ
giặc vào cờ máu phất phơ
đổi đời quê phố xác xơ đoạn trường

Cảnh nước mất đau thương thê thảm
tình nước dân đành đoạn ly tan
Việt nam Mẹ máu lệ tràn
hai miền Nam Bắc bàng hoàng thiên thu

Cõi càn khôn mịt mù oan nghiệt
tình đảng dân thắm thiết đau thương
tóc xanh thoát bạc màu sương
kiên trung đồng chí bốn phương rã dần

Bởi lắm kẻ nhơn danh nghĩa đảng
làm lắm điều khiến nản dân ta
xưa "cải tạo" nay ba hoa
huênh hoang tuyên cáo bày ra lắm trò

Vẫn bài bản quanh co danh lợi
đường mị dân nằm đợi thời cơ
hoan hô, đả đảo phất cờ
chính tà lẫn lộn lập lờ đấu tranh

Nay trong ngoài tôi anh đã thấy
giờ làm sao vực dậy chí xưa
diệt thù, cứu nước ước mơ
cùng dân phục quốc phất cờ tâm chung

Đọc đảng sử hào hùng nghĩ thẹn
tuổi già nay hứa hẹn gì đây
lẽ nào theo Mỹ nhục này
lẽ nào sống bám không quay về nhà

Này anh Trạng - Ôi! xa xót quá
làm gì nay đời ngã ngựa rồi
đoạn trường nước chảy mây trôi
Ôi! Xuân - Ôi! Tết. Rã rời thương tâm

Buồn không anh vẫn thân nước mất
nhục không anh quần quật qua ngày
ba mươi năm, tóc bạc đau
nỗi dân bất hạnh, nỗi đày đọa ta

Ôi! Trường hận Nam Kha giấc mộng
anh Sài Gòn, tôi sống lưu vong
cùng đường tranh đấu đau lòng
bầm gan lý tưởng, đắm giòng nghiệt oan.

Xuân Ất Dậu - 2005

Bài Thơ Không Đoạn Kết

Xin đốt nén hương cho tất cả quân cán chính
và dân Việt đã nằm xuống tháng 4-1975

Khi rõ nguyên nhân ta mất nước
Rõ lòng phản bội của đồng minh
Rõ độc ác chủ trương Cộng sản
Là đau thương bất hạnh dân mình

Khi rõ nguyên nhân ta tháo chạy
Đồng minh tháo chạy bỏ miền Nam
Bỏ Tự do luôn mồm bảo vệ
Ta biết ngay Mỹ cố chạy làng...

Khi rõ nguyên nhân súng hết đạn
Xe hết xăng và túi hết tiền
Ông Đại sứ là tên Thái Thú
Dao kề ta trấn áp chuyện đương nhiên

Này Tư bản, này Cộng Việt gian
Nhân danh gì tham chiến Việt Nam
Trang bị đầy xe tăng, súng đạn
Khiến Việt dân vườn ruộng hoang tàn

Này Tư bản, này Cộng Việt gian
Âm mưu gì, Mỹ bỏ Việt Nam
Rêu rao hoài nhân quyền, dân chủ
Gieo mầm chiến loạn nước dân tan

Câu hỏi bao năm đau chất ngất
Nát ruột gan chiến sĩ, anh hùng
Trang sử hận - không thua bỏ cuộc
Tháng ngày vị quốc nỗi đau chung

Ôi! Hoa nở sao không mong kết trái
Bão mưa tuôn lại đẩy thuyền ra
Ý đồ gì? Xương phơi máu đổ
Lợi quyền riêng phá nát nước ta

Từ cổ kim sử xanh ghi rõ
Ngoại nhân nào cũng hại dân ta
Dân tộc nào cũng tâm địa xấu
Chỉ có dân cứu nước, giữ nhà

Nay rõ nguyên nhân ta mất nước
Rõ lòng Tư bản với Việt gian
Đừng quên bài học đau thương đó
Luôn kiên cường, tự lực cứu giang san

Ba bốn năm bài thơ không đoạn kết
Buồn cho người, hận nhục mãi đời ta.

Tháng 6-2005

QUANG TUẤN

- Quang Tuấn là bút danh của Trần Quang Tuấn ▪ Sinh quán: Gò Công.
- Tốt nghiệp Đại Học Sư Phạm Sài Gòn ▪ Cử Nhân Văn Chương (Đại Học Văn Khoa - Sài Gòn). ▪ Dạy học tại các trường tư thục: Đồng Nai, Lê Bá Cang, Hoài An, Huỳnh Khương Ninh và các trường công lập: Trung học Tân An, Trung học Thoại Ngọc Hầu ▪ Hiệu trưởng trường Trung Học Thủ Đức (Sài Gòn) từ năm 1971 đến 1975 ▪ Năm 1992 định cư tại California (Hoa Kỳ) theo diện đoàn tụ gia đình.

Tác phẩm:

Thi phẩm: ▪ Hòa Điệu ▪ Về Nguồn ▪ Thơ Tình Quang Tuấn ▪ Phù Du ▪

thơ say

Mượn hơi men ta gầy bão nổi
Dìm mảnh hồn xuống đáy chén cay
Đời tựa giấc chiêm bao ngắn ngủi
Uống nhanh nào, rượu bốc hơi bay.

Sầu không suối, cớ sao lai láng?
Chan chén vơi lại ngập chén đầy
Ta chếnh choáng mơ người áo trắng
Mắt lồng thu thủy, tóc lồng mây.

Ngước đầu lên hỏi vầng trăng bạc:
Quê hương đâu lại nhớ thế này?
Thương biết mấy người thân tản lạc
Biết bao giờ gặp lại nhau đây.

Ngoảnh mặt lại chỉ còn vài bạn
Đang cùng ta cụng chén đêm nay
Nếu mai mốt đứa nào khuất dạng
Thì kể như một giọt rượu bay.

Ôi chí lớn chưa đầy bầu nhỏ
Mà bụi hồng khiến tóc xanh phai
Rượu khôn ấm đời xa xứ sở
Thương nỗi mình, tay vẫn trắng tay.

Quang Tuấn

Một Chiều Về Quê Cũ

Mang thương nhớ một chiều về quê cũ
Đời tha hương khôn lắng kỷ niệm đầy
Ven đường làng hoa sen, hoa súng nở
Đón người xưa xa vắng đã lâu ngày

Trống thu không đổ hồi rung nắng xế
Giục xe trâu lộc cộc chở trăng về
Chim vịt gọi chiều rơi trên nhánh khế
Cùng sáo diều họp tấu nhạc đồng quê

Đầu xóm vắng lũy tre pha ráng đỏ
Cuối đồng xa heo hút mái tranh nghèo
Mẹ nghiêng bóng trên dòng sông tuổi nhỏ
Mút cánh cò điểm trắng quãng đìu hiu.

Vẫn còn đây tóc dừa phơ phất gió
Gốc phượng oằn đứng gác cổng trường xưa
Đẹp biết mấy là quê hương ta đó
Trời làm thơ, sông núi dệt gấm tơ.

Nghe đâu đây mùi hoa cau, hoa bưởi
Thoảng đưa theo hương lúa mới thơm nồng
Mùi gió biển, mùi hoa đồng, cỏ nội.....
Thành hương quê ngào ngạt mãi trong lòng.

Này ngõ cổng, này đình làng, phố chợ
Kìa bờ ao, lối bắt bướm, hái hoa

Thầm lặng bước lắng nghe hồn quê thở
Trở về hồn non dại tuổi ấu thơ.

Mừng anh về cô em tròn mắt biếc
Đêm chưa đen nhà đã vội lên đèn
Vui chòm xóm bao người ra đón tiếp
Quê hương ơi muôn thuở vẫn êm đềm.

Nhớ Huế Qua Dáng Em

Đường về lưu luyến nặng hành trang
Nhớ Huế qua em dáng dịu dàng
Chiếc nón bài thơ nghiêng Vỹ Dạ
Câu hò mái đẩy vẳng Hương Giang

Nhớ Huế mùa Thu mờ bóng mây
Có em e ấp dáng Thu gầy
Thấp thoáng Đông Ba tà áo trắng
Qua cầu Gia Hội gió bay bay

Gờn gợn làn Thu trong mắt em
Thuyền tôi chao sóng giữa hồ êm
Nhớ dòng An Cựu ngâm trong vắt
Lấp lánh trăng vàng gối sóng đêm

Ngõ trúc em đi lá thở dài
Tóc thề lộng gió rối bờ vai
Sầu vương đỉnh tháp chùa Thiên Mụ
Nhớ bóng mây chiều tha thướt bay

Đồng Khánh em về phố chợ xa
Áo em loang bóng sương la đà
Trường Tiền nối nhịp dài mong nhớ
Khắc khoải chờ em qua bước qua

Lối cỏ Nội Thành hôn gót son
Khoan thai, từ tốn dáng Kim Luông
Em đi mang cả hồn mây nước
Và trọn hồn tôi ngập nhớ thương!..

Em về xóm nhỏ cuối Nam Giao
Hoa lá bên em thắm sắc màu
Thoang thoảng lối quanh vườn nắng mới
Gió lồng hương tóc lẫn hương cau.

Huế mãi cùng em đẹp cố đô:
Vân Lâu, Bến Ngự đọng buồn xưa
Bóng em duyên dáng bên thành cổ
Êm ái lòng người những mộng mơ.

Mưa Đêm

Mưa đêm ôi mưa đêm!
Rơi rớt giọt êm đềm
Rì rào trên mái lá
Như thầm gọi tên em.

Tiếng đục lẫn tiếng trong
Âm vang mãi trong lòng
Hắt hiu ngoài ngõ tối
Giọt buồn ôi mênh mông!

Giọt gần lẫn giọt xa
Đan màn bụi nhạt nhòa
Cành khuya run rẩy lá
Lạnh lung ôi bao la!

Mưa cứ mưa triền miên
Tí tách mãi bên thềm
Điệp khúc buồn muôn thuở
Dặt dìu ru đêm đêm.

Mưa cứ mưa lê thê
Không liếp che gió về
Rèm thưa khôn ngăn rét
Đất trời ôi tái tê!

Chừng như nghe bâng quơ
Trong mưa gió mơ hồ
Buốc ai dầm rét mướt
Khua đạm dài hoang sơ.

Mưa vẫn không thôi mưa
Lòng rộng không bến bờ
Giữa đêm dài vô tận
Nghe đời quá bơ vơ.

Lệ trời rơi trong đêm
Lệ tình rơi trong tim
Mạch sầu luôn đứt nối
Giọt nhớ, giọt thương em.

Quang Tuấn

Tri Kỷ Ơi !

Tri kỷ ơi!
Ta với ngươi
Không cùng mẹ cùng Cha
Không phải máu mủ, ruột rà
Mà tình rất sâu, nghĩa rất nặng
Đối với nhau như bát nước đầy
Thì làm sao quên nhau đặng?

Nếu chim nhớ cội
Nước nhớ nguồn
Thì ngươi là người dưng
Suốt đời ta nhớ mãi.

Tri kỷ ơi!
Vắng ngươi rồi
Trà nào cũng phai
Rượu nào cũng nhạt
Đời bỗng dưng tẻ ngắt
Khi thiếu bạn tâm đầu.
Ta nhớ ngươi xiết bao
Phong cách cao sang
Tánh hiền hòa chân thật
Giữa đời phồn hoa vật chất
Hai ta, khách đồng hội, đồng thuyền
Chia xẻ tâm tình riêng
Và tình thơ, nghĩa bạn.
Phải chăng ngươi là đại dương vô tận
Để ta làm con sông nhỏ đổ vào long.

Tri kỷ ơi!
Nhớ khi ta lỗi lầm
Ngươi chỉ lặng câm
Không một lời trách móc
Những khi ta khóc
Ngươi rưng nước mắt
Mỗi khi ta cười ngươi cũng cười theo
Sá chi phân biệt giàu nghèo
Tình bằng hữu trước sau luôn gắn bó.

Tri kỷ ơi!
Ta nhớ không thôi
Khi ta sa cơ thất thế
Mọi người bỏ ta ra sao mặc kệ
Thì chỉ còn ngươi ở lại với ta
Hơn cả họ hàng gần xa
Cảm thông điều tủi nhục
Mà tìm phương cứu giúp
Ơn nghĩa này ta biết lấy chi đền?

Tri kỷ ơi!
Sanh ta thì có mẹ cha
Còn hiểu được ta
Trên đời này chỉ có ngươi là một
Nếu Thượng Đế hỏi
Ân huệ nào Ngài ban là cao quí nhứt?
Ta sẽ trả lời tức khắc
Ân huệ đó chính là ngươi
Là nước mắt, là tiếng cười
Là niềm tin, là hạnh phúc...
Ta ấp ủ trong tim
Không bao giờ để mất.
Quang Tuấn

VƯƠNG NHÂN

Vương Nhân là bút hiệu của Trịnh Văn Toàn
Sinh quán: Thái Bình, Bắc Việt.
Nguyên Giáo sư Việt Văn các trường Trung học
công lập và tư thục:

■ Đăng Khoa (Quảng Ngãi) Lý Thường Kiệt
(Gia Định)

■ Thủ Khoa Huân Phước Kiến,

■ Hưng Đạo (Sài Gòn)

■ Nguyên GS song ngữ các trường trung học:
Madison & Franklin (Portland, Oregon – Hoa Kỳ)

■ Chủ nhiệm Nguyệt san Dân Ý (1995 USA)

■ Cộng tác tạp chí Nguồn.

■ Tác phẩm: Dấu Xưa *Thơ, Cội Nguồn xb 2005

Mầu... Yêu Thương

Từ duyên nào đã gặp nhau
Vì thơ giấy phải dạt dào đấy thôi
Hỏi mây, sông núi nhận lời
Cùng trăng, biển, gió giữ đời cho nhau.

Duyên tình nào đọ nông sâu
Ngồi bên suối, chạnh nhớ đầu sông Thương
Rừng chiều sớm tối tơ vương
Thu sang, chỉ thấy thấm buồn quẩn quanh!

Rồi khi trời kéo mây xanh
Thi nhau đào nở trên cành tứ tung
Có, không - không, có khôn cùng,
Nước non, non nước một lòng với nhau

Ru em rừng núi cúi đầu
Trong mưa nắng, vẫn nên Mầu Yêu Thương!

Ngu Ngơ

Bình minh vừa rõ mặt
Nửa bầu trời thanh thanh
Nửa trời còn thấp thoáng
Trong vườn xuân vô tình!

Suốt đời tìm ngây dại
Từ môi hồng xa mơ
Kiêu sa hay ngần ngại
Vụng tiễn đưa hẹn hò

Nắng phơi đầy lối nhỏ
Tôi lạc vào hoang vu
Mời yêu vùng Quan Họ
Tà áo chiều nghiêng thơ

Đêm tìm về khắc khoải
Ngày ngóng trời bao la
Cầu vồng tan lỡ nhịp
Thẩn thơ chén quan hà.

Từ Xuân hồng lên má
Bao năm bước giang hồ
Đêm ngồi soi đốm lửa
Soi thấy mình ngu ngơ.

Làng Tôi

Mới vào đầu thôn xóm
Sực nức mùi hương ngâu
Không gian thu ngắn lại
Chân bước dồn thật mau

Ngày trở về làng cũ
Thoáng – xôn xao nỗi lòng
Sương nằm phơi rạo rực
Trăng vắt vẻo đầu thôn

Dưới bờ tre ngõ hẹp
Hoa ngâu thở cuối vườn
Áo xanh tình khép nép
Tằm lên né còn vương

Nước sông Hồng xuôi biển
Chiều hong gió, lệ thường
Đò ngang cô lái gọi...
Chan chứa tình quê hương

Mình ở giữa làng thôn
Chim hót chuyền bốn phương
Lời mẹ ru lịm ngọt
Tràn trăm nhớ ngàn thương

Dưới cầu tre cuối làng
Trăng thì thầm soi gương
Làng quê ta muôn thuở
Tuyệt vời quyện sắc hương.

Vương Nhân

LÊ-NGUYỄN

❧❧❧ ❧❧❧ ❧❧❧ ❧❧❧ ❧❧❧ ❧❧❧ ❧❧❧ ❧❧❧❧❧❧ ❧❧❧ ❧❧❧ ❧❧❧

Lê-Nguyễn là bút hiệu của Nguyễn-Thảo ▪ Tuổi Nhâm Ngọ 1942 ▪ Sinh/Chánh quán: Vỹ Dạ Thừa Thiên - Huế) ▪ Chiến trường xưa/Đơn vị cũ sau cùng: Vùng Tam Quảng Thuộc SĐ II BB, và "Trường Cây Mai" ▪ Ba lần chiến thương, 13 năm tù Cộng sản ▪ Khởi viết từ những năm đầu thập niên 60. Có thơ và bài đăng trên các báo trong và ngoài Quân đội ▪ Nghệ sĩ diễn ngâm ▪ Từ 1994 đến nay có nhiều thơ và bài viết góp mặt trên các tạp chí: Văn Văn Học & Khởi Hành, Làng Văn, Thế Kỷ 21, Văn tuyển, Nghệ Thuật, Nguồn, Cỏ Thơm, Phố Văn, Phụ Nữ TNHN và khoảng 80 tạp chí, đặc san khác.

Tác Phẩm: ▪ Giữa Dòng *Thơ, Cội Nguồn 2003 ▪ Tình Trắng 1962 ▪ Mưa Qua Miền Ký Ức 1997

Tác phẩm in chung: ▪ 501 nhà thơ Lục Bát Tình Việt Nam ▪ Các "Cụm Hoa Tình Yêu (Việt-Anh-Pháp) ▪ The Silence of Yesterday Cội Nguồn ▪ Lưu Dân Thi Thoại (Cội Nguồn) ▪ Một Phần tư thế kỷ thi ca Việt Nam Hải Ngoại ▪ Vườn thơ hải ngoại

Thêm Một Lần Tạ Ơn Thơ

(Viết nhân kỷ niệm 50 năm thơ Lê Nguyễn)

Muốn trở thành một bác sĩ, tiến sĩ quá lắm chỉ cần mươi, mười lăm năm miệt mài đèn sách.

Mong đúng nghĩa trở thành một Thi Sĩ với danh mỹ từ này có khi phải học hỏi, mằn mò sống viết cả lăn thân hiến đổi bằng máu, nước mắt của trót một đời người!

Tôi không còn nhớ câu ý ấy phát xuất từ đâu? Do ai? Chỉ suy cho cùng rõ thật hữu tình, hợp lý.

**

1961–2011, cột mốc tìm đến với Thơ, vắt nặn tim óc cầm bút lúc dậy sớm – khi thức khuya trang trải, nắn nót miệt mài giữa ngày trong đêm ngục tù, trận tuyến, vinh nhục có thừa!

Nếu cái mốc cuộc đời là sáu mươi năm theo ý nhạc Y Vân, thì rõ ràng tôi và thơ tôi tuy giữa đời cũng có người cảm thương vinh gọi Nhà Thơ, Thi sĩ (cũng có chút ủi an). Song nhìn lại mình – với mấy tác phẩm in ra, ngót trăm sáng tác phổ biến, tôi vẫn cảm nhận vừa nuối tiếc là ngày tháng còn được tiếp bước với duyên nghiệp, chỉ còn lại quá ngắn ngủi. Trong khi xem lại, đọc trong số trang viết của mình, vẫn chưa hẳn là Thơ!

Có thể nào tự thân tôi đã quá khó tính với chính mình, để người nâng mình đứng dậy cao hơn?

Không! Tôi đang mong muốn được tâm sự với độc giả thân thi hữu của mình, là nếu bạn hỏi – quá nửa đời tìm đến với Thơ, anh đã thật vừa ý với đôi ba áng thơ nào của mình?

Tôi xin thật lòng thưa cùng bạn: Bài thơ như đứa con sinh ra, đứa nào tôi cũng thương, nhưng hoàn toàn hài lòng ưng ý -thì rõ ràng còn chờn vờn trước mắt...

**

Nhân danh một trong vạn triệu người yêu Thơ, kẻ làm thơ, lòng đam mê nghiệp chướng cũng xin tạ ơn đời, ơn người tình yêu, hoa cỏ cây lá xanh tươi luôn nỗi niềm khổ lụy đã giúp tôi giữ được tấm lòng thủy chung dù đớn đau khó nghèo, khổ lụy cách mấy tới hôm nay – đúng 50 năm vẫn sống và nguyện sẽ trọn tình, sống mãi cùng những trang thơ cho đến phút cuối đời!

Những Đóa Tình Bất Tử

1.
Nhờ lông chim dẫn đường
Theo chân nhau cùng chết
Tình vẹn tròn thủy chung!

2.
Đường cùng, bên sông Hát
Vẹn nghĩa nước, tình chồng
Hương ngàn năm thơm ngát.

3.
Đoạn đầu đài hiến thân
Đôi ta nhìn sông núi
"Không thành công, thành nhân!"

4.
Tử vi thành chiến bại
Bấm súng nổ mang tai
Tình nhà xin gởi lại...

Chiều Cuối Năm Giữa Nghĩa Trang
Quân Đội Biên Hòa

Về quê nhà xin kính viếng nơi này
Thăm chốn cũ chôn thân ngàn chiến hữu
Mộ chí hoang liêu cỏ cây ấp ủ
Xương cốt tàn hồn linh hiển muôn sau
Tượng Tiếc Thương đâu xưa ngồi thức canh thâu
Mơ Quốc Tổ thương đồng bào, đồng đội
Bên tai vẳng tiếng đạn vang bom dội
Người vẫn ngồi ôm súng suốt canh sâu
Nén thương tiếc theo lưng tròng nước mắt
Gãy súng rồi đành nuốt lệ phân ly
Người nằm lại bia Tổ quốc khắc ghi
Tâm niệm-tưởng triệu lòng luôn hướng vọng
Riêng tôi, cõi lòng giờ đang giao động
Cuối năm - Chiều nghe buồn lạnh vây quanh
Tâm điểm Nghĩa Trang cắm nắm nhang này
Thay chiến hữu tri ân anh hùng tử sĩ!

= lê-nguyễn, 1/2011

SONG LINH

෴ ෴ ෴ ෴ ෴ ෴ ෴ ෴෴ ෴ ෴ ෴ ෴

Song Linh là bút hiệu của Vũ Long ▪ Tuổi Kỷ Mão ▪ Sinh quán: Bắc Ninh ▪ Bắt đầu sáng tác từ năm 1958 ▪ Trước năm 1975 cộng tác với các báo - tại Sài Gòn: Chiến Sĩ Cộng Hòa. Hải Quân. Biệt Động Quân. Tuần báo Văn Nghệ Tiền Phong. Nhật báo Sống, Chính Luận, Hành Động. Và tại hải ngoại: các tạp chí Khởi Hành, Cỏ Thơm, Nguồn Cội.

Tác phẩm đã xuất bản:
▪ Thân Phận và Tình Yêu, *Thơ 1996
▪ Nửa Đời Còn Đó, *Thơ 1999

Thơ phổ Nhạc đã phát hành:
▪ Thì Thầm CD 2003 ▪ Hãy Cho Anh CD 2007 ▪ Hỏi Tình Trăm Năm CD 2011 ▪ Xin Cảm Ơn Đời VCD 2004 ▪ Những Tình Khúc Song Linh DVD 2006

Tác Phẩm in chung:
▪ Một Phía Trời Thơ (tập 1 đến tập 4) ▪ Cụm Hoa Tình Yêu (1-11)
▪ Từ năm 1993 cộng tác với các báo: Đất Đứng, Tiếng Vang. Ý Dân, Thằng Mõ, Hồn Việt, Việt Nam nhật báo, Thời Báo, Chiến Sĩ Quốc Gia...
▪ Nguyên Tổng Thư Ký Thi Đàn Lạc Việt (1995-2005)

Xin Thưa

Em vừa
chợt nhận ra ta

Cơn giông mù xoáy
vỡ òa không gian
Gặp nhau sau phút ngỡ ngàng
Mười năm tình lại rộn ràng đong đưa

Đời buồn
phố lạnh xin thưa
Nụ hôn có được
cũng chưa muôn màng.

Nửa

Nửa mảnh trăng khuya nửa cuộc đời
Nửa hồn qua đó nửa bên tôi
Nửa say thêm nửa sầu ai biết
Nửa trái tim đau nửa khóc cười
Nửa muốn hỏi người tan nửa ý
Nửa mùa xuân đến nửa trăng rơi
Nửa đêm xé nửa bài thơ tặng
Gói nửa vầng trăng nửa trả người

Sang Xuân

Ơn em đôi mắt nồng say
Ơn em gói mở tháng ngày thăng hoa

Riêng anh
riêng cõi tình ta
Đất trời ngực ngải môi hoa bốn mùa

Sáng nay
vừa mới tạnh mưa
Bài thơ viết tặng cũng vừa sang xuân.

Em Về

Dường như còn thoảng mùi hương
Gió bay chi để tóc vương hẹn hò
Em về trời đất buồn xo
Hồn anh ngồi đó... co ro nỗi niềm.

Đôi Mắt

Mắt em
Đôi mắt nụ cười
Anh theo từng kiếp ngỏ lời cầu hôn

Mắt em
Từ sáng chiều hôm
Giọt đau huyền thoại nỗi buồn gọi nhau

Mắt em
Đôi mắt ngàn sau
Mênh mông cõi nhớ nhiệm màu cõi riêng

Mắt em
Đôi mắt mẹ hiền
Câu hò Vỹ Dạ, Tràng Tiền mắt nâu

Mắt em
Mười cõi hoa màu
Lung linh hương sắc mở đầu trang thơ

Mắt em
Hôm ấy tình cờ
Hồn anh vào mộng bao giờ mới quên.

Mùa Thu
Ngày Tháng Tám

Ngày tháng Tám mùa thu về rất lạ
Em mắt buồn theo cỏ lá heo may
Đường thơ dài vàng nắng áng mây bay
Tình cúi mặt để sầu rêu nhánh lá

Ngày tháng Tám mùa Thu xanh biển cả
Cánh chim về hong ấm nụ môi hôn
Bài thơ yêu nhung nhớ lại gần hơn
Căn gác nhỏ mở lòng vui đất lạ

Ngày tháng Tám mùa Thu vàng đất trắng
Tay em mềm gối mộng ngát trùng dương
Con sóng vỗ thềm trăng mòn vách núi
Gọi xuân về mây trắng đẹp trời hương

Ngày tháng Tám mùa Thu chùng xuống thấp
Đất khóc thầm tan vỡ mối tình hoa
Em nói dối ta buồn như muốn khóc
Con thuyền nào chở hết nỗi lòng ta

Ngày tháng tám mùa Thu về thêm tuổi
Đất mẹ nghèo mọc cánh vỗ trời hoang
Và tình ta từ đó cũng lang thang
Khi trước mặt cuộc đời chưa đáp số.

Qê Hương Còn Đó Tâm Hồn

Quê hương ao cá, mái đình
Con đê nằm ngủ một mình cô đơn
Quê hương vó ngựa dập dồn
Đất chan máu lệ, môi hôn giã từ
Quê hương mây trắng sương thu
Mẹ lên đỉnh núi thăm tù khổ sai
Quê hương nước mắt chảy dài
Đêm trăng viễn xứ lạc loài tiếng ve
Quê hương cây quế khóm tre
Bao nhiêu năm đó còn nghe tạ từ
Quê hương hồn lạnh lao tù
Con tim thao thức nấu như từng xuân
Ở đây trăng thấy như gần
Bàn tay lạc lõng bước chân Hạ Lào
Quanh tôi ai đó thì thào
Tưởng như góc phố năm nào thân thương
Áo em còn gió bay hương
Môi thơm bông sứ bên đường hẹn nhau?
Nhớ em tóc cũng phai màu
Quê hương vời vợi lòng đau gọi thầm.

Xuân 1998
Song Linh

DUY NĂNG
1936 - 2002

ฅ℧℈ ฅ℧℈ ฅ℧℈ ฅ℧℈ ฅ℧℈ ฅ℧℈ ฅ℧℈ ฅ℧℈ฅ℧℈ ฅ℧℈ ฅ℧℈ ฅ℧℈

Trích từ bản tiểu sử duy nhất Duy Năng ủy thác C S TV Cội Nguồn
lưu giữ và phổ biến, bảy ngày, trước khi ông nhập viện và qua đời.

Tên khai sinh là Nguyễn Văn Trí.

■ Tuổi theo khai sinh ghi ngày sinh 18 tháng 7 năm 1936 ■
Ngày sinh thật là 25 tháng 1- 1935, (24 tháng 12 năm Giáp Tuất) ■
Tạ thế ngày 10-3-2002

■ Sinh quán và trú quán: thành phố Nha Trang, Khánh Hòa ■
Chánh quán: làng Thái Dương Hạ. Hương Trà, Thừa Thiên.

Duy Năng là bút hiệu duy nhất. - Từ năm 1953 thơ được đăng
trên các tuần báo Quê Hương, Hồ Gươm, Giác Ngộ ở Hà Nội. - Từ
sau 1954, thơ và truyện đăng trên các tạp chí Thẩm Mỹ, Việt Bút,
Văn Nghệ Tiền Phong, Đời Mới, Sáng tạo, Bách Khoa vv... tại miền
Nam.

■ Hội viên Hội Văn Nghệ sĩ Quân đội, Chiến Sĩ Cộng Hòa,
Phụng Sự, Chỉ Đạo, Tiền Phong v.v...

■ Sau tháng 4 năm 1975, bị Cộng sản giam cầm tại các "trại
lao động cải tạo" từ Nam ra Bắc. ■ Năm 1984 được trả tự do.

■ Định cư tại Hoa Kỳ năm 1990 theo diện H.O

■ Tại California, Hoa Kỳ, Thơ, truyện, Tùy Bút đăng trên các báo
và Tạp chí: Thời Luận, Trống Đồng, Non Nước, Đất Đứng, Chiến Sĩ,
Quốc Gia, Tin Việt, Việt Nam, Mõ... Tại Houston, Texas: Tự Do, Xây

Dựng, Ngàn Sao, Lý Tưởng○ Người Việt Nữu Ước tại New York; Dân Việt, Việt Luận tại Úc, Vùng Dậy tại Pháp vv...

Tác phẩm: ■ Giấc Ngủ Chân Đèo, thơ, ấn hành 1964 tại Việt Nam. Tái bản tại Hoa Kỳ 2002 ■ Vẫn Đời Đời Hoài Vọng, thơ, ấn hành 1970 tại Việt Nam ■ Giữa Dòng Nghịch Lũ, Truyện dài, ấn hành 1991 tại Mỹ ■ Dặm Nghìn, thơ, ấn hành 1998 tại Mỹ.

Duy Năng là một trong những người sáng lập và sinh hoạt với Cơ Sở Thi Văn Cội Nguồn từ năm 1995 đến ngày ông tạ thế.

Ngoài các tập thơ, truyện đã xuất bản, một số thơ và truyện ngắn của Duy Năng cũng đã được in chung với nhiều tác giả khác trong những tuyển tập:

■ Một phía trời thơ, tuyển tập thơ, thi đàn Lạc Việt, ấn hành năm 1995 ■ Gởi Người Dưới Trăng, thơ, Cội Nguồn ấn hành năm 1995 ■ Sự Im Lặng Của Ngày Hôm Qua, thơ song ngữ, Cội Nguồn ấn hành năm 1998. ■ Một Thời Lưu Lạc, thơ, Cội Nguồn ấn hành năm 1997 ■ Thơ Tình VN và Thế Giới Chọn Lọc của Nguyễn Hùng Trương, ấn hành năm 1998 ■ Hai Mươi Năm Văn Học Hải Ngoại, truyện ngắn, ấn hành năm 1995 ■ Đường Xuôi Nẻo Ngược, truyện ngắn, Cội Nguồn ấn hành năm 1997 ■ Kỷ Yếu Năm Năm Văn Học Cội Nguồn năm 2001.

■ Lược Sử Văn nghệ Sĩ Quân Đội của Tổng Cục Chiến Tranh Chính Trị/ QLVNCH ấn hành 1972 tại Việt Nam ■ Lược Sử Văn Nghệ Sĩ Miền Nam của Bộ Văn Hóa/ VNCH ấn hành 1971 tại Việt Nam

■ Nhà văn, tác phẩm và Cuộc Đời của Thế Phong, ấn hành 1970 tại Việt Nam

■ Văn học Hiện Đại: Thi ca và Thi Nhân của Cao Thế Dung, ấn hành 1969 tại Việt Nam

■ Những Nhà Thơ Hôm Nay của Minh Huy ấn hành 1964 tại Việt Nam

■ Thi Ca Miền Trung của Lương Trọng Minh, ấn hành 1960 tại Việt Nam

Từ năm 1990 đến 2001, ông là cây bút thường xuyên của tập san Đa Hiệu của Tổng Hội Cựu SVSQ Trường Võ Bị Đà Lạt.

Bâng Khuâng Ngày Mới

Tôi đến đây, trời sắp vào Xuân
Những lá vàng thưa đã rụng dần
Đã thấy trên cành thưa nụ chởm
Nhú mầm trẩy lộc, búp non xanh

Bầy sẻ quen người ríu rít ca
Con chim sáo sậu rất ôn hòa
Vào trong hiên cửa nhìm âu yếm
Một khách đường xa chưa nhận ra

Tôi đến đây, khác hẳn... phương trời
Mới vừa tay vẫy, khuất mây trôi
Một phương quê cũ buồn vui lẫn
Nước mắt vòng quanh, tiếng nói cười

Tôi đến đây xa nẻo thâm tình
Niềm riêng thống khổ, nỗi điêu linh
Xa em, xa chị, niềm xa xứ
Xa một trời thương những chiến chinh

Xa được ngày đêm nỗi xốn xang
Xa rồi ngàn tính, vạn lo toan
Bao nhiêu khắc khoải âm thầm đến
Lặng lẽ đi trong cuộc héo mòn

Tôi đến đây, lạ cảnh lạ người
Láng giềng hàng xóm, lạ tăm hơi
Vầng trăng gieo vận chưa tìm thấy
Chỉ thấy dòng xe, đuôi nối đuôi

Chẳng rõ lòng riêng có hẹp hòi
Như lời thiên hạ tiếng đầy vơi

Chỉ nghe ngày tháng xuân vừa nở
Trên khắp cành đang nhú lộc đời

Chắc hẳn vừa qua những đoạn trường
Những niềm u uẩn tự quê hương
Nên trong phơi phới khung trời lạ
Chợt thấy hồn dâng những dị thường

Phổi hít từng hơi thở tự do
Máu trong tim đổi tự bao giờ
Mà nghe huyết quản nồng hương phấn
Vừa kịp mùa Xuân nhập hội thơ

Tôi đến đây vừa tiết tháng ba
Bên đồi xanh cỏ, ửng trăm hoa
Như con chim nhỏ ra lồng hẹp
Cuộc sống trào dâng tiếng hót ca

Ôi cuộc mười lăm năm biển dâu
Đã tan xiêm áo, nát công hầu
Từ đây xin mãi niềm thanh thoát
Thơ với em và ta có nhau./

Hayward, Bắc California/Tháng 3-1990

* Trích thi phẩm Dặm Nghìn, tác giả xb. California 2008

Cỏ Xanh
Hoa Bướm Đường Em Đến

Đêm rụng rừng hoang tím lối xanh
Xa xôi nghe gọi lại tên mình
Úp tay tâm sự vàng hoa cúc
Mây nhạt sao nhòa lứa tuổi xanh

Mắt ngã màu thu em cuối phương
Vàng son trong mộng lối quê hương
Mười năm ý tứ lên môi thắm
Một phút giây nào có nhớ thương

Ta gặp hồn đi giữa cạnh nhau
Phấn hương trang lứa tiếng ban đầu
Hai mươi kiêu hãnh em về ngự
Trời đất đành không dám bể dâu

Tuổi trẻ yêu gìn giữ giữa tay
Chỉ là hơi thở cũng hương bay
Ta xin châu ngọc ngôi thần nữ
Không rượu hoàng hoa ý đã say

Vị chửa phai màu trên nụ môi
Trở nghiêng hình tượng đã đi rồi
Bể dâu mấy bận trời theo đất
Ta mộng hồng hoang những lứa đôi

Thế kỷ không còn trăng nhớ mây
Ngọt ngào tâm sự lối thơ ngây
Cỏ xanh hoa bướm đường em đến
Hương sắc trần gian của phút giây

Canh trở mình nghiêng ta nhớ canh
Ngoài song đêm rụng tím trăng xanh
Xa xôi nghe lại còn nguyên đó
Gót vẫn ươm mùa băng tuyết trinh

Kính cẩn ta tìm sợ dáng phai
Chỉ là vườn mộng lối liêu trai
Đêm đêm hư-ảo-lên-thần-tượng
Ngày vẫn ngày đi xuân nhớ mai.

8-1960

Đòi Đoạn
Lòng Riêng Nẻo Lối Xưa...

Còn có gì vui để mộng mơ
Tháng năm dằng dặc chốn lao tù
Quẩn quanh tìm chút niềm khuây khỏa
Trong nỗi lòng riêng nẻo lối xưa

Nghĩ đến thân danh vòng khốn quẩn
Thương về cố quận bước bơ vơ
Cánh chim một cõi trời căm hận
Hoa cỏ muôn bề nỗi xác xơ

Những đẩy cha con vào cách biệt
Luống đưa chồng vợ đến phân chia
Nơi nơi trăm họ đời tan tác
Chốn chốn muôn dân kiếp dật dờ...

Có mắt vờ đui, tay nguệch ngoạc
Còn tai giả điếc, miệng ngu ngơ
Ép khuôn, ép mẫu lời gian trá
Nên vẹt nên nhồng tiếng bá vơ

Trong cuộc quỷ ma thời mạt pháp
Lòng riêng riêng vẫn sáng mong chờ
Khí thiêng sông núi luôn tiềm ẩn
Sẽ một trời xuân rạng tiếng thơ.

Trại giam Phú Sơn 4, Thái Nguyên 1977

Trích bản thảo thi phẩm "Từ Buổi Ấy" (chưa xb) do tác
giả trao Cội Nguồn lưu giữu trước ngày ông từ trần.

HÀ LY MẠC
1940 – 2012

Hà Ly Mạc là bút hiệu của Võ Đăng Diệu ▪ Sinh ngày 14-10 1940 ▪ Nguyên quán: Mỹ Lộc, Lệ Thủy, Quảng Bình Di cư vào Nam năm 1954 ▪ Theo học các trường Nguyễn Du, Nguyễn Tri Phương, Quốc Học Huế. Đại học Văn Khoa Đà Lạt. ▪ Tốt nghiệp Khóa 16 trường Võ Bị Quốc Gia Đà Lạt. ▪ Tù Cộng Sản 7 năm, 8 năm quản chế.

▪ Định cư tỵ nạn tại Mỹ năm 1990 theo diện HO.

▪ Cộng tác với các báo: Diễn Đàn Thanh Niên, Đa Hiệu, KHởi Hành, Quê Hương, Ngày Mới, Đất Đứng, Chiến Sĩ Quốc Gia.

▪ Có thơ trong Một Phía Trời Thơ và nhiều tuyển tập chung.

(trích thi phẩm Gởi Người Dưới Trăng, Cội Nguồn 1995)

Đợi Người Dưới Trăng

Ai đợi chờ ai dưới bóng trăng
Loang loang ánh thép loáng sương vàng
Rừng khuya vang vọng lời sông núi
Chiêu gọi người về dưới ánh trăng

Ta hỏi lòng ta, trăng hỏi trăng
Thời nay nối tiếp thuở xưa chăng
"Quốc cừu vị báo" nung hào khí
Dưới nguyệt gươm mài hồn lạnh băng

Chênh chếch đầu non một bóng trăng
Ai mang tủi nhục mấy xuân tàn
Đường gươm truyệt diệu chiêu gia bảo
Vun vút một thời hận dở dang

Ai đợi chờ ai dưới ánh trăng
Nhung y sương gội bóng trăng tàn
Bờ lau bãi say rưng rưng lệ
Hoài bão còn không? Mãi ngỡ ngàng!...

Đóm Lửa Tình Em

Thương ta một quãng đời chiều
Nửa tàn tạ bóng, nửa tiều tụy thân
Trót sinh làm kiếp phong trần
Dặm đường in dấu bước chân giang hồ
Khi buồn chén rượu câu thơ
Lúc vui ghế đá ngồi chờ trăng lên
Đắp chăn sương, gối tuyết đêm

Mộng ôm nỗi nhớ, mơ rèm mắt nhung
Đưa tay bắt cái lạnh lùng
Hồn say bóng nguyệt, lạc vùng mù sương
Lối mòn xưa dấu còn vương
Chào viên đá cuội bên đường cỏ may
Giã từ trạm bus tuyến này
Ta, con chim lạc đường bay cuối trời
Quay lưng chào!... những nụ cười
Mà nghe da thịt trong người rã tan
Chào em! Ánh mắt phũ phàng
Như con dao bén xẻ ngang mảnh hồn
Ta bay về vũng cô đơn
Nằm ôm đá ngủ bên cồn rong rêu
Tình yêu đâu? Hỡi tình yêu!
Cho ta đóm lửa, đốt thiêu cuộc đời./

Nỗi Đau

Sáng nay tôi gọi tên tôi
Mà nghe sao lạ như người không quen
Thì ra mình đã quên mình!
Hỏi ai còn nhớ chuyện nghìn năm xưa!
Ngày hôm qua khác bây giờ
Cô dâu chung thủy hẹn chờ kiếp sau
Nghe chuông điện thoại mà đau
Bài thơ em đọc nát nhàu hồn tôi
Từ nay đã mất em rồi
Tôi làm cánh hạc giữa trời gọi sương
Bay về với đỉnh cô đơn
Trả em lại vũng hoa vàng, Thu ơi!

Hà Ly Mạc

TÙNG LINH
(1939 - 2012)

Thơ Trắng

Thơ Trắng xô nghiêng đổ bến sầu
Tình ơi xuôi mãi đến bao lâu
Chớm thu cho tiếng lòng thao thức
Nghiệp dĩ chung mùa ta có nhau.
Chữ hiếu, toan tô hồng hết mộng
Chữ tình, vẫn ngại bóng mưa ngâu
Trắng đêm tay dựng vần xiêu ngả
Đổ vỡ thêm cay loạn sắc mầu
Không rượu mà sao thơ ngất ngưởng
Nằm nghe giường lạnh chiếu chăn đau
Bút nghiên chưa đủ vào thiên hạ
Còn áo khăn nào trả nghĩa nhau?
Mà bỗng đăm chiêu là bỗng ngại
Nỗi lòng heo hút suốt canh thâu
Cứ đong đưa lắm vào thương nhớ
Lạc lõng rồi ra xuôi đến đâu?

Tháng Năm 1962

HƯƠNG GIANG

Hương Giang là bút hiệu của Ngô Thị Mai Hương ■ Sinh năm 1960 tại Huế ■ Sau biến cố 30 tháng 4 năm 1975 đã phải bỏ học và rời xa trường nữ Trung học Trưng Vương để cùng gia đình đi kinh tế mới tại Ấp Mới – Long thành.

■ Từng ở tù vượt biên gần 4 tháng ở đảo Phú Quốc và Rạch Giá vào năm 1980 ■ Đến Chicago theo diện đoàn tụ gia đình năm 1984.

■ Cuối năm 1990 lập gia đình với Tiến Sĩ Nguyễn Quốc Quân, là con trai thứ của nữ nghệ sĩ ngâm thơ Hồ Điệp.

■ Hương Giang đã có thơ đăng trên các báo ■ Nhân Văn ■ Lửa Việt ■ Kháng Chiến ■ Canh Tân vào thập niên 80 ■ Cùng với Bác sĩ Vương Đạo phụ trách một số chương trình ở các đài phát thanh Tiếng Dân Tôi, Chân Trời Mới với các tiết mục: Nước Non Ngàn Dặm, Chuyện Nước Tôi.

Tác Phẩm: Ngày Bão Loạn, *Tâm Bút, Thi Văn Hợp tuyển. Cội Nguồn xb 2011

■ Cộng tác tạp chí Nguồn.

■ Làm việc trong ngành kế toán tại các công ty điện toán ở Silicon Valley. Hiện sống với chồng và hai con tại California.

Tranh Thư Họa Đào Hải Triều

Vì Sao
Tôi Chấp Nhận Gian Nan

MAI HƯƠNG

Buổi sáng trời mưa bụi, tôi rời khỏi nhà một mình, tôi đi lại con đường tôi và anh Quân vẫn dẫn mẹ tôi đi bộ mỗi sáng. Trí còn ngủ, chắc Khoa cũng vậy, các con chưa biết bố bị bắt rồi. Tôi nhìn lên bầu trời đầy mây xám, tôi nhớ những cánh hoa sao cô đơn, quay tròn trên con đường dẫn vào ngôi trường Trưng Vương. Tôi nhớ 37 năm về trước, sau ngày 30/4 tôi trở về lại nhà, bố tôi đã đi mất. Những đám khói từ đống quần áo lính ai đốt ngoài ngõ còn âm ỉ cháy, và cái hình ảnh người lính nằm chết bên vệ đường cứ vương vất mãi trong trí óc tôi.

Tôi đã trốn vào một góc tối và khóc một mình. Sau này khi đã ra hải ngoại, có đêm tôi đã nằm mơ thấy lại cảnh ấy. Và lạ lùng trong giấc mơ tôi lại thấy bố tôi về. Bố tôi quàng vai tôi và nói: "đừng khóc con, bố không sao đâu". Thực sự tôi đang cần được nghe một câu nói tương tự. Tôi đang cần nghe chồng tôi nói câu đó, như anh đã nói với tôi nhiều lần trước khi đi: "đừng sợ, đừng lo, anh không sao đâu". Anh đâu biết rằng đêm qua cái cảm giác lo sợ lại tràn đến quật tôi ngã. Tôi cảm thấy đau toàn thân, tôi cuộn tròn trong bóng đêm cố nghĩ đến những điều anh đã dặn: "nếu lỡ có gì xảy ra cho anh, nếu anh bị bắt, phải xa gia đình một thời gian, thì H phải coi đó là sự xa cách của không gian, của khoảng cách, anh vẫn luôn ở cạnh bên H".

Thu Hương, cô em gái anh Quân lại gọi cho tôi và khóc. Thu Hương lo sợ cho anh và nghĩ dại. Không biết Thu Hương có trách tôi là đã không ngăn cản anh Quân không? Tôi làm sao giải thích cho Thu Hương hiểu được lòng tôi. Khi mình thương ai, mình muốn người đó làm được điều họ mong ước. Mấy lần tôi cản anh, anh đã nói với tôi: "anh sống đủ rồi, cho anh được đóng góp chính mình cho sự đổi thay của đất nước". Mà đâu phải chỉ mình anh, còn những anh em khác nữa, và còn biết bao nhiêu người đang chịu tù đày trong nước.

Còn chính tôi thì sao? Tôi có thật sự muốn đóng góp phần của mình không? Khi nhìn thấy người lính nằm chết bên vệ đường, tôi chỉ mới 15 tuổi. Lúc đó, tôi không làm được gì cả cho anh, nhưng bây giờ tôi có thể. Dù đóng góp ấy nhỏ bé so với những hy sinh của họ.

Mỗi buổi sáng, khi tôi đang loay hoay nấu ăn sáng cho mẹ tôi, thế nào cũng nghe anh Quân nói mấy câu: "giờ này hai vợ chồng mình chắc đã đi bộ hết cánh đồng, rồi ghé qua nhà bác Ba, bác Bảy gì đó…" Hoặc anh nói về cái cư xá sinh viên dành cho học sinh nghèo; mà anh dự định thực hiện khi đất nước có dân chủ. Những ước mơ của anh về cuộc sống tương lai của hai vợ chồng ở Long Xuyên, Rạch Giá… Những nơi tôi chưa từng sống qua, ngoại trừ một tháng ngồi tù vượt biên tại trại tù Tà Niên, Rạch Sỏi.

Năm năm dạy học tại Rạch Giá là khoảng thời gian in đậm nhất trong lòng anh. Khi chúng tôi mới cưới nhau, anh thường kể cho tôi nghe chuyện về thời gian đó, về học trò của anh. Anh Quân không phải là người làm chính trị, và anh sẽ không bao giờ trở thành một người làm chính trị. Anh chỉ là một thầy giáo, một người thầy rất thương học trò. Anh rất ngại ngùng khi được khen tặng, và ngại nhất là phải đeo vòng hoa. Lần đón anh về năm 2007, nhiều người quí mến anh, đi đón, tặng hoa, đeo vòng hoa lên cổ cho anh là anh lại tìm cách tháo xuống ngay; tôi đứng bên cạnh cứ sợ anh làm buồn lòng họ. Vậy mà, anh đã làm tôi ngạc nhiên hôm anh dắt tôi đi dự buổi tiệc họp mặt của trường Kiên Thành. Hôm đó, các thầy cô giáo ai nấy đều được tặng một vòng hoa lan tím đeo trên cổ. Thoạt đầu, nhiều học trò các khoá sau, không nhận ra anh nên anh không có một vòng hoa nào cả. Anh gọi một anh học trò đến gần và nói: "Em cho thầy xin một vòng hoa, thầy là một thầy giáo". Trước đôi mắt ngạc nhiên của tôi anh bảo: "Học trò làm cho mình, không vì bất cứ lý do gì mà mình không đeo, lát nữa sau tiệc họ cũng vất hết, mà tội cho tấm lòng của học trò".

Mặc dù luôn trấn an tôi, nhưng tôi thấy cung cách của anh giống như anh đang chuẩn bị cho một chuyến đi hơi lâu. Anh dặn dò tôi đủ thứ điều, người mà anh lo lắng quan tâm nhất lại chính là tôi. Thật ra, anh biết tánh hai cháu rất giống bố, với cái cứng cỏi và gan lì, cả ba bố con hay làm mẹ buồn; nhất là những gan lỳ và dại dột của những năm tuổi teen của các cháu. Lập gia đình với anh Quân, ngay từ lúc ban đầu chúng tôi đã gặp nhiều sóng gió. Tôi là một "daddy's girl" rất thương bố. Ngày sắp rời VN, sắp gặp lại ông; tôi tự hứa với lòng rằng tôi sẽ không bao giờ cãi bố tôi, sẽ làm tất cả theo nguyện vọng của ông. Vậy mà rồi tôi thất hứa khi nhận lời cầu hôn của anh Quân. Bố mẹ tôi không bằng lòng anh, vì sợ lấy anh tôi sẽ khổ, và cũng vì anh đến cùng lúc với một người khác có tương lai hơn. Những ngày ấy, chẳng biết tại sao Chicago trời cứ đầy mưa gió và sấm sét. Ngày nhận bó hoa đầu tiên anh tặng, là lúc San Francisco bị động đất lớn, tôi không thể nào liên lạc được với anh vì đường dây điện thoại bị gián đoạn. Rồi tiếp theo là những ngày buồn bã, đầy sóng gió trong gia đình do chuyện của chúng tôi. Sau này tôi có ghi lại trong một bài thơ viết tặng anh:

Vì em lỡ cãi mẹ lấy anh
Có bầu trời đầy sao chứng giám
Có chiều mưa và những ngày u ám
Nên đất trời biết mình yêu nhau.

Như đã nói ở trên, anh Quân là một thầy giáo và anh là một ông thầy rất nghiêm khắc. Khi về làm vợ anh cũng là lúc tôi chập chững bước vào đời. Những khó khăn trong công việc ở sở, khi đem chia sẻ với anh, lúc nào anh cũng ân cần, nhưng nghiêm trang bảo tôi: "những khó khăn đó H phải tự vượt qua, nếu không H cũng sẽ gặp ở nơi khác". Tánh anh không chiều chuộng, anh quí trọng những con người vượt khó, nên chờ đợi điều đó ngay cả đối vợ con mình. Có nhiều đêm tôi đã thầm oán trách anh và chỉ mong sao được chạy về với mẹ mình. Cho đến khi tôi trở thành một nhân viên danh dự của sở, cho đến khi tôi đứng vững trên đôi chân của mình tôi mới hiểu được bài học của anh đã cho tôi.

Năm 2007, anh ở tù chung với một em trai ở Tây Ninh. Em đã 22 tuổi mà không biết đọc. Khi trại giam đưa bản cáo trạng cho em ký, em mới thú nhận với anh là em mù chữ. Vậy là anh gỡ vôi trên tường làm phấn để dạy em học mỗi đêm trên bản luận tội của em. Có lúc em lười biếng, muốn trốn học, em làm bộ đọc thuộc làu làu câu: Cộng Hoà Xã Hội Chủ Nghĩa Việt Nam... trên đầu trang giấy và xin được nghỉ sớm. Em tưởng là em có thể qua mắt được ông thầy của em;

em đâu biết rằng ngày xưa thầy cũng đã từng ở ngôi thứ ba - nhất quỉ, nhì ma, thứ ba học trò. Thầy chỉ cần bịt tay vào một vài chữ, rồi bắt em đọc chữ kế tiếp là cậu học trò ngớ mặt ra ngay, thế là em lại phải ngồi ngay ngắn lại để học.

Tánh anh Quân gan lì nhưng nhiều tình cảm. Một lần nghe một em bé Mỹ lai hát vọng cổ cũng làm anh ràn rụa nước mắt. Anh quan tâm nhiều đến giáo dục, đến lớp người trẻ. Những ngày ngồi tù ở Nguyễn Văn Cừ, nhìn những quản giáo trẻ đi lại ngoài hành lang, anh bảo với tôi là anh thấy rất thương họ. Anh ngồi tù bên trong nhưng thân phận của họ cũng chẳng khác gì anh. Anh mong những việc anh làm có thể phần nào đóng góp vào sự đổi thay của đất nước để chính những người công an này thấy được một cuộc sống tốt hơn cho chính bản thân họ và cho đồng bào họ. Trước năm 2007, anh về VN để kiếm người phụ anh làm phần mềm dịch tự động từ tiếng Anh sang tiếng Việt. Trong dịp này, anh đã dẫn cô bé gái, con học trò cũ của anh từ Rạch Giá lên Sài Gòn đi theo anh khắp nơi. Anh bảo: "Cháu 16 tuổi mà trông như một cô bé lọ lem, đen đủi, ốm yếu. Hễ mở miệng ra là lại nói về bác Hồ, anh dẫn cháu đi cho cháu làm quen với các anh chị sinh viên trên Sài Gòn, cho cháu nhìn thấy một thế giới khác". Chính những tình cảm dạt dào của anh, chính con người rất thầy giáo trong anh, đã làm cho tôi có thể chấp nhận mọi gian nan để anh được làm tròn những điều anh mong ước.

Có người bảo rằng con người là sinh vật cô đơn nhất trên hành tinh này. Tôi đang một mình nhưng tôi không cô đơn, tôi biết tôi sẽ còn buồn, sẽ còn lo, nhưng tôi sẽ vượt qua được tất cả. Có lần anh Quân bảo tôi, ở trong tù có những lúc anh đã tìm cách nói chuyện với tôi, anh tin là thần giao cách cảm sẽ giúp anh làm được điều đó, và nhiều đêm anh đã dặn tôi từ rất xa là tôi hãy yên lòng, hãy an tâm. Tôi không biết lúc này, anh có nghe được tôi nói hay không, nhưng tôi muốn đọc một text message mà Khoa gởi về cho mẹ. Anh về lại Sacto thăm con trước ngày đi, anh đã nói thật với con về chuyến đi của mình. Khoa kể lại cho mẹ nghe rằng: hai bố con đi ăn phở, rồi vì mãi dặn dò con, gọi phở ra mà anh chẳng ăn miếng nào. Tôi thầm đọc cho anh nghe những điều Khoa viết. Tôi muốn anh biết rằng con đã lớn, đã trưởng thành. Khoa viết những điều này cho mẹ sau hai ngày anh rời Mỹ: "Hi mom, I just wanted to say that I really respect and love both you and dad. I know that dad being away scares you, but you should know that I will always be there for you and try my hardest to make sure you have a comfortable life. I want our family to fulfill our dreams and live happily and I know dad wanted too. Please, don't be afraid, I love you".

Không biết bố đã nói gì với Khoa về ước mơ của bố, nhưng một lát nữa đây khi về đến nhà tôi sẽ phải báo tin cho các con tôi là công an Việt Nam đã giữ bố. Chắc Khoa, Trí sẽ buồn nhưng các cháu sẽ hiểu. Và nếu các cháu chia sẻ được những khó khăn với bố mẹ trong lúc này, các cháu cũng biết được những giá trị về trách nhiệm của bố mẹ đối với quê hương, đối với cội nguồn của mình.

Ngô Mai Hương

Có Bao Giờ

Bài thơ nhờ toà Đại Sứ đọc
khi thăm anh Quân trong tù (03/2007)

Có bao giờ H nói H yêu anh không?
Yêu cái cuống quít ngày đầu con mở mắt
Yêu cành hoa bố tặng Khoa hồng thắm
Yêu vòng tay ôm làm dịu những cơn đau
Yêu cả những hời hợt vô tình,
cả lúc mình giận nhau

Mà biết cuộc đời bãi biển nương dâu
Có nghĩa gì đâu những tháng năm xa cách
Anh vẫn ở đây mà, chỗ anh ngồi, trang sách
Chuyện quê nhà vẫn lóng lánh những ước mơ
Anh vẫn ở đây mà, trong câu hỏi con ngu ngơ
Chỉ cánh hoa tàn rơi như mảnh tim tan vỡ
Chỉ tại đất trời khi không - bão gió
Chim bỏ xa rừng cây đứng bơ vơ

Chẳng có tiếng động nào ngoài những giọt mưa
Khi bóng đêm nhân lên nỗi nhớ
Khi cuộc sống ngoài kia, nối đuôi nhau
những chuỗi dài chọn lựa
Có chọn lựa nào chẳng hụt hẫng cô đơn

Có bao giờ H nghĩ H thương anh đâu
Hai đứa ở xa nhau như hai đầu trái đất
Anh bướng bỉnh và anh nghèo rớt
Anh có gì cho H ước mơ

Chỉ tại câu ca dao một nửa đã là thơ
Ai trách lòng mình giếng sâu, giếng cạn
Hay tại anh thương đất nước mình vô hạn
Bậu nối dây rồi ai nỡ làm ngơ

Có bao giờ H nói H yêu anh không?
Yêu cái hạt gạo anh khắc tên mình một nửa
Thương điều chọn lựa - dù xót xa –
đang làm mình cách trở
Thương những tính toán cộng trừ
một nửa là ước mơ

Thương trái tim ngày nào vẫn dào dạt thiết tha
Mỗi nhịp đập hẳn đau vì xa cách
Sàn đá lạnh có nhớ con thao thức?
Đất với trời ai xẻ nửa vầng trăng

Có bao giờ H nói H yêu anh không?
Khi mùa xuân trở mình đâm lộc biếc
Mười bảy năm mải mê –
trăng tròn rồi lại khuyết
Mười bảy năm xôn xao – cơm áo, nợ nần
Sao chỉ lúc này khi cách trở đại dương
Mới tiếc những mùa xuân
những tháng năm để mất

Mới tiếc một điều mình chưa từng nói hết
Một điều... H chỉ nói với riêng anh...

Hương Giang
(Trích Mùa Bão Loạn, Cội Nguồn xb 2011)

NGÔ VIẾT TRỌNG

Tên thật cũng là bút hiệu.
Khai sinh: 03/06/1944.
Sinh quán: Thủy Dương, Hương Thủy, Thừa Thiên, Huế.
Học: tiểu học An Cựu, trung học Nguyễn Tri Phương, Quốc Học Huế.
Nghề nghiệp trước 1975: Cảnh Sát Quốc Gia VN (K2 Học Viện CSQG).
Tù cải tạo: 1975-1982.
Đến Hoa Kỳ: 12/1993.
Địa chỉ hiện tại: Sacramento, CA 95828.

Sinh Hoạt Văn Học:

■ Giải tưởng lệ cuộc thi thơ do CSTV Cội Nguồn tổ chức năm 2000 với bài thơ "Đêm Cuối Năm".

■ Giải ba cuộc thi viết truyện Người Tù Cải Tạo do nhật báo Viễn Đông tổ chức năm 2006 với truyện ngắn "Thằng Ngụy Con".

Sách đã xuất bản:

■ Vết Hằn Mùa Xuân (truyện ngắn 2001)
■ Lý Trần Tình Hận (tiểu thuyết lịch sử 2002, sửa chữa tái bản năm 2005)
■ Ngõ Tím (truyện ngắn 2002)
■ Công Nữ Ngọc Vạn (tiểu thuyết lịch sử 2004)
■ Dương Vân Nga: Non Cao & Vực Thẳm (tiểu thuyết lịch sử 2005)
■ Khuấy Bụi Thời Gian (truyện ngắn 2006 viết chung với 3 văn hữu khác)
■ Thăm Thẳm Trời Xanh (tiểu thuyết xã hội 2007)
■ Trần Khắc Chung (tiểu thuyết lịch sử 2009)
■ Lãng Đãng Hồn Xưa (truyện ngắn 2010)
■ Chế Bồng Nga: Anh Hùng Chiêm Quốc (tiểu thuyết lịch sử 2011)

KỶ NIỆM
VỀ MỘT NGƯỜI ANH TINH THẦN

Tôi gặp anh lần đầu ở một phòng khai thuế. Hình ảnh tôi ghi nhận đầu tiên là một ông già có bộ râu bạc đang ngồi đọc một tờ báo. Thấy tôi vào, ông già ngước mặt nhìn tôi cười xã giao:

- Anh khai thuế hả? Chắc phải đợi một lát. Người bạn tôi đang khai ở trỏng.

Tôi nói "chào bác" rồi ngồi xuống cạnh ông và liếc nhìn tờ báo. Đó là tờ báo ra tuần vừa qua, bên trong có đăng một bài viết của tôi. Tôi nói:

- Trong tập báo này tôi cũng có một bài.

Ông già lại nhìn tôi, hỏi:

- Anh viết loại gì? Bài ở trang nào?

- Dạ, bài Chú Tiểu Chùa Cổ Pháp tiếp liền sau bài bác đang đọc đó.

Ông lộ vẻ ngạc nhiên:

- Ồ, thế anh là NVT hả? Truyện đó tôi đọc rồi, viết được lắm!

- Dạ, tôi đúng là NVT, cám ơn "bác" đã khen!

Ông già đưa tay ra bắt tay tôi vui vẻ nói:

- May thật, tôi nghe nói anh đang ở Sacramento và cũng mong gặp anh để nói chuyện. Tôi đã đọc một số truyện và thơ của anh. Đọc mấy truyện sử "Cho Tôi Sống Lại Một Ngày", "Chú Tiểu Chùa Cổ Pháp", "Lạc Bất Tư Thục", "Gió Xoay Chiều" tôi khoái quá. Nhưng tôi thích mấy truyện sử Việt Nam hơn. Theo tôi, đây là loại truyện rất bổ ích cho việc giáo dục công dân! Môn sử ký thường khô khan làm học sinh dễ chán, đa số coi việc học môn này chỉ là việc bất đắc dĩ, tới khi rời trường là quên hết. Thế mà khi viết thành dạng truyện sử như anh viết nó lại hấp dẫn, khiến người đọc dễ chú ý và nhớ lâu! Lối viết của anh giản dị mà vẫn sống động. Anh đã xây dựng truyện rất khéo. Khi đã thích các nhân vật trong truyện, tính tò mò sẽ khiến người đọc tự động tìm hiểu thêm về những nhân vật họ thích qua các cuốn sách sử ký. Dần dần họ sẽ cảm thấy môn sử ký không còn là một môn khó nuốt nữa.

Tôi đang chăm chú nghe thì người bạn của ông bước ra:

- Xong rồi anh, mình đi là vừa!

Cùng lúc đó nhân viên khai thuế gọi tôi:

- Xin mời ông vào.

Ông già chìa tay bắt tay tôi giã từ:

- Thôi, anh vào khai thuế đi đã! Ông bạn tôi đây đang có việc cần đi. Mình sẽ có dịp gặp nhau để nói chuyện nhiều hơn.

Sau khi khai thuế xong tôi sực nhớ đến ông già mới gặp vừa rồi. Những lời bàn về truyện sử của ông ta tôi thích lắm, chỉ tiếc là mới nghe được nửa chừng. Tôi hỏi nhân viên khai thuế:

- Ông già khi nãy nói chuyện với tôi là ai vậy?

- Ồ, ông Tô Hòa Dương đó, chắc ông mới đến đây nên chưa biết. Ông ấy là con trai của nhà văn Bình Nguyên Lộc và cũng là một nhà văn, nhà báo. Trước ông có ra tờ tuần báo Phù Sa ở Sacramento nhưng nay tờ tuần báo ấy đóng cửa rồi.

Tôi buột miệng:

- Hèn chi! Ông Dương chắc cũng cỡ bảy mươi rồi?

- Không tới đâu! Khoảng hơn sáu mươi thôi. Tại ông ấy để râu nên trông già vậy đó! Thấy ông hiền lành lụ khụ vậy mà đánh cờ tướng lại rất cao. Ổng đi những nước độc đáo khó lường lắm!

Hóa ra mình đã gặp "sư phụ" mà không hay! Ông Dương lại còn là một cao thủ cờ tướng nữa mới tuyệt chứ! Tôi cũng thích chơi cờ tướng lắm! Thế là tôi quyết tìm cách gặp lại ông Dương.

Sau khi hỏi thăm, tôi rất mừng biết nhà ông lại ở gần nhà tôi.

Ngay hôm sau tôi tìm đến gặp ông. Ông đã tiếp tôi với một thái độ rất nồng nàn. Nhìn kỹ gương mặt của ông lúc ấy tôi mới thấy ông trẻ hơn nhiều so với hình ảnh khi mới gặp. Tôi đổi cách xưng hô:

- Hôm qua nghe anh bàn chuyện sử hay quá mà vì công việc phải đứt đoạn nửa chừng, nay xin anh cho nghe tiếp có được không?

Anh Dương cười:

- Hay chi mà hay. Thì cũng nhân đọc mấy truyện sử của anh mà khơi thêm vài ý vậy thôi. Nhưng hôm qua tôi đã nói ra sao, đến đâu rồi?

- Dạ, anh đã nói những truyện thuộc loại lịch sử nếu viết hay, lôi cuốn được độc giả nó sẽ giúp độc giả xích lại gần môn sử ký hơn, họ sẽ không còn coi môn này là môn khó nuốt nữa!

Anh Dương tiếp lời tôi:

- À, tôi đã nói như thế... Đúng rồi! Truyện sử mà viết hay nó sẽ kích thích độc giả ưa đọc, ưa tìm hiểu về lịch sử hơn. Đó là một điều bổ ích thiết thực. Càng ham đọc lịch sử kiến thức về lịch sử càng mở rộng. Người dân càng hiểu biết lịch sử nước nhà thì lòng yêu nước của họ càng mạnh mẽ, càng tha thiết. Nói vậy không có gì là quá đáng đâu! Lịch sử nước ta là một chuỗi dài những cuộc đấu tranh để sống còn đầy vẻ bi tráng. Nào hai Bà Trưng nhảy xuống sông Hát tự trầm để khỏi lọt vào tay tướng giặc Mã Viện! Nào Trần Bình Trọng thà chịu chết chém. chứ không chịu đầu hàng Thoát Hoan với câu nói khí khái "Ta thà làm quỉ nước Nam còn hơn làm vương đất Bắc"! Nào Nguyễn Tri Phương khi bị thương, bị giặc Pháp bắt quyết nhịn đói chịu đau mà chết chứ không chịu để người Pháp cứu chữa! Nào Hoàng Diệu tự vào treo cổ ở Văn Miếu khi thành Hà Nội mất! Nào Nguyễn Thái Học cùng 12 đồng chí làm cách mạng chống Pháp thất bại, bị bắt đưa lên "đoạn-đầu-đài" Yên Báy, trước khi đầu rơi khỏi cổ vẫn dõng dạc hô to "Việt Nam độc lập muôn năm"! Những anh hùng vị quốc vong thân của nước ta còn vô số. Khi thấu hiểu được những sự hi sinh xương máu, những nỗi gian khổ, cay đắng quá lớn lao của tổ tiên trong việc dựng nước và giữ nước, con cháu nào mà không cảm kích? Nhờ những tấm gương hi sinh cao cả ấy mà khi hữu sự, mọi công dân trong nước, nhất là đám thanh niên không ngại việc liều mình để bảo vệ đất nước! Suy nghĩ như thế nên tôi rất khoái những truyện sử đề cao những anh hùng của đất nước. Đáng tiếc loại truyện sử ấy nước mình còn hiếm quá.

Tôi vốn chịu môn sử ký và cũng là người ghiền đọc truyện sử, nghe anh Dương nói chuyện hào hứng quá tôi cũng bàn vào:

- Tôi thấy mình cũng có nhiều cuốn truyện sử viết rất hay đó chứ. Nào Hoàng Lê Nhất Thống Chí của Ngô gia văn phái, Kỳ Nữ Gò Ôn Khâu của Hoài Điệp Thứ Lang, Lá Cờ Thêu Sáu Chữ Vàng của Nguyễn Huy Tưởng, Tiêu Sơn Tráng Sĩ của Khái Hưng, nào Hồi Chuông Thiên Mụ của Phan Trần Chúc, nào Ai Lên Phố Cát của Lan Khai v.v...

Anh Dương đưa tay ngăn lại:

- Tôi không nói mình không có truyện sử mà tôi nói truyện sử mình còn hiếm quá! Anh thấy một số truyện như thế so sánh với cái rừng truyện Tàu đang tràn ngập các nhà sách thì có thấm tháp vào đâu! Trong thực tế người mình lại rất mê đọc truyện sử!

Những bộ sách như Phong Thần, Đông Châu Liệt Quốc, Thủy Hử, Thuyết Đường, Đông Hán Chí, Tây Hán Chí, Tam Quốc Chí Diễn Nghĩa, Bắc Tống, Ngũ Hổ Bình Tây, Nhạc Phi, Thuận Trị Quá Giang, Càn Long Du Bắc v.v... cứ phổ biến khắp nơi trên lãnh thổ Việt Nam. Người Tàu mê truyện Tàu đã đành, dân Việt mình cũng có người mê truyện Tàu quá đáng. Có người ca tụng luôn cả các nhân vật Tàu đã từng làm hại dân tộc mình như Mã Viện, Cao Biền nữa mới khổ chứ! Chuyện Bà Trưng, Bà Triệu, Mai Hắc Đế thì ít ai biết mà chuyện Quan Công, Nhạc Phi, Địch Thanh, Càn Long lại rành như cơm bữa! Các nhà làm phim, soạn tuồng hát của mình cũng chạy theo thị hiếu của quần chúng, ít khi dùng tuồng tích của mình mà tinh lấy đề tài của Tàu để biên soạn, để trình diễn. Mình bị nô lệ văn hóa là do những nhược điểm đó chứ đâu? Tôi vẫn thao thức không biết làm cách nào để khỏa lấp, để giảm thiểu được những nhược điểm đó. Bởi thế, khi thấy anh viết được mấy truyện sử như thế tôi rất mừng. Tôi hi vọng trong tương lai anh sẽ viết được những truyện dài hơi hơn...

Thật tình hồi ấy tôi mới viết được đâu hơn mười truyện ngắn. Cái ước mơ cho chào đời một tập truyện đầu tay cứ ngày đêm thôi thúc. Mấy lần ướm thử mình đã viết được bao nhiêu trang tôi vẫn thấy nó còn mỏng quá. Cần phải thêm năm bảy truyện nữa mới mong có được một cuốn sách ra hồn. Nhưng tôi đã bị khựng lại, chưa kiếm ra đề tài để viết tiếp. Bất đắc dĩ tôi phải mượn mấy tích Tàu mà tôi đã đọc, viết thêm mấy chuyện về thói đời đen bạc và đem mấy chuyện lịch sử Việt Nam ra tán liều lấy có thôi. Viết thì viết nhưng trong lòng vẫn áy náy, chưa thỏa mãn vì mình chỉ biến chế xào nấu lại sản phẩm của thiên hạ chứ không phải là sản phẩm sáng tạo chính thức của mình. Trong đầu tôi, ý niệm hay ước vọng viết một truyện dài lịch sử hoàn toàn chưa có. Không ngờ nay lại được anh Dương khen ngợi và khơi rõ những lợi ích của loại truyện sử, tôi "đột ngộ" như được một phép thần thông điểm hóa! Mình có sẵn một món bửu bối trong người mà không biết sử dụng! Thế là tôi vững lòng tiến bước, viết thêm mấy truyện nữa. Không lâu sau đó tập truyện đầu tay VẾT HẰN MÙA XUÂN của tôi ra đời!

Từ ngày gặp anh Dương, viết truyện nào tôi cũng nhắm sẵn một mục tiêu chứ không phải viết lấy có như trước nữa. Chúng tôi càng ngày càng thân thiết nhau hơn. Nói đúng ra, tôi phải coi anh Dương như một người anh tinh thần, một ông thầy, một vị ân nhân hơn là một người bạn! Nhà anh Dương gần nhà tôi nên việc tới lui rất tiện. Nhờ vậy, viết xong truyện nào tôi cũng đưa anh Dương coi trước. Truyện nào cũng được anh đọc đi đọc lại rồi góp ý để tôi sửa đổi trước khi đăng báo. Chính việc góp ý sửa đổi từng chữ, từng câu của anh đã giúp tôi thêm một mớ kiến thức về cách sử dụng chữ nghĩa. Anh lại còn gợi ý về nhiều đề tài khác cho tôi viết nữa. Một lần tôi kể chuyện đó với chị Dương, chị cười mà nói:

- Cái tánh nhà tôi vậy đó. Làm việc gì dù làm cho mình hay cho ai ông cũng cẩn thận từng chút, làm tới nơi tới chốn mới chịu. Như việc uống thuốc hằng ngày của tôi, bác sĩ dặn uống liều lượng thế nào, dĩ nhiên tôi phải nhớ kỹ và tự phân chia ra để uống được, thế mà ông cứ sợ tôi quên mà uống lẫn lộn, cứ nhắc chừng tôi hoài! Mỗi lần nhận thư từ gì quan trọng ông đều ghi chú rõ ngoài bì nhận ngày nào, bên trong có vấn đề gì đặc biệt. Khi thanh toán các bill về điện, ga hay phone ông cũng luôn copy giữ lại một bản. Đọc sách đọc báo cũng vậy, đọc tới đâu ông ghi chú cẩn thận tới đó. Những trang báo có những vấn đề mà ông cho là cần thiết, là quan trọng ông đều cắt ra để giữ riêng.

Nghe chị nói tôi mới biết thêm điều đó! Hèn chi những vụ tranh chấp giữa các nhân vật xã hội, nhất là những nhân vật trong cộng đồng người Việt tại địa phương, khi đã được đưa lên mổ xẻ trên các diễn đàn, nếu năm ba năm sau đó chuyện được khơi lại, anh Dương vẫn có thể còn đủ những tài liệu cũ để trưng ra làm bằng chứng. Điều đó đã làm nhiều người ngạc nhiên, chưng hửng... Tôi hỏi lại chị:

- Như vậy là chị có một ông chồng tuyệt quá. Trong cuộc sống thường ngày từ trước tới nay anh ấy có điều gì làm chị không hài lòng không?

Chị Dương cười:

- Ông đàng hoàng đứng đắn lắm, lúc nào cũng chăm lo cho vợ con. Ngoài thì giờ làm việc, ông chỉ đọc sách đọc báo, giao du với bạn bè cũng chừng mực, không có gì đáng trách cả. Nhưng thời gian sau này rảnh rỗi quá nên ông ghiền đánh cờ tướng trên internet. Thường thường ông đánh tới hai ba giờ khuya. Vì vậy sáng nào ông cũng thức dậy rất trưa. Tôi sợ ông ông quá ham chơi cờ mà mất sức khỏe nên vẫn hay khuyên ngăn nhưng ông cứ bảo không sao đâu! Tôi thật sự lo lắng chuyện đó lắm. Anh chơi thân với ông thử khuyên giúp tôi may ra ông chịu nghe!

Chị Dương dặn vậy nhưng tôi chưa thuận tiện để khuyên anh việc đó. Thật sự tôi chưa rõ có phải anh Dương bỏ quá nhiều thời giờ để chơi cờ tướng trên mạng không. Có thể chị Dương thấy anh chơi cờ vài lần rồi tưởng thế chăng? Anh là người thông thạo cả tiếng Anh lẫn tiếng Pháp, tôi đã nhiều lần thấy anh đọc các sách viết hai thứ tiếng này. Các biến cố xảy ra trên thế giới anh đều biết rành rẽ khá sớm trước khi các báo Việt ngữ đăng lên. Nếu anh không lấy tin từ nguồn internet thì lấy ở đâu? Tôi cũng biết anh luôn theo dõi, nghiên cứu các vấn đề thời sự quốc tế, nhất là về các vấn đề liên quan tới Việt Nam. Quả thật sau này tôi có hỏi người em trai của anh là Tô Phúc về chuyện ấy thì anh Phúc cho biết anh Dương có thói quen thức khuya như vậy là để đọc và viết lách vì anh cho rằng buổi khuya là lúc thanh tịnh nhất dễ tập trung trí óc để làm việc.

Có một lần tôi thấy anh trải ra đọc một lượt bốn tài liệu liên can đến cuộc đảo chánh hụt TT Diệm vào ngày 11.11.1960 để đối chiếu. Đó là tài liệu của các ông Nguyễn Chánh Thi, Vương Văn Đông, Phạm Văn Liễu và Phan Lạc Tuyên. Anh dùng bút màu vạch lên từng câu mâu thuẫn nhau trong các tài liệu rồi lắc đầu mà cười:

- Chỉ mới vụ này mà bốn người trong cuộc đều nói mỗi người một đường và ai cũng tự cho mình là người chủ trương đầu tiên cả...

Anh Dương vốn không biết lái xe nên không có xe riêng. Từ khi quen anh, những lần đi tham dự các buổi sinh hoạt cộng đồng tôi vẫn thường chở anh cùng đi. Tôi để ý thấy những lần đi dự các buổi sinh hoạt ấy, anh không bao giờ chịu ngồi những hàng đầu mà thường lặng lẽ đi thẳng vào phía sau kiếm một chỗ ngồi ở những dãy ghế sau cùng. Bình thường anh chỉ lắng nghe, rất ít khi phát biểu. Có lần tôi hỏi anh:

- Anh là người có danh trong cộng đồng sao không khi nào anh chịu ngồi những hàng trước cho ban tổ chức dễ giới thiệu vậy?

Anh cười hóm hỉnh đáp:

- Mình đi dự để ủng hộ, để được nghe người ta nói chuyện chứ đâu phải để được người ta giới thiệu! Tránh được giới thiệu chừng nào hay chừng đó.

Anh đã nói thật lòng. Lần nào đi dự sinh hoạt cộng đồng anh cũng có ủng hộ ban tổ chức ít nhiều. Dù ban tổ chức có giới thiệu anh trước cộng đồng hay không cũng mặc. Sở dĩ tôi đề cập đến điều này vì chính mắt tôi từng trông thấy vài tham dự viên đã phản ứng dữ dội trong vài cuộc ra mắt sách khi ban tổ chức quên giới thiệu họ.

Khá nhiều người trong giới văn nghệ sĩ biết anh rộng kiến thức văn học, nhận xét tinh vi, bình luận sâu sắc. Tôi đã thấy nhiều nhà văn, nhà thơ, kể cả những người đã thành danh từ trước vẫn nhờ anh viết bài giới thiệu cho tác phẩm của họ. Khi đã nhận lời giúp ai, anh đều giúp tới nơi tới chốn đúng như lời chị Dương nói. Anh chịu khó đọc kỹ tác phẩm. Đọc đến đâu anh ghi chú những điều cần bàn cãi, góp ý đến đó. Đoạn nào thấy rắc rối khó hiểu anh đọc đi đọc lại nhiều lần. Khi đã nắm được nội dung tác phẩm anh mới bắt đầu viết bài giới thiệu. Anh viết rất cẩn thận, luôn đắn đo cân nhắc từng chữ, từng câu. Nhờ thế, những bài giới thiệu do anh viết thường rất thuyết phục người đọc. Đáng tiếc là anh không quen viết trên computer mà chỉ viết bằng tay để người khác đánh máy lại nên mất khá nhiều thì giờ. Có khi viết giới thiệu một tác phẩm anh phải mất cả vài ba tuần! Dĩ nhiên anh viết không có thù lao, cũng không phải vì danh tiếng mà chỉ vì tinh thần phục vụ văn học. Không muốn ai chú ý đến mình nên anh đã dùng nhiều bút hiệu khác nhau để ký như Tống Diên, Tần Du, Lưu Tịnh v.v... Nhưng tiếng lành đồn xa, giới viết lách, nhất là những người mới tập sự, vẫn mong được anh giúp vai trò "mõ làng văn". Vì thương quí những người sáng tác văn nghệ, vì tính cả nể nên đã có lần anh vấp phải một tình huống cười ra nước mắt như sau:

Có một ông trí thức khá sành đời, rất giàu lòng tự tin, ăn nói hoạt bát, được nhiều người nể trọng. Trong thời gian rảnh rỗi, ông cũng học đòi viết lách, cuối cùng ông cũng hoàn thành được một tác phẩm. Ông mang tác phẩm đến nhờ anh Dương đọc và viết giúp một bài tựa. Vì tác phẩm không dày lắm nên anh

Dương đọc xong rất sớm. Thế nhưng anh loay hoay cả tuần lễ vẫn chưa viết được gì. Tôi ngạc nhiên hỏi:

- Tác phẩm này có gì đặc biệt mà anh phải băn khoăn, cân nhắc đến thế?

Anh Dương cười mà lắc đầu:

- Có gì đặc biệt đâu! Nhưng khó viết quá!

- Không có gì đặc biệt sao lại khó viết?

Anh Dương cười rồi hạ thấp giọng:

- Anh em mình nói nhỏ cho nhau nghe thôi, đừng để ông ấy biết được ông ấy buồn. Tôi không ngờ ông ấy ăn nói lưu loát vậy mà viết văn không ra sao cả, anh cứ đọc thử một đoạn sẽ biết. Cấu trúc luộm thuộm, câu kéo lòng thòng... Nhưng mình đã hứa viết cho người ta thì phải gắng chứ biết làm sao? Tôi đang cố tìm cho ra một vài ưu điểm trong tác phẩm để nói mà tìm mãi chưa được.

Nghe anh nói tôi cũng không nhịn cười được, bèn góp ý:

- Tôi có đọc một vài bài của ông ta rồi, tôi biết. Anh cứ thấy sao viết vậy cũng là một cách giúp ông ấy tự sửa đổi để tiến bộ chứ sao lại chịu cực tìm ưu điểm cho mất công, hao sức?

- Không được đâu! Tôi không muốn làm ông ấy thất vọng. Lúc này ông ấy quá rảnh rỗi quá, viết lách cũng là một niềm vui lúc tuổi già. Bây giờ ông ấy viết yếu thật nhưng biết đâu mai mốt ông sẽ viết khá hơn? Mình nói thẳng thừng quá coi như cắt đứt niềm vui của ông ấy sao nên!

Cuối cùng anh phải chọn giải pháp gợi ý, hướng dẫn cho ông kia sửa chữa, thêm bớt một số điểm cần thiết làm nội dung cuốn sách đọc cũng tạm được!

Thỉnh thoảng anh còn viết một số bài nhận định về thời cuộc. Cũng có bài nhận định về các sinh hoạt cộng đồng, trong đó anh gợi ý xây dựng một vài nhân vật có những hành động mập mờ bất chính. Anh dùng lối viết mang hơi hướm tiếu lâm, nhẹ nhàng nhắc khéo đối tượng để họ tự sửa đổi việc làm không tốt của họ. Thế nhưng cũng có lần có một đối tượng của anh đã phản ứng rất dữ tợn! Có lẽ y quá quê vì bị anh nhìn thấu suốt cái tẩy xấu của y nên y hung hăng viết bài đả kích, mạt sát anh, bất chấp cả việc đụng chạm đến gia thế của anh. Khi biết được việc này, anh chỉ cười mà nói:

- Không sao, cứ để ông ấy chửi cho thỏa mãn!

Thấy anh không thèm đếm xỉa đến những lời nhục mạ của mình, người gây sự càng bực tức và càng chửi bới gắt hơn. Anh cứ phớt tỉnh, để mặc y chửi bới. Thái độ thản nhiên, lặng lẽ của anh đã biến người gây sự kia thành kẻ nói xàm một mình. Cuối cùng y đành lặng lẽ bỏ cuộc, không chửi nữa!

Sau khi xuất bản tập truyện Vết Hằn Mùa Xuân tương đối thành công, tôi được đà sáng tác mạnh mẽ hơn trước. Thấy nhiều độc giả đã chú ý đến những truyện sử của mình, và nhất là do sự khuyến khích của anh Dương, tôi bắt đầu thiên về viết thể loại này. Trong số các truyện sử kế tiếp, tôi ưng ý nhất là truyện Tình Hận. Truyện viết về mối tình cay đắng giữa vị vua khai quốc của triều Trần là Trần Cảnh và vị vua cuối cùng của triều Lý là Lý Chiêu Hoàng. Khi lấy chồng Lý Chiêu Hoàng mới 7 tuổi, được mấy tháng sau bà nhường ngôi cho chồng để làm Chiêu Thánh hoàng hậu. Nhưng hạnh phúc lứa đôi chỉ kéo dài được 12 năm thì Chiêu Thánh bị truất ngôi và bị bỏ rơi. Mãi 20 năm sau Chiêu Thánh mới được gả cho một vị quan trong triều. Truyện này khá cảm động nhưng tôi ướm thử mãi cũng chỉ được khoảng 130 trang nếu in thành sách. Tôi lúng túng không biết nên xếp nó vào loại truyện ngắn hay truyện dài. Anh Dương nói:

- Cứ coi như truyện dài, xếp nó vào thể loại tiểu thuyết lịch sử. Trước đây nhà văn Lan Khai viết cuốn tiểu thuyết lịch sử Chế Bồng Nga cũng chỉ dài cỡ khoảng ấy thôi. Để cho độc giả cầm quyển sách không cảm thấy mỏng quá, ông chỉ thêm hai truyện khác là xong. Ai phê phán chê trách gì đâu? Bây giờ anh cũng thêm vài truyện sử ngắn khác vào cho tập sách dày dày là coi được rồi!

Tôi nghe lời anh Dương, lấy hai truyện sử Người Chém Đá và Vương Phi Mỵ Ê gộp với truyện sử Tình Hận làm thành một tập. Anh Dương viết bài tựa cho tập sách dưới bút hiệu Tống Diên. Thế là năm 2002 tôi cho ra đời được tập tiểu thuyết lịch sử đầu tiên với tựa đề "TÌNH HẬN". Sách dày 190 trang kể cả bìa, in loại giấy dày coi cũng được mắt. Rất may là tập sách mỏng này cũng được nhiều độc giả chiếu cố. Nhờ vậy, đến năm 2005 tôi đã nhuận sắc, bổ khuyết để tái bản với cái tựa đề mới "LÝ TRẦN TÌNH HẬN". Lần này dù không dùng tới 2 truyện phụ Người Chém Đá và Vương Phi Mỵ Ê nữa nhưng sách vẫn dày ngoài 200 trang.

Sau TÌNH HẬN, tôi lại xuất bản tập truyện ngắn đời thường NGÕ TÍM (2003) rồi tiếp tục sáng tác tiểu thuyết lịch sử CÔNG NỮ NGỌC VẠN (2004). Anh Dương cũng đề tựa cho tập sách này. Trước khi viết tựa, anh Dương đã đọc rất kỹ và sửa cho tôi nhiều lỗi lầm trong đó có một lỗi quan trọng là dùng sai ngôn ngữ đương thời. Khi đọc đến đoạn Đội Bảo Hộ Lưu Dân Đại Việt thông báo tin tức cho đồng hương biết mà tôi viết "A-lô a-lô, loan báo cho đồng hương biết...", anh Dương tức cười mà nói:

- Thời chúa Nguyễn tiếng Tây đâu đã du nhập Việt Nam mà có tiếng a-lô a-lô này? Phải dùng tiếng "loa loa" hoặc "nghe đây nghe đây" mới được!

- May quá, nếu không có anh Dương kịp sửa lưng, tôi đã phạm một khuyết điểm lớn có thể làm trò cười cho độc giả!

Tới khi tôi viết cuốn tiểu thuyết lịch sử DƯƠNG
VÂN NGA: NON CAO VÀ VỰC THẲM (2005) chính
anh Dương đã đặt cái tựa đề này cho tập sách. Và
cũng chính anh Dương đã giúp tôi hóa giải một điểm
viết không đúng với thực tế lịch sử mặc dù lỗi này dễ
được độc giả thông cảm. Số là khi tả về tướng Lê
Hoàn, một người có thể làm cho vị đương kim hoàng
hậu mê đắm, tất nhiên người đó phải có một điểm gì
nổi bật. Tiện nhất là tả người đó cao lớn, đẹp trai,
thông minh, ăn nói hoạt bát, dễ xứng hợp với cái
tương lai trở thành một vị vua của Lê Hoàn. Tôi đã
viết như thế nhưng bất ngờ anh Dương đưa tôi xem
một đoạn trong một tập sách nghiên cứu của sử gia Tạ
Chí Đại Trường, đó là bài sớ do một viên sứ giả Tàu tả
chân dung Lê Hoàn dâng lên vua Tống. Theo viên sứ
giả này thì Lê Hoàn vóc dạc tầm thường, mặt mũi
không được đẹp. Không biết y tả có đúng không nhưng
nếu là đúng mà mình viết ngược lại thì có thể có người
cho đây là một sự thiên vị nếu không nói là bóp méo.
Còn nếu muốn sửa lại đoạn đầu thì quá khó khi tìm lý
do để giải thích vì sao hoàng hậu lại mê Lê Hoàn!
Chúng tôi cười với nhau rồi cuối cùng tìm ra được một
cách hoá giải khá hợp lý: Khi có vụ nổi loạn của
Dương Tấn Lộc ở phương Nam, sau một đêm thức
trắng để nghĩ kế hoạch diệt trừ tên này, Lê Hoàn đã
bị trúng gió nên sinh biến chứng mắt lệch miệng méo.
Sau đó tuy được cứu chữa kịp thời nhưng gương mặt
Lê Hoàn vẫn không thể hoàn nguyên vẻ đẹp như xưa.
Thế là vẹn cả đôi đường!

Năm 2006, tôi cùng ba người bạn Tôn Thất Sang,
Cao Thanh Tâm và Lưu Trần Nguyễn ra chung một
tập truyện ngắn, chính anh Dương cũng đặt cho cái
tên sách là KHUẤY BỤI THỜI GIAN và viết luôn bài
tựa.

Ba đứa con tinh thần kế tiếp của tôi là truyện dài

xã hội THĂM THẲM TRỜI XANH (2007), tiểu thuyết lịch sử TRẦN KHẮC CHUNG (2009) và tập truyện ngắn LÃNG ĐÃNG HỒN XƯA (2010) cũng đều được anh Dương góp ý bổ khuyết nhiều trước khi chúng chào đời.

Nhưng lẽ đời có hợp thì phải có tan. Khi tôi bắt đầu viết tập tiểu thuyết lịch sử CHẾ BỒNG NGA: ANH HÙNG CHIÊM QUỐC thì anh Dương đã dời chỗ ở. Chẳng bao lâu sau đó anh cũng bắt đầu lâm bệnh. Anh cho biết anh bị viêm lá lách. Ban đầu ai cũng hi vọng không đến nỗi gì, không ngờ chứng bệnh này đã đưa anh đến cõi vĩnh hằng!

Hơn mười năm được hân hạnh gần gũi thân thiết với anh Dương, tôi chỉ biết anh là người kiến thức uyên bác, yêu văn học, chứ không hề biết trong quá khứ anh đã làm gì. Tới khi anh mất, qua phần tiểu sử được nghe đọc tại đám tang tôi mới biết được anh đã từng tốt nghiệp bằng Cử Nhân Văn Chương Pháp và anh là Giảng Viên Trung Tâm Huấn Luyện của Phủ Đặc Ủy Trung Ương Tình Báo Việt Nam Cộng Hòa.

Với tôi, tôi coi cuộc gặp gỡ anh Dương như một sự may mắn kỳ diệu của đời mình. Nếu không gặp gỡ anh Dương, không có sự khuyến khích, cổ động, giúp đỡ tận tình của anh, chưa chắc tôi đã đủ can đảm dấn thân vào việc viết nên những thiên tiểu thuyết lịch sử như quí độc giả đã thấy. Hôm nay tôi ghi lại mấy dòng này để tưởng niệm, để tỏ lòng biết ơn đối với một người anh, một người thầy, một người tài ba, đức độ hiếm hoi đã giúp tôi tiến bước trên con đường phục vụ nền văn học Việt Nam!

Ngô Viết Trọng
(2012)

XUÂN ĐỨC

Họ và tên: Nguyễn Xuân Đức. 1954
Nguyên quán: Triệu Phong- Quảng Trị
Bút danh: Xuân Đức; Đình Trân; Thức Đằng.

■ Hội viên CLB Thơ Việt Nam- Hội Viên CLB Thơ UNESCO Việt Nam.
■ Cộng tác và Đại diện Cội Nguồn/ tạp chí Nguồn tại vùng Hoa Thịnh Đốn.
■ Hiện đang sống và làm việc tại tiểu bang Virginia.

CỘI NGUỒN NGÕ ĐẾN
Từ Lạ Đến Thân

Ngày - thì tôi không nhớ rõ. Nhưng vào giữa tháng 3 năm 2010, một buổi sáng tôi vừa ngồi vào bàn làm việc ở tòa soạn báo Văn Nghệ Tiền Phong (VA), thì tiếng chuông điện thoại reo. Từ bên kia đầu dây, một tiếng nói nghe khá quen thuộc. Đó là chủ nhân của L-A Boutique, ở tận thành phố Lyon, Pháp Quốc. Cô nhờ tôi tìm mua giúp cho cô 5 cuốn tạp chí Nguồn số xuất bản mới nhất, do nhà văn Song Nhị làm chủ nhiệm - chủ bút. Tạp chí nầy xuất bản ở California. Lần đầu tiên tôi nghe tên tạp chí Nguồn từ một đại lý báo Văn Nghệ Tiền Phong ở bên Pháp, thú thực tôi vô cùng bỡ ngỡ, và có phần hổ thẹn cho người làm báo như tôi.

- "Em cho anh xin địa chỉ của Cội Nguồn, anh đặt mua, sau đó gởi kèm theo báo VNTP trong kỳ tới nầy luôn".

- "Chính vì em không biết, mới nhờ qua anh. Anh trả lời cách ấy cũng bằng thừa. Ở đây có một vài vị khách đến hỏi mua tạp chí Nguồn. Em cũng chưa biết mặt mũi tạp chí đó ra sao cả. Theo yêu cầu của khách hàng, anh cố gắng giúp giùm em, càng sớm, càng tốt. Cảm ơn anh…"

Cuối cùng tôi cũng đã nhờ được một người bạn cho tôi địa chỉ rõ ràng của Cội Nguồn.

Từ lạ, bởi khi nghe hai tiếng Cội Nguồn - tên của tổ chức chủ trương và xuất bản tạp chí Nguồn.

Dù tôi chưa biết nội dung bên trong nói gì, viết gì. Song tôi đã liên tưởng được phần nào những bài viết, cho dù bất cứ dưới hình thức, thể loại nào, tôi nghĩ tờ báo phải chứa đựng nội dung rất rõ nét của nhóm chủ trương sáng lập Cội Nguồn và người đứng tên chủ nhiệm, chủ bút tạp chí Nguồn. Phải chăng tờ tạp chí có sự "can thiệp" tác thành từ sâu thẳm đáy lòng của hàng triệu con người Việt Nam đã đành phải xa quê hương sống rải rác khắp 50 tiểu bang Hoa Kỳ, và các lục địa Châu Âu, Châu Úc...

Khi cầm được tờ báo trên tay, tôi cảm nhận ra ngay quả thật Nguồn đã đáp ứng được sự mong đợi của độc giả năm châu.

Từ ngày đến làm quen và dần dà tìm hiểu, đến một lúc tôi cảm nhận ở Cội Nguồn có một cái gì thật dễ... làm quen, thật dễ gần gũi. Ở Cội Nguồn, không có rào cản, nhưng lại có ranh giới trong lãnh vực văn chương, văn học... Và có một lần ranh chính kiến bền vững giữa văn hóa, tình tự dân tộc và văn hóa Mac-Xit ngoại lai, phi dân tộc.

Ở trong nước, tinh thần Văn hóa bị che chắn, văn học là công cụ phục phụ chính trị, người dân không được nhìn thấy thế giới bên ngoài, ít nhất vài ba thế hệ đã không được tiếp cận với các trào lưu tư tưởng phóng khoáng của thế giới văn minh, do đó họ trở thành kẻ mù lòa, xa rời nguồn cội.

Nếu một người không đi trên con đường suy lý và trực giác để nhận thức chân lý thì họ trở thành kẻ bên lề, lạc lõng. Chân lý chính là Nguồn Cội. Không có trực giác, đơn thuần suy lý cảm nhận sẽ bất lực, không hiểu được sự thật trọn vẹn.

Qua hàng loạt Tạp chí Nguồn đã phát hành đến tay bạn đọc, và gần đây "Nửa Thế Kỷ Việt Nam" của nhà văn Song Nhị, người chủ biên Cội Nguồn và các tác phẩm khác do Cội Nguồn xuất bản đã nói lên được ý hướng phục vụ văn học của Cội Nguồn ở hải ngoại.

- Sau khi từ "lạ" đến quen thân, tôi muốn nói đến tình thân. Tình thân ở đây nó chứa đựng nhiều nghĩa: Thân quen, thân mến, thân thương, thân thiết. Ở đây tôi muốn dùng từ ngữ "Thân thiết" với Cội Nguồn.

Bởi lẽ, cách đây gần hai năm, vào ngày 13 tháng 11 năm 2010, trong dịp tác phẩm Nửa Thế Kỷ Việt Nam của nhà văn Song Nhị đến với độc giả các tiểu bang Maryland, Virginia, Washington D.C. Anh Song Nhị và tôi có một vài lần trò chuyện ngắn. Qua đó giữa tôi và anh Song Nhị càng thân thiết hơn. Tôi kính trọng anh, xem anh như một người thầy của tôi lúc còn ở quê hương. Giờ nầy cũng vậy, tôi chỉ là một cậu học trò của anh không hơn không kém. Kể cả trên bước đường chập chững bước vào làng viết lách. Những bài thơ, văn của tôi thường được anh góp ý và nhuận sắc...

Thời gian nầy có lẽ Cội Nguồn đang tập trung bài vở cho Kỷ Yếu. Bài này tôi viết vội, gởi đến anh Song Nhị và tôi mong đợi người chủ biên cũng sẽ đọc, góp ý và chấp nhận bài viết của tôi. Bài viết này, cũng như trên Tạp chí Nguồn là tâm ý xuất phát từ tận đáy lòng, mang nhiều thổn thức.

Trên đây chỉ là một vài nhận xét thô thiển của tôi, tôi chẳng có năng lực như một thủ thư của ngành thư viện học để giới thiệu sách trên báo, trên truyền hình. Hoặc điểm sách trên các phương tiện thông tin đại chúng. Cuối cùng tôi xin mạn phép trích lời của tác giả Nguyễn Hưng Quốc trong tác phẩm "Văn học Việt Nam Thời Toàn Cầu Hóa" như sau để làm kết luận và để tặng Cội Nguồn:

"Tôi rất thích câu chuyện 'Thác đao điền' trong lịch sử Việt Nam ngày xưa. Vua Lý Thái Tông, thưởng công Lê Phụng Hiểu bằng cách cho ông lên núi Băng Sơn ở Thanh Hóa ném đao. Đao bay đến đâu vùng đất ấy thuộc về điền trang của ông.

Viết văn cũng thế. Viết văn là ném chữ vào cái thế giới tối tăm mịt mù của những điều chưa biết. Chữ bay đến đâu, Biên giới của tác phẩm trải dài đến đó. Biên giới của tác phẩm bay đến đâu, Lãnh thổ Văn học được mở rộng đến đó..."

Xuân Đức/Virginia, Aug-2012.

Lòng Mẹ

Dẫu trăm trang giấy viết thành văn
Khó tả công lao mẹ nhọc nhằn
Khoai, sắn thay cơm bầu sữa cạn
Mướp, cà đổi cháo mớm con ăn
Đêm sương thao thức quầng mi xám
Ngày nắng phơi thân vầng trán nhăn
Chữ hiếu cả đời chưa trả được
Nặng lòng tôn kính mãi trăm năm.

Xuân Đức

Trước Mộ Cha

Kính tặng cô Khúc Minh Thơ và gia đình Việt Mỹ
nhân buổi thắp nến tại bức tường đen.

Qua rồi cuộc chiến mộ cha đâu
Con mãi mơ màng nỗi khổ đau
Chín tháng cưu mang buồn tủi mẹ
Hai dòng máu kết mối thương sầu!

Những tưởng cuộc đời sống cạnh nhau
Cùng chung lèo lái một con tàu
Ngờ đâu thế sự bày dâu biển
Để cuộc nhân duyên lỡ nhịp cầu

Con sống bơ vơ những nẻo đường
Tuổi thơ thèm khát một tình thương
Đắng cay miệng thế "con lai Mỹ"
Xa xót tâm hồn lạnh tuyết sương!

Thế rồi lối rẽ bỏ quê hương
Mẹ dắt dìu con vượt đại dương
Đến Bức Tường Đen tay mẹ chỉ
Cha con ở đó sống phi thường!

Xuân Đức
(Buổi họp mặt gia đình con lai Việt-Mỹ tại Washington
D.C. June 18, 2009)

CAO MỴ NHÂN

Cao Mỵ Nhân là tên thật và cũng là bút danh của tác giả ▪ Sinh trưởng tại Chapa, Hoàng Liên Sơn, Bắc Việt ▪ Cựu nữ sinh Trưng Vương ▪ Tốt nghiệp Cán Sự Xã Hội Caritas ▪ Sĩ Quan QL/VNCH. Cấp bậc sau cùng: Thiếu Tá

▪ Thành viên CSTV Cội Nguồn ▪ Cộng tác tạp chí Nguồn ▪ Góp mặt trong các tuyển tập do Cội Nguồn ấn hành: ▪ Gởi người dưới trăng ▪ Đường xuôi nẻo ngược ▪ một thời lưu lạc ▪ Lưu Dân thi thoại – bút luận 25 năm thơ hải ngoại quyển I.

Tác phẩm đã xuất bản:

▪ Hoa Sao *Thơ 1959 ▪ Thơ Mỵ 1961 ▪ Chốn Bụi Hồng *Văn 1994 ▪ Thơ Mỵ 1997 ▪ Áo Màu Xanh *thơ 1999 ▪ Đưa Người Tình Đi Tu *Thơ, Cội Nguồn xb 2001 ▪ Lãng Đãng Vào Thu *Thơ 2001 ▪ Sau Cuộc Chiến *Thơ, Cội Nguồn xb 2003 ▪ Quán Thơ Tháng Ngày Còn Lại, Thư Ấn Quán xb 2009.

Sẽ Xuất Bản:

▪ Mùa Xuân của anh (thơ) ▪ Em không còn Mai A (thơ) ▪ Những vần thơ Ma ▪ Chốn Bụi Hồng II (Văn) ▪

Những Kỷ Niệm
Về Thành Phố Biển Xưa

Ba tôi không thủ cựu, nhưng vì công việc mưu sinh, và tình thế chiến tranh, đã xui khiến gia đình tôi phải di chuyển nhiều nơi, từ ngày rời Chapa về châu thổ sông Hồng Hà, nên chị em tôi không đến trường học những năm đầu tiên, mà phải học ở nhà. Chỗ sau cùng trước khi rời đất Bắc vào miền Nam là thành phố Hải Phòng, vùng biển sầm uất với những tàu viễn dương từ châu Âu ghé lại, khi họ phải vận chuyển khách và hàng hóa trên những tuyến đường Tân Gia Ba, Hồng Kông, Nhật Bản. Nhà tôi ở khoảng giữa đại lộ Lê Lợi, rất gần rạp hát Trần Mỹ Ngọc, đoàn cải lương duy nhất chiếm ngụ rạp này là Kim Chung "Tiếng Chuông Vàng Hải cảng", để phân biệt với Kim Chung "Tiếng chuông Vàng Hà Nội", tuy cùng một ban điều hành gồm ông bầu Long, nghệ sĩ Kim Chung và giám đốc Phạm Thọ Minh, cùng các diễn viên tên tuổi như Ngọc Toàn, Huỳnh Thái, Kim Chung, Kim Xuân... đôi khi có bà Ái Liên (thân mẫu ca sĩ Ái Vân) cộng tác.

Chị em tôi là khán giả thường xuyên tới rạp này vào những buổi trưa sang chiều chủ nhật, dù khi ấy, một buổi trời mưa tầm tã, các ống cống của đường Lê Lợi, còn gọi là phố Tám Gian, nghẹt cứng những rác rến chưa kịp được quyét dọn, cơn mưa rào đến bất chợt đã làm ứ đọng nước mưa, làm ngập các đường phố Lạch Chay, Trại Cau và Tám Gian cả buổi không rút hết nước. Chúng tôi phải lội đến rạp, người của rạp đã kê sẵn mấy chiếc ghế ngang qua hè đường, từ lòng đường vào sát cửa rạp để khán giả ái mộ cải lương đi xe cyclo đến, có thể trèo lên ghế, vào rạp mà không bị nước làm ướt át. Dù chưa đầy 10 tuổi hồi đó, tôi chỉ đã thích những màn hài kịch, trái với chị Thy tôi, cứ sẵn sàng khăn tay để thấm nước mắt mỗi lần Kim Chung, hay nhất là đào thương Túy Định thở than, chia biệt trước cảnh núi rừng biên giới Việt - Hoa qua vở "Gái Việt Trên Đất Tàu", mà lâu quá tôi không còn nhớ tên soạn giả, nhưng lời lẽ trong kịch bản, thì thật não nùng, trau chuốt:

... Chị về nhắn với mẹ em

Rằng: Mai đã chết ở bên đất Tàu

Chị Thy tôi khóc như mưa đang rơi ngoài trời, chị Mỹ tôi thì nhìn chị Thy ngơ ngác, vì chị Mỹ tôi hơn tôi có 2 tuổi, cũng chẳng hiểu rõ lắm câu chuyện buồn thương của những người phụ nữ, thiếu nữ trong bối cảnh lịch sử thời các đảng bí mật, hội kín chống Nhật, Pháp trước 1945, có các bà, các cô phải lưu lạc sang tận bên Tàu.

Thuở đó, đầu thập niên 50, nội dung các vở kịch ở miền Bắc chưa khai thác hẳn tình trạng xã hội thực tại vì dân chúng đi tản cư đang lục tục kéo về thành phố, thảng hoặc đôi khi có các tuồng ghi nhận một vài hoàn cảnh éo le, khốn khổ như Phồn Hoa Giả Dối, Kiếp Hoa (hãng phim Kim Chung đã quay thành phim), do đó, các vở cải lương của đoàn chỉ có tính cách phô diễn những hoạt cảnh ca vũ nhạc, lớp lang và tình tiết thơ mộng, thảm sầu, ngang trái, như câu chuyện: Giai Nhân Bên Suối Bạc Đầu, Khi Người Điên Biết Yêu... có vở đạt tới thành tích diễn tới buổi thứ 101, 105, vì diễn đi, diễn lại ở Hải Phòng, rồi lên Hà Nội, rồi lại xuống Hải Phòng, mà khách vẫn cứ đông. Sau này một phần đoàn di cư vào Nam, đóng trụ tại rạp Olympic đường Hồng Thập Tự Sài Gòn, cũng với các vở trên, đoàn cũng tiếp nhận được số khách xem lên tới hàng ngàn, số buổi trên 100 tại thủ đô và lưu diễn các tỉnh...

Nghệ sĩ Huỳnh Thái, kép chính của đoàn, gần như độc diễn, mặc dầu cả Ngọc Toàn lẫn Huỳnh Thái đều nói giọng Nam rất ngọt. Năm 1954 ông theo đoàn Kim Chung di cư vào Nam, để lại đứa con trai cũng theo nghiệp cải lương của ông, cũng độc đáo như ông vậy. Cậu được gọi là nghệ sĩ "ưu tú", sau 30-4-1975, cậu vô Nam gặp cha, nhưng hai cha con không có dịp biểu diễn tài nghệ cạnh nhau, vì nghệ sĩ cải lương Huỳnh Thái đã mãn phần theo lẽ thông thường của Trời Đất luân lưu miên viễn.

Thành phố Hải Phòng rực trời Phượng vĩ, hai năm sau tuổi nhi đồng, tôi không còn rảnh những ngày chủ nhật để cùng chị gái lớn đi xem cải lương ở rạp Trần Mỹ Ngọc quen thuộc, vì chị Thy tôi cũng đã có bạn trang lứa để tâm sự hoặc thả bộ bên nhau vui vẻ hơn. Chị Mỹ và tôi đã được ba tôi gởi gắm vào một đoàn "Gia đình Phật tử", mỗi sáng đến chùa Lạc Viên họp bầy Oanh Vũ, chúng tôi có dịp tham dự trò chơi lớn quanh sân cỏ sau chùa, mà từ một khung cửa hẹp đổ nát nơi vòng rào sân sau ấy, quang cảnh đồng quê hiện ra dưới nắng vàng chan chứa, xã Đông Khê với cánh đồng lúa xanh tươi, đã cho tôi kỷ niệm lần đầu tiên tôi phân biệt được mạ non với cỏ dại, và hàng trăm cánh cò trắng như mây trời một buổi trưa mùa hạ im lìm, vắng vẻ. Oanh Vũ chúng tôi đến chùa thuở đó không chuyên tâm lạy Phật, vì trước Tam Bảo đã có các cụ bà ngồi xuýt xoa tụng niệm. Sư ở chùa Lạc Viên thuở đó cũng ít xuất hiện, vì chưa có các buổi thuyết pháp thường xuyên, như sau này tôi đến các chùa miền Trung hay Nam, cũng không có chú tiểu gõ mõ, thỉnh chuông, các cụ bà tự thắp hương mang từ nhà đến, lạy Phật, cầu xin tâm an cùng những sở nguyện mà như tuyệt vọng lắm rồi, vì lúc quý cụ trở ra, thì mắt đã lèm nhèm ngấn lệ. Hình ảnh chùa và thiện khách nghèo khổ đó, cứ ẩn hiện trong tôi suốt cả hành trình cuộc đời.

Sau 30-4-1975 tôi nghe người ta nói rằng thành phố Hải phòng vẫn cũ kỹ thế, nghĩa là không thay đổi nhà cửa, đường sá nhưng càng "trầm thống" hơn từ thuở chia đôi đất nước.

Thành phố đã biến thành nơi tập trung của các công kỹ nghệ, chính quyền chỉ dợm mơ ước thôi, chứ chưa thực hiện được bước đầu, ngoại trừ trong giờ hành chánh, tức giờ làm việc, ngoài đường vắng tanh, vì tất cả đã bước vào đội ngũ công nhân, đồng phục màu xanh dương mỗi lần tan sở, như chỉ còn là những mẫu mã nhân sinh XHCN. Thế thì làm sao còn đoàn Oanh Vũ, dù bạn Phật tử chúng tôi ở lại cũng đông. Người nói chùa Lạc Viên còn đó, nhưng cửa nẻo tan hoang, mái tam quan tróc nóc, Phật, kinh âm thầm, buồn bã trong lớp phế hưng đã dày thêm bụi bặm, lưới nhện, dán, rít bò quanh chân tường ẩm mốc. Tôi lại nhớ ngày xưa, có lần Oanh Vũ chúng tôi chơi "trốn, tìm", chúng tôi đã luồn người vào bụng Phật, rồi ngã quay dưới chân ngài, làm rớt cả cuốn kinh để trên kệ sách. Sư trụ trì không hề nói năng hay nhíu mày, người chỉ phất tay áo cà sa, bảo chúng tôi ra sân sau đùa giỡn. Chao ôi, chùa nghèo, sư sãi khổ làm sao!! Chùa chỉ có những cây xanh, không hề có một bụi hoa, ngoại trừ xác phượng đỏ rực rải rác quanh các nẻo ta bà dẫn đến tam quan. Sư không thay đổi màu nâu trên áo tràng trầm mặc, thuở ấy, tôi chưa thấy màu vàng, màu lam, vì lâu lắm sư mới giặt cà sa bằng quả bồ hòn, còn chỉ vò tấm áo tu hành bằng tay cho thật kỹ trong vại nước thấp bằng sành, một kiểu chậu như thau nhôm, "nhựa" bây giờ.

Có những con chuồn chuồn bay lạc vào sân chùa, chắc chúng đi tìm nhện hoang để ăn lót dạ và những cánh bướm ruộng vô tình bay tới cửa từ bi. Bởi vì như tôi đã kể ở trên, chùa không có một bụi hoa, thành không thu hút bướm về, Từ đó, xui tôi liên tưởng đến hai bình bông cũng bằng sành, nhưng màu trắng đục, có vẽ con rồng xanh uốn khúc, mở miệng như đang chờ thưởng giọt hoa sương. Còn hoa trong bình thì chỉ duy nhất loại hoa sen hồng nhung từ ngày này qua ngày khác, cho tới khi những cánh sen đã khô tàn, bởi thật lâu, mới có người thiện tâm mang hoa đến chùa dâng Phật. Tất cả mọi việc đều phải thật lâu mới xẩy ra một lần, như là mỗi năm vào các dịp lễ Phật Đản, Vu Lan, và ngày Phật Thích Ca thành đạo. Tuy chưa biết bày tỏ nỗi buồn đơn điệu về khoảng thời gian dừng lại trong tuổi ấu thơ đó, là theo chị tới rạp cải lương xem màn hài, hay đến chùa họp bầy Oanh Vũ, tôi vẫn cảm thấy hình như tâm tư tôi bị trầm cảm bởi không gian bình lặng ở Hải Phòng trước 1954. Có thể là tôi chưa lớn lắm, để lắng nghe tiếng sóng từ sông Cửa Cấm dội về chân tường, bởi nhà tôi không xa sông ấy, và thành phố cảng này cũng lôi cuốn khách nhàn du từ các tỉnh miền cao, nhất là Hà Nội, xuống Đồ Sơn, bãi biển gần nhất so với Hồng Gai (Hongay), hoặc Hạ Long, Sầm Sơn xa vời.

Tôi bắt đầu thấy chán sự đơn điệu khi qua khỏi ngưỡng cửa trường tiểu học, dù chị em tôi chỉ học một năm cuối cùng của bậc học này, còn ba tôi dạy ở nhà cho chị em tôi chương trình các lớp dưới. Nhưng, khả năng tiếp thu bài vở về "tả cảnh, tả tình" trong văn chương đã luôn làm bận tâm tôi suốt ngày, đến nỗi không biết từ đâu, do ai, tôi kiếm được cách thuê truyện ở hiệu sách đầu đường Cầu Đất với giá thí dụ 1đồng/1quyển/1ngày... (vì lâu quá tôi cũng quên giá cả). Tôi phải đọc "gấp rút" số truyện thuê về để kịp mang trả, vì sợ tốn tiền nên đọc suốt ngày, thậm chí có hôm đọc qua đêm, đọc cả khi trùm mền bằng chiếc đèn pin của ba tôi, bất kể trời đất bên ngoài nắng hay mưa sau ngày tôi đậu bằng tiểu học đó, và đang được nghỉ hè. Quyển sách đầu tiên tôi đọc là quyển Quê Ngoại của nhà văn Hồ Dzếnh, tôi còn thuộc cả phiên âm bài thơ Phong Kiều Dạ Bạc của Trương Kế mà ông Hồ Dzếnh ghi trong ký sự:

Uyt lọcc vú thày sướng mán thín
Coóng phống sì phu da sầu mìn...

(Nguyệt Lạc ô đề sương mãn thiên
Giang phong, ngư hỏa đối sầu miên...)

Qua giai đoạn đọc truyện thuê hàng ngày ở Hải Phòng hình như bình minh tâm tư tôi đang ló rạng ở chân trời, tôi thú vị đọc chữ nghĩa, ngôn từ của tất cả các tác giả, các thể loại, từ Tự Lực Văn Đoàn đến tiểu thuyết của Lê Văn Trương, bộ trinh thám Đoan Hùng, Lệ Hằng Phục Thù, Bác sĩ Mai Anh, tới Tây Sương Ký, Đường Tam Tạng. Nhưng, có hai tập trong số các tập thơ, thì tôi lại mua về, chứ không thuê, đó là Giọt Lệ Thu của nữ sĩ Tương Phố và một tập thơ của thi sĩ Đinh Hùng viết tại nhà trọ sông Hương, đã gây cho tôi nhiều ấn tượng mơ hồ, bởi khách lãng tử phiêu bạt ghé tới thành phố Hải Phòng, lưu lại khách sạn Sông Hương ở ngã tư đường Cát Dài và đường Cát Cụt, đối diện với trường nữ tiểu học Lệ Hải, nơi mà tôi hằng ngày cắp sách đi ngang. Cái khách sạn chỉ có hai tầng, cửa sổ trên gác không có cánh, thường màn cửa phất phơ, bằng một thứ vải đã cũ, có lẽ khách sạn này còn bình dân hơn một nhà trọ ở bến xe Pétrus Ký Sài Gòn. Té ra trên đời, những bậc tăm tiếng nhất, đã hào hoa với thiên hạ, nhưng riêng với họ, thì lại giản đơn, dung dị nhất, thế mà để đánh dấu một kỷ niệm gì đó, nhà thơ Đinh Hùng vẫn cứ ghi lại đầy đủ dấu tích ông đi qua.

Hoặc giả, chẳng phải chỉ ở những "Inn" sang trọng trên thế giới, mới lưu chân được khách tài hoa, mà chỉ với một phòng trọ cũ kỹ, thiếu thốn phương tiện, cũng vẫn hơn một lần tiếp đãi quý nhân, tùy theo cách sống của người lữ hành trên đường thiên lý đó.

Đôi khi suốt cuộc đời, khách trọ không bao giờ trở lại nữa, vì không có dịp, không thuận tiện, chứ không phải vì tồi tàn, nghèo khổ của trường đình, tệ xá trên đường. Hải Phòng cũng đã thực sự với tôi chỉ còn là một kỷ niệm, chắc chẳng còn dịp thăm lại cảnh xưa, vì mỗi lúc mỗi đi xa hơn chốn cũ. Sắc Phượng cũng mờ phai trong ký ức, hay là màu của ngộ cảm, làm cho người ta bứt rứt, tủi hờn, tiếc nuối. Hải Phòng, thành phố nhỏ thôi, nhưng vì những tàn hoa phượng đỏ rực trời, bỗng như được mở rộng ra mỗi mùa hè, nhiều người ở phương xa tới tắm biển Đồ Sơn cách Hải Phòng khoảng 20 cây số, tôi lớn lên ở đó, nhưng chưa khi nào muốn trở về.

Màu phai sắc thắm trên thân phượng
Nhạc bặt âm vui trong xác ve...

Cao Mỵ Nhân

Mây Hà Nội

Ngày xưa mây thu Hà Nội
Mầu vàng như áo em thơ
Nắng thu cũng vàng cùng gió
Chỉ riêng hồn thu sa mưa

Người xa năm mươi năm nhỉ
Mây thu Hà Nội lưa thưa
Mầu vàng phai dần sắc nhớ
Hỏi em quên hẳn hay chưa

Hà Nội còn trong ký niệm
Nên, thơ như mây, gió lùa
Thoắt trôi bao mùa ước hẹn
Vàng trời óng ả nắng trưa

Người mang theo mây Hà Nội
Tơ vương đến mấy cũng thừa
Bâng khuâng mây thu Hà Nội
Hoang liêu mộng mị năm xưa./

Hawthorne 10-2005

Đàn Bà Và Tổ Quốc

Thôi em, xứ sở hao mòn
Nhớ thương lịch sử vàng son thuở nào
Cát lầm tuổi chất lên cao
Anh tìm trong đó hàng bao năm trời
Một khung kỷ niệm ấu thời
Khi non sông với cuộc đời bình an
Thôi em, xứ sở điêu tàn
Đừng ôm mặt khóc cho buồn bã nhau
Đàn bà, Tổ quốc, mai sau
Làm anh ngần ngại trăm câu trả lời./

Thắp Lửa Đón Xuân Về

Người tiễn ta đi mấy dặm trường
Vai kề đã mỏi buổi tà dương
Nắng chiều sót lại vài ba sợi
Trên vạt hoàng hôn đọng nhớ thương

Ta đi, rồi tất cả quan san
Núi với sông kia sẽ võ vàng
Bởi lẽ người về quên thắp lửa
Chiêu hồn tử sĩ đón xuân sang

Bên này, bên ấy vốn gian truân
Người dặn dò ta tưởng vạn lần
Trở lại quê hương cùng đến hẹn
Như đàn chim én dựng mùa xuân

Ta vẫn chưa về, người vẫn trông
Bao nhiêu chim én đợi bên sông
Giờ ta như cánh mây buồn tủi
Khi tụ, khi tan, phụ tấm lòng

Bạn hỡi, đừng chờ, đừng đợi nhau
Núi cao chi mấy nghĩa thâm sâu
Lòng sông, đấy biển, ai kỳ vọng
Hãy vượt qua thêm mấy dặm sầu./

Mùa Xuân
Trên Chuỗi Ngọc

Mùa xuân còn nán lại
Nơi khuôn viên Thiền Đường
Khách viễn phương vừa tới
Thoang thoảng mùi trầm hương

Ngàn năm Xuân tự tại
Ánh đạo vàng an nhiên
Sao nghĩ Xuân lai khứ
Để bâng khuâng tịnh thiền

Xuân vốn từ thanh sắc
Ngã tự vô thủy, chung
Về Chùa, nghe kệ, mặc
Khải niệm ý mênh mông

Như chuỗi ngọc Toàn Châu
Một trăm lẻ tám hạt
Ba vạn sáu ngàn sầu
Sẽ tan ra bát ngát...
Rồi tỏa sáng muôn sau./

Niềm Đau

Chiều xưa đứng bóng chỗ này
Người đi quên bẳng tháng ngày phiêu lưu
Thềm hoang, hoa nở vô ưu
Một cành thạch thảo oán cừu nhởn nhơ

Đưa tay gạt nỗi bơ thờ
Màu xanh thoắt đổi sắc thơ úa vàng
Chiều xưa nắng chiếu muộn màng
Bóng che thấp thoáng nẻo sang chập chờn

Lời buồn khắc khoải, van lơn
Mười năm trở lại u hờn niềm đau
Nguôi ngoai được mấy buổi đầu
Những ngày sắp cạn giọt sầu quanh mi

Thôi đừng nhắc tháng năm chi
Cho yên lòng kẻ ra đi nghìn trùng
Nghe câu bộc bạch cõi lòng
Mai xa hun hút mịt mùng đường mây./

Một Dám Phù Vân

Tuổi nào cho thơ năm xưa
Hoa xanh cài tóc bên bờ giậu quen
Anh không nói nhỏ yêu em
Vụng về từng tiếng êm đềm trăng sao

Buổi chiều đứng ngó trời cao
Thấy đôi mắt lạc sau rào lá ngâu
Ai phơi bồ kết gội đầu
Trong thau nước lớn đang sầu bọt thơm

Tuổi nào thơ rực rỡ hơn
Hôm nay mộng đã tàn cơn mê lầm
Ngửng nhìn mấy đám phù vân
Cả cười, em cũng âm thầm như ta

Từ khi biền biệt quê xa
Chúng mình ngó lại đã già như nhau
Trưa qua vò rối tóc sầu
Bọt xà bông tưởng mây đầu mùa bay

Này người, thao thức hồn say
Cái tâm ta loạn tháng ngày yêu em
Mai rời cuộc thế bon chen
Thơ hay cũng bỏ lại thềm cõi mơ. /

Hwthorne 6/2008

CAO NGUYÊN

- Hội viên hội thơ tài tử hải ngoại
- Hội viên văn bút khu vực Đông Bắc Hoa Kỳ
- Hội viên Câu Lạc Bộ Văn Học Nghệ Thuật vùng Hoa Thịnh Đốn
- Hội viên Cơ Sở Thi Văn Cội Nguồn
- Chủ Nhiệm Câu Lạc Bộ Hùng Sử Việt/Miền Đông Hoa Kỳ.
http://clbhungsuviet.blogspot.com/

* Tác phẩm:
- Di Bút Từ Mặt Trận (Bút ký - TC/CTCT 1971 với bút hiệu Cao-Nguyên-Việt)

- Thơ (ấn bản điện tử):

* Thao Thức

* Huyền Thoại Tình

* CD thơ Về Nguồn

* CD thơ Huyền Thoại Tình

* Trang Nhà: caonguyen.net

* Thơ và Văn đăng trên các báo, tạp chí và tập thơ (bút hiệu Cao Nguyên):

- Tuyển tập Cụm Hoa Tình Yêu 10 (Hội Thơ Tài Tử Việt Nam Hải Ngoại)

- Tạp chí Văn Học

- Tạp chí Cỏ Thơm, Kỷ Nguyên Mới

- Tạp chí Nguồn

- Tuyển tập Văn Học Thời Nay 3, 4, 5, 6, 7...

- Nguyệt San Giao Mùa

- Tuyển tập "phố ảo tình chân" (Việt Báo)

- Báo Người Việt, Sài Gòn Mới, Mai, Sóng Thần...

- Tập thơ "hương thời gian" (30 tác giả)

- Tuyển tập Hoa Sơn Trang (28 tác giả)

- Tuyển tập Bến Sông Mây (6/2007)

- Tuyển tập "Cõi Thơ Tìm Gặp" (Nguồn/2009)

* Chủ biên Tuyển Tập "Bến Trăng" với 27 tác giả. Phát hành tháng 2/2007.

* Sinh hoạt thơ, văn trên các Diễn Đàn Online:

Bằng Hữu, Đặc Trưng, Hoa Sơn Trang, Tao Ngộ, Phố Xưa, Phụ Nữ Việt, TeTet, Việt Báo, Bến Sông Mây, Việt Nam Thư Quán, Cội Nguồn, Miền Tao Ngộ, Trung Tâm ASIA ..

ĐỐI DIỆN

"Mỗi con người bắt buộc phải một lần đối diện"

Đó là câu kết của của Âu Tím viết về "Cao Xuân Huy – vài mẩu chuyện" đăng trên tạp chí Nguồn số 51/Xuân Tân Mão 2011.

Những mẩu chuyện đời, không riêng của Cao Xuân Huy mà có cả những người trong truyện nghe kể chuyện về mình. Bởi họ cùng một thời trước và sau "Tháng Ba Gãy Súng". Nên mỗi trang giấy lật qua, nghe có tiếng gào của thép vỡ, nghe cả hơi thở cuối của bạn mình. Mới thấp thoáng đó mà đã xa hút hơn ba mươi năm. Niềm đau không chịu biệt tàn, vẫn lởn vởn xoay tròn trước mặt.

như vừa mới ngã mũ chào
mà phơ phất bóng chiến bào tầm xa
ngựa dòn gõ vó bôn qua
bụi hồng sương quyện khói nhòa mắt cay
...
Người đi buồn rạn chân mây
nhạc tình giao phối Chương Đài phù vân
nghiệp duyên quá cuộc hồng trần
kiếm cung biệt diện tần ngần sử thi

rượu còn sóng sánh ngang ly
mà Người đã khuất hương nghi ngút mờ
đành ta rót rượu vào thơ
mở đêm giao thức ngồi chờ đối âm!
(giao thức/cn)

Mỗi câu chuyện của Cao Xuân Huy làm sống lại từng đoạn đời của một thời bão lửa, kể cả lúc mình đứng giữa ngục tù hoặc sống kiếp lưu vong. Ai đó bảo hoài niệm chi những tang thương! Không, với chúng tôi, đó là những hoài niệm đẹp, sau tang thương còn sinh động và sáng chói tình người, tình đồng đội trong cuộc dấn thân vì Tổ Quốc – Danh Dự và Trách

Nhiệm. Chúng tôi đã gãy súng, nhưng Tổ Quốc – Danh Dự và Trách Nhiệm vẫn còn. Không còn súng, chúng tôi chiến đấu bằng cây bút với chút tâm huyết còn sót lại. Để còn xứng đáng được con cháu gọi tên mỗi khi nhắc chuyện sơn hà. Bởi chữ nghĩa cũng có sức mạnh xuyên phá những tư duy bẩn chật, những thù hận cực đoan chủ nghĩa, những khối óc vong bản, những hoang tưởng lợi danh ... đã ăn gian, trục lợi cả mồ hôi, nước mắt và xương máu của chiến hữu và đồng đội của mình.

Tất cả người kể và người nghe chuyện đang ngắm lại mình đã đi qua hành trình giữ nước, có thương yêu cười rạng rỡ, có vụn vỡ khóc lệ nhòa ! Hiện cảnh ngỡ đã xa mà chuyện kể bày ra trước mặt đến nao lòng.

Có buồn mà sảng khoái, thế mới lạ. Cái sảng khoái là còn được ngồi bên nhau với bạn cùng thời, cùng tâm chí mà kể chuyện bất kể ngoại nhân nhìn những tửu sĩ vỗ bàn Đ.M ... đời, sau khi ực trọn một cốc rượu cay. Trong cơn chếnh choáng thế thời, tửu sĩ vỗ bàn như vỗ đỉnh càn khôn để nghe tiếng khua hổ lốn của trần ai về nỗi nhục vinh rớt vào hố thẳm . Giữa mỗi quãng lặng yên, tửu sĩ thèm uống rượu Hồ Trường, xem chinh nhân mài kiếm dưới trăng.

Ôi! Ta muốn nhập cuộc quá chừng, để uống cạn cùng bạn những giọt tri âm, rồi chen lời cuồng ca:

ca ư!

hề! khúc cổ sầu

lợi danh hư ảnh, công hầu huyễn mơ

cuồng ư!

hề! vọng nguyệt lầu

thuyền quyên chạm bóng, lòng đau tử thành

tình ư!

quan họ giang đầu

trù ca vỡ phím, bạc câu giao hoàn

đời ư!
hông thủy càn khôn
mồ hôi thắm máu quyện chung lệ hồng
(cuồng ca/cn)

Bạn ngó ta, chạm mắt xuyên đêm . Ta khều mặt
trời hóa rượu để đáp lễ tri giao.
rót tràn đêm, rượu mặt trời
uống đi người hỡi một đời mấy khi
say quên mặt đã lầm lì
biết ta chưng hửng đã đi vào đời

uống đi, say nhé người ơi
giữa ta có ánh mặt trời xuyên tâm
nóng ran như vết đạn găm
tim đau nhói ngược, bạn trăm năm rồi!
(rượu mặt trời / cn)

Ơi những người bao năm cũ, hồn ở đâu cả rồi! Phải
chăng như lời sử thi "hồn tử sĩ gió ào ào thổi" khi hình
tượng người chiến sĩ bị thù hận và đố kỵ đánh gục trên
chiếc bệ tôn vinh nơi nghĩa trang quân đội?

Súng gãy, hình tượng gãy chỉ là bề mặt của sử thi .
Còn sự gãy vỡ của tâm thân đồng đội đang sống lưu
đày giữa quê nhà, hay nơi cõi lưu vong đã vực ta đứng
dậy vung bút đâm vào mọi ngụy trá của thế gian, bởi:
ta muốn ngắm nét chữ ngời bia đá
những di thư viết bởi mực sơn hà!
...
ta muốn nghe trong điệu kèn ly biệt
có niềm tin mãnh lệt cuộc hồi sinh!
(lộng bút / cn)

Dẫu chiến bào đã cháy, súng đã gãy, khi còn cây
bút trong tay, ta vẫn vỗ ngực tự hào nói với bọn ngụy
trá rằng: đời nhờ có bọn ta không gian mới hừng hực
sáng ánh thép khua trăng, rượu mặt trời pha lệ đỏ .
Nhờ có bọn ta khinh miệt lũ vong ân mà chúng tìm
trong thù hận học được lời sỉ vả những kẻ tự bứt

tim mình hiến dâng cho Tổ Quốc ! Chẳng tin ư ? Kẻ vong ân cứ nhập vào đoàn lữ hành du ca hát bài "Việt Nam Quê Hương Ngạo Nghễ" để thấy nỗi thẹn mình lớn biết chừng nào .

Này hát đi:

Ta như nước dâng dâng tràn có bao giờ tàn

Đường dài ngút ngàn chỉ một trận cười vang vang

...

Máu ta từ thành Văn Lang dồn lại

Xương da thịt này cha ông miệt mài

Từng ngày qua, cười ngạo nghễ đi trong đau nhức không nguôi

Chúng ta thành một đoàn người hiên ngang

Trên bàn chông hát cười đùa vang vang

Còn Việt Nam, triệu con tim này còn triệu khối kiêu hùng

(Việt Nam Quê Hương Ngạo Nghễ / Nguyễn Đức Quang)

Từ thuở nọ đến nay ta vẫn là người hàn sĩ, nhưng rượu vẫn lưng bầu chờ đãi bạn, vắt cạn giọt sầu, kháo chuyện trầm thăng. Ta cũng kẻ mặc ngôn, nhưng chữ nghĩa vẫn còn hưng phấn, chạm nhẹ vào tâm ý tri âm là thoát bay vào cõi bềnh bồng non nước. Thời nay, vãi chữ lên trời cũng là một lạc thú, được dàn trải tâm tư vào vũ trụ đời . Mặc kẻ ngắm thuận lòng bảo lời chí phải, hay người xem phật ý phán nghĩa ngạo cuồng . Chỉ vì ta cũng muốn chữ ta "như nước dâng dâng tràn có bao giờ tàn"!

Mỗi con người bắt buộc một lần đối diện . Một định đề thật hay . Đối diện với chính mình hay đối diện với sự chết mà dửng dưng, cũng khó như kẻ sĩ đối diện với bạo quyền mặt không biến sắc . Phải không trân trọng quá về mình, mới thấy đời nhẹ như lông hồng phất phới bay theo cơn gió vào vô định . Bởi nó là vật thể của ảo ảnh, như cuộc đời của phù du, như chinh nhân đã quên cái ta giữa hiện hữu thiêng liêng của núi sông cưu mang hồn dân tộc .

Ta đang đứng trong lũng chiều vàng quan ngoại, thỉnh thoảng thấy một chiếc lông hồng quen thuộc bay qua - mà lẽ ra nó đã bay trên miền quan nội từ mùa hè đỏ lửa hay từ mùa xuân hồng thủy – Nhờ có kiếp lưu vong mà đèo bồng thêm mấy độ xuân thì. Nên bay muộn hơn giữa trời mặc tích!

Chiếc lông hồng Cao Xuân Huy vừa bay qua, chiếc lông hồng

Nguyễn Đức Quang vừa qua cũng chớm bay. Nhẹ hều thân đời, nhẹ hều danh lợi. Cái chớp mắt nhìn chính mình bay thoát qua khung cửa hẹp cuộc đời vào cõi vô hằng đẹp vô cùng. Giữa chập chùng sương khói, thấy lòng ưu ái của bạn bè còn nấn ná trong quán gió, uống rượu thấm lời chuyện kể. Ngẫu hứng nâng đàn hát khúc tâm ca, là hạnh phúc vô tận của tình người.

Hôm nay ta thèm hát vang vang dưới ánh mặt trời như hồi đó ta thèm thét lên trong bóng tối ngục tù gọi đời tự do, gọi tình thân ái . Ta cũng thèm kể cho con ta nghe mẩu chuyện về mẹ nó vượt ngàn dặm xa chập chùng sông núi vỡ giữa mùa đông rét buốt để thăm chồng bị giam cầm giữa núi rừng Việt Bắc .

gồng gánh gian nan qua cầu tủi nhục
gọi tên Chồng, xé giữa ngực lời đau
giọt nước mắt đang rơi mà chảy ngược
uống cạn lời thổn thức giữa tim nhau!

...

nhớ Đông xưa, lòng anh buồn ray rứt
nhìn chân em xuyên suốt nỗi cơ hàn
bàn chân bám đời đau cùng với đất
da tím bầm chưa hở một lời than!

em mải miết đi, chẳng cần nhìn lại
vì Chồng, Con - Thế gới bỗng nhiệm mầu
thuở yêu anh, em uống lời bùa ngãi

nhủ đời vui, mặc khải chữ cơ cầu!

(nhớ đông xưa / cn)

Góp chuyện ta, chuyện người hỏa táng, tàn tro bay lăng đăng chuyện tử sinh.

Mốt mai ta cũng nhìn ta bay khi phải đối diện một lần cuối phận người, mỉm cười nhìn chiếc lông hồng biệt thế.

Ta tự rót cho mình cốc rượu từ bầu rượu còn lưng ngồi độc ẩm. Tiếc là không có bạn ngồi bên để vỗ bàn Đ.M..đời nghe sảng khoái. Đành nhịp trên phím chữ gõ thêm một trầm khúc vãi lên trời.

Cám ơn Ấu Tím, đã mớm nghĩa cho chữ ta bật dậy như cây cỏ cám ơn vạt nắng xuân khơi mầm cây trỗ mùa xanh.

★ MD - Mar 01, 2011

Tình Thân

Thành phố cũ và tôi cũng cũ
chỉ bước chân quen vừa mới trở về
vậy mà lạ. đứng trên lề cũ mới
nhận ra ngay thằng bạn ngày xưa

Ngày hai đứa tựa lưng rừng bốc lửa
muốn vung tay đấm vỡ mặt trời
cho mưa trút xuống phận người khốn khó
mát niềm tin để ngước mặt làm người

Mùa rộ chết may mình chưa thoát nợ
mới còn nay cùng vỗ mấy điệu cười
mong khua dậy niềm tin đang rạn vỡ
giữa lòng đêm vật vã suốt dòng đời!

Căn nhà cũ nép mình trong phố mới
qua bao thời xa xót lối vào ra
hai đứa lặng nhìn thôi. chẳng nói
còn sức đâu mơ vói chuyện sơn hà

Chỉ còn chút đón đưa chưa nổi tệ
khi tấm lòng còn ấm rủ đôi chân
mừng ngăn cách nhưng lòng chưa đổi giọng
nghe biết liền. nhắm mắt cũng tình thân!

SGN. Dec 01,2011

Giòng Sông Cũ

Nếu em khơi được giòng sông cũ
anh dốc vào mấy vụ phù sa
lấp sạch hết rác mùa cuồng lũ
cho rong rêu kết tụ đơm hoa

từ thuở nhận quê người lưu trú
giòng sông xưa buồn rũ bến bờ
còn mấy vụ phù sa thừa tự
cũng đành phong kín ủ trong thơ

nhiều lúc mơ nghe giòng sông hát
lòng xôn xao như thủy triều dâng
thuở hùng khí nhấn chìm Thát Đát
dưới bùn đen nơi đáy trùng dương

vẫn biết mơ chỉ là ảo ảnh
mà thơ còn sóng sánh vung lời

bởi tha thiết khơi giòng sông cũ
mà nuôi lời bất tử Việt Nam

nếu em khơi được giòng sông cũ
anh dốc vào mấy vụ phù sa
sông núi đẹp màu hoa lá mới
người hân hoan trở lại quê nhà!

Bay Qua Hoàng Hôn

Trừ ba giờ . cộng ba giờ
hoàng hôn nối giữa hai bờ Đông - Tây
bờ Đông chưa khép bóng ngày
bờ Tây đã ửng vàng mây bềnh bồng

qua khung cửa . ngắm thinh không
hai chiều đảo gió dưới lòng cánh bay
lạnh chườm ngoài mảng kiếng dày
thèm ơi . một cốc ấm đầy men xuân

bao lần đi với tần ngần
sao còn lạ với nỗi trầm tâm tư
âm vang xưa mấy điệu cười
qua thời gian trổ đã rời cánh môi

xuống lên còn níu bồi hồi
e buông sợ mất khoảng đời ngụ ngôn
đến đi trên rặng hoàng hôn
ngắm qua ngắm lại . thấu vòng chuyển lưu!

Cao Nguyên
Washington.DC - California, May 2012

VÕ Ý

❧❧ ❧❧ ❧❧ ❧❧ ❧❧ ❧❧ ❧❧ ❧❧❧❧ ❧❧ ❧❧ ❧❧ ❧❧

Sinh năm 1940 tại Đà Nẵng ▪ Chánh quán Phú Vang, Thừa Thiên ▪ Cựu SVSQ Khóa 17 Trường Võ Bị Quốc Gia Đà Lạt ▪ Cựu Khóa sinh Chỉ Huy Tham Mưu Trung Cấp Không Quân Nha Trang 1970 ▪ Cựu Khóa sinh Chỉ Huy Tham mưu Cao cấp Liên Quân Long Bình 1974 ▪ Cựu Trung tá Phi Đoàn Trưởng Phi Đoàn 118 Bắc Đẩu 72CT/SĐ6KQ/Pleiku ▪ Cựu tù nhân chính trị (1975-1988)

▪ Định cư tại Saint Louis, Minnesota tháng 6/1992 ▪ Hiện sinh sống cùng gia đình tại Nam California ▪

Cộng tác: ▪ Tập San Lý Tưởng (Tổng Hội Không Lực) ▪ Ngàn Sao (Không quân Houston) ▪ Đặc san Không quân Bắc California ▪ Đa Hiệu (Tổng Hội Võ Bị Đà Lạt) ▪ Lý Tưởng, Úc Châu ▪ Bản tin Trùng Dương (St Louis, MO) ▪

Góp mặt: ▪ Một Thời Lưu Lạc (tuyển tập thơ, Cội Nguồn 1997) ▪ Lưu Dân Thi Thoại – Bút Luận 25 Năm Thơ Hải Ngoại, Cội Nguồn 2003 ▪

▪ Hội viên CSTV Cội Nguồn ▪ Cộng tác thường xuyên tạp chí Nguồn.

Tác phẩm: Lý Lịch Dọc Ngang của Thảo, tạp văn, Cội Nguồn 2003

Đi Tìm Nàng Thơ

SAU KHI DIỄN VỞ KỊCH "Bỏ Trường Mà Đi" (1), tôi bỏ luôn học chữ. Tôi đi lính. Qua những năm tháng được tôi luyện để trở thành một Trung đội trưởng Bộ binh và phi công quân sự, tôi tốt nghiệp và phục vụ trong Không lực Việt Nam Cộng hòa từ 1964 cho đến ngày tàn cuộc chiến.

Từ một học sinh bước chân vào quân trường, biến thành "tân khóa sinh", rồi sau "tám tuần sơ khởi" mà người ta thường gọi hai tháng huấn nhục tại Quân trường Võ Bị Đà Lạt, tôi lột xác trở thành Sinh viên Sĩ quan Võ bị Quốc gia (SVSQ) và được phép mang phù hiệu alpha đỏ trên hai cầu vai. Vì là dịp Tết nên tôi (và một số SVSQ khác luân phiên) được một tuần nghỉ phép về Đà Nẵng thăm Mẹ, em gái, bạn bè và nhân thể ghé thăm trường cũ. Nói là thăm trường cũ, trường Phan Châu Trinh, nhưng kỳ thật là tôi muốn thăm một hình bóng mà tôi đã ôm ấp khi còn là học sinh dưới mái trường nầy.

Hình như tôi bắt đầu thơ thẩn vào năm Đệ Tam. Hình bóng mà tôi mộng mơ là Nàng Thơ học dưới tôi hai lớp. Nàng có mái tóc thề đen huyền mượt mà và hai mắt to đen thăm thẳm. Nhà nàng đối diện với Cổ viện Chàm, ngăn cách bởi con đường nhựa chạy qua. Nghe nói ông cụ thân sinh nàng là nhân viên của Viện. Nàng thường đi bộ đến trường cũng như về nhà. Cứ mỗi lần tan học là tôi lửng thửng đi theo nàng, dọc đường bờ sông Hàn. Dáng đi của nàng khoan thai đài các và lòng tôi như thể được một ân sửng mỗi khi nàng quay người về phía sau (tình cờ thôi chứ không hẳn để nhìn tôi!). Cứ lẽo đẽo theo sau làm cái đuôi như vậy cho đến khi nàng mở cổng vào sân nhà thì tôi lặng lẽ quẹo qua đường Ông Ích Khiêm đi ngược về nhà gần Xóm Lò Rèn trên đường Triệu Nữ Vương.

Âm thầm theo bước "nàng thơ" như rứa quả là thi vị nên tôi đành chấp nhận đau thương như là cái thú. Và để đồng hành với mối tình câm, trái tim tôi đã bật ra thơ. Bài thơ học trò đầu tiên tựa đề Áo Tím được đăng lên bán nguyệt san Nắng Mới dưới bút hiệu Toytch (2) như là một định mệnh đã nhắc nhở tôi một đời đi tìm một mối tình câm... Bài thơ cũng là nguyên nhân giúp trí tưởng của tôi có dịp nhảy múa lung tung. Dĩ nhiên tôi cầu mong trời xui đất khiến sao cho nàng đọc bài thơ, dù rằng sau khi đọc xong, nàng sẽ tự hỏi *"người đâu tả ở mấy dòng thơ đây?"*(3). Nhưng cần gì, miễn là nàng đọc và biết rằng, bài thơ được viết ra cho nàng... vì nàng thường mặc chiếc áo dài màu tím để đi xem chương trình ca nhạc của Ty Thông Tin Đà Nẵng trên đường Hùng Vương mỗi tối thứ bảy hằng tuần...

Vào niên học cuối của tôi tại trường Phan, nàng thơ được nhà trường đề cử đóng vai Trưng Trắc trong dịp Lễ Hai Bà. Một nữ sinh khác, cô Kim An, đóng vai Trưng Nhị. Phải là những nữ sinh học giỏi, hạnh kiểm tốt và có nhan sắc mới được nhận vinh hạnh nầy.

Hình ảnh nàng thơ của tôi, cũng là hình ảnh Bà Trưng Trắc mặc hoàng bào, cỡi voi trận, uy nghi lẫm liệt, sẽ còn đọng lại trong tâm khảm của tôi cho đến kỳ cùng: "Tim tôi vỗ sóng Hát giang/ Trong mơ lớp lớp hàng hàng có em" (4).

Như vậy đủ biết tôi tôn sùng nàng thơ biết là chừng nào. Lần về phép nầy, tôi nhất định tìm cách gặp nàng. Sau "Tám Tuần Sơ Khởi" được trui rèn trong lò luyện thép, được quân trường hun đúc ý chí "can trường", tôi mạnh dạn và liều mạng bước lên các bậc thềm, tiến thẳng vào Văn phòng Giám thị trường Phan. Thầy Nguyễn Kế, Giám thị trưởng, nhận ra người học trò cũ, ân cần với giọng mừng vui:

- Trò đến đây có việc gì?
- Thưa thầy, em muốn thăm một người thân
- Người thân như thế nào?
- Thưa thầy, là học sinh Nguyễn Thị Trân Châu!

Sau giây phút ngập ngừng, nhìn sắc diện, thầy biết ngay tôi là người ... hiền lương nên thông cảm và cho gọi "nàng thơ". Tôi hồi hợp trong bộ sắc phục SVSQ được ngụy trang vẻ hào hùng lãng mạn qua lời ca "đời tôi chinh nhân chút tình xin gởi núi sông" (5), nhưng không biết sao, tim tôi vẫn đập thình thịch theo nhịp guốc ngoài hành lang. Tôi hít thở mấy hơi thật dài, thu thêm một lượng dưỡng khí đặng bồi bổ cho trái tim tội tình đang đập loạn xạ!

Và giây phút trọng đại đã diễn ra thật bàng hoàng. Nữ sinh Trân Châu e dè bước vào phòng Giám thị. Chợt thấy "người thân" là tôi, nàng tức tốc quay lưng bỏ chạy! Toàn thân tôi như bị trúng cơn gió độc, hai lỗ tai lùng bùng, mặt mày tái xanh như tàu lá. Tôi bị mất máu!

Sau giây phút chết lặng, tôi gượng gạo bước ra khỏi phòng giám thị, không dám quay lại đằng sau nên không biết thầy Kế có sẵn sàng để đỡ tôi khỏi ngã hay không?

NHỮNG NĂM THÁNG SAU ĐÓ, tôi bị cuốn hút vào cỗ máy chiến tranh, hết địa đầu giới tuyến đến vùng Tây Nguyên lửa đạn. Bất cứ ở đâu, lúc nào, khi có điều kiện tôi đều thăm dò nàng thơ bây giờ ra sao. Em trai của nàng và em gái của tôi, cô Phúc Vĩnh, là bạn học cùng lớp cùng trường Phan (NK60-67). Qua cô em, tôi được biết sau khi tốt nghiệp Sư phạm, nàng hứa hôn với một vị Quận trưởng có học vị Quốc gia Hành chánh. Vị Quận trưởng chẳng may bị tử vong do vici pháo kích vào quận đường. Nàng thơ của tôi tức tưởi trở thành "khách má hồng nhiều nỗi truân chuyên" từ dạo đó (CPN).

Sau tháng 4/1975, tôi đi tù. Tháng 2/1988 tôi ra tù và phụ vợ bán cà phê cóc ở Phú Nhuận và Bình Thạnh Sàigòn. Năm 1990, tôi ra Đà Nẵng thăm mồ mả ông bà, gặp các bạn học cũ như Hồ Hoàng Tuấn (đã mất), Đoàn Văn Đạo, Trương Văn Tình... Mấy bạn có đưa tôi ngang qua trường cũ nhưng không vào. Tôi hỏi thăm nàng thơ thì nghe nói đã trôi giạt về Cần Thơ, cũng ba chìm bảy nổi chín cái lênh đênh...

Vào năm 1991, khi đang chuẩn bị giấy tờ đi tị nạn Mỹ qua chương trình HO10, tôi nhận một phong thư từ Đà Nẵng gởi về Quán Café Lâm Viên ở Bình Thạnh, do vợ chồng chúng tôi khai thác. Không thấy ghi tên người gởi. Tờ thư chỉ có một dòng viết tay, dáng chữ của người nữ, bằng mực màu tím: "chúc anh và gia đình lên đường bình an". Thú thật, vào thời điểm quá nhiều bất trắc nầy, tôi không bận tâm với tờ thư "vô danh" cho đến một ngày...

TÔI ĐỊNH CƯ TẠI Saint Louis bang Missouri tháng 6 năm 1992. Mãi đến năm 2000, tình cờ tôi bắt liên lạc được với chị Lạc Giao ở San Jose, bạn học với nàng thơ của tôi. Cuối cùng của câu chuyện là lời thăm hỏi về nàng thơ. Lạc Giao cũng mù tịt. Chính nàng cũng muốn hỏi thăm tôi về tin tức của người bạn học ngày xưa của nàng.

Một dịp khác ghé San Jose, ở lại nhà một người bạn cùng Khóa 17 Võ Bị Đà Lạt, tôi bắt gặp tấm hình Hai Bà Trưng của Trường Phan năm xưa treo trong phòng khách. Một khoảnh khắc lịch sử và tuổi thơ xốn xang trong tâm tư của tôi. Tôi hỏi xin chị

Kim An, bà xã bạn Lê Sĩ Thắng, người thủ vai Trưng Nhị bên cạnh Trưng Trắc, một bản photo tấm hình. Chị Kim An hứa sẽ gởi bản photo và tôi hy vọng sẽ nhận được món quà vô giá của tuổi ấu thơ nầy.

Hai sự kiện trên giúp tôi có cơ hội nhớ lại bức thư chúc lành viết bằng mực màu tím năm xưa. Vì màu tím là một gợi nhớ nên tôi đoán già đoán non rằng, tác giả bức thư không ai ngoài nàng thơ cả. Tôi đoán rằng, có thể các bạn học tại Đà Nẵng đã gặp nàng sau chuyến tôi ra Đà Nẵng, kể lại cho nàng nghe chuyện tôi hỏi thăm và cho nàng một vài thông tin, từ đó tôi mới nhận được bức thư chúc lành nói trên. Hy vọng độ chính xác về lời đoán mò của tôi không đến nỗi tệ!

Mới đây, sau khi hoàn tất tang sự cho Má tôi tại Đà Nẵng, tôi cũng có ý dò hỏi các bạn học về tin tức nàng thơ. Không ai biết gì hơn. Vào những ngày chuẩn bị trở lại Cali, tôi gặp Sáu Trọng, em vợ của bạn học Phan Văn Hòa. Sáu Trọng là chủ nhân "Quán nhậu Sáu Trọng" trên đường Trưng Nữ Vương, có hứa là sẽ cho biết tin tức về nàng thơ. Lòng tôi rộn ràng một niềm hy vọng.

Hình ảnh nàng thơ vẫn như còn cháy sáng trong tâm tưởng của tôi dù đang ở tuổi xế bóng, nhất là hình ảnh bà Trưng mặc hoàng bào cỡi voi trận ngày nào. Hình ảnh đó bao giờ cũng là một sự gợi nhớ đến tấm lòng thủy chung với chồng của người phụ nữ Việt Nam nói chung, trong đó có nàng thơ của tôi. Họ thủy chung đến độ sẵn sàng cùng chồng hứng chịu bao gian truân uất hận mỗi khi lịch sử chuyển mình. Tôi cũng mong sao nàng thơ của tôi sẽ ngậm đắng nuốt cay trong chế độ độc tài, chờ một ngày mai, chờ một sự chuyển mình mới của lịch sử...

CÂU CHUYỆN ĐI TÌM nàng thơ chưa chấm dứt, nhưng câu chuyện được viết ra như một Lời Nhắn

Tin, rất chân thành và trân trọng. Biết đâu ngày mai tôi tình cờ gặp lại nàng. Cũng có thể chẳng bao giờ.

Nếu gặp lại nàng thì tôi xin được dâng tặng nàng một đóa hồng màu tím. Đóa hồng biểu tượng cho một tình yêu nồng nàn, còn màu tím sẽ nói lên lòng tôn thờ một tình yêu vĩnh cửu của tuổi hoa niên....

Còn nếu chẳng bao giờ gặp lại thì cũng chẳng sao, vì trái tim tôi vẫn đời đời vỗ sóng Hát giang kia mà!

Võ Ý/ Corona, 04/2012

Chú thích

(1) Vở kịch "Bỏ Trường Mà Đi" do Đỗ Viết Tính, Đỗ Hữu Toàn (đã mất), Võ Ý, Phan Nhật Nam.... hợp soạn, và đã được các cựu học sinh trên cùng diễn nhân dịp hè 1960 tại sân trường Phan. "Bỏ Trường Mà Đi" đã được nhà thơ Trần Hoan Trinh (tức Giáo sư Toán Trần Đại Tăng) chọn làm tựa đề tập thơ của mình.

(2) Toytch, có nghĩa "Tôi yêu Trân Châu". Bắt chước nhà văn Tchya (Tôi Chẳng Yêu Ai).

(3) Chữ in nghiêng: trích trong bài thơ lục bát do Khái Hưng dịch từ bài Sonnet d'Avers, Tình Tuyệt Vọng (?)

(4) Hình Như - trang 269 - Lý Lịch Dọc Ngang Của Thảo – Võ Ý

(5) Lời ca trong bài Sắc Hoa Màu Nhớ của Nguyễn Văn Đông.

Cảnh Giới Nào Mẹ Vẫn Vô Cùng

Lưng Mẹ oằn trăm linh một tuổi,
Bước chập chờn nẻo cuối chiều hôm
Báo thân, trái chủ bồn chồn
Vấn vương máu thịt dập dồn tình thâm

Vẫn biết đời mênh mông bể khổ
Lẽ tử sinh muôn thuở lẽ thường
Mà sao cuối nẻo yêu thương
Lòng con như thể đoạn trường mẹ ơi!

Giữa mênh mông đất trời con khấn
Cảnh giới nào Mẹ vẫn vô cùng
Mẹ nay tôn Phật tại đường
Phật sau bóng Mẹ mười phương con nguyền

Gương thủ tiết một thuyền chèo chống
Lưng Mẹ oằn một nắng hai sương
Mẹ là vô lượng tình thương
Lòng con tấc cỏ sao lường biển khơi?

Xin chư Phật khắp trời gia hộ
Mẹ kiên tâm Tịnh Độ cõi về
Thân tứ đại trả bến mê
Mẹ là bờ giác là quê vĩnh hằng!

võ ý

Đà Nẵng, Xuân Tân Mão 2011

*in nghiêng: từ Phật giáo

BÁT TÚ
TRẦN HỮU TỪ

 Bát Tú là bút hiệu của Trần Hữu Từ
- Sinh năm 1939 tại Huế (VN)
- Trước 1975 là Trưởng Lưới Công Tác (S.O.C.) thuộc cơ quan Phủ Đặc Ủy Trung Ương Tình Báo Quốc Gia. Sau 30.4.1975 bị đi tù cải tạo 13 năm 2 tháng 21 ngày tại trại Nam Hà, Bắc Việt Nam.
- Đến Mỹ năm 1994 theo diện HO 20, định cư tại thành phố San Jose.
- Cộng tác với báo Việt Nam Cuối Tuần, Tạp Chí Văn Học Nghệ Thuật NGUỒN và Nội San Thông Tin S3.

- **Tác phẩm**: Thung Lũng Đá Vôi – Ký Ức Trại Tù Nam Hà, Cội Nguồn Xuất Bản 2012
- Chuyên viên Địa Ốc, làm việc trong Ngành Địa Ốc REALTY WORLD tại Bắc California/USA.
- Hiện đã hưu trí, sống với gia đình tại San Jose.

 Địa chỉ liên lạc Email: trantu123@netzero.net

BIẾN ĐỘNG MIỀN TRUNG

Hồi Tưởng Các Hoạt Động Bản Thân
Trong Giai Đoạn Lịch Sử 1966-1968

Tôi được gọi về Phủ ĐU/TƯTB từ ngày 01- 01 năm 1965.

Phủ Đặc Ủy Trung Ương Tình Báo (PĐU/TƯTB) được thành lập năm 1960, dưới quyền Chỉ Huy của Trung Tướng Linh Quang Viên.

Ngoài các Khối Kế Hoạch và Điều Hành gồm nhiều Ban, mỗi Ban có cấu trúc tương tự như một nha hành chánh, chức vụ Trưởng Ban tương đương như một Giám đốc. PĐU/TƯTB có các Ban A, A.8, A.10, B, C, D, H, M, N, S, Q và Y. Song Song với các ban Hành Chánh, Kế Hoạch, Điều Hành còn có các ban thuộc bộ phận điệp báo với nghiệp vụ chuyên môn như: các Ban E (Tình Báo Quốc Ngoại), T (Tình Báo Quốc Nội), Z (Gián Điệp), U (Phản Gián) R (Nghiên Cứu) và A.17 (Sinh Viên Vụ). Hoạt Động của "điệp viên" ẩn danh hoặc thâm nhập thuộc các Ban nói trên thường xuyên đấu trí gay go ngày đêm, đầy gian nan nguy hiểm.

Cuối năm 1965, sau khóa huấn luyện và trao đổi nghiệp vụ, tôi được thuyên chuyển ra Huế. Khoảng một tháng sau, một nhân viên tìm tôi bảo: Ông Chỉ Huy Trưởng S.O.C (Special Operation Corps) cần gặp tôi gấp. Đối diện với Ông Chỉ huy mới, tên là Lê-Xuân Quỳnh, trẻ trung, vui vẻ, lịch sự và niềm nở đón tiếp, tôi cảm thấy phấn khởi và thoải mái. Từ lâu, tôi "tức bực" vì bị đưa về Phủ, một cơ quan hoạt động trong bóng tối, ẩn mình che giấu thân phận dù là trước kẻ thù hay bạn hữu.

Đơn vị S.O.C Huế ẩn dưới bí danh "Đoàn Khảo Cứu Địa Lý Miền Bắc Trung Phần", hoạt động từ Vĩ Tuyến 17 đến tỉnh Quảng Ngãi bao gồm tỉnh Quảng Trị, Đông Hà. Thừa Thiên/Huế, Quảng Nam/Đà Nẵng, Quảng Tín và Quảng Ngãi.

Ông Quỳnh hỏi tôi muốn làm việc ở đâu? Tôi chọn Huế, quê hương của tôi, và tôi được giao nhiệm vụ xâm nhập vào hàng ngũ Sinh Viên Học Sinh, Công Giáo, Phật Giáo, Đảng phái và Các Đoàn thể tại Huế. Việc này đối với tôi không khó vì các mục tiêu này là thành phần quốc gia, tôi có nhiều bạn cũ có mặt khắp các cơ quan và tổ chức.

Năm 1966, một biến cố chính trị xảy ra tại Huế và Vùng I Chiến Thuật nói riêng, và cả nước nói chung. Cuộc tranh đấu chống Chính quyền Trung Ương do bất đồng chính kiến giữa Sài Gòn và một số giới chức có quyền hành tại Vùng I Chiến Thuật; cụ thể, giữa Trung Tướng Nguyễn Chánh Thi, Tư Lệnh Quân Khu I/Vùng I Chiến Thuật kiêm Đại biểu Chính Phủ Bắc Trung Phần và Thiếu Tướng Nguyễn Cao Kỳ, Chủ Tịch Ủy Ban Hành Pháp Trung ương và Hội Đồng Tướng Lãnh. Cuộc dấy động này đưa ra yêu sách đòi Tướng Kỳ rút khỏi chức Vụ Chủ Tịch Ủy Ban Hành Pháp Trung Ương, đòi thành lập Chính phủ Dân sự và tẩy chay Mỹ.

Có hai lực lượng nòng cốt ủng hộ Tướng Nguyễn Chánh Thi là "Lực Lượng Phật Giáo Miền Trung" do Thượng Tọa Thích Trí Quang lãnh đạo và "Lực Lượng Tranh Thủ Cách Mạng Miền Trung" do Sinh Viên Bửu Tôn làm Chủ Tịch.

Theo Bửu Tôn mới đây trao đổi với người viết: Việc ủng hộ Ông Nguyễn Chánh Thi chỉ là cái cớ. Phong trào 66 là để đòi hỏi thành lập Quốc Hội Lập Hiến và Chính phủ dân sự. Dân chúng, kể cả quân đội đã quá chán ngán mấy ông quân phiệt từ thời Nguyễn Khánh. Nếu tình hình ấy tiếp tục, VNCH sẽ mất ảnh hưởng chính trị về mặt tuyên truyền vì không có chủ quyền đất nước, Mỹ nắm hết, hậu quả là 1973, 1975.

Ông Tôn cho biết, cũng chính vì cuộc vận động thành lập chính phủ dân sự đã trở thành một cuộc dấy động để Cộng sản lợi dụng nên Mỹ quay mặt lại với Lực Lượng CM Miền Trung, mà trước đó đã đồng ý nhưng về sau không chịu thảo luận về vấn đề cố vấn các cấp, từ Đại sứ quán đến quận.

Phong trào tranh đấu ban đầu chỉ có đông đảo Phật tử, Sinh viên Học sinh nhưng về sau nhiều viên chức các ngành thuộc Tỉnh Thừa Thiên/Huế, trong đó có Cảnh Sát, An Ninh Quân Đội, Tiểu Khu, Công Chức tham gia L.L Tranh Thủ Cách Mạng Miền Trung.

Cùng lúc nhân viên của SOC, đa số theo Phật giáo, yêu cầu Ông Trưởng SOC đóng cửa cơ quan, theo phe tranh đấu chống Trung ương. Trong lúc đó, Trung ương ra lệnh: Phải hoạt động tích cực, theo dõi phe tranh đấu phản quốc. Chuyển các tin tức, tài liệu liên quan đến hoạt động chống đối của phe tranh đấu về Trung ương ngay. Nếu ngưng hoạt động, sẽ bị truy tố ra trước Tóa Án Mặt Trận trong thời chiến..

Khi tình hình trở nên căng thẳng, tôi - chỉ một mình tôi - quyết định tiếp tục trung thành và phục vụ Trung ương. Tôi mật đàm với Ông Quỳnh: "Để mọi chuyện tôi lo, Ông cho tôi một Mật Mã Viên và một Hiệu Thính Viên để chuyển báo cáo qua máy Truyền Tin về Sài Gòn và tôi yêu cầu Trung ương đặt cho tôi một hệ thống liên lạc khẩn cấp để chuyển tài liệu về Trung ương kịp thời. Trung ương đặt một hệ thống liên lạc đặc biệt qua Air Việt Nam. Hệ thống liên lạc được hình thành: Mỗi ngày tôi cho liên lạc các chuyến bay Air VN từ Sài Gòn đến Huế, gởi báo cáo, tin tức, tài liệu vào Saigon cho Ông Nguyễn Xuân Thu, Giám Đốc Air Việt Nam. Ông này đã bố trí nhân viên hàng không trên các chuyến bay để đón nhận bì thư được niêm phong kỹ, giữ tối mật, chuyển về tận tay Ông.

Tất cả các tin tức và tài liệu liên hệ cuộc đấu tranh tôi đã chuyển kịp thời và đúng lúc cho Trung ương và Phối Trí Viên người Mỹ. Các diễn biến trong cuộc đấu tranh và những hoạt động liên hệ được ghi nhận đầy đủ chi tiết.

Đúng vào thời gian Mỹ mở các cuộc oanh tạc Miền Bắc trừng phạt Hà Nội thì ngày:

- **13/3/1966**: Hội Đồng Tướng Lãnh gồm các Chỉ Huy địa phương nhóm họp tại Bộ Tổng Tham Mưu, với 33 phiếu thuận và 4 phiếu chống quyết định cách chức Trung Tướng Nguyễn Chánh Thi, Tư Lệnh Vùng I/Quân Khu I, kiêm Đại Biểu Chính Phủ Miền Bắc Trung Nguyên Trung Phần. Thiếu Tướng Nguyễn Văn Chuân được đề cử thay thế tướng Thi làm Tư Lệnh Vùng I.

- 19/3/66: Viện Hóa Đạo Phật Giáo VN Thống Nhất (PGVNTH) đưa ra đòi hỏi một Quốc Hội và một Chính phủ dân sự.

- 16/3/66: Tướng Nguyễn Chánh Thi trở vào Đà Nẵng, có Đại Tá Phạm Văn Liễu, Tổng Giám Đốc Cảnh Sát Quốc Gia và Trung Tá Nguyễn Ngọc Loan, Giám Đốc An Ninh Quân Đội đi theo.

- 23/3/66: Tại Huế, Đà Nẵng và nhiều tỉnh Miền Trung xảy ra liên tiếp những cuộc đình công, bãi thị và bài Mỹ. Nhiều trụ sở tại Huế đóng cửa để đề phòng phá phách. Hàng Vạn Sinh Viên và Thanh niên biểu tình tại Huế.

- 27/3/66: 20.000 người biểu tình tuần hành tại Huế mặc dù có lời kêu gọi ngưng bạo động của Thượng Tọa Thích Tâm Châu, Viện Trưởng Viện Hóa Đạo.

Trong giai đoạn này, những thành phần Cộng Sản hầu như hoạt động hợp pháp và những tên thân Cộng ngang nhiên nhảy vào cuộc, gia nhập hàng ngũ Đấu Tranh chống phá Chính quyền Trung ương và lèo lái cuộc đấu tranh có lợi cho Cộng Sản.

- 31/3/1966: Tại Huế, vẫn có cuộc đình công, bãi khóa, đòi thành lập một Chính phủ dân sự.

- 01-4-66: Trung Tướng Phạm Xuân Chiểu ra Huế, giàn xếp các vụ lộn xộn, bị đám biểu tình giữ lại, không cho về Sài Gòn.

- 05/4/66: Thượng Tọa Thích Tâm Châu lên tiếng đòi 3 tháng phải có Chính phủ dân cử và Quốc Hội.

- 06/4/66: Nhiều Sinh viên Huế được Sư Đoàn I dưới quyền Thiếu Tướng Phan Xuân Nhuận cho huấn luyện tập bắn chống Chính phủ.

- 08/4/66: Các nhóm tranh đấu tại Huế tuyên bố không thừa nhận những điểm thỏa hiệp giữa Viện Hóa Đạo và Chính phủ, nhất định đòi Chính phủ này phải rút lui. Sinh Viên, Công chức tại Huế, Đà nẵng, Quảng trị được vũ trang bằng gậy gộc, lựu đạn v.v...

- 08/4/66: Cùng ngày, Bộ Chính Trị MTGPMN ra lệnh triệt để lợi dụng các vụ lộn xộn để khuấy động tình hình có lợi cho Cộng sản.

- 09/4/66: Trung Tướng Tôn Thất Đính được cử ra thay thế Thiếu Tướng Nguyễn Văn Chuân làm Tư Lệnh Vùng I và Đại biểu Chính phủ tại Huế.

- 15/4/66: Nhóm "Lực Lượng Tranh Thủ Cách Mạng" tại Huế vẫn biểu tình, phản đối Đại hội Chính trị, và đòi Ủy Ban Lãnh đạo Quốc Gia cùng Chánh phủ Nguyễn Cao Kỳ rút lui.

- 17/4/66: Đức Tổng Giám Mục Nguyễn Văn Bình cho phép hình thành các nhóm Thanh Niên Công Giáo trên toàn quốc để ngăn chận Cộng Sản cướp chính quyền.

- 15/5/66 Trung Tướng Nguyễn Văn Thiệu tuyên bố đã cho quân ra tái lập an ninh tại Đà Nẵng. Trong lúc đó Phối Trí Viên (PTV) Mỹ báo cho tôi biết sẽ có 5 Tiểu Đoàn TQLC/VN được đưa ra Đà Nẵng để ngăn chận các cuộc tranh đấu. Trong cuộc nổ súng giữa quân đội và Lực Lượng Tranh Đấu, một số thiệt mạng và bị thương. TQLC đã chiếm được Đài Phát Thanh và làm chủ tình hình tại Đà Nẵng.

Nhiều Đơn vị TQLC tiến về Huế. Tướng Tôn Thất Đính vắng mặt, Thiếu Tướng Huỳnh Văn Cao nhận chức Tư Lệnh QĐ.I

Tướng Nguyễn Chánh Thi bị triệu về Sài Gòn trình diện trước ngày **20/5/66**.

Thượng Tọa Trí Quang ở Huế kêu gọi Tổng Thống Hoa Kỳ Johnson can thiệp. Hội Đồng Viện Hóa Đạo ra thông cáo: Yêu cầu Chính phủ rút quân khỏi Đà Nẵng và tìm biện pháp ổn định, kêu gọi Phật tử sẵn sàng hy sinh.

- 17/5/66: Thượng Tọa Thích Trí Quang tại Huế, kêu gọi ngưng biểu tình, Thượng Tọa Thích Thiện Minh ở Sài Gòn tuyên bố Chính phủ phải rút Quân ở Đà Nẵng và Huế. Tổng Thống Johnson kêu gọi các nhà hữu trách và các đảng phái VN chấm dứt các vụ xâu xé nội bộ để chống Cộng và thực hiện dân chủ.

- 23/5/66: Nhóm nổi dậy ở Chùa Tỉnh Hội Đà Nẵng chịu buông súng, hàng trăm binh sĩ trở về với quân đội với 30 xác chết sặc mùi hôi thối, 4 phóng viên UPI, AP được giải thoát.

- 25/5/66: Thiếu Tướng Có cho biết **Đại Tá Đàm Quang Yêu** và **Thiếu Tá Tôn Thất Tường**, hai người cầm đầu vụ Đà Nẵng, đã bị bắt đưa về Sài Gòn. Vài ngàn người biểu tình tại Huế, một số Thanh Niên tuyệt thực trước Tòa Lãnh sự Mỹ. Tôi đã thông báo kịp thời cho Trung ương và Phối Trí Viên Mỹ nguồn tin này.

- 26/5/66: Sinh viên Huế biểu tình chống Mỹ, đã có phổ biến Thông cáo 6 điểm bài Mỹ, ngăn cấm mọi người tiếp xúc với Mỹ và các cơ quan của họ. Đoàn biểu tình do các Sinh viên thân Cộng, trong đó có SV Nguyễn Đắc Xuân, dẫn đầu đến đốt phá Phòng Thông Tin Hoa Kỳ cùng Thư viện.

- 27/5/66: 76 Sư tăng và 39 Ni cô tới tuyệt thực 48 giờ trước Tòa Lãnh sự Mỹ tại Huế và trao một huyết thư bằng mảnh tre để chuyển cho TT. Johnson.

- 31/5/66: Trung Tướng Hoàng Xuân Lãm được bổ nhiệm Quyền Tư Lệnh Quân Đoàn I, thay Thiếu Tướng Huỳnh Văn Cao..

- 01-6-66: Sinh viên thuộc Lực lượng Huế tìm đến đốt phá Tòa Lãnh Sự Mỹ tại Huế. Nhân viên Mỹ đã rút từ trước vào căn cứ MAC V và Phú Bài.

- 05/6/66: Thiếu Tướng Hoàng Xuân Lãm và Chuẩn

Tướng Phan Xuân Nhuận họp báo tại Đà Nẵng cho biết: Lực Lượng Bửu Tôn đã nộp 520 vũ khí. Trung Tá Khoa tái lập an ninh tại Huế, các chùa bỏ ngõ. 3.000 quân và chiến xa đã từ Đà Nẵng đến Huế.

- 06/6/1966: Thượng Tọa Thích Trí Quang vẫn phát động phong trào chống Chánh phủ, kêu gọi Phật tử đem các bàn thờ Phật bày ra đường để chắn lối đi trong thành phố Huế.

- 07/6/66: 3 Tiểu Đoàn Dù và TQLC tới sân bay Phú Bài, đóng cách Huế 8 cây số. Các bàn thờ Phật vẫn bày chật các ngã đường và ngăn cản lưu thông. Nhiều đám dân chúng đứng chắn không cho quân xa Mỹ di chuyển đi qua. Họ đạo Công giáo Phú Cam, Huế kiểm soát những phần tử lạ mặt vào Giáo phận Phú Cam để ngăn chận CS phá hoại. Đoàn Xây Dựng Nông Thôn Thừa Thiên/Huế (đa số cấp chỉ huy là đảng viên Đại Việt Cách Mạng), theo chính quyền, chống lại Phật giáo và phe biểu tình.

- 08/6/66: Thượng Toạ Trí Quang tuyệt thực. Bàn thờ vẫn chiếm các ngã đường

- 10/6/66: Phối Trí Viên cho tôi biết Cảnh Sát Dã Chiến/Sài Gòn được đưa ra Huế để dọn bàn thờ và vãn hồi trật tự. Một Tiểu Đoàn CSDC đã tới Huế và đóng tại nhiều địa điểm, sửa chữa đài Phát Thanh Huế, kêu gọi dân chúng dọn bàn thờ về nhà. Các Trinh sát VC xuất hiện trên đường phố Huế để theo dõi việc bày bàn thờ Phật ra đường.

- 11/6/66: 5 ngàn người biểu tình tại Huế ủng hộ Thượng Tọa Trí Quang, sức khỏe yếu vì tuyệt thực.

- 12/6/66: Cảnh Sát Dã Chiến dẹp các bàn thờ Phật bày trên đường ở Huế.

- 13/6/66: 5 Thượng Tọa và Đức Tăng Thống yêu cầu Trí Quang ngưng tuyệt thực nhưng không kết quả. Bàn thờ vẫn ngăn cản giao thông Huế.

- 15/6/66: Quân Đội dẹp các biểu ngữ chống đối Chính phủ và dùng lựu đạn cay dẹp biểu tình tại Huế. Nhiều Tăng ni Phật tử ngồi giữa đường tụng kinh.

- 16/6/66: Tại Huế, Đại Tá Nguyễn Ngọc Loan, Tổng Giám Đốc Cảnh Sát Quốc Gia, lúc đó Kiêm Chỉ Huy Trưởng An Ninh Quân Đội và TUTB đích thân dẹp các bàn thờ và đám biểu tình.

- 17/6/66: 4 Tiểu Đoàn Dù và TQLC kiểm soát Huế, đóng quanh Thành Nội. Thượng Tọa Trí Quang đã về Chùa Diệu Đế. TT Tâm Châu phản đối TT. Trí Quang lạm quyền.

- 19/6/66: Thượng Tọa Trí Quang vẫn tuyệt thực. Những phần tử tranh đấu lẩn vào bóng tối, trong đó có những phần tử hoạt động cho Cộng Sản và thân Cộng như Lê Văn Hảo, Hoàng Phủ Ngọc Tường, Hoàng Phủ Ngọc Phan, Nguyễn Đắc Xuân (người tổ chức đoàn "SV Phật tử Quyết tử)...

- 20/6/66: Tại Huế, tình hình sinh hoạt trở lại bình thường.

- 21/6/66: Thượng Toạ Trí Quang được Quân Đội đưa về Sài Gòn. Theo Thông Cáo để dưỡng sức và để được bảo vệ vì VC có thể ám sát gây xúc động.

Sau vụ 1966, số cán bộ VC hoạt động hợp pháp ẩn sâu và đào tẩu vào mật khu. Tôi theo dõi và lựa chọn trong số VC còn bám trụ tại thành phố Huế tổ chức chúng hợp tác với cơ quan, xâm nhập vào Tỉnh ủy Thừa Thiên và Thành ủy Huế.

Trong thời gian hoạt động tại Huế, tôi lấy bí danh Phan Kim Loan, bí số B.13 và đã xâm nhập được hai (2) mục tiêu vào Thành Ủy VC Huế. Kết quả khả quan về những tin tức, tài liệu cho biết âm mưu VC tấn công Thành phố Huế và những Tỉnh, Thành khác ở Miền Nam VN vào dịp Tết Mậu Thân 1968.

Với sự trợ giúp của Liên Xô và Trung cộng, Cộng Sản dốc toàn lực mở cuộc Tổng Công Kích Miền Nam, đặc biệt Thành phố Huế, rồi lấy nhân dân làm nòng cốt Tổng Khởi Nghĩa cướp Chính quyền Miền Nam.

Cộng Sản thất bại vì bị sập bẫy của Mỹ: Mỹ thả lỏng cho VC chiếm Thành phố Huế 25 ngày đêm (từ 31/01/1968 đến 25/2/1968), bởi những lý do sau:

- Để "trắc nghiệm" khả năng chiến đấu của Quân dân VNCH.

- Cho người dân Thừa Thiên và Huế biết rõ bộ mặt gian trá, tàn bạo và độc ác của VC. Chiếm Thành phố Huế trong 25 ngày đêm, VC đã giết chết dã man và làm mất tích gần 7 ngàn người.

- Làm lộ mặt những tên Cộng Sản nằm vùng ẩn núp dưới bóng che Phật giáo và các cơ quan, đoàn thể quốc gia. Trong vụ Mậu Thân 1968 khi VC chiếm Thành phố Huế, những tên nằm vùng trong cuộc đấu tranh 1966 xuất hiện tại Huế và nắm quyền sinh sát dân Huế.

- Truy quét các lực lượng Cộng Sản và cơ sở VC nằm vùng, tiêu diệt gần 95% tại Thừa Thiên-Huế khi phản công tái chiếm. Cộng Sản phải rút quân về Bắc bổ sung và tái huấn luyện. Người dân Huế trong đó đa số 80% theo Phật Giáo và có khuynh hướng bài Mỹ bấy giờ mới thực sự tỉnh ngộ sau khi sống chung với Cộng Sản chỉ trong 25 ngày đêm.

- Ngày mùng 3 Tết (1.2.1968) Hà Nội loan báo đã thành lập một tổ chức lấy tên "Liên Minh Các Lực Lượng Dân Tộc, Dân Chủ và Hòa Bình" do Tiến Sĩ Lê Văn Hảo (nguyên Giáo sư Nhân Chủng Học tại Đại Học Huế), làm Chủ Tịch, Đào thị Xuân Yến và Hoàng Phương Thảo làm Phó Chủ Tịch.

- Hoàng Phủ Ngọc Tường (nguyên là Giáo sư trường Trung Học Quốc Học Huế) làm Tổng Thư Ký.

- Nguyễn Đóa (nguyên Giám Thị Trường Trung Học Quốc Học Huế), cán bộ Thành Ủy viên Thành Ủy VC Huế.

- SV Nguyễn Đắc Xuân, người lập ra "Đoàn Phật Tử Quyết Tử" là cán bộ VC đã săn lùng bắt, kiểm tra tù binh. Chính y đã giết chết SV Trần Mậu Tý (ĐVCM) tại Gia Hội. Nhiều nguồn tin cho biết trước khi giết, y đánh gãy hai xương bánh chè của Tý.

Bát Tú

LÊ ĐÌNH CAI

❦❧ ❦❧ ❦❧ ❦❧ ❦❧ ❦❧ ❦❧ ❦❧❦❧ ❦❧ ❦❧ ❦❧ ❦❧

Sinh ngày 3/8/1942 tại Bo Ban, Triệu Phong, Quảng Trị (trong thế vì khai sinh ghi ngày 01/01/1941).

■ Tốt nghiệp Cử nhân năm 1966 Cao học (1968), Tiến sĩ (1996)

■ Trước 1975: Làm việc tại Văn phòng Thượng Nghị Viện VNCH (1968) Dạy ngành Sử học tại Viện Đại Học Đà Lạt, trường Võ Bị QGVN và trường Đại Học Văn Khoa Huế (1968-1975)

■ Cộng tác với các báo: Tự Do (của GS Phạm Việt Tuyền), Chính Luận (của BS Đặng Văn Sung), Da Vàng (của GS Nguyễn Lý Tưởng) Biên tập viên thường trực nhật báo SỐNG (của nhà văn Chu Tử) Phụ trách mục "Diễn Đàn Thanh Niên" cùng với nhà báo Trần Tử.

■ Sau 1975: ■ Bị bắt giam dưới chế độ cộng sản (từ ngày 9-6-1975 đến năm 1982) ■ Qua Mỹ theo diện H.O (1994) ■ Dạy học tại các trường ■ Southern California University for Professional Studies ■ National University of America ■ New Bridge College ■ Berlitz Int'l Language Center (1996-2011)

■ Hiện đã nghỉ hưu từ ngày 1 tháng 7 năm 2011

■ Cộng tác với các báo tại Hoa Kỳ, Pháp, Úc, Gia Nã Đại... Tại Bắc California thường viết bài cho các báo Việt Nam, Cali Today, Thời Báo, Ý Dân, Đời Mới

■ Là thành viên Ban Điều Hành CSTV Cội Nguồn và Tạp chí NGUỒN từ 1996 đến nay.

HUẾ: Trong Ký Ức
Của Một Thời Trai Trẻ

Những ngày tháng theo học ở Saigon, tôi rất thích những cơn mưa rào dữ dội của miền Nam. Mưa đổ xuống như thác, tạo thành những dòng sông trên mọi ngã đường. Rồi cơn nóng hừng hực của thành đô bỗng chốc tan biến. Mưa dứt hạt rất nhanh. Mọi sinh hoạt thường ngày lại tái tục trong bầu không khí mát mẻ và cảnh vật như đang bừng sống lại sau những ngày hè oi bức. Cơn mưa miền Nam chợt đến, chợt đi trong thoáng chốc, khác với cơn mưa dầm ở xứ Huế miền Trung, kéo dài từ ngày này qua ngày khác, trong nỗi buồn dai dẳng khôn nguôi.

Tôi đã sống ở Huế trong suốt quãng đời thanh xuân với rất nhiều kỷ niệm. Đẹp nhất là tuổi học trò khi đang ngồi trong lớp học, nhìn mưa giăng mắc qua khung cửa sổ. Bên kia đường là trường Đồng Khánh với lá phượng tả tơi trong gió. Cơn mưa lất phất se lạnh của mùa đông khiến những thiên thần áo trắng phải thu mình, co ro trong bước chân của nàng tôn nữ.

Mùa đông xứ Huế buồn da diết, nhất là những sinh viên trọ học như chúng tôi. Có nhiều đêm cảm thấy trống vắng, chúng tôi dăm ba cậu sinh viên trong cư xá Hoàng Trọng Bá (đối diện với trường Thiên Hữu Huế trên đường Lý Thường Kiệt) rủ nhau xuống phố mua bắp nướng sẵn ở bên vệ đường Trần Hưng Đạo, rồi cùng bá vai nhau cùng hát vang trên hè phố vắng mặc cho những giọt nước mưa xát vào mặt lạnh buốt. Tuổi trẻ có những giây phút ngông cuồng đáng yêu mà ngày nay khi đã xế bóng, nhìn lại đoạn đời đi qua với ít nhiều nuối tiếc.

Tôi bỏ Huế ra đi vào mùa thu 1966, rồi lại trở về Huế cũng vào mùa thu thu năm 1971 để tiếp nối con đường của các bậc đàn anh, đứng trên bục giảng của đại học đường Văn Khoa để truyền thụ kiến thức cho các thế hệ tương lai của đất nước cố đô mà mình đã học hỏi được từ các bậc thầy đáng kính. Tuy rằng giờ đây không còn là chàng sinh viên với lứa tuổi mộng mơ của một thời cắp sách, không còn những chiều lang thang dưới cơn mưa dầm, cùng nhai bắp nướng và đếm bước chân đi trên hè phố vắng. Không còn cái thú nhìn mưa bay giăng giăng khi cùng bách bộ ngang qua cầu Tràng Tiền mầu trắng tinh nguyên. Phía dưới kia là thôn Vỹ dạ với hàng cau mờ ảo trong làn mưa bụi. Nhìn xa hơn tháp chùa Linh Mụ lung linh huyền ảo trong cơn buốt của chiều đông. Xa rồi tuổi thanh xuân với ước vọng tràn đầy!

Tôi trở lại Huế trong lứa tuổi "tam thập nhi lập" với trách nhiệm nặng nề trên đôi vai của kẻ mới bước vào đời. Tôi tự thấy mình nghiêm trang hơn, đứng đắn hơn, tuy chưa già dặn đủ để cáng đáng trọng trách trên bục giảng đại học.

Tôi đã sống với Huế hết mình, yêu thương Huế như người tình muôn thuở, cũng buồn với Huế về những cơn mưa dầm bất tận và những đêm đông lạnh buốt thấu xương. Nhưng tôi vẫn thương Huế qua từng con đường rợp đỏ mùa hoa phượng. Tôi thương Huế với những cơn lũ cuồng nộ đầu nguồn. Tôi thương Huế với những thành quách lâu đài cổ kính của kinh đô một thời vang bóng và thương Huế qua tiếng mưa rơi tí tách ở hàng hiên khi ngồi bên cốc cà phê với điếu thuốc lá trong quán Lạc Sơn, bên bờ sông Hương dạo đó.

Biết bao mùa mưa ở Huế đi qua trong đời tôi, với biết bao kỷ niệm của một thời dĩ vãng....

Tôi lại rời Huế một lần nữa vào tháng tư đen 1975, để vào trại cải tạo. Tôi chỉ trở lại với Huế vào đầu năm 1982, khi được phóng thích từ trại tù ở vùng núi Trường Sơn Đông. Tôi được thả cùng với một số bạn tù vào một buổi sáng mưa rơi lất phất trong giá buốt của mùa đông.

Xe đò chở những người tù đỗ lại ở bến xe An Cựu, tôi lang thang khoác ba lô trên vai đi bộ qua cầu Tràng Tiền trong làn mưa bay nhè nhẹ. Cầu Tràng Tiền còn đó, nhưng đâu rồi những dáng nét kiêu sa của thuở nào! Dòng sông Hương vẫn phẳng lặng chỉ điểm vài đợt sóng lăn tăn. Thỉnh thoảng, dăm ba đám lục bình trôi dật dờ về phía biển. Huế của tôi mới gần bảy năm xa cách sao mà tang thương quá vậy!

Tôi không tìm lại được một dấu nét thân quen nào của bảy năm về trước. Ngôi trường Đại Học Văn Khoa nằm cạnh cầu Tràng Tiền mà tôi đã có một thời là sinh viên nay bỗng nhiên xa lạ quá chừng! Dưới làn mưa bay dăng dăng, tôi nhìn lại ngôi trường cũ mà thấy như có cái gì cay cay trong lòng mắt. Quả thật *"tôi đã bước đi không thấy phố, thấy nhà. Chỉ thấy mưa sa trên mầu cờ đỏ"*. Tâm sự của nhà thơ Trần Dần trong nhóm "Nhân Văn Giai Phẩm" thời đó sao giống nỗi lòng tôi trong giờ khắc này quá thế. Tôi cảm thấy hụt hẫng như đã đánh mất quê hương yêu dấu trong sự vong thân của chính mình. Huế của tôi ngày đó bây giờ loang lỗ rách nát, đau thương, câm nín và chịu đựng!

Tôi lại một lần nữa phải bỏ Huế ra đi vì bị chỉ định cư trú tại một vùng kinh tế mới xa xôi ở trong Nam: Vùng kinh tế mới Phú Cường gần Dầu Giây,

Long Khánh.

Từ ngày ra khỏi trại tù, tôi chỉ có vỏn vẹn bảy ngày ngắn ngủi để sống lại với biết bao kỷ niệm của một thời ở Huế rồi chia xa mãi mãi cho đến tận bậy giờ. Dễ chừng ba mươi năm tôi đã lìa xa thành phố với quá nhiều thương nhớ này!

Huế với những cơn mưa dầm thường khi kéo dài từ ngày này qua ngày khác, nhưng Huế vẫn tràn đầy nắng ấm vào mùa Xuân và bầu trời Huế vẫn xanh trong vào mùa thu. Huế đẹp rực rỡ trong nắng chiều nhàn nhạt và Huế kiêu sa trong dáng nét của đế đô nhà Nguyễn đã một thời vang bóng....

Nào ai biết được rồi có ngày mình sẽ trở về cố hương để thấy lại núi Ngự Bình (trước tròn sau méo), sông An Cựu (nắng đục mưa trong) và để nghe lại tiếng chuông Thiên Mụ ngân dài trầm lắng trong bóng chiều tĩnh lặng của quê nhà......

Lê Đình Cai

DUY AN ĐÔNG

Sinh quán: Quảng Nam - Đà Nẵng ▪ Nguyên công chức Bộ Tài Chánh, cựu quân nhân Bộ Quốc Phòng ▪ Khóa 16 SQ Thủ Đức, phục vụ trong QLVNCH đến 30-4-1975 ▪ Tù cải tạo 1975 đến 1982 tại Đồng Nai, Hoàng Liên Sơn, NghệTĩnh và Thuận Hải. - Định cư tại Hoa Kỳ 1991, diện HO ▪ Hiện cư ngụ tại T.P Fremont, Bắc California.

Đã viết: ▪ 1994: tuần báo của Trung Tâm Văn Hóa Á Châu Syracuse, New York. ▪ 2003 truyện ngắn, tùy bút đăng trên Nhật báo Việt Nam, Thời Báo, Calitoday, Tạp chí Nguồn, bắc CA.

▪ **Tác phẩm:** Nhớ Mãi Không Quên, tập truyện ngắn. Nguyên Quang xb 2004 ▪ Tình Quê, thơ Nguyên Quang xb 2005 ▪ Trôi Theo Vận Nước, tập truyện ngắn, Nguyên Quang xb 2006 ▪ Đời Cô Thủy, truyện dài. Cội nguồn xb 2008.

Viết in chung ▪ Tuyển Tập Mùa Thu, VBVNHN Trung tâm Fl, DNHK 2005 ▪ Bản Hợp Tấu, Tuyển Tập Giải Truyện Ngắn Viet.No. Cội Nguồn xb 2007 ▪ Tuyển tập 2 Thi Văn Viễn Xứ, Nguyên Quang xb 2007 ▪ Món ăn theo Bước Chân Di Tản, xb 2009

▪ Tạp chí Hương Thời Gian xb 2010 ▪ Nỗi Lòng Người Đi xb 2011 ▪ Tập thơ Quê Hương Trong Niềm nhớ, xb 2012.

NGƯỜI PHỤ NỮ VIỆT NAM

Nói đến người phụ nữ Việt Nam, không chỉ phụ nữ thời nay mà cả phụ nữ thời xưa - những nữ anh thư đã làm nên lịch sử như hai bà Trưng, bà Triệu, cô Bắc, cô Giang, Huyền Trân Công Chúa, Lịch sử cận đại có nữ tướng Bùi Thi Xuân giúp chồng là Trần Quang Diệu làm nên chuyện lớn.

Ở thế kỷ hai mươi, vai trò người phụ nữ Việt ngày càng nhân rộng. Liên tưởng đến những thập niên sau Tự Lực Văn đoàn, người đàn bà Việt Nam dần dà thoát ra khỏi những ràng buộc luân lý cổ xưa – xuất giá tòng phu, tề gia nội trợ, bung ra xã hội và con đường khởi đầu "nhập thế" chính là học đường. Sau Hiệp định Geneve 1954, các thành thị miền Nam nơi nào cũng mở các trường nữ bên cạnh những trường nam-nữ học chung. Tà áo trắng của các nữ sinh trên các nẻo đường đến lớp và những lúc tan trường là một bức tranh sống động tuyệt mỹ nơi các đô thị như Saigon, Huế, Đà Lạt, Hội An Đà Nẵng, Biên Hòa, Cần Thơ... Những "đàn bướm trắng" đó khi rời ghế nhà trường, họ nhập vào dòng chảy xã hội giữ nhiều vai trò then chốt và đóng góp không nhỏ vào công cuộc chung của đất nước.

Ở độ tuổi "áo trắng sân trường", là độ tuổi biết yêu và đang yêu. Rồi khi rời ghế nhà trường, các cô tốt nghiệp, trở thành những người phụ nữ đảm nhận những vai trò trong xã hội theo nghề nghiệp của mỗi người. Rồi các cô tìm được ý trung nhân trở thành người vợ tốt, người mẹ hiền, người nội tướng đảm đang trong gia đình.

Chúng ta thường nghe: "Sự thành công của người đàn ông, luôn có bên cạnh hình bóng của người đàn bà". Quả thật như vậy, từ những người vợ trong gia đình đến các bậc mệnh phụ phu nhân cho tới những đệ nhất phu nhân xưa nay họ ảnh hưởng không nhỏ vào sự thành công của người chồng.

Lịch sử Việt Nam thời cận đại nhắc đến một số nhân vật nữ như Nam Phương Hoàng Hậu, người phụ nữ đầu tiên đã cải cách nhiều lề lối cũ kỹ trong hoàng cung, bãi bỏ chế độ cung tần mĩ nữ, bà cũng có nhiều ý kiến hay đẹp giúp Bảo Đại, ông Vua cuối cùng của triều nhà Nguyễn trong những ngày đất nước rối beng năm 1945 giữa Pháp, Nhật và Việt Minh.

Vào thập niên 50 và những năm đầu 60 thử hỏi có một phụ nữ Việt Nam nào bản lĩnh hơn Bà Trần Lệ Xuân, phu nhân Ông Ngô Đình Nhu. Người phụ nữ mới ngoài ba mươi này đã dám dấn thân vào lãnh vực chánh trị, phụ giúp chồng và giúp anh chồng (Tổng Thống Ngô Đình Diệm) lèo lái công cuộc xây dựng và bảo vệ chế độ Đệ Nhất Cộng Hòa Miền Nam, chống lại Cộng Sản Miền Bắc.

Vào thời Đệ Nhất Cộng Hòa, bà Ngô Đình Nhu người phụ nữ nổi bật, xuất sắc trong các hoạt động đoàn thể và xã hội. Bà lập nên đoàn quân "Thanh Nữ Cộng Hoà", đoàn ngũ hóa "phái yếu" xây dựng hậu phương. Bà đệ trình Quốc hội luật hôn nhân, một vợ một chồng; từ đó người phụ nữ tương đối được bình đẳng với nam giới, và nếp sống gia đình trở nên nề nếp, tốt đẹp hơn cảnh đa thê trước đó.

Nói về người phụ nữ, chúng ta hồi tưởng những thế hệ nữ giới ở miền Nam, đặc biệt tại các thành thị như Sài Gòn, Huế Đà Lạt, Đà Nẵng, Cần Thơ, và các tỉnh ly từ Quảng Trị đến Mũi Cà mau. Khi còn là nữ sinh ở nhà trường, họ hồn nhiên nhìn cuộc đời như "những con nai vàng ngơ ngác". Họ có những giấc mơ về tương lai vẽ vời lý tưởng, thật là tuyệt đẹp, họ ao ước sau này có mái ấm gia đình sống bình thường, vợ chồng sống hạnh phúc bên nhau.

Nhưng đất nước trong cảnh chiến tranh, những ước mơ của họ ít ai được hoàn toàn. Họ chỉ được hưởng hạnh phúc và sống bên nhau không bao lâu thì bao người chồng phải vào quân ngũ. Từ đó, những người phụ nữ, những người vợ ở hậu phương, sống trong cảnh tay ôm con dại, tay xoay xở đủ ngành nghề để nuôi con. Hằng đêm họ cầu nguyện, mong đất nước thái bình, người yêu sẽ giã từ vũ khí trở về vui thú đoàn viên với gia đình. Nhưng, có những người trai ra đi mà không trở về, để lại nỗi đau cho người chinh phụ. Thế là từ cô nữ sinh sân trường giờ đã hóa thành người góa phụ tiếp tục vất vả nuôi con dại trong ỗi mất mát, cô đơn...

Số khác các đức lang quân may mắn không phơi xác nơi chiến trường, thì sau biến cố 30-4-1975 họ phải vào các trại tập trung cải tạo. Người phụ nữ miền Nam, người vợ lính lại hai vai gánh nặng, nuôi con lẫn nuôi chồng vất vả hơn thời còn chinh chiến. Việc nuôi con đã khó, việc đi thăm nuôi chồng càng khó hơn, các bà vừa phải lo cái ăn cái mặc cho các con; vừa phải nhín từng hột gạo, củ khoai trong mỗi bữa ăn, gom góp dành dụm từng chút lương thực mỗi ngày để thăm nuôi chồng trong tù.

Việc xin giấy phép đi thăm nuôi tù cũng không phải dễ. Đường đi đến trại giam từ mãi rừng sâu núi thẳm lại càng khó khăn hơn. Những bà có "đức lang quân" cải tạo mãi tận miền Bắc, hành trình đi thăm phải mất mấy ngày đường, phương tiện giao thông hạn chế, phải qua mấy lần nằm chờ đợi ở sân ga, xả thân cho muỗi, phải qua mấy lần chờ đợi ở bến đò, đôi chân lội bộ đường trường đã quá mỏi mệt mà cũng ráng sức trèo đèo, băng sông... Và đến nơi chỉ thăm chồng được khoảng 20 phút. Chồng vợ nhìn nhau rơi lệ không nói nên lời. Họ chỉ nhìn nhau để thấu hiểu nỗi lòng! Chồng hiểu vợ khó khăn nơi quê nhà, vợ hiểu chồng khổ đau nơi trại tù cải tạo. Sau vài mươi phút phù du, người vợ ra về, người chồng vào phòng giam ở trại, cả hai cùng một suy nghĩ chung nhất: "yêu thương nhiều và thù hận".

Người vợ lính miền Nam trung kiên tiết liệt, sau 1975 đã thể hiện rõ nét đức tính người phụ nữ "Công

Dung Ngôn Hạnh" theo truyền thống luân lý Việt Nam. Trong hoàn cảnh ấy, sự hy sinh của họ quả thật phi thường, đáng trân quí.

Một số các góa phụ vì thương chồng, thương con, họ tự nguyện không tái giá, mỗi tối họ cầu nguyện xin chồng "sống khôn thác thiêng" phò hộ cho họ đủ nghị lực để sống nuôi con thành người, làm rạng danh cho nhà chồng. Trời chẳng phụ lòng người, phần đông những người góa phụ này đạt được ước nguyện, các con cái họ học hành thành đạt.

Một số khác may mắn người chồng trở về từ nhà tù cải tạo, gia đình đoàn tụ, họ nương nhau tái lập cuộc sống và ổn định mái ấm gia đình rồi cùng nhau theo chương trình H.O xuất ngoại sống bên chồng con nơi xứ người, đền bù những năm thân cò lặn lội...

Cuộc sống nơi đất khách quê người tinh thần tự do, thoải mái; vật chất đầy đủ, nhưng các bà lại phải lo bươn chải để xây dựng cuộc sống mới thích nghi, nhất là lo cho con cái học hành. Trên thế giới ngày nay nhiều phụ nữ Việt Nam là bác sĩ, kỹ sư, nha sĩ, dược sĩ, giáo sư, luật sư, các nhà kinh doanh thành đạt, các phi hành gia, các khoa học gia như bà Dương Nguyệt Ánh, vừa làm mẹ, vừa làm vợ, vừa là một nhà khoa học, chế tạo bom cho quân đội Mỹ dùng trong chiến trường Iraq. Bà làm việc ở Bộ Quốc Phòng Hoa Kỳ; hay như thiếu tá Elizabeth lái phản lực cơ trong quân đội Hoa Kỳ tham chiến ở Iraq, và nhiều nhà văn, nhà thơ nữ tiếng tăm ở hải ngoại. Trong nước, nữ giới can đảm đứng lên đòi hỏi tự do nhân quyền có luật sư Lê Thị Công Nhân, Trần Khải Thanh Thuỷ, Bùi Thị Minh Hằng, Huỳnh Thục Vy, Đỗ thị Minh Hạnh, Trịnh Kim Tiến... thật đáng kính nể.

Câu chuyện về nữ giới thực ra rất phong phú và đa dạng. Có những câu chuyện tưởng như là riêng tư của mỗi người nhưng lại thể hiện cả một tấm lòng và phong cách thật đáng trân trọng.

Tôi biết câu chuyện một nữ sinh viên thiết tha với

một ý trung nhân học cùng trường, họ thương yêu, hứa hẹn và trao đổi bao nhiêu giấc mơ về tương lai tươi sáng. Họ hứa hẹn khi ra trường sẽ làm lễ cưới. Nhưng cả hai chưa tốt nghiệp thì chàng trai nhận lệnh lệnh động viên nhập ngũ. Họ ôm nhau khóc và rồi hẹn hò khi nàng ra trường sẽ làm lễ cưới. Oái oăm thay! Nàng chưa ra trường thi chàng bị thương nặng, hai chân đã bị cưa cụt và ngồi xe lăn.

Một lần tôi chứng kiến cảnh nữ sinh viên này đang đẩy chiếc xe lăn đưa người tình chưa cưới đi đây đó. Tôi cảm phục vô hạn cô nữ sinh viên này, nói riêng và thương cho người phụ nữ Việt Nam nói chung, họ đã bị chiến tranh gây nên bao cảnh trớ trêu, thua thiệt. Người phụ nữ VN nói chung, họ gian nan vì loạn lạc, vất vả vì chồng con, bị tập quán xã hội lạc hậu o ép.

Tôi biết cô nữ SV này sau đó giữ đúng lời hứa ban đầu, nguyện sống cùng người yêu tàn phế cho đến khi tóc bạc răng long. Nàng tiếp tục đến trường học lại rồi tốt nghiệp ra trường, nuôi chồng theo hẹn hò lý tưởng của mình. Hiện bà ta đang sống với người yêu là anh sĩ quan thương phế binh Trần văn T. tại Huyện Đại Lộc, Tỉnh Quảng Nam.

Biến cố 30 tháng 4-1975 đã xô đẩy hàng trăm ngàn gia đình vào cảnh ngộ điêu linh tan tác. Hàng trăm ngàn quan chức VNCH bị lùa vào các trại tập trung cải tạo; hàng trăm ngàn người vợ, người phụ nữ miền Nam phải sống trong cảnh đơn chiếc, thân cò lặn lội, nuôi dạy con cái, nuôi chồng trong tù cải tạo, chờ đợi năm, mười năm; thâm chí mười lăm, mười bảy năm mới có ngày vợ chồng cha con sum họp.

Người phụ nữ "chân yếu tay mềm" trong cảnh ngộ ấy đã chứng tỏ sự đảm đang, và lòng trung kiên tiết liệt, nghĩa tình trong một giai đoạn lịch sử đen tối, bi ai của dân tộc.

Những tấm gương ấy xứng đáng ngàn sau ghi tạc.

Duy An Đông

NGŨ HÀNH SƠN

Mặt trời chiếu rạng Ngũ Hành Sơn
Năm ngọn nhấp nhô sóng nước vờn
Trên đỉnh Thủy Sơn hương khói quyện
Khách du khắp nẻo đến dập dờn

Vào thăm ngắm cảnh động Huyền Không
Kẻ tới người lui vô số đông
Hang lộ thiên, vòm cao chót vót
    Chẳng đường lên, được gió heo lồng

Kim Sơn hòn núi cạnh Trường Giang
Có động Quan Âm vẻ mỹ quan
Da đá tự nhiên vờn lấp lánh
"Thạch chung thiên cổ" tiếng kêu vang

Hỏa Sơn còn gọi núi Ông Chài
Đá quý nhiều màu, sắc chẳng phai
Đục tượng, chạm tranh, danh tỏa khắp
Nghệ nhân Non Nước thật đa tài

Mộc Sơn sát biển ngả về Nam
Khối đá thiên nhiên nổi một vòm
Trông tựa Quan Âm trên đỉnh núi
Tăng thêm nét đẹp cảnh danh lam

Thổ Sơn tây bắc Ngũ Hành Sơn
Hang Cóc ngách vào hẹp lối chơn
Lượn lách từng người lên đến đỉnh
Thấy hay hay cảm thú nhiều hơn!

Khách du thăm viếng núi Ngũ Hành
Lưu luyến đất trời đẹp tựa tranh
Cảnh trí thiên nhiên ôi tuyệt mỹ
Tâm hồn dào dạt bóng trăng thanh./

Quê Hường tôi

Quê hương tôi, đất Quảng Đà
Nổi danh ngũ Phụng cũng là địa Linh
Đi đâu cũng nhớ quê mình
Bắc thì đèo Hải, Núi Thành phía Nam
Phía tây núi Chúa Trường Sơn
Giáp Lào nước bạn nghĩa nhơn đậm đà
Phía Đông - biển, tới Trường sa
Đó là huyện đảo Hoàng Sa, Đà Thành
Quảng Đà lều chõng nổi danh
Anh hùng hào kiệt rành rành xưa nay
Họ nào cũng có anh tài
Chung lo việc nước hai vai trĩu mình
Tỉnh nhà cho tới Hoàng Kinh
Nhiều người đóng góp đẹp xinh nước nhà
Quảng Đà mấy lượt Tây qua
Nhân dân đánh đuổi không tha chẳng nhường
Quê tôi thuận lợi giao thương
Tiềm năng, cửa ngõ thuận đường năm châu
Sân bay, xe lửa, bến tàu
Thông thương nam bắc, Á Âu ra vào
Tài nguyên phong phú dồi dào
Tiêu, trà, trầm, quế và nào châu sa
Tam Kỳ, Tiên Phước đổ ra
Mỏ vàng, mỏ bạc, mỏ than, mỏ chì
Mật ong, gỗ quý Trà My
Cau khô Cây Cốc xuất đi các miền

Hàng xo, tơ lụa Duy Xuyên
Điện Bàn bông vải, Đông Yên dâu tằm
Sơn mài, thêu dệt tiếng tăm
Trái cây, hải sản chất bằng tàu ga
Điều phân đi khắp gần xa
Lòn bon Đại Lộc, liên qua Hiên Giằng
Cẩm Lệ thuốc lá phơi giăng
Nam ô nước mắm khả năng dồi dào
Hội An đặc sản Yến sào
Thức ăn quý hiếm cấp cao năng dùng
Khoai lang Trà Đoả một vùng
Nổi danh mùi vị người dùng say mê

Lúa khoai, sắn bắp vùng quê
Hè êm đông tịnh có bề thừa dư
Nghệ nhân Non Nước bây chừ
Khéo tay chạm đá mỹ nhân tuyệt vời
Tao nhân mặc khách viếng nơi
Mua hàng quý giá, cộng lời ngợi khen
Nhiều nơi du khách không quên
Hội An phố cổ, điện Chàm Mỹ Sơn
Bà Nà, núi Chúa, Hành Sơn
Sơn Chà, đèo Hải mây vờn vợn bay
Quảng Đà danh tiếng xưa nay
Đi đâu cũng nhớ, mong ngày về thăm./

Cảnh Sống Vùng Quê

Không gian tĩnh mịch, chợt nghe gà gáy
Báo sắp tàn canh, chuyển tiếp đầu ngày
Nhà nông hối hả, cuốc cày ra ruộng
Học trò hỏi chào, lễ phép khoanh tay.

Mua bán chợ ngày, rộn ràng buổi sáng
Thực phẩm bày đầy, kẻ gánh người bê
Mẹ già chọn món trưa về xào nấu
Mỏi bụng xúm dùng, ngồi xổm bờ đê.

Cảnh sống vùng quê mọi bề ấm áp
Một nắng hai sương bận rộn đêm ngày
Tối hò giã gạo, gái trai chọc ghẹo
Tàn cuộc lui về vui vẻ xiết tay

Hay! Họ sống vui, đó đây tình nghĩa
Tối lửa tắt đèn qua lại có nhau
Bận rộn ngày mùa vần công đổi việc
Lúc rảnh rang ngồi chè chén tình say.
Ngày làng xóm có gái trai cưới gả
Bà con lân lí xúm xít trang hoàng
Y phục trịnh trọng tới lui bày tỏ
Với phong hồng, chúc hạnh phúc Phượng - Loan

Họ bàng hoàng, khi người làng vắn số
Đến dâng hương đưa tiễn tận mộ phần
Tình làng nghĩa xóm bao đời thấm đậm
Lệ đôi giòng, lòng thổn thức khôn ngăn

Họ yên lặng trước áng thờ giỗ ky
Ngọn nến lung linh, khói toả mùi hương
Con cháu vui, nghĩ bề trên chứng kiến
Rồi ngậm ngùi, tỏ thành kính nhớ thương

Tết, mai vàng, liễn đối, lư hương bóng...
Thờ ngũ quả, bánh mứt vọng cha ông
Pháo nổ, vui chơi, chúc Tết mặn nồng
Tình nghĩa đậm, những ngày Xuân dân tộc./
Duy An Đông

TIÊU DUY ANH

꧁ ꧂ ꧁ ꧂ ꧁ ꧂ ꧁ ꧂ ꧁ ꧂ ꧁ ꧂ ꧁ ꧂ ꧁꧂꧁ ꧂ ꧁ ꧂ ꧁ ꧂ ꧁ ꧂

■ Sinh trưởng tại Hà nội trong một gia đình tư sản, người Việt gốc Hoa. Sống trong môi trường có truyền thống kinh doanh, từ thiếu thời, say mê sưu tầm sách báo về khoa học xã hội và nhân văn
■ Mười tám tuổi đã có bài tiểu luận học sinh về "ngày Tết Nguyên đán", bài "Hà Nội trong hai tháng khói lửa", và những bài lược dịch từ tiếng Pháp sang tiếng Việt về thời sự, chính trị đăng rải rác trên nhật báo và tuần báo ở Hà Nội.
■ Đang học Trung học mà lại thích quen thân với những nhà văn, nhà báo nổi tiếng thuộc thế hệ cha chú, đặc biệt với nhà văn Phạm Cao Củng, Ngọc Giao... Được sự khuyến khích của nhà văn họ Phạm đang điều hành nhà XB Huyền Nga, bắt đầu phỏng dịch truyện ngắn gồm 120 trang in thành sách, NXB Dân Trí (tự làm chủ)

■ Có bốn tập sách được in ra, đều là sách dịch thuật nhằm thỏa mãn thú tiêu khiển hơn là kiếm sống.

■ Từ năm 1954, làm thư ký trong 9 tháng – Giáo viên Văn hóa ngành sân khấu cải lương Hà Nội do lòng đam mê nghệ thuật từ tuổi mười hai. – Sáu tháng sau chuyển sang làm công tác thư viện với văn bằng Đại học Thư viện tại chức liên tục cho đến 12 năm.

■ Sau cuộc xung đột Việt - Hoa năm 1979 kết thúc, người Việt gốc Hoa được khuyến khích rời khỏi nước.

■ Bị mất việc làm. Do chính sách đuổi người Vệt gốc Hoa và được công khai xuống Hải Phòng tìm đường đi Hồng Kông. Năm 1980 cùng gia đình đến định cư tại Hoa Kỳ.

■ Tự nâng cao trình độ Anh văn (đã học từ năm 1946).

■ Đọc nhiều sách, nghiên cứu để trau dồi kiến thức. Sau bảy năm lao vào con đường dịch thuật, hiện đã có 1000 (một ngàn) bài dịch và còn tiếp tục cho đến hơi thở cuối cùng ■

Một Phần Đời Viết Văn Của Tác Giả Rumania, HERTA MULLER GIẢI NOBEL VĂN CHƯƠNG 2009

(New York Times)

TIỂU DUY ANH dịch

Là một đứa trẻ lớn lên ở một làng nhỏ nói tiếng Đức ở Romania, gần Transylvania, Herta Muller được giao phó làm những việc vặt thường ngày, kể cả chăn bò. Làm ở cánh đồng cỏ ít việc, cô tự tiêu khiển bằng cách gọi tên và nhân cách hóa con người với các loại hoa mà cô hái được, và vui với những áng mây bay qua hoặc tưởng tượng mai sau cô sẽ là thợ may như bà dì của cô; hoặc có lẽ cả nghề uốn tóc.

Nhưng làm nghề viết văn, ít nhiều có thể chiếm giải văn chương Nobel được sao? Cô không tưởng tượng như vậy. Cô vẫn sống trong cảnh cô đơn về ngôn ngữ và chịu sự giám sát như một thành phần thiểu số Đức bị nghi ngờ bởi chế độ độc tài u tối của Cộng sản do Nicolai Ceausescu hoang tưởng và tự đại cầm quyền.

Tuy thế, cuối cùng đúng là không khí đầy lo sợ đó đã cung cấp chất liệu cho những cuốn tiểu thuyết như "Bổ Nhiệm" (The Appointment) và "Mảnh Đất Trồng Mận Xanh" (The Land of Green Plum). Năm 2009, bà chiếm giải Nobel. Ban Giám khảo ca ngợi bà là nhà văn miêu tả hoàn cảnh người bị trục xuất với sự tập hợp của thi ca và nét chân thành của văn xuôi.

Bà Muller nói trong cuộc phỏng vấn ở New York khi bà đến dự ngày hội văn chương do Pen World tổ chức trong tháng này: "Tôi không bao giờ muốn trở thành nhà văn. Ở nhà không có sách."

Nhưng ở tuổi vị thành niên, bà đã được gửi đến trường trung học ở thành phố gần nhà, bà nói: "Bất cứ đọc sách gì tôi cũng rất chú ý. Hầu như tôi thèm khát văn chương mà tôi coi như con đường khám phá. Điều này ở một góc độ nào đó, đúng là như vậy. Tôi luôn luôn muốn biết con người phải sống như thế nào? Tôi viết để làm chứng nhân cho cuộc đời."

Đưa ra những ý kiến mới làm cho bà trở thành người không tuân theo tục lệ xã hội và cuối cùng trở thành người đối lập, bị mất việc vì không cộng tác với an ninh quốc gia. Cố gắng đầu tiên của bà trở thành nhà văn khi bà còn là sinh viên đại học vì bà và một nhóm bạn xuất bản một tác phẩm văn chương chưa được phép và đưa ra những lời tuyên cáo ủng hộ tự do phát biểu.

Valentina Glajar, học giả sinh ra ở Romania hiện dạy ở đại học tiểu bang Texas là dịch giả cuốn "Du Lịch Một Chân" (Travelling On One Leg), tác phẩm đầu tay của Muller. Bà cũng xem xét vài hồ sơ của một cảnh sát nói về bản thân bà, đã được giải mật sau khi chủ nghĩa cộng sản sụp đổ năm 1989, hai năm sau khi bà được di cư sang Tây Đức và bắt đầu lo xác định vị trí của bà trong hoàn cảnh mới. Bà Glajar ngạc nhiên về những điều bà nhận thấy.

Bà Glaja nói: "Điều gây ấn tượng nhất cho tôi là bao nhiêu sự việc trong hồ sơ của bà đã được diễn đạt rất nghệ thuật trong tác phẩm của bà. Rất nhiều việc trong đó là có thật. Và như nhiều người khác, tôi rất ngạc nhiên vì bao nhiêu nguồn tin của những người gần gũi với bà đã tác động đối với bà như thế nào: người láng giềng, giám đốc rạp hát ở Timisoara, giáo viên ở một trường trung học nói bà dạy mẫu giáo là người bà coi như bạn".

Bà Muller đầy nhiệt huyết như người đàn bà trẻ, đã hoàn thành tiểu thuyết mới do Metropolitan vừa xuất bản. Sách mang tên "Thiên Thần Đói" (The Hunger Angel) có dấu hiệu hơi khác trước tác đầu tay của bà. Mặc dầu cùng một chủ đề, cuốn sách nói nhiều về sự chấn động mà thế hệ cha mẹ bà phải chịu: trục xuất hàng ngàn người Rumania gốc Đức vào trại lao động ở Liên Xô khi chiến tranh thế giới thứ hai chấm dứt.

Bà Muller sinh năm 1953, nói rằng việc trục xuất cứ luôn ám ảnh sinh hoạt của gia đình, lúc đó bà còn bé. Khi chải tóc cho bà, mẹ bà thuật lại năm năm sống trong trại giam Gulag, bà bị cạo trọc đầu. Sau đó bà kể tiếp, nói bằng tiếng Đức qua cuộc phỏng vấn rằng mẹ bà đã đặt tên bà rất xấu là Herta. Bà nói: "Tôi có tên như thế vì một trong những người bạn của mẹ tôi ở trại giam tên là Herta và bà đã qua đời. Mẹ tôi hứa là nếu bà đẻ con gái, bà sẽ đặt tên nó theo tên bạn bà." Muller tiếp: "Tôi biết điều đó không phải do mẹ tôi mà là bà tôi cho biết khi tôi còn rất bé. Lúc đó tôi không biết trại giam là gì, nhưng chung quanh tôi toàn là những vật có liên quan đến trại giam".

Bà Muller cho biết: "Khía cạnh tốt lành của hoàn cảnh bị rắc rối thêm vì cha tôi phục vụ trong quân đội Đức Quốc Xã thời chiến. Bà tiếp: "Cha tôi đứng trong hàng ngũ những kẻ giết người và mẹ tôi phải trả giá về việc đó. Đấy là thực trạng rất khó xử đối với tôi sinh ra từ phía những kẻ giết người và trong làng mọi người còn ca ngợi Đức Quốc Xã. Lòng tôi thực sự tan nát."

Cuốn "Thiên Thần Đói" phần đầu có sự cộng tác

của Oskar Pastior, một thi sĩ Romania gốc Đức đào thoát sang Tây phương năm 1968. Ông dẫn bà Muller đến trại giam, nơi ông đã sống bốn năm lúc còn là thanh niên và khi ông từ trần vì bệnh tim năm 2006, bà quyết định viết tiếp cuốn tiểu thuyết, một phần để tưởng nhớ ông.

Năm 2010, sau khi "Thiên Thần Đói" bằng tiếng Đức xuất bản, bà bà Muller mới biết ông Pastior là chỉ điểm viên cho Securitute - cảnh sát mật Rumania. Bà cho biết chỉ tìm thấy bốn bản báo cáo của ông, tất cả đều viết bằng lối văn lờ mờ, có tính quy ước mà không có giá trị thông tin. Nhưng cuộc sống thực tế xác nhận sự phản bội và những mưu đồ bà miêu tả trong những tiểu thuyết của bà làm cho bà bị chấn động và buồn rầu.

Bà nói: "Ông ấy và tôi là những người bạn rất thân. Tôi không thể tưởng tượng được ông ta đích thực làm việc theo cách đó". Nhưng khi xem xét lại bà quyết định cần chiếu cố những trường hợp nhẹ tội. "Trong những năm 50 bạn có thể bị tù 20 năm nếu bạn nói không, vì thế, tôi tưởng tượng bạn có thể ra khỏi nhà tù để rồi lại chịu án tù 20 năm nữa. Đó là trường hợp tống tiền, không thể nào tin được."

Bà nói tiếp: "Nếu tôi biết điều này trước khi ông ấy chết tôi có thể sống xa ông và hủy bỏ dự án này. Nhưng thật là khủng khiếp biết bao nếu mọi việc ông đều hoàn tất. Tôi cũng cảm thấy như vậy."

Vì những truyện bà Muller kể đều rất hấp dẫn, thường hãi hùng như văn phong của Kafka*, cho nên rất dễ bỏ qua phẩm chất văn xuôi của bà. Tiểu thuyết gia Claire Messud nhớ lại sự khó khăn phải dịch một đoạn trích của bà Muller trong khi nghiên cứu tiếng Đức, ghi nhận là bà có khả năng biến cải làm cho những truyện mà bà viết có nhiều chi tiết hay hơn.

Bà Messud cho rằng đặc tính tác phẩm của bà Muller như là những phần của bản giao hưởng kết thúc trước khi sang phần mới. Bà cùng với bà Muller tiết chế nhóm người thảo luận trong ngày hội của những người viết văn, kéo dài một tuần lễ vừa chấm dứt ngày 6 tháng Năm.

Bà Messud nhận định, tác phẩm của bà Muller luôn luôn sống động và cụ thể. Dường như ý chí của bà trong cuộc sống ẩn chứa trong văn xuôi của bà. Không có một cuốn sách nào của bà được miêu tả là vui, nhưng cuốn sách nào cũng tràn đầy sức sống, một loại nhựa sống dâng lên từ cách sử dụng ngôn ngữ với những nhận xét tinh vi.

Bà Muller có mối quan hệ kỳ lạ với tiếng Đức và nước Đức. Ngay cả sau 25 năm sống ở đó, bà vẫn coi mình phần nào là người nước ngoài vì một phần do cách phát âm. Bà cho rằng bà có phần nào giống ngôn ngữ Hapsburg*. Bà tự coi mình là người ngoài một phần cũng vì quan điểm mà cũng vì phong cách và từ vựng không bình thường đầy những từ được tạo ra bằng cách ghép âm và nghĩa của hai từ khác.

Philip Buchm, người phiên dịch tiếng Anh của bà cho biết, đôi khi bà viết nhiều thứ như không có lời diễn đạt. Khi nói đến thế giới, bà có một tâm trạng kỳ lạ và trong văn xuôi của bà có nhiều mâu thuẫn giữa từ và cụm từ có phần nào không thích hợp. Nhưng giống như chất hóa học và cấu trúc phân tử có sự liên kết với nhau mà vẫn khác nhau và khi liên kết bị phân hủy, một năng lượng ghê gớm sẽ bung ra.

Tiêu Duy Anh

Chú thích của người dịch:
* Kafkar: Frank Kafka, nhà văn Tiệp gốc Áo (1883 – 1924) có đặc điểm viết văn theo xu hướng siêu hiện thực, tạo cảm giác hãi hùng, nhiề phần khó hiểu.
* Hapsburg: ngôn ngữ nước Áo.

tuyển tập
GỢI NGƯỜI
DƯỚI TRĂNG

TUYỂN TẬP THƠ
MỘT
THỜI
LƯU LẠC

DIÊN NGHỊ - SONG NHỊ
LƯU DÂN
THI THOẠI
... 25 năm thơ hải ngoại

DIÊN NGHỊ
Cõi thơ
Tìm Gặp

SONG NHỊ
TIẾNG HỜN
CHIẾN MÃ

sự im lặng của ngày hôm qua
the silence
of yesterday

SONG NHỊ
Nửa Thế Kỷ
Việt Nam
bút ký, tự truyện
...
CỘI NGUỒN

thơ Tuệ Nga
Về Bên Suối Tịnh

TRẦN KHẢI
THANH THỦY
VIẾT TỪ
HANG ĐÁ
nhỏ lệ cung dân
tuyển tập
...

PHAN THỊ NGÔN NGỮ
Lá
MỘT VẦN GIEO
Thơ
CỘI NGUỒN

CUNG DIỄM
...
thơ
CỘI NGUỒN

HƯƠNG GIANG
Ngày
Bão Loạn
tâm bút, thi văn hợp tuyển
CỘI NGUỒN

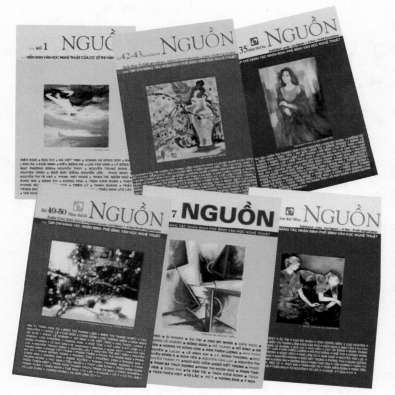

Quan khách trong nghi thức khai mạc kỷ niệm 3 năm tạp chí Nguồn.
Từ trái: Ô. Chuck Reed, Thị trưởng TP San Jose, Ô Ngô Đức Diễm, GS Nguyễn
Xuân Vinh, Thiếu tướng Nguyễn Khắc Bình, BS Nguyễn Xuân Ngãi

Thị Trưởng thành phố San Jose, ông Chuck Reed phát biểu chào mừng kỷ niệm 3
năm tạp chí Nguồn (2007)

Hệ Thống truyền hình **Vietface TV** phỏng vấn Ban Điều Hành Cội Nguồn (**July 01, 2012**) tại San Jose. Từ trái: Ký giả Trọng Thắng. Nhà thơ Cung Diễm/Tú Lắc, nhà văn Song Nhị, nhà văn Diên Nghị.

Lễ khai mạc Kỷ niệm 5 Năm Văn Học Cội Nguồn (4 - 2000)
Chào quốc kỳ và hát quốc ca Quốc Gia VN.

Các em học sinh Trung Tâm Việt Ngữ Văn Lang trong vũ điệu "Trăng Rằm".
Ban vũ Thụy Khanh.

Ra mắt thi phẩm Tiếng Hòn Chiến Mã của Song Nhị tại tòa soạn Việt Magazine,
San Jose 13-10-1996 - Từ trái: Nguyên Phương, Duy Năng, Lê Quốc Tấn,
Nhật Thịnh, Song Nhị và phu nhân, Mme Ngọc Doãn, Khuê Dung, Sơn Văn.

Buổi sinh hoạt Văn học cộng đồng đầu tiên của Cội Nguồn ngày **10 tháng
Tư, 1995** tại San Jose: Ra mắt thi phẩm Gởi Người Dưới Trăng.
Xuân Vinh, Thiếu tướng Nguyễn Khắc Bình, BS Nguyễn Xuân Ngãi

Khai mạc Ra Mắt tác phẩm Lưu Dân Thi Thoại ▪ Hàng đầu từ bên phải :
Cố Thiếu tướng Bùi Đình Đạm, Cố Thủ tướng Nguyễn Bá Cẩn, BS Nguyễn
Xuân Ngãi, Trung tá Nguyễn Mộng Hùng, nhà văn Vi Khuê ....

Nhà văn Diên Nghị giới thiệu các nhà thơ nữ trong Lưu Dân Thi Thoại.
Từ trái: Triều Nghi, Vi Khuê, Dư Th Diễm Buồn, Cao Mỵ Nhân, Huệ Thu,
Trung Thành Văn (San Jose 2003)

Cội Nguồn tại "Nghị Hội Toàn Quốc", San Jose 2006
Hàng đầu, từ phải: nhà thơ Cung Diễm, nhà văn Thanh Thương Hoàng, nhà thơ
Anh Tâm, nhà văn Diên Nghị , Giáo Sư Nguyễn Ngọc Bích (cravate màu hồng),
nhà thơ Đông Anh, Song Nhị -

Khai mạc lễ kỷ niệm 10 năm Văn Học Cội Nguồn ▪ Bàn đầu: GS nhà văn Toàn Phong Nguyễn Xuân Vinh, GS Triệu Bỉnh Hưng, cố GS Trần Công Thiện, nhà văn Thanh Thương Hoàng, cụ Võ Toàn, nhà báo Duy Văn

Nhà văn Song Nhị chào mừng quan khách và tường trình thành quả 10 năm sinh hoạt Văn Học Cội Nguồn. [1995 - 2005]

Ban Tổ chức &Tiếp tân lễ kỷ niệm năm thứ 3 tạp chí Nguồn (2007)
Ngồi: Thụy Khanh, Mme Song Nhị, nhà thơ Đặng Lệ Khánh, nhà thơ Du Sơn.
Đứng: Cung Diễm, Song Nhị, Lê Đình Cai, Diên Nghị, Ngô Đức Diễm.

Hàng trước: BS Phạm Đ. Vượng, NS Trần Hưng Nguyên, Cung Diễm, Ca sĩ Hoài
Trang, Đặng Lệ Khánh, Mme Song Nhị, Bích Liên, SN, Thủy Tiên, Đông Nghi

Hoa hậu Áo dài Việt Nam/ Bắc California 2010 - Jessica Trần và Á hậu
Cao Mỹ Ngân, tặng hoa và chân dung tác giả Nửa Thế Kỷ Việt Nam của
Họa sĩ Mỗ, tức nhà báo Lê Văn Hải (bên phải), cũng là trưởng ban tổ chức

Tại Câu Lạc Bộ Văn Hóa Việt Nam Paris (27-5-2012). Từ trái: ▪ Ô Bà Song Nhị
▪ Ô Bà Đỗ Bình -Thúy Hằng ▪ Ô Bà Phan Khắc Tường - Bạch Sương.

Sinh hoạt VHNT Cội Nguồn tại Washington D.C – Quan khách và văn nghệ sĩ: Vũ Hối, Song Nhị, Phan Khâm, NS Vĩnh Điện, Ô Hàn Phong Cao, Cao Nguyên, LS Trần Thanh Hiệp (Paris), GS Nguyễn Ngọc Bích & phu nhân, Cô Mina Nguyễn, Ca sĩ Hoàng Bạch Mai, Thanh Trúc (RFA) nhà văn Ngọc Dung (Cỏ Thơm), nhà văn Phong Thu, nhà thơ Lãm Thúy, nhà văn Cung Thị Lan

Cội Nguồn, tại buổi tiệc giới thiệu đặc san Xuân Thời Luận, Westminster 2011. Từ trái: Nữ nghệ sĩ Như Hảo, nhà văn Đỗ Tiến Đức, Song Nhị, Nhạc sĩ Miên Du Đà Lạt, Diên Nghị.

Ban Tổ chức RMS Tại Westminster (8 -2010) - từ trái : Ô. Thân Trọng Nhân (Vạn Hạnh), nhà báo Lê Văn Hải, nhà báo Lý Kiến Trúc (đồng trưởng ban tổ chức), Diên Nghị, Võ Ý, LS Đoàn Thanh Liêm, nhân sĩ Trần Dật, nhiếp ảnh Nguyễn Cơ, nhà thơ Ngọc Bích, các ký giả Thư Sinh, Chinh Nguyên, Cao Sơn.

Sinh hoạt Văn Học Cội Nguồn tại Westminster, Nam California (15-9-2007)
Từ trái: nhân sĩ Trần Dật, Trung Tướng Tôn Thất Đính,
Hòa Thượng Thích Chơn Thành, nhà báo Lý Kiến Trúc.

Quan khách và độc giả tham dự Ra mắt tuyển tập Một Thời Lưu Lạc
CSTV Cội Nguồn xuất bản, San Jose tháng 9-1999.

Cội Nguồn & Nhóm Họa sĩ Bắc California tại Paradise Art & Garden, San Jose.
Từ trái: HS Trương Thị Thịnh, các HS Lâm Quang Kim Phượng,, Phạn Bách Phi,
Henry Trinh Nghiep, HS Quế Hương. HS Thanh Trí & HS Đào Hải Triều..

Từ trái: Ô. Trương Đình Sửu, Ô. Nguyễn Hữu Hãn, nhà thơ Ngọc Bích,
Ông Bà Luật sư Nguyễn Hữu Thống, Nhà văn Nguyễn Xuân Hoàng

RMS "Mùa Bão Loạn" của nhà thơ Hương Giang
tại San Jose, Bắc California (31-7-2011). Từ trái: nhà văn Trần Khải Thanh
Thủy, Song Nhị, Nhà Báo Cao Ánh Nguyệt, nhà thơ Hương Giang

Founders/ Editorial Staff (from 1993 ---)
Song Nhị ▪ Diên Nghị ▪ Cung Diễm (Ảnh chụp tháng 6-2012)

Buổi họp mặt thường kỳ tháng **6-2012 tại San Jose**
Người ngồi kế S. Nhị là LS Thanh Ngọc Huyên (ái nữ của nhà văn Thanh
Thương Hoàng), Lê Diễm, Trần Khải Thanh Thủy, Mme Lê Đình Cai.
Đứng: Các ông Diên Nghị, Tú Lắc, Vũ Văn Quý, Thanh Thương
Hoàng, Duy An Đông, Bùi Thanh Tùng , Lê Đình Cai = (Ảnh Ngọc Bích)

BẠT
ĐÔI LỜI TỰ SỰ

Năm 1993, không lâu sau khi định cư ty nạn tại Hoa Kỳ, chúng tôi: Cung Diễm, Duy Năng, Hà Ly Mạc, Diên Nghị, Song Nhị góp bài, tham gia thực hiện tuyển tập "Một Phía Trời Thơ" do Thi Đàn Lạc Việt của nhà thơ Dương Huệ Anh & Song Linh chủ trương, ấn hành tháng 3-1995. Tôi được phân công viết tựa, trình bày bìa và đặt tên cho tập thơ này.

Cũng vào thời gian từ năm 1993 đến 1995 "Thi Văn Đoàn Cội Nguồn" được thành lập và đi vào hoạt động. Tháng 4-1995 thi phẩm "đầu tay" Gởi Người Dưới Trăng* ra mắt cộng đồng văn nghệ và đồng hương tại San Jose.

Từ căn cứ khởi điểm ấy, niên lịch "Kỷ Yếu 20 Năm Văn Học Cội Nguồn" được đổi lại 1993-2013, thay vì 1995 - 2015 như thông báo ban đầu tới tác giả, thân hữu và bạn đọc Cội Nguồn.

Sau tập Kỷ Yếu 5 Năm Văn Học Cội Nguồn thực hiện năm 2000, đây là tập kỷ yếu thứ hai quy tụ 55 tác giả trong số trên 150 văn nghệ sĩ từng tham gia sinh hoạt với Cội Nguồn trong 20 năm qua.

Trong buổi họp mặt nhân dịp nhà văn Phong Thu đến từ Maryland ra mắt tác phẩm "Sài Gòn Mưa Vẫn Rơi", tôi đề xướng "dự án kỷ yếu", được các anh chị tham dự hôm đó và Ban Biên tập tạp chí Nguồn tán thành, đề xuất nguyên tắc thực hiện. Đó là duyên khởi để tác phẩm này hình thành.

Cầm quyển sách, chúng tôi tin là độc giả sẽ cảm nhận được ý nghĩa, sự trang trọng và vẻ đẹp văn hóa trên trang bìa. Tháng 6 năm 2011 khi về Sài Gòn chịu tang phụ thân, tôi có dịp đến thăm "Việt Nam Quốc Tự" ở Bình Dương và chụp tấm ảnh này. Xin quý vị đọc lại bài *"Đại Nam Quốc Tự Trước Nhu Cầu Văn Hóa Du Lịch"*, nhận định của nhà văn/tiến sĩ Trần Kiêm Đoàn trên tạp chí Nguồn số số 47 tháng 7-8-9/2008, (tr 17) để tìm hiểu thêm về một kiến trúc văn hóa còn rất non trẻ, được khởi công xây dựng từ năm 2003.

Kỷ Yếu này dày 648 trang, 55 tác giả góp mặt, trong đó có 3 tác giả đã tạ thế, 4 tác giả chưa/không liên lạc được nhưng là những cây bút từng gắn bó với Cội Nguồn từ thuở ban đầu; hoặc từng cộng tác, yểm trợ tạp chí Nguồn nên vẫn có mặt trong Kỷ Yếu. Phần ấn phí của các tác giả này cùng với hơn 70 trang bài của Ban Biên tập do quỹ Cội Nguồn chi trả.

Dự tính ban đầu Kỷ Yếu sẽ in theo khuôn khổ tạp chí Nguồn (6.5"x9.5") nhưng khi khảo giá, tổn phí tiền in gấp hai lần so với khổ sách (5.5"x8.5"), do đó phải trình bày lại bản layout; Cũng do đó số trang, thứ tự bài và có một vài thêm/bớt bắt buộc ngoài ý muốn của người thực hiện computer, mặc dù chúng tôi đã mất rất nhiều thời gian và không quản ngại khó khăn. Rất mong được sự thông cảm của những tác giả nào có đôi chút khác biệt với bản trước đây.

Trong buổi họp mặt thường kỳ vào tháng 8/2012 để thông báo quyết định thay đổi khổ sách, có một ý kiến đề xuất nên in Kỷ Yếu tại Đài Loan với bìa cứng (Hardcover). Một số ý kiến hôm đó đồng ý và cho biết sẵn sàng góp thêm ấn phí. Qua ba tuần lễ liên lạc với trung gian giới thiệu, nhà in cho biết giá cả. Tính ra nếu in hardcover tại Đài Loan còn thiếu từ $2500 đến $3,000 bao gồm tiền in, tiền chuyên chở và cước phí gửi sách cho các tác giả.

Chúng tôi tham khảo một số thân hữu, có ý kiến nêu lên –"Giá trị văn học của một tác phẩm bìa cứng hay bìa mềm không có gì khác biệt mấy". Ý kiến khác cho rằng "một tác phẩm giá trị như quyển Kỷ Yếu này nếu thêm tiền in bìa hardcover là rất nên làm và sẵn sàng đóng góp..."

Lại có ý kiến –"Nên liệu cơm gắp mắm. Có sao làm vậy, nhìn xa làm gì cho thêm phiền phức...".

Sau khi ghi nhận ý kiến của những tác giả được hỏi, nhận thấy để tránh mất thêm thời gian và thủ tục phiền phức, chúng tôi quyết định không theo đuổi việc in bìa cứng tại Đài Loan và tiếp tục tiến hành in ấn tại địa phương Bắc California, chậm lắm vào trung tuần tháng 9. Sách sẽ in xong trong quý III/2012.

Trên đây là những điều ngoài dự kiến, chúng tôi đúc kết được trong quá trình thực hiện tác phẩm. Xin gửi tới quý tác giả "để tường", và lưu lại như một ký ức của Hành trình Kỷ Yếu và Hành trình 20 năm sinh hoạt Cội Nguồn.

San Jose, 30-8-2012
SONG NHỊ

----

*20 tác giả trong thi phẩm "Gởi Người Dưới Trăng":
Cung Diễm, Nguyễn Phúc Sông Hương, Khương Hạ, Tâm Huyền, Vi KHuê, Hà Ly Mạc, Sương Mai, Duy Năng, Tuệ Nga, Diên Nghị, Hà Thượng Nhân, Cao Mỵ Nhân, Song Nhị, Nguyên Phương, Thinh Quang, Ngô Văn Thọ, Huệ Thu, Bùi Duy Thuyết, Trình Xuyên, Tô Thùy Yên.

THƯ MỤC CỘI NGUỒN 1995 – 2012

Kể từ ngày đi vào hoạt động, tháng Tư 1995 Cội Nguồn đã ấn hành và giới thiệu tác phẩm "đầu tay" GỞI NGƯỜI DƯỚI TRĂNG, tuyển tập 20 nhà thơ hải ngoại. Tiếp theo những năm sau đó cho tới đầu năm 2012 bảng Thư Mục Cội Nguồn đã liệt kê 50 tác phẩm như sau:

_____

Có hai quyển sách cần xác định:

1. Quyển "Văn Thơ Nhạc Từ": trên trang đầu ghi "Diên Nghị và Song Nhị biên tập, Thi Văn Cội Nguồn xuất bản 1996", nhưng quyển này do ông Vũ Đức Nghiêm thực hiện, Cội Nguồn không có liên hệ nào về in ấn và phát hành.

2. Quyển "Biển Đo Việt Nam" của Nguyễn Quang, CN xuất bản 2008 đã được tiêu hủy và loại ra khỏi thư mục Cội Nguồn.

KỶ YẾU 20 NĂM VĂN HỌC CỘI NGUỒN

Cơ Sở Thi Văn Cội Nguồn Xuất bản 2012
Ấn bản lần thứ Nhất

In tại Papyrus Printing
San Jose, California, USA

Liên lạc:
CSTV Cội Nguồn
P.O.Box 3648 San Jose
California 95156 – 3648 USA
Tel & Fax (408) 729 8352
E-mail: tapchinguon@yahoo.com

http://www.coinguon.asia

= hai mươi lăm mỹ kim =